பழைய வரலாறின் புதிய தகவல்!

ஒரு சாமானியனின் நினைவுகள் என்ற இந்தத் தொகுப்பு ஒரு வரலாற்று ஆவணம்.

இது அய்யா க.ராஜாராம் அவர்களின் மகத்தான மனப்பதிவுகளை, மலர் பொதியாய்ச் சுமக்கிற இனிய தொகுப்பு.

ராஜாராம் அவர்களின் சாயங்காலப் பகுதியில், அவருடன் எனக்கு நட்பு ஏற்பட்டது. அவருடன் பழகிய நாட்களை நறுமண நாட்களாக நான் மனதில் சேகரித்து வைத்திருக்கிறேன்.

மிகுந்த பண்பாளர். அன்பை பாரபட்சமின்றி காட்டக் கூடியவர். அனைவர் மீதும் அக்கறை கொண்டவர். குறிப்பாக தன் குடும்பத்தையும், தன் நண்பர்களையும் மட்டுமே நேசிக்காமல், ஒட்டுமொத்த தமிழ்ச் சமூகத்தையே நேசித்த, விசால மனதுக்குச் சொந்தக்காரர்..

தந்தை பெரியாரின் அன்புக்கு பாத்திரமானவராக, அறிஞர் அண்ணாவின் அன்பான நட்பைப் பெற்றவராக, முத்தமிழறிஞர் கலைஞரின் இதயத்தில் இடம் பிடித்தவராக, மக்கள் திலகம் எம்.ஜிஆரின் மரியாதைக்குரிய மனிதராகத் திகழ்ந்தவர் ராஜாராம்.

வடநாட்டுத் தலைவர்களின் இதயத்தையும் தனது திறமையால் கொள்ளையடித்தவர்.

அவர் வகிக்காத பதவிகள் இல்லை. துறைகள் இல்லை.

பல்துறை ஞானம் கொண்டவராகத் திகழ்ந்த க.ராஜாராம், 'அடக்கம் அமரருள் உய்க்கும்' என்ற தெய்வப்புலவனின் வரிகளுக்கு இலக்கணமாக, தன்னை "சாமானியன்" என தன்னடக்கத்தோடு சொல்லி கொண்டு, இந்த நினைவுக் குறிப்பை அழகுபட, சுவாரஸ்யமாக எழுதியிருக்கிறார்.

பெரியாரைப் போன்ற தலைவர்களோடு கழிந்த மறக்க முடியாத பொழுதுகளையும் தனது வெளிநாட்டு அனுபவங்களையும், இங்கே சந்தித்த அரசியல் விவகாரங்களையும் விறுவிறுப்பான நடையில், வரலாற்றில் பத்திரப்படுத்தும் வகையில், பதிவு செய்திருக்கிறார் ராஜாராம்.

இந்தத் தொகுப்பு, கடந்த கால வரலாற்றில் பலரும் அறியாத புதிய புதிய தகவல்களைக் கொண்ட அற்புதமான தொகுப்பு.

அய்யா ராஜாராம் அவர்களின் இந்த அரிய நினைவுத் தொகுப்பை வெளியிடுவதில் நக்கீரன் குழுமம் பெருமையடைகிறது.

வழக்கம் போல் தமிழ் வாசகர்கள், இந்தத் தொகுப்பிற்கும் தங்கள் பேராதரவைத் தருவார்கள் என்று எதிர்பார்க்கிறேன்.

என்றென்றும் உங்கள்
நக்கீரன்கோபால்

உள்ளே...

தந்தை பெரியாரின் சீடரானேன்	21
உதித்தது தி.மு.க.	30
எம்.ஜி.ஆருக்கே எம்.எல்.ஏ. சீட் தர மறுத்த அ.தி.மு.க.	39
மதம் மாற மறுத்த பெரியார்	49
பெரியார் வைத்த பரிட்சை	58
வடநாட்டில் ஒரு திகில் பயணம்	67
அறிஞர் அண்ணா தலைமையில் எனது திருமணம்	78
நான் எம்.பி.யானேன்	87
மத்திய அமைச்சரின் திமிர்ப் பேச்சு	95
பெருந்தலைவர்களுடன் நான்	103
அண்ணாவின் படிப்பாற்றல்	110
மாறுதல் தந்த தேர்தல்	118
தமிழன் என்றால் இளப்பமா?	127
பெரியாரின் பேரன்பு	134
மறைந்தார் மாமேதை	141
டெல்லியில் பரபரப்பு	152
மனநிறைவு	161
தொழிலாளர் நலத்துறையும் நானும்	167
தமிழகத்துக்குள் நுழைந்த ராணுவம்	174

பெருமை மிகு பெருந்தலைவர்	185
மூதறிஞர் ராஜாஜியின் சாதுர்யம்	194
என்னைக் கவர்ந்த ஜெயப்பிரகாஷ் நாராயண்	202
அய்யா மறைந்தார்	210
என்னை மாற்றிய எமர்ஜென்சி	217
தூக்கியெறியப்பட்ட 'விடுதலை' சம்பந்தம்	224
ராம்நாத் கோயங்காவின் துணிச்சல்	230
அணைந்தது அன்பு தீபம்	237
தந்தை பெரியாரின் சீடரானேன்	245
மொரார்ஜி எனக்கு சொன்ன தத்துவம்	253
எப்படி வந்தது இலவச வேட்டி-சேலை திட்டம்	259
திருத்தப்பட்ட விதி தப்பித்த ஜெயலலிதா	266
சபாநாயகராக எனது பணி	273
ராஜ்பவன் ரகசியங்கள்	279
குன்றக்குடி அடிகளாரின் தொண்டுள்ளம்	287
நெகிழ்ச்சியில் அன்னை தெரசா	296
மறைந்தார் எனது தமிழ் ஆசான்	305
ஏ.வி.எம். ஸ்டுடியோவை காப்பாற்றிய கதை	311
உழைக்கும் வர்க்கத்துக்கு உதவிக் கரம்	319
கலைஞரின் ராஜினாமா தடுத்த எம்.ஜி.ஆர்.	325
வில்லுப்பாட்டால் எண்ணப் பாட்டு	334
சாண்டோ சின்னப்ப தேவரின் அதிரடி	342

பாவேந்தருக்கு அண்ணா செய்த மரியாதை	350
சேலமும் நானும்	358
அப்பல்லோ மருத்துவமனையும் எம்.ஜி.ஆரும்	367
நாட்டுப் பற்றாளர்களின் சிந்தனை	375
விடுதலை வீரர் லுமும்பா	384
மொரீஷியஸ் வரலாறு	391
பிரமிக்க வைத்த வால்ட் டிஸ்னி	400
நான் பார்த்த நாசா	408
காவிரித் தண்ணீரும் வைக்கோலும்	416
புரட்சித் தலைவரின் தடாலடி	426
எழுச்சி பெறுமா விவசாயம்	439
ஜெயலலிதா சதி! எம்.ஜி.ஆர். மரணம்	451
நன்றி மறந்த ஜெயலலிதா	463

முன்னுரை

எனது வாழ்வில் ஏராளமான சம்பவங்கள் ஒன்றன் பின் ஒன்றாக -அடுக்கடுக்காக நிகழ்ந்தவற்றை நினைவிலே இருந்து எடுத்து எழுதியவைகள் தாம் இந்த சாமானியனின் நினைவுகள். நாட்குறிப்புகள் எழுதும் பழக்கம் ஏனோ என்னிடம் தொடர்ச்சியாக சிறுவயது முதலே ஏற்படவில்லை.

எனது தந்தை திரு. பி.வி.கஸ்தூரி அவர்கள் சாகும் நாள் வரை நாட்குறிப்பு எழுதினார். எனது வாழ்வோ வேறாக அமைந்தது. தந்தை பெரியார் அவர்கள் என்னை பொது வாழ்விற்கு வீட்டிலிருந்து அழைத்துக் கொண்டு வந்த நாளிலிருந்து, கடந்த ஐம்பது ஆண்டு காலத்திற்கும் மேலாக மாதத்திற்கு பதினைந்து நாட்கள் தமிழகத்தின் பட்டி தொட்டியெல்லாம் சுற்றி வந்ததன் விளைவாக ஒரு சீரான நாட்குறிப்பை எழுதி வைக்க இயலவில்லை.

இந்த நினைவுகளில் கூட எனக்குத் தொடர்பிருந்த அரசியல் நிகழ்ச்சிகளை மட்டும் பெரிதும் குறிப்பிட்டிருக்கிறேன். என் வாழ்வில் அற்புதமான சந்தர்ப்பங்கள் பல கிடைத்தன. சிறு வயது முதல் நான் கண்டு களித்த நாடகங்கள், நான் பார்த்து ரசித்த சினிமாக்கள், படித்து ரசித்த நூல்கள், பல்வேறு துறைகளில் -குறிப்பாக நாடகத்துறை, சினிமாத்துறை, அரசியல்துறை, வணிகர்கள்,

வழக்கறிஞர்கள், நீதிபதிகள் என்று பலதரப்பட்ட அறிஞர்களோடு பழகியவற்றை இதில் நான் கொண்டுவர இயலவில்லை. அவைகளையெல்லாம் தனித்தனியாக நூல்களாக எழுதுவதற்குரிய நினைவுகள் ஏராளமாக என்னிடம் மண்டிக்கிடக்கின்றன.

நான் கற்றவைகளைவிட கேட்டவைகளும் கண்டவைகளும் மிகமிக அதிகம். பயண நூல்கள் ஒன்றிரண்டு எழுதினேன். சில பயணங்கள் முடிந்ததும் அவற்றைப் பற்றி அன்றைக்கு வந்த தினமணிக்கதிர் வார ஏடுகளில் மட்டும் எழுதினேன். அவைகள் எங்கெங்கோ சிதறிக்கிடக்கின்றன. சந்தர்ப்பம் வரும் பொழுது அவற்றையும் சிறு சிறு நூல்களாக வெளியிடலாம் என்ற அவாவும் எனக்குண்டு. நான் பழகிய தலைவர்கள், என்னை பல வகையில் ஆளாக்கியதை என்னால் என்றைக்கும் மறக்க முடியாது.

இந்நூலில் உள்ள வரலாற்றுச் சம்பவங்கள் படிக்கின்ற இளைஞர்களுக்கு ஒரு வழிகாட்டியாக அமையுமேயானால் நான் செய்த முயற்சி சிறிதளவேனும் பயன் தந்தது என்று எண்ணி மகிழ்ச்சி அடைவேன்.

இந்நூலுக்கு அணிந்துரை வழங்கிய முன்னாள் மேலவைத் தலைவர் திருமிகு.ம.பொ.சிவஞானம் அவர்களுக்கும் முன்னாள் நாடாளுமன்ற உறுப்பினர் திரு.எஸ்.எஸ்.மாரிச்சாமி அவர்களுக்கும் நெஞ்சார்ந்த நன்றி.

-க.இராசாராம்
சென்னை-28,
நாள்-20-11-94

அணிந்துரை

சிலம்புச்செல்வர் ம.பொ.சிவஞானம்
முன்னாள் மேலவைத் தலைவர்

'ஒரு சாமானியனின் நினைவுகள்' என்று தலைப்பிட்டு திரு.க.இராசாராம் அவர்கள் எழுதிய ஒரு அரிய இலக்கியத்தைப் படிக்கவும் அதற்கு மதிப்புரை வழங்கவும் பேறு பெற்றதற்காக மகிழ்ச்சியடைகிறேன். இதை எனது வாழ்க்கையில் எனக்கு கிடைத்த பெரும் பேறாகவும் கருதுகிறேன். நான் தமிழரசுக் கழகத்தை நடத்திக் கொண்டிருந்த போது, அதற்கு சேலத்தில் மிகுந்த செல்வாக்கிருந்தது. நான் சென்னை நகருக்கு வெளியே முதன்முதலாக மிகப் பெரிய ஒரு பொதுக்கூட்டத்தில் பேசியது சேலம் நகரில்தான். அதற்கு முன்பே சேலத்தில் நான் இரு பெருந்தலைவர்களைப் பெற்றிருந்தேன். முதல் தலைவர் டாக்டர்.வரதராஜூலு நாயுடு. இரண்டாமவர் மூதறிஞர் ராஜாஜி.

நாயுடுவின் 'தமிழ்நாடு' நாளிதழில் நான் தொழில் புரிந்ததால் நாயுடுவுடன் எனக்கு இருந்த தொடர்பு, தொழிலாளி-முதலாளி என்ற உறவில்தான். ராஜாஜியுடன் எனக்கிருந்த தொடர்பு அரசியலில் மட்டுமல்லாமல் ஆன்மீகத்திலும் குருவும் சீடரும் ஆனோம். என்னைக் காந்தியவாதி ஆக்கி இன்று வரை அதில் நிலைத்து நிற்க காரணமானவரும் அவரேதான். அதனால் அவரை எனது குருவாக கொண்டுவிட்டேன். ஆம் அரசியலிலும் ஆன்மீகத்திலும் அவர்தான் என் முதல்

குரு. விடுதலைப் போரில் ஈடுபட்டதால் அவர் என் தலைவராகவும் ஆகிவிட்டார்.

டாக்டர்.வரதராஜுலு நாயுடுவுக்குச் சொந்தமானதும் அவரை ஆசிரியராகக் கொண்டதுமான தமிழ்நாடு நாளிதழில் அச்சுக் கோர்க்கும் தொழிலாளியாக இருந்து வந்ததாலும் அது காங்கிரசை ஆதரிக்கும் ஏடானதாலும் நான் அரசியல்வாதியுமானேன். 1927 டிசம்பரில் அனைத்திந்திய காங்கிரஸ் மகாசபை சென்னை எழும்பூரில் டாக்டர். அன்சாரி தலைமையில் நடந்தது. அப்போது தமிழ்நாடு பத்திரிகையில் இருந்து தொண்டர்கள் சேர்க்கப்பட்டனர். அவர்களில் நானும் ஒருவனாக சேர்க்கப்பட்டேன்.

சென்னையில் காங்கிரஸ் கூடியதால் தமிழருக்கும் பெருமை. எனக்கும் பெருமை. அந்தக் காங்கிரசில்தான் பரிபூரண சுதந்திரம்தான் காங்கிரசின் லட்சியம் என்ற தீர்மானம் நிறைவேறியது. அதில் நான் தாய் வீடாகக் கருதும் சென்னைக்கு வரலாற்று ரீதியான பெருமை தானே. இந்தியாவுக்கு அரசியல் சீர்திருத்தம் வழங்க லார்டு சைமன் என்பவர் தலைமையில் ஒரு கமிஷனை நியமித்தது பிரிட்டிஷ் பார்லிமெண்ட். அதனை பகிஷ்கரிக்க வேண்டும் என தீர்மானித்தது சென்னை காங்கிரஸ் மகாசபை. அந்தப் பகிஷ்காரத்தில் ஈடுபட்ட பெருமை எனக்கும் கிடைத்த தென்றால் அதிலிருந்துதானே எனது தியாக வாழ்க்கை ஆரம்பமாகின்றது.

இராஜாஜி எனது குருவாகவும் டாக்டர்.வரதராஜுலு நாயுடு முதலாளியாகவும் கிடைத்தனர் என்றால் மற்றொரு ஆத்ம நண்பரும் சேலத்திலிருந்துதான் கிடைத்தார். அவர் தான் இந்நூலாசிரியரான திரு.க.இராசாராம். தமிழ்நாட்டிலேயே சரித்திரத்திலும் தியாகத்திலும் சமூக சீர்திருத்தப் புரட்சியிலும் வயதில் மூத்தவரும் பெரியார் என தம் பகைவராலும் அழைத்துப் பெருமைப்படுத்தப்படுகின்ற வருமான ஈ.வெ.ராமசாமி அவர்களை தலைவராகக் கொண்டவரான இந்த நூலாசிரியர் திரு.க.இராசாராம் அவர்கள் தம்மை சாமானியர் என்று கூறிக் கொள்கிறார் என்றால், நானும் அப்படியே கருத

முடியுமா? சிறந்த குணத்தால்-பெற்ற குணத்தால், அறிவுடைமையால், பண்பால், அரசியலில் வகித்த பதவிகளால் சிறந்தவரான என் நண்பரை நானும் சாமானியராக கருத முடியுமா? அவரை மனிதருள் மாணிக்கம் என்பேன்.

அவருடைய இந்நூலிலும் தாம் கொண்ட முதல் அரசியல் குருவாகப் பெரியாரிடம் கொண்டுள்ள குருபக்திதான் என்னைப் பெரிதும் கவர்கிறது எனலாம். சோதனை நேரிட்ட போதெல்லாம் பெரியாரை விட்டு விலகி விடாமல் அவருடைய அடிச்சுவட்டில் நடந்தாரே அதுதான்.

திரு.க.இராசாராம் சொந்த தேவைக்காக பணக்காரரை நாடி, அவருடைய உதவிக்காக பல்லாண்டு பாடும் நிலையில்லாமல் செல்வந்தருக்கு மகனாகப் பிறந்தார். பி.ஏ.படித்தவர். அந்த நிலையில் தன்னுடைய ஆத்ம நண்பர்களான அறிஞர் அண்ணா, நாவலர் இரா.நெடுஞ்செழியன் போன்ற வர்களெல்லாம் பெரியாரிடமிருந்து பிரிந்து சென்று திராவிட முன்னேற்றக் கழகம் என்ற புதிய கழகத்தை தோற்று வித்த நிலையில், அன்பர் இராசாராம் வளர்த்தவரை, திராவிட இயக்கத்தின் படைத்தலைவரை விட்டுப் பிரிந்து செல்லாமல் அவருடன் இருந்தது, இந்நாள் அரசியல் தலைவர்களிடம் காண முடியாத பண்பாகும். பெரியார் ஈ.வே.ரா.வின் அண்ணன் மகனான ஈ.வெ.கி.சம்பத் தன் சிற்றப்பாவை விட்டு, அவரோடு பிரச்சாரப் போர் தொடுத்த காலமது.

திராவிடர் கழகமே இல்லாமல் போய்விடுமோ என்று என் போன்ற அரசியல் அனுபவம் பெற்றவர்கள் கருதிய காலமது. அந்தக் காலத்தில் மிகுந்த துணிச்சல் மிக்க பெரியாரை விட்டுப் பிரியாது, அவருடன் இணைந்திருந்தது சுலபமல்ல. அதன் பின்னர்தான் காங்கிரஸ் ஆட்சிக்காக பிரச்சாரம் செய்ய துணிவு பெற்றதும் பாராட்டத்தக்கதாகும். அதன் பின்னர்தான் பெரியார் கோடி கோடியாக தி.க.வுக்கு பொருள் சேர்க்க முடிந்தது. அந்த அளவுக்கு பொருளும் கழகமும் பலப்பட முடிந்ததற்கு பெரியாருக்கு அடுத்தபடியாக ஒருவரைச் சொல்ல

முடியுமென்றால் அவர் இராசாராம்தான் என்பது வரலாறு காட்டும் உண்மை ஆகும்.

1952. தேசம் சுதந்திரம் பெற்ற பின்னர் வயது வந்தோர்க்கு வாக்குரிமை அடிப்படையில் முதலாவது பொதுத் தேர்தல் வந்த போது, திரும்பவும் தி.க.வில் பிளவேற்பட்டது. இந்த நாளில் அது சற்று விரிவாகவும் ஆசிரியர் இதுவரை பெரியாரை விட்டுப் பிரியாதிருந்தார்.

திராவிடர் கழகம் சட்ட மன்றத் தேர்தலில் ஈடுபட வேண் டுமென்று அண்ணா கிளர்ச்சி தொடங்கிய போது பார்லி மெண்ட்ரி அரசியலில் ஈடுபட வேண்டுமென்றது சரியானது என்று கருதி, அண்ணா தொடங்கிய தி.மு.க.வில் சேர்ந்து கொண் டார். அப்போதும் பெரியாரைப் பகைத்துக் கொள்ளாதது இந்நூலாசிரியரின் உயர்ந்த பண்புக்குச் சான்றாகும்.

பார்லிமெண்ட்ரி அரசியலில் தி.மு.க.ஈடுபட்டபின் ஆட்சியையே கைப்பற்றிவிட்டது. அது போருக்குப் பிற்காலமானதால் எங்கும் வறட்சி வாட்டியது. விலைவாசி உயர்ந்து மக்களை வாட்டியது. அதற்கு காங்கிரசையே பொறுப்பாக்கி பிரச்சாரம் செய்ததில் தி.க.-தி.மு.க. மேடைப் பேச்சாளர்கள் மிகவும் திறமையாகப் பிரச்சாரம் செய்தனர். அதனால் முதல் பொதுத் தேர்தலில் பழைய சென்னை மாகாணத்தில் காங்கிரஸ் வீழ்ச்சியுற்றது. அப்போதுகூட தமிழ்நாட்டில் மட்டும் சரிபாதி தொகுதிகளுக்கு மேல் காங்கிரஸ் கைப்பற்றியது. அதற்கு எனது தலைமையில் இயங்கிய தமிழரசுக் கழகமும் காரணமாகும்.

தி.மு.க.தேர்தலில் ஈடுபடும் கட்சியாக மாறிய பின்னர்தான் திரு.இராசாராம் இயற்கை அனுபவத்திற்கு ஏற்ற அரசியலில் பங்கு கொள்ளும் வாய்ப்பு அவருக்கு ஏற்பட்டது. நான் உறுதியாகச் சொல்லுகிறேன், தி.க.-தி.மு.க. பாணி பிரச்சாரப் போக்கு அவருடைய பண்பாட்டுக்கு ஏற்றதல்ல. அதனால் பார்லிமெண்ட்ரி அரசியலில் தி.மு.க. ஈடுபடுவது என்ற அண்ணாவின் கொள்கையை அவர் ஆதரித்தார்.

அதன் பின்னர் நடந்தது எல்லாம் நாடறிந்ததுதான். நாடாளுமன்றத்திலும் தமிழக சட்டமன்றத்திலும் உறுப்பினராக இருந்து தமது அரசியல் தெரிவை அப்போதைய காங்கிரஸ் ஆட்சிக்குப் புலப்படுத்தினார். பின்னர் தமிழக அரசின் பிரதிநிதியாக அமைச்சர் அந்தஸ்த்தில் டில்லியில் தங்கி தமிழக அ.இ.அ.தி.மு.க. அரசின்பால் மத்திய அரசுக்கு நல்ல எண்ணம் ஏற்படும் வகையில் செயல்பட்டார். அதற்குமுன் சென்ற தி.மு.க.எம்.பிக்கள் அப்படிச் செய்தனர் என்று சொல்ல முடியாது. பின்னர் தமிழகத்தில் சபாநாயகராக இருந்து, முதலமைச்சரும் தம்மை மதிக்கும்படி நடுநிலையோடு நடந்து கொண்டார். அப்போது எல்லோரும் நல்லவர்; எல்லோரும் வல்லவர் என்ற அவரது இயற்கையான பண்பு பேரவையில் வெளிப்பட்டது.

புரட்சித் தலைவர் எம்.ஜி.ஆர். அவரை அமைச்சராகச் சேர்த்து தமது உயிர்த் தோழராகக் கருதினார். உண்மையிலேயே அமைச்சரவையில் பலர் இருப்பினும் சிலரிடம்தான் எம்.ஜி.ஆருக்கு நம்பிக்கை இருந்தது. அந்தச் சிலரில் திரு.க.ராசாராமும் ஒருவர் ஆவார்.

திரு.க.இராசாராம் வீட்டுவசதித் துறையில் அமைச்சராக இருந்த போது, எனக்கே சட்டத்திற்கும் சத்தியத்திற்கும் கட்டுப்பட்டு அசோக் நகரில் முறையாக இடம் ஒதுக்கினார். நண்பர் ராசாராம் அமைச்சராக இருந்த போது நான் நேரே சந்திக்க வாய்ப்பு நேர்ந்தது. அப்பொழுது மனம் விட்டுப் பேசுவோம். அவர் சபாநாயகராகவும் நான் மேலவைத் தலைவராகவும் இருந்தபோது வெளி மாகாணங்களில் நடை பெறும் அனைத்திந்திய சபாநாயகர்கள் மாநாட்டுக்கு செல்வோம். அந்தக் காலத்தில் அவரிடம் தனித்துப் பழகும் சந்தர்ப்பம் ஏற்பட்டது.

அவரிடம் உள்ள ஒரு நல்ல குணம் அவருக்கு சங்கடத்தை விளைவித்ததாக இந்நூலில் அறிவித்திருக்கிறார். அதாவது கட்சிக்குப் பகைவர்களாக இருப்பவர்களை அவர் பகைப்பதில்லை. முடியுமானால் தம்முடைய பண்பாட்டைக் கொண்டு அவர்களையும் தாம் சார்ந்துள்ள கட்சியின்பால்

கொண்ட பகையைப் போக்கி, நட்பை வளர்க்கவே முயல்வார். என்னிடமும் அந்த குணம் உண்டு. அதனால் அவரைப் பிடித்திருக்கிறது.

மேதகு ஆர்.வெங்கட்ராமன் குடியரசுத் தலைவராக இருந்த போது அவரை சென்னா ரெட்டி அழைத்து எனது 85-ஆவது பிறந்த நாளை சங்கீத வித்வத் சபையில் கொண்டாடினார். அதற்காகப் பல நாட்கள் இரவு பகலாக உழைத்தார். இந்த நன்றியை என்றும் மறவேன்.

இந்த நூலில் அவர் குறிப்பிட்டுள்ள உட்கட்சி அரசியல் பற்றி நான் கருத்து எதுவும் சொல்ல விரும்பவில்லை. அது திராவிட குடும்பத்தின் சொந்த விஷயம். மனிதருள் மாணிக்கமான திரு.க.இராசாராம் அவர்கள் நான் 100 ஆண்டு காலம் வாழ்ந்தாலும் அதற்குப் பின்னும் வாழும் வாய்ப்பைப் பெற்றவர். அதனால் 100 ஆண்டு வாழ்க என வாழ்த்துகிறேன்.

அணிந்துரை

எஸ்.எஸ்.மாரிச்சாமி, முன்னாள் எம்.பி.

அந்தச் சாமானியரை இன்று பார்க்கப் போகலாமா? என்று கேட்டார் இராமகிருஷ்ண பரமஹம்சர். 1852-ஆம் ஆண்டு ஆகஸ்டு மாதம் 5-ஆம் தேதி, அதாவது 142 ஆண்டுகளுக்கு முன்பு இந்தச் சம்பவம் நடந்தது. ஓ.. தாராளமாகப் போகலாம் என்றார் அந்தச் சீடர். அவர் தொந்தரவாக நினைப்பாரோ என்றதற்கு அந்தச் சீடர், 'அப்படி ஒன்றும் நினைக்க மாட்டார், பெருமையாக நினைப்பார்' என்றார்.

இராமகிருஷ்ண பரமஹம்சருக்கு இந்தப் பதில் திருப்தி அளித்தது. மதியம் புறப்பட ஏற்பாடு செய்தார். இராமகிருஷ்ண பரமஹம்சர் பார்க்க நினைத்த அந்தப் பெரிய மனிதர் வேறு யாருமல்ல, பண்டித ஈஸ்வரசந்திரர்.

முந்தின நாள். அன்று கல்கத்தா அறிவாளிகளின் முன்னிலையில் அந்தப் பிரமுகர் பேசிக் கொண்டிருந்தார். அந்தப் பேச்சில் தன்னை ஒரு சாமானியன் என்று அறிமுகப்படுத்திக் கொண்டு பேசினார். இராமகிருஷ்ணர் அவரைச் சந்திக்க விரும்பியதற்கு அந்த சாமானியன் என்ற வார்த்தையே காரணம். இந்தச் சாமானியனுக்கு மாபெரும் நகரமான கல்கத்தாவின் அறிவாளிகள் எல்லாம் சேர்ந்து வித்தியாசாகர் என்ற பட்டம் வழங்கினார்கள். வித்தியா என்றால் கல்வி, சாகர் என்றால் கடல். அதிலும் சாமானியக் கடல் அல்ல, பெருங்கடல்.

திரு. இராசாராம் புத்தகத்தைப் புரட்டிப் பார்க்கும் போது

இச்சம்பவம் நினைவுக்கு வந்தது. வித்தியாசாகர் பற்றி சில வார்த்தைகள்.

பல மொழிகள் தெரிந்தவர் வித்தியாசாகர். இதற்கு துணை நின்றது அவரது குடும்பம். எந்த மொழியில் அவர் பேசினாலும் இலக்கண சுத்தமும் இலக்கிய வரலாறும் மலிந்து கிடக்கும். அவரைப் பற்றி இன்னும் பல கதைகள் உண்டு. அவர் பால் அருந்தமாட்டார். குதிரை வண்டியில் ஏற மாட்டார். காரணம் ஜீவ இம்சை என்பார். அரசு கல்லூரி ஒன்றில் உண்மையாகவே பேராசிரியராக இருந்தார். கைநிறைய சம்பாத்யம். ஆனால் மாதக் கடைசியில் காலணா மிஞ்சாது. அவர் பணம் முழுவதையும் அனுபவிப்பது அனாதைகள், கதியற்ற பெண்கள், ஏழை மாணவர்கள்.

குடும்பத்தைப் பற்றிக் கவலைப்படவில்லை. அதே போன்று அவரது குடும்பத்தாரும் அவரது பண விவகாரத்தில் ஈடுபடுவதில்லை.

கல்வியில் மட்டும் அவர் கரை கண்டவரில்லை. வீரத்திலும் அவர் கரை கண்டவர். ஒரு சம்பவம். அவரது ஒரே சகோதரருக்கு திருமணம் நிச்சயம் ஆகியிருந்தது ஒரு குக்கிராமத்தில். அந்த நேரத்தில் பெரும் புயலும் சூறாவளியும் பேய்க் காற்றாக வீச கங்கை கரை புரண்டு ஓடியது. பரிசல் ஓட்டுபவர்களும் படகுக்காரர்களும் சவாரி செய்ய முடியாது என்று கரையிலேயே அமர்ந்துவிட்டார்கள். வித்தியாசாகருக்கு தடுமாற்றம். ஆனால் அவரது தாயார் அவர் முன் வந்து 'என்ன பண்ணுவாயோ தெரியாது, நீ போகத்தான் வேண்டும்' என்று பிடிவாதம் பிடிக்கிறார். வித்தியாசாகர் மனத்துணிவோடு வீட்டை விட்டுக் கிளம்பி, கங்கையில் குதித்துவிட்டார். சீறும் அலைகளை மீறி மறு கரையை அடைந்து திருமணத்திலும் கலந்து, தாயை மட்டுமல்ல, கல்கத்தா நகர மக்களையும் ஆச்சர்யப்பட வைத்தார். பத்திரிகைகள் பாராட்டி எழுதின. அவர் சொன்னபடி, அவர் சாமானியர் அல்லர், வீரர் என்றனர் மக்கள்.

நிறைய படித்தவர்கள் குட விளக்கு. அரை குறைகள்

இதற்கு நேர்மாறு. விளம்பரப் பிரியர்கள். உலகமே தன்னைச் சுற்றி சுழல்வதாக எண்ணிக் கொள்வார்கள். உலகம் இவர்களைப் பார்த்து சிரிக்கிறது என்பதை அறியார்கள் இவர்கள்.

திரு.இராசாராம் எழுதிய நூலின் தலைப்பு 'ஒரு சாமானியனின் நினைவுகள்' என்பதாகும். இதை தன்னடக்கம் மிகுந்த வித்தியாசாகர் சொன்ன மாதிரி என்பதாக நினைத்து உள்ளே படிக்க வேண்டும்.

பாராளுமன்ற மைய மண்டபத்திலே நடந்த ஒரு சம்பவத்தைச் சொன்னாலே இதற்குப் போதும். அறிஞர் அண்ணா அவர்கள் அங்கே உட்கார்ந்து இருக்கிறார். அவரைச் சுற்றி பல மெம்பர்கள். வெளி மாநிலத்தவர்கள். யாரோ ஒருவர் ராசாராம் எங்கே என்று கேட்கிறார்.

சட்டென பதில் வருகிறது; யாரிடமிருந்து, அண்ணாவிடம் இருந்து. "ஒன்று லூதியானா போயிருப்பார் அல்லது வேறு ஒரு தொழில் நகரத்திற்குச் சென்றிருப்பார். நமது கையில் அரசு இல்லை. நம்மிடம் அரசு வந்து அவரை தொழில் அமைச்சராகப் போட்டால் தமிழ்நாட்டையே தொழில் துறையில் முன்னணியில் நிறுத்திவிடுவார். ஒரு நாள் ஒரு பொழுதைக் கூட வீணாக்க மாட்டார்" என்றார் அண்ணா.

அண்ணாவின் இந்த சோர்வு அடுத்த தேர்தலில் இருந்த இடம் தெரியாமல் போய்விட்டது. மக்கள் அவர் கையில் ஆட்சியைக் கொடுத்து விட்டார்கள்.

திரு.இராசாராம் வகிக்காத பதவிகளே இல்லை. தொழில் துறை, உணவுத்துறை, கைத்தொழில்துறை என பல இலாகாக்களை நிர்வகித்தவர். ஒவ்வொரு இலாகாவிலும் அவரது தனி முத்திரை பதிவாகி இன்னும் தலைமைச் செயலகத்தில் பேசப்படுகின்றார். அதோடு மட்டும் அல்ல; டில்லியிலும் வட நாட்டிலும் அவருக்கு நல்ல தொடர்புகள் உண்டு. யாரும் எதுவும் கேட்டால் தயங்காது மடமட என்று யோசனை கூறுவதில் வல்லவர். எங்காவது ஒரு சிக்கல் இருக்கிறது என்றால் ராசாராமை அனுப்பினால் போதும். அக்கு வேறு ஆணி

வேறாகப் பிரித்து சிக்கலைப் பிரித்து விடுவார். பலரது பாராட்டைப் பெறுவார். இதனால்தான் அறிஞர் அண்ணா அவர்கள் இவரை தம்முடன் அழைத்துச் சென்றார். யாரும் ராசாராம் அவர்களைப் புகழ்ந்து பேசினால் அண்ணாவே உள்ளூர நினைத்து பெருமைப்படுவார்.

'கணக்கிலேயே கெட்டிக்காரப் பையன்' என்றார் கணக்காசிரியர்.

'மற்ற பாடங்களில் எப்படி' என்று கேட்டார் தலைமையாசிரியர்.

'கொஞ்சம் விழிப்புதான்' என்றார் கணக்காசிரியர்.

இராசாராமை அறிந்தவர்கள் அவர் எல்லாத்துறை களிலும் கெட்டிக்காரர் என்பார்கள். உலக அரங்கிலும் இந்திய நாட்டின் மிகப் பெரும் கட்சித் தலைவர்களின் ஈடுபாட்டிலும் முழுமையாக அறிந்து வைத்திருப்பவர் இராசாராம். ஒரு சமயம் பேரறிஞர் இராஜாஜி அவர்களைப் பற்றி பேச்சு வந்தது. ஒருவர் சொன்னார், 'அவர் தம் வேட்டியையும் துவைப்பார். இந்திய அரசின் விவகாரங்களையும் துவைப்பது மட்டுமல்ல; கிழி கிழி என்று கிழிப்பார்'' என்றார். அவர் சொன்னது உண்மை. திரு.இராசாராமுக்கும் இது பொருந்தும். அவரது சாமானியனின் கட்டுரை இந்த ரகம். இவற்றிற்கு ஈடும் இல்லை ; எடுப்பும் இல்லை.

நமது சாமானியன் ஒரு நிறைந்த முழுக்குடம். அவர் பாரம்பரியமிக்க உயர் குடும்பத்தில் பிறந்தவர். அவர் பக்கம் மக்கள் அனுசரணையாக இருக்கிறார்கள் என்று சொன்னால் அதற்கு அவரது புகழ்மிக்க உதவும் கரங்களே காரணம்.

1

தந்தை பெரியாரின் சீடனானேன்!

நான் பிறந்தது 26-08-1926 அன்று சேலம் மாவட்டம் ஆத்தூரில். என் தந்தை பி.கஸ்தூரிக்கும் என் தாயார் விஜயாம்பாளுக்கும் இரண்டாவது மகனாகப் பிறந்தேன். என் தந்தை முதல் உலகப் போரில் பணியாற்றியவர். அவருடன் காந்தியாரின் இரண்டாவது மகனும், வடநாட்டு குறுநில மன்னர் ஒருவரின் மகனான இராஜாராம் என்பவரும் பணியாற்றினர். அந்த நண்பர் இராஜாராம் பெயரைத்தான் எனக்கு என் தந்தை சூட்டினார். அந்த மூவருமே முதல் உலகப் போரில் பர்மா, எகிப்து ஆகிய நாடுகளில் போரிட்டுவிட்டு உயிருடன் திரும்பியவர்கள். எந்த நண்பரின் பெயரை எனக்கு என் தந்தை சூட்டினாரோ, அந்த நண்பரின் வீட்டில் ஒரு கஸ்தூரியும் இருந்து வருகிறார்.

எனது தந்தைக்கு தர்மபுரி அருகில் உள்ள பென்னாகரம் எனும் ஊரில் அரசு அலுவலகத்தில் பணி கிடைத்தது. அவர் தர்மபுரிக்கு மாற்றப்பட்ட பிறகுதான் எனது குழந்தைப் பருவம் தொடங்கியது. எனது சிறிய தந்தை அப்பாவு. பேருந்துகள் நடத்தும் தொழிலில் ஈடுபட்டு சிறப்பாக முன் னேறிக் கொண்டிருந்தார். எனவே எங்கள் வீட்டுக்கு சுதேச மித்திரன், குடியரசு, விடுதலை, ஜனநாயகம், ஆனந்தவிகடன்

முதலிய பத்திரிகைகள் வரும். அப்போது மின்சாரம் இல்லாத காலம். வாணியர் தெரு எனும் தெருவில் ஒரு வீடு வாங்கி குடியேறினோம். அந்தத் தெருவில் எல்லோரும் மிட்டாதார்கள் என அழைக்கப்பட்ட நிலச்சுவான்தார்கள். எல்லா வீடுகளிலும் நிறைய குழந்தைகள். அவர்களுடன்தான் என் வாழ்வும் தொடங்கியது. அப்போது காங்கிரஸ் கட்சி கொடிகட்டிப் பறந்த காலம். எனது தந்தையும் குடும்பத்தினரும் நீதிக்கட்சியில் பற்றுக் கொண்டிருந்தார்கள்.

நீதிக்கட்சியின் தலைவர்கள் எங்கள் வீட்டில்தான் தங்குவார்கள். அத்துடன் தந்தை பெரியாரும் எனது தந்தையும் 1914-ஆம் ஆண்டிலிருந்தே நல்ல நண்பர்கள்.

எனது தந்தை எங்கு சென்றாலும் ஒரு டென்னிஸ் மைதானத்தையும் இளைஞர்களும் முதியவர்களும் கூடும் தன்மையில் கிளப்புகளையும் உருவாக்குவார். தர்மபுரி, திருச்செங்கோடு, ஓசூர் ஆகிய மூன்று ஊர்களிலும் எனது தந்தை உருவாக்கிய கிளப்புகள்தான் இன்றும் உள்ளன. அவர் ஒரு சிறந்த டென்னிஸ் விளையாட்டுக்காரர். தன் எண்பதாவது வயது வரையில் டென்னிஸ் விளையாடியவர். ஒவ்வொரு கிளப்பிலும் ஒரு நூல் நிலையத்தையும் உருவாக்கிவிடுவார். நிரம்பப் படிப்பவர் என் தந்தை.

அந்தச் சூழலில் வளர்ந்த காரணத்தால் நானும் தந்தை பெரியாரின் கொள்கைகளால் ஈர்க்கப்பட்டு, தர்மபுரியில் நாங்கள் வாழ்ந்த வாணியர் தெருவை அனைவரின் ஒப்புதலுடன் மண்டபம் தெரு என பெயர் மாற்றினோம். எங்கள் தெருவில் உள்ள இளைஞர்களையெல்லாம் உறுப்பினர்களாக்கி, தமிழ் இளைஞர் சங்கம் என ஒன்றைத் தோற்று வித்தோம். அதில் அந்தக் காலத்தில் வெளிவந்த வார இதழ்கள், மாத இதழ்களை வாங்கி தெருவில் உள்ள அனைவரை

யும் படிக்க ஏற்பாடு செய்தோம். அதில் உறுப்பினர்களாக இருந்த பலர் தேசியக் காங்கிரசிலிருந்து விலகி திராவிடர் கழகத்துக்காரர்களானார்கள்.

தர்மபுரியில் நீதிக்கட்சிப் பொதுக்கூட்டங்களை எங்கள் குடும்பம் முன்னின்று நடத்தும். அப்போதெல்லாம் மின் சாரமும் இல்லை, ஒலிபெருக்கி என்ற பேச்சுக்கே இட மில்லை. தேர் நிலையத்தின் அருகிலும் பின்னர் இப்போது பஸ் ஸ்டாண்ட் உள்ள மைதானத்திலும் பொதுக்கூட்டங்கள் நடக்கும். எங்கள் ஊருக்கு சர்.ஏ.இராமசாமி முதலியார், சர்.பி.டி.இராசன், டாக்டர்.பி.வரதராஜுலு நாயுடு, திரு.வி.கல்யாண சுந்தர முதலியார், சி.என்.அண்ணாதுரை, முதலமைச்சர் இராஜாஜி மற்றும் அமைச்சர் பெருமக்கள் அனைவரும் வந்து பேசியிருக்கிறார்கள்.

பெட்ரோமாக்ஸ் விளக்கு வெளிச்சத்தில்தான் கூட்டம். நீதிக்கட்சி கூட்ட ஏற்பாடுகளை எனது மாமா முருகேசன் தான் செய்வார். நான் உதவியாளனாகப் பணிபுரிவேன். எல்லாக் கூட்டங்களுக்கும் எனது மாமா முருகேசன் எங்களைக் கூட்டிச் செல்வது வழக்கம். மகாத்மா காந்தியார் சேலத்துக்கு வந்தார். அவரது கூட்டத்தைக் கேட்க சேலத் துக்கே சென்றோம். பொதுக்கூட்டங்களில் பலரது பேச்சுக் களைக் கேட்டதினால் எனக்கும் பேசும் ஆர்வம் உண்டானது. தலைவர்களுடன் பழகியதால், குறிப்பாக தந்தை பெரியாரி டமிருந்ததால் எளிமையாக வாழ வேண்டும் என்ற எண்ணம் இளமைப் பருவத்திலேயே என்னிடம் குடி கொண்டது.

எனவே தர்மபுரி உயர்நிலைப் பள்ளியில் உருவான தமிழ் மாணவர் மன்றத்துக்கு ஆறாம் படிவம் படிக்கும் போதே அதன் செயலாளராக தேர்ந்தெடுக்கப்பட்டேன். அப்போதி லிருந்து சேலம் நகர் மன்றக் கல்லூரியில் பி.ஏ.படிப்பு

தாய் விஜயாம்பாள்   தந்தை கஸ்தூரி பிள்ளை

படிக்கும் வரை தமிழ் மன்றத்துக்கு செயலாளராக என்னையே மாணவர்கள் தேர்ந்தெடுத்தார்கள். மன்றச் செயலாளர் பணி எனக்கு பல தலைவர்களிடமும் நல்ல தொடர்பை ஏற்படுத்தியது.

தர்மபுரி பள்ளியின் தமிழ் மாணவர் மன்றத்தில் தந்தை பெரியாரை பலமுறை அழைத்துப் பேச வைத்துள்ளேன். எனது தலைமை ஆசிரியர் நாராயணசாமி அய்யர். அவரே தந்தை பெரியாரின் கூட்டத்துக்கு தலைமை தாங்கிப் பேசினார். எனக்கு கிடைத்த தலைமை ஆசிரியர்கள் சுவாமிதாஸ், நாராயணசாமி அய்யர் முதலியவர்கள் என்பால் மிகுந்த அன்பு கொண்டவர்கள். நாராயணசாமி அய்யர் எனக்கு ஆங்கிலப் பாடத்தை தன் வீட்டுக்கே அழைத்து சொல்லித் தருவார்.

தர்மபுரியில் வாழ்ந்த எங்களுக்கு தந்தை பெரியார் ஒரு

நல்ல பணியும் தந்தார். அப்போது சென்னை ராஜதானியாக இருந்த மாநிலத்துக்கு ராஜாஜி பிரதமராக விளங்கினார். அவர் கட்டாய இந்தியை பள்ளிகளில் புகுத்தினார். அதை எதிர்த்து, இந்தி எதிர்ப்புப் போர் சென்னை இந்து தியாலஜிகல் பள்ளியின் முன் நடைபெற்றது. அதில் கலந்து கொள்வதற்காக இந்தி எதிர்ப்பு வீரர்கள் ஈரோட்டிலிருந்து எங்கள் சித்தப்பாவின் பேருந்துகளில் தர்மபுரிக்கு வருவார்கள். அவர்களை வரவேற்று இரவு உபசரித்து தங்க வைத்து, மறுநாள் எங்களது பேருந்துகளில் ஏற்றி ஜோலார்பேட்டை வரையில் அனுப்புவது வழக்கம். அவர்கள் ஜோலார்பேட்டையில் ரயிலேறி சென்னைக்குச் செல்வார்கள். ஈரோட்டிலிருந்து ஜோலார்பேட்டை வரை பஸ் கட்டணம் ஏதுமின்றியே தோழர்கள் வந்து கொண்டிருந்தனர்.

பெரியார் போராட்டத்தை ஓராண்டு நடத்தினார். போராட்டத்தையும் வழக்கம் போலவே சிக்கனமாக நடத்தினார். மொழிப் போரில் தந்தை பெரியார் வெற்றி கண்டார். அப்போது கட்டாய இந்தி ரத்தாகியது.

நான் பள்ளியிறுதி பயின்ற போது தந்தை பெரியார் தர்மபுரியில் மூன்று நாட்கள் தங்கினார். ஒரு நாள் மாரண்டஹள்ளி, ஒரு நாள் பாப்பாரப்பட்டி, ஒரு நாள் பாலக்கோடு என்று பொதுக்கூட்டங்கள் இருக்கும். நான் பள்ளியிலிருந்து வந்தவுடன் என்னையும் கூட்டத்திற்கு அழைத்துச் சென்று பேசச் சொல்வார். என்னைப் பற்றி பெரிதாக அறிமுகம் செய்வார். பின்னர் தனியாகவும் கிராம நிகழ்ச்சிகள், திருமணங்கள், பொதுக்கூட்டங்கள் என மாவட்டம் முழுவதும் சுற்றினேன்.

எனது பள்ளியிறுதி வகுப்புத் தேர்வு முடிந்தவுடன் தந்தை பெரியார் எனது தந்தையிடம், 'கஸ்தூரி, உனக்குத் தான்

நான்கு குழந்தைகள் இருக்கிறார்களே. அவர்களில் ஒருவனை என்னிடத்தில் சமுதாயத் தொண்டுக்கு அனுப்பலாமே' என்றார். 'எனது பிள்ளைகளில் யாரை வேண்டுமானாலும் தாங்கள் எடுத்துக் கொள்ளலாம்' என்றார் என் தந்தை சற்றும் தயக்கமில்லாமல்.

தந்தை பெரியார் என்னைச் சுட்டிக்காட்டினார். நான், 'ஒரு பட்டமாவது பெற்றுவிட்டு வந்து விடுகிறேன்' என்றேன். அதற்கு 'சம்பத் படித்தானா? செல்வம் படித்தானா? நீ மட்டும் படித்து என்ன கிழிக்கப் போகிறாய்?' என்றார் தந்தை பெரியார். அதன் பிறகு அவர் இட்டது கட்டளை தான் என்றாலும் கல்லூரியில் படித்துக் கொண்டே எனது சமுதாயப் பணியையும் தொடர்ந்தேன். விடுமுறை நாட்களில் தமிழ்நாடு முழுவதும் தந்தை பெரியாரோடு பயணம் செய்தேன்.

தர்மபுரியில் அப்போது கல்லூரி கிடையாது. நான் அமைச்சரான பின்பு கலைஞர் கருணாநிதி காலத்தில்தான் மாவட்டத்தில் நிதி சேர்த்து தற்போதுள்ள தர்மபுரி கல்லூரி உருவாக்கப்பட்டது. ஆதலால் நான் சேலத்தில் இருந்த நகர்மன்றக் கல்லூரியில் சேர்ந்தேன். அப்போது கல்லூரித் தலைவர் ஏ.இராமசாமி கவுண்டர். அவர் நல்ல சுயமரியாதைக்காரர். பெரியாரின்பால் பேரன்பு கொண்டவர். தமிழிலும் வடமொழியிலும் பெரும் புலமை கொண்ட கணிதப் பேராசிரியர். நெற்றியில் எப்போதும் திருமண் தரித்திருப்பார். நான் அப்போதே பல மாணவர்களை கல்லூரிக்கு அழைத்துச் சென்று கவுண்டரிடம் சிபாரிசு செய்த வண்ணம் இருந்தேன். அவரும் தட்டாமல் இடமளித்துக் கொண்டே வந்தார்.

ஒரு நாள், இராசாராம், 'தினமும் பலரைக் கல்லூரியில் சேர்க்க சிபாரிசு செய்கிறாய். நீ விண்ணப்பம் போட்டு விட்டாயா?' என்றார். 'இல்லை அய்யா' என்றேன். உடனடியாக ஒரு விண்ணப்பத்தை எடுத்து தந்து

முதலில் 'இதை பூர்த்தி செய்' என்றார். அப்படித்தான் எனது கல்லூரி நுழைவு நடந்தது. சேலம் நகர்மன்றக் கல்லூரியை, சேலம் சுயமரியாதைக் கல்லூரி என்றே அழைத்தார்கள். எனக்கு நல்ல ஆசிரியர்கள் அமைந்தார்கள். ஆம், தமிழுக்கு ஒப்பியல் மொழிநூல் எழுதிய தேவநேயப்பாவாணர், உலக ஊழியனார், புலவர் நடேச உடையார், சரித்திரத்துக்கு திவை.சொக்கப்பா முதலியோரும் எனது இடைநிலை வகுப்புக்கு பௌதீகத்தில் நாகராஜன், பேராசிரியர் தங்கராசு முதலியோரும் ஆசிரியர்கள்.

அனைத்துக் கட்சித்தலைவர்களையும் அழைத்துப் பேச வைத்தேன். கல்லூரியில் மாணவர்கள் நடத்தும் கூட்டம் என்றால் பொது மக்களும் வந்து கலந்து கொண்டு கேட்பார்கள். இப்படிப்பட்ட கூட்டம் ஒன்றை எனது தமிழாசிரியர் தேவநேயப்பாவாணர் தலைமையில் பாவேந்தர் பாரதிதாசனை அழைத்து திருக்குறள் என்னும் தலைப்பில் பேச வைத்தேன். ஞாயிறு காலை பரபரப்பான கூட்டம். சுமார் மூன்று மணி நேரம் நடந்தது. அதில் தான்..

தெய்வந் தொழாஅள் கொழுநன் தொழுதெழுவாள்
பெய்யெனப் பெய்யும் மழை

என்ற திருக்குறளுக்கு புது விளக்கத்தை அளித்தார். பரிமேலழகரின் உரையையே கேட்டு வந்த எங்களுக்கு அது புதுமையாகப்பட்டது. கூட்டம் முடிந்தது. மாணவ நண்பர்களுடன் சேர்ந்து அவர் தங்கியிருந்த மாடர்ன் கேப் ஒட்டலில் கொண்டுவிட்டேன். பாவேந்தரை முதன் முதலில் சினிமாவுக்கு பாட்டெழுத வைத்த தொடர்பு, எங்கள் குடும்பத்துக்கு உண்டு. அதனால் அவரிடம் நான் உரிமையுடன் வாதிடுவது வாடிக்கை.

அன்றைக்கு கல்லூரியில் திருக்குறள் பற்றிச் சொன்ன

கருத்துக்களை ஒரு புத்தகமாக எழுத வேண்டும் என்றேன்.

"நான் என்ன இதையெல்லாம் எழுதுவதாக வாக்குக் கொடுத்தேனா?" என்று திருப்பிக் கேட்டார். எப்போதும் கவிஞரிடம் எதிர்த்துப் பேசினால் உடனடியாக எழுதத் தொடங்கிவிடுவார். அவரது உள்ளத்தை தெரிந்த காரணத் தால் அவரது கருத்துக்களை எதிர்த்து வாதாடினேன். பாவேந்தர் சற்று யோசித்தார். ஒரு காகிதத்தை எடுத்து ஏதோ எழுதினார். குயில் என்று எழுதப்பட்டிருந்தது. ஆம் குயில் என்ற இதழை உடனடியாக தொடங்கினார். தனது புதிய கவிதைகளையும் நாடகங்களையும் திருக்குறள் பற்றிய தனது பதவுரை, பொழிப்புரைகளையும் வேகமாக எழுதத் தொடங்கினார். தமிழகம் புதிய சிந்தனைகளைப் பெற்றது. நான் தூண்டுகோலாக இருந்ததில் எனக்கு மட்டற்ற மகிழ்ச்சி.

2

உதித்தது தி.மு.க.!

நான் கல்லூரியில் முதலாண்டு பி.ஏ.படித்த போது, என்னை ஆளாக்கத் துடிதுடித்த முதல்வர் ஏ.இராமசாமிக் கவுண்டர் எதிர்பாராமல் காலமானார். என் வாழ்வில் அது பேரிடி. ஊர்ப் பெரியவர்கள் அனைவரும் அவரது இறுதி ஊர்வலத்தில் பங்கேற்றார்கள்.

மறுநாள், கல்லூரியில் இரங்கல் கூட்டம். நான் மாணவர் மன்றச் செயலாளர். கூட்டத்தின் இறுதியில் நான் நன்றி கூறும் கட்டம். 'நமது மாவட்டத்தில் கடந்த இருபத்துநான்கு ஆண்டு காலமாக கல்விக்கண்ணைத் திறக்க, பிற்பட்டோர் மத்தியில் அரும்பாடுபட்ட நமது முதல்வருக்கு மார்பளவு வெண்கலச்சிலை ஒன்றை வைக்க எண்ணுகிறேன். நீங்கள் அனைவரும் ஆதரவு தர வேண்டும் என வேண்டுகிறேன்' என்றேன்.

கூட்டம் முடிந்தது. 'நம்ம ராசாராம் மயான வைராக்கியம் போல், கல்லூரி முதல்வருக்கு சிலை வைப்பதாகப் பேசிவிட்டார். நடக்கிற காரியமா இது?' என ஏகடியம் பேசத் தொடங்கினர். நான் சிலிர்த்து எழுந்தேன். 'ஒவ்வொரு மாணவனும் சிலை அமைக்க இரண்டு ரூபாய் மட்டும் தாருங்கள்' என்றேன். தந்தார்கள். மாணவர்களைக்

கொண்டு நாடகம் ஒன்று போட்டேன். அதில் சிறிது பணம் சேர்த்தேன். அப்போது மாடிலட்சுமி, ஒல்லியாக கொடி போன்று இருந்தார். அவர் தவிர செல்விகள் லலிதா, பத்மினி, ராகினி முதலியோரின் நடன நிகழ்ச்சிகளை நடத்தி சிலைக்கும் சிலை நிகழ்ச்சிக்கும் தேவையான பணத்தைச் சேர்த்தேன்.

சென்னையிலிருந்து சிற்பி நடராஜனை சேலத்துக்கே அழைத்து கவுண்டரின் துணைவி கனகம்மையார் மேற்பார்வையில் சிலையை வடிக்க ஏற்பாடு செய்தேன். சிலை திறப்பு விழா அன்றே இராமசாமிக் கவுண்டரின் ஓவியம் ஒன்றை தமிழ்ப்புலவர் காமாட்சி குமாரசாமி அன்பளிப்பாகத் தந்தார். அதை சென்னை செஷன்ஸ் நீதிபதியும் சேலத்தின் நகரத் தந்தையாக இருந்தவருமான எஸ்.ஏ.அய்யாசாமி செட்டியார் திறந்து வைக்க ஏற்பாடு

செய்தேன். அண்ணாமலைப் பல்கலைக் கழகத் துணைவேந்தர் டாக்டர்.மணவாள ராமானுஜத்தைக் கொண்டு சிலையைத் திறந்து வைத்தேன்.

பகல் மூன்று மணிக்கு ரத்தினசாமிப் பிள்ளையின் தலைமையில் முத்தமிழ்க் காவலர் கி.ஆ.பெ.விஸ்வநாதம், திருக்குறளார் வி.முனுசாமி, தேவநேயப்பாவாணர் முதலியோரை வைத்து ஒரு கருத்தரங்கம் நடத்தினேன். மாலை ஆறு மணிக்கு இசையரசு எம்.எம்.தண்டபாணி தேசிகரின் இசை நிகழ்ச்சி. கல்லூரி மைதானம் முழுவதும் பல்லாயிரக்கணக்கான மக்கள் திரண்டனர்.

நிகழ்ச்சிகளின் முடிவில் நன்றி கூறினேன். ‘மாணவனாகிய நான் ஔவைப் பாட்டியைப் போல் ஏற்பாடு செய்து எனது கல்லூரித் தலைவருக்கு சிலை வைத்த விழாவுக்கு மூவேந்தர்கள் வந்து வாழ்த்தினார்கள்’ என்றேன். மக்கள் மத்தியில் ஒரே நிசப்தம்.

எனது உரையைத் தொடர்ந்தேன். ‘ஆம், காலையில் நீதிஅரசர் எஸ்.ஏ.அய்யாசாமி, பகலில் வேந்தர், தற்போது இசையரசு, இன்னும் என்ன தேவை இந்த விழாவுக்கு?’ என்றேன். கையொலி அடங்க நெடுநேரமாயிற்று. ‘இது தான் சேலம் மாவட்டத்தில் நிறுவப்பட்ட முதல் சிலை என்பதை அடக்கத்துடன் சொல்லிக் கொள்கிறேன். ஒரு சாமானியன் தன் ஆசிரியருக்குச் செய்த முதல் கடமை இது’.

1944 ஆம் ஆண்டு சேலத்தில்தான் நீதிக்கட்சியின் கடைசி மாநாடு. அந்த மாநாட்டை ரத்தினசாமிப் பிள்ளை, வரவேற்புக் குழுத் தலைவராக இருந்து நடத்தினார். எனது தந்தையும் வழக்கறிஞர்கள் சி.ஜி.நெட்டோ, கணேச சங்கரன் முதலியோர் முன்னின்று நடத்தினார்கள். அதில்தான் அறிஞர் அண்ணா பெயரால், பெரியார், நீதிக்கட்சியில்

இருப்பவர்கள், தங்களுக்கு வெள்ளையர்கள் அளித்த சர், திவான்பகதூர், ராவ்பகதூர், ராவ்சாகிப் போன்ற பட்டங்களை விட்டுவிட வேண்டும் என்ற தீர்மானத்தை நிறைவேற்றினார்.

நீதிக்கட்சியில் அனைவரும் சேரும் வண்ணம் கட்சியின் பெயரை திராவிடர் கழகம் என மாற்றினார் தந்தை பெரியார்.

திராவிடர் கழகம் வளர்ந்தது. திருச்சி, தூத்துக்குடி. ஈரோடு என பல ஊர்களில் மாநாடு நடந்தது. அப்போது பிரச்சார பயிற்சி வகுப்புகளில் நெடுஞ்செழியன், அன்பழகன், ஜனார்த்தனம் முதலியோர் பயிற்சி பெற்று தமிழகத்துக்கு அறிமுகமானார்கள். மாணவர் படை ஒன்று அணி சேரத் தொடங்கியது.

1949 ஆம் ஆண்டு, பெரியார்-மணியம்மை திருமணத்தை வைத்து கழகத்தில் இருந்து அறிஞர் அண்ணா வெளியேறி, திராவிட முன்னேற்றக் கழகத்தை உருவாக்கினார். நானும் ஈ.வெ.கி.சம்பத்தும் இளமை முதல் நல்ல நண்பர்கள். திராவிட முன்னேற்றக் கழகம் ஆரம்பித்தவுடன் என்னையும் தங்களுடன் சேரும்படி கேட்டார்.

நான், 'தந்தை பெரியாருக்கு தற்போது வயது 72. மணியம்மை போன்றவரின் துணை இருப்பது அவருக்கு நீண்ட ஆயுளைத் தரும். அவர் நெடுங்காலம் வாழ்ந்தால் அது சமுதாயத்துக்கு நல்லது. எனக்கு அவருடன் இருந்து சமுதாயப் பணி ஆற்றினாலே போதும். நீங்களெல்லாம் போய் அரசியலைப் பாருங்கள்' என்றேன்.

சம்பத்துக்கு என் மீது வருத்தம் என்றாலும் எனது நட்பை வாழ்நாள் முழுவதும் கைவிடவில்லை. சேலத்துக்கு வரும் போது என்னை பார்த்துச் செல்வார்.

நிறைய பொதுக்கூட்டங்கள், மாநாடுகள் நடத்தி

திராவிட முன்னேற்றக் கழகம் வளர்ந்தது. அப்போது தந்தை பெரியாருக்கு எழுபத்திரண்டாம் ஆண்டு நிறைவு. மாணவர்களை ஒன்று திரட்டி தந்தை பெரியாரின் சேவையைப் பாராட்டி ஒரு வரவேற்பும் தேநீர் விருந்தும் சேலம் மத்திய கூட்டுறவு சங்க மாடியில் ராவ்சாகிப் ரத்தினசாமிப் பிள்ளையின் தலைமையில் நடத்தினேன். வரவேற்பிதழை வெள்ளிப் பேழையில் வைத்து அளித்தேன். பெரியாருக்கு மட்டற்ற மகிழ்ச்சி.

அன்றிரவு என்னை ரோசு.அருணாசலத்தின் வீட்டுக்கு வரச் சொன்னார். 'என்னை விட்டுப் பலர் சென்றுவிட்ட பிறகு, என்னால் எந்த மாநாடும் நடத்த முடியாது என்று பிரச்சாரம் பலமாக நடக்கிறது. நீ செயலாளராக இருந்து ஒரு மாநில மாநாட்டை சேலத்தில் நடத்துகிறாயா?' என்றார். 'தேர்வு முடிந்ததும் சேலத்தில் மாநில மாநாட்டை நடத்தித் தருகிறேன் - செயலாளராக இருந்து' என்றேன்.

இதற்கிடையில் 1952-ஆம் ஆண்டு பொதுத்தேர்தல் வந்தது. அப்போது திராவிடர் கழகம் நிபந்தனையேதும் இல்லாமல் காங்கிரசுக்கு எதிராக நின்ற வேட்பாளர்களை ஆதரித்தது. திராவிட முன்னேற்றக் கழகம் திராவிட நாடு திராவிடருக்கே என்ற கொள்கைகளை ஏற்று கையெழுத்திட்ட வேட்பாளர்களையே ஆதரித்தது. சேலம் மாவட்டத்தில் ரத்தினசாமிப் பிள்ளை தலைவராகவும் எனது தந்தை செயலாளராகவும் இருந்து மாவட்டம் முழுவதும் வேட்பாளர்களை நிறுத்தினார்கள். நான் நானூறு மாணவர்களை தேர்தல் பணிக்குத் தயார் செய்தேன். மாலை நான்கு மணிக்கு கல்லூரி முடியும். எந்த வேட்பாளராவது காருடன் கல்லூரிக்கு வருவார். எனது நண்பர்களுடன் இரவெல்லாம் கிராமங்களில் பிரச்சாரப்பணி நடக்கும்.

பின்னர் கல்லூரி. ஒரு மாதம் ஓயாத பணி. சேலம், தர்மபுரி இரண்டு ஒன்றாக இருந்த காலம். சட்டமன்ற உறுப்பினர்களாக பதினாறு பேரும் நாடாளுமன்ற உறுப்பினர்களாக மூன்று பேரும் வெற்றி பெற்றனர். ஆனால், எனது கல்லூரித் தேர்வின் முடிவு? வேறென்ன.. தோல்வி தான்.

முதல் நாடாளுமன்றம் 1952-ஆம் கூடியது. டாக்டர்.சுப்பராயனைத் தோற்கடித்தவர் ஓமலூர் பேபி கந்தசாமி. அவருடன் முதல் நாடாளுமன்றத்தின் நடவடிக்கைகளைப் பார்க்க டெல்லிக்கு ரயிலில் சென்றேன். டெல்லியில் ஒரு மாதம். நாட்டின் மிகப்பெரிய தலைவர்கள் பண்டித நேரு, சர்தார் வல்லபாய் பட்டேல் போன்றவர்கள் பணியாற்றும் தன்னலமற்ற சேவைகளை நேரில் பார்க்கும் நல்வாய்ப்பு பெற்றேன்.

அந்த ஆண்டு ஏப்ரல் மாதம் திராவிடர் கழக(ஸ்பெஷல்) தனி மாநாடு என்ற பெயரால் ஒரு மாநில மாநாட்டை நடத்தும் பொறுப்பை தந்தை பெரியார் என்னிடம் ஒப்படைத்தார்.

பென்னாகரம் எம்.என்.நஞ்சையாதான் வரவேற்புக் குழுத் தலைவர். நான் மாநாட்டுச் செயலாளர். பெரியாரின் கட்டளையை ஏற்றதும் ஒரு மோட்டார் சைக்கிளை எடுத்தேன். சேலம் மாவட்டத்தில் எனக்குத் தெரியாத கிராமமோ, முக்கியஸ்தர்களோ, கழகத் தோழர்களோ இல்லை எனலாம். பொதுக் காரியத்துக்கு யார் நன்கொடை வசூலிக்க வந்தாலும் எனது தந்தை நல்ல நன்கொடை தருவார். என் தந்தையுடன் பழகியவர்கள் பலரிடமும் நான் ஒரு நோட்டுப் புத்தகத்துடன் சென்றதும் எல்லோரும் தாராளமாக நன்கொடைகளைத் தந்தார்கள். அன்று பெரியார் தொடங்கி வைத்த அந்த நன்கொடை வசூலிக்கும்

பழக்கம், டாக்டர்.புரட்சித்தலைவி செல்வி.ஜெயலலிதாவைப் பிற்பாடு முதலமைச்சராக்க நன்கொடை வசூலிக்கும் வரை தொடர்ந்து கொண்டே இருந்தது. (அதுபற்றி விரிவாக பின்னர் எழுதுகிறேன்)

தந்தை பெரியார் ஒரு வாரம் கழித்து சேலத்துக்கு வந்தார். நான் வசூலித்த தொகையையும் கணக்குப் புத்தகத்தையும் காட்டினேன். 'வசூலித்த பணம் முழுவதும் இருக்கிறதே, செலவு எவ்வளவு?' என்றார். 'எனது மைத்துனர் தியாகராசனின் மோட்டார் சைக்கிளைப் பயன்படுத்தியதால் செலவு ஏதும் இல்லை' என்றேன்.

'வசூலிக்கும் பணத்தில் பத்து சதவிகிதம் செலவு செய்யலாம். ஒரு கார்கூட எடுத்துக் கொள்ளலாம்' என்றார் அய்யா. எனக்கு என்னவோ மனது ஒப்பவில்லை. எப்போதுமே எனது பயணம் முழுவதும் மோட்டார் சைக்கிளில்தான்.

அப்போதெல்லாம் மாநாட்டில் சாப்பாடு உண்டு. 'விருதுநகரிலிருந்து நாடார்களை சமையல் செய்வதற்கு ஏற்பாடு செய்யலாம்' என்றார்

அய்யா, இருபது சமையல்காரர்களை அனுப்பும்படி விருதுநகரிலிருந்த ஆசைத்தம்பியின் தந்தை பழனியப்பனுக்கு கடிதம் எழுதச் சொன்னார். நான் 'இங்கேயே நல்ல சமையல்காரர்கள் இருக்கிறார்கள்' என்றேன்.

'நான் ஏன் நாடார் சமையலை விரும்புகிறேன் என்றால் வைக்கம் போராட்டம் நடத்தியதே அங்குள்ள ஈழவ சமுதாயத்துக்காகத்தானே.

இங்கு நாடார்கள் என்பவர்கள் அங்கு ஈழவர்கள். அன்றி விருந்தே அந்த இனமக்கள் மீது எனக்கொரு பற்று. அவர்கள் சமூகத்தில் அவர்ணஸ்தர்களாகக் கருதப்பட்டவர்கள். அவர்ணஸ்தர்கள் என்பவர்கள் எந்த வர்ணத்திலும்

ஜாதியிலும் சேராமல் ஒதுக்கப்பட்டவர்கள் என ஜாதி ஆணவம் அவர்களைக் கருதியது. அதை உடைப்பதற்காக வும் அவர்களைக் கொண்டே சமைக்க வைத்து மற்ற அனைவரை யும் சாப்பிட வைப்பதன் மூலம் ஜாதி உணர்வையும் ஒழிப்பதாகும் அல்லவா.. எனவேதான் 1929-ல் நடைபெற்ற செங்கல்பட்டு மாநாட்டிலிருந்து இன்று வரை நாடார்கள் சமையலையே ஏற்பாடு செய்கிறேன்' என்றார் பெரியார்.

தந்தை பெரியார் செய்யும் ஒவ்வொரு செயலுக்கும் எவ்வளவு ஆழ்ந்த கருத்து உள்ளது என்பதை எண்ணி எண்ணி வியந்தேன். அற்புதமான நாடார்கள் சமையல். ஓடி ஓடி உபசரித்தேன். மாநாடு மிகப் பெரிய வெற்றி. இன்று மருத்துவத்துறை அடிஷனல் டைரக்டராக இருக்கும் டாக்டர். ரஷ்யா (குத்தூசி குருசாமியின் மகள்) மாநாட்டில் கொடியேற்றி வைத்தார்.

அந்தக் காலத்தில் மாநாட்டின் செலவுபோக மொத்தமாக இருபத்தைந்தாயிரம் ரூபாய் மீதமானது. எங்களின் உழைப்பையும் பாராட்டுவதற்கு பெரியார், பிரியாணி விருந்து ஒன்றை வைத்தார். அதில் என்னை வெகுவாகப் பாராட்டினார். எண்ணி எண்ணி மகிழ்கிறேன். மாநாடு முடிந்த பிறகு ரொம்ப அசதியாக இருந்ததால், நன்றாகத் தூங்கிவிட்டு தந்தை பெரியாரைப் பார்க்கச் சென்றேன். அன்று நடந்ததை நான் சொல்வதைவிட எனது நண்பர் என்.எஸ்.சம்பந்தம், என் அறுபதாவது ஆண்டு நிறைவு விழா மலரில் எழுதியுள்ளதை உங்கள் முன் வைக்கிறேன். ஏனெனில் அந்த மாநாட்டுப் பணப் பொறுப்பு முழுவதும் சம்பந்தத்திடமே இருந்தது.

... மாநாடு முடிந்து இரண்டு நாட்கள் ஆனபிறகு, இராசாராம் மாநாட்டு அலுவலகத்திலிருந்து பெற்றுப்

போன டிக்கெட்டுகளின் கணக்கு, விற்ற டிக்கெட்டுகள் போக மீதிப் பணம் எல்லாவற்றையும் கொண்டு வந்தார். அதை வரிசைப்படுத்தி, அவர் பெற்றுப் போன டிக்கெட்டுகளின் மதிப்பு, மாநாடு வரை தினமும் கொண்டு வந்து கொடுத்த தொகை, மீதமுள்ள டிக்கெட்டுகள் போக அவரிடமிருந்து சேர வேண்டிய தொகை எல்லாவற்றையும் நானே எழுதிக் கொடுத்து, அவரால் சேர வேண்டிய சுமார் மூவாயிரம் ரூபாயையும் எடுத்துக் கொண்டு அடுத்த அறையில் தங்கியிருந்த தந்தை பெரியாரிடம் போனோம். கணக்கைப் பார்த்துவிட்டு, மீதமுள்ள தொகையான மூவாயிரத்தையும் பெறும் போது அய்யா பிரமித்துப் போனார்.

'என் பொதுவாழ்வில் பல மாநாடுகள் நடத்தியிருக்கிறேன். மாநாடு முடிந்த பின் இப்படிப் பணம் கொண்டு வந்து கொடுத்த முதல் ஆள் நீ தான்' என்று தந்தை பெரியார் மனமுவந்து பாராட்டினார். இந்த நற்சான்றிதழ் ஒன்றே இராசாராமின் ஆயுளுக்கும் போதுமானது.

3

எம்.ஜி.ஆருக்கே எம்.எல்.ஏ. சீட் தர மறுத்த அ.தி.மு.க.!

சேலம் மாடர்ன் தியேட்டரில் நடிகராக இருந்த காலத்திலிருந்து எப்படி எனக்கும் அவருக்கும் உறவு ஏற்பட்டது என்பதை 'நான் ஏன் பிறந்தேன்' என்ற கட்டுரையில் எம்.ஜி.ஆர். எழுதியிருக்கிறார்.

அறிஞர் அண்ணா இந்தி எதிர்ப்பு சம்பந்தமாக நேருவுக்கு கருப்புக் கொடி காட்டச் சொன்ன போராட்டத்தில் புரட்சி நடிகர் எம்.ஜி.ஆர். சிறைபிடிக்கப்பட்ட போது சென்னை மத்திய சிறையில் நானும் அவரும் ஒரே அறையில் அடைக்கப்பட்டோம். அவர் வெறும் நடிகர் மாத்திரமல்ல, நல்ல அரசியல்வாதி என்பதையும் அப்போதுதான் அறிந்தேன்.

திராவிட இயக்கம் 1967-ல் தமிழ்நாட்டின் ஆட்சியைக் கைப்பற்ற முன்னோடியாக நடந்த முதல் சரித்திரப் பிரசித்தி பெற்ற நிகழ்ச்சி, சென்னை மாநகராட்சி மேயர் பதவியைக் கைப்பற்றியதுதான். தி.மு.க. தனது மேயரை உருவாக்க ஏழு மாநகராட்சி உறுப்பினர்களின் வாக்குகளைப் பெற எம்.ஜி.ஆரின் செல்வாக்கை அறிஞர் அண்ணா நாடினார். அண்ணாவிடம் இராசாராமை அனுப்புங்களேன் என்றார்.

எம்.ஜி.ஆர். அப்படியே என்னை அனுப்பினார். அன்று எம்.ஜி.ஆர். உதவி மாத்திரம் இல்லையென்றால் அ.பொ.அரசு மேயராகியிருக்க முடியாது. அண்ணா சொல்லை எம்.ஜி.ஆர். நிறைவேற்றினார்.

எனது துணைவி சாந்தா எதிர்பாராதவிதமாக இறந்து போனார். சாந்தாவின் படத்திறப்புக்கு முதல்வர் எம்.ஜி.ஆர். வந்த போது என்னை மறுமணம் செய்து கொள்ளச் சொன்னார். 'இருபத்திரெண்டு ஆண்டுகள் நான் என் துணைவியுடன் வாழ்ந்து பெற்ற சுகமே போதும். மறுமணம் வேண்டாம்' என்ற போது நெஞ்சம் நெகிழ்ந்து போனார். அப்போதுதான் சொன்னார், 'ஆறுதலுக்காகவாவது இராசாராமை ஒரு பொறுப்பில் ஈடுபடுத்தப் போகிறேன்'.

அதன் விளைவுதான் டெல்லியில் தமிழ்நாட்டு அரசின் பிரதிநிதியாக நியமிக்கப்பட்டேன். அன்று பிரதமராக இருந்த என் பழைய நண்பர் மொரார்ஜி தேசாய்க்குப் பாலமாக நான் விளங்குவேன் என்பது எம்.ஜி.ஆரின். கணிப்பு. அந்த நம்பிக்கைக்குப் பாத்திரமுள்ளவனாக நடந்து கொண்டேன்.

நான் டெல்லியில் தமிழ்நாட்டுப் பிரதிநிதியாக இருந்த போது நடந்த மறக்க முடியாதது- 'மாநிலத்தில் சுயாட்சி; மத்தியில் கூட்டாட்சி' என்ற அண்ணாவின் கனவை நனவாக்கியது. அப்போது மத்திய அரசில் ஒரு மாற்றம் ஏற்பட்டு, சரண்சிங் பிரதமராகியிருந்தார். பிற்பட்ட வகுப்பு மற்றும் கிறிஸ்தவரான பாலாபழனூரையும் ஆதிதிராவிட வகுப்பைச் சேர்ந்த சத்தியவாணிமுத்துவையும் மைய அரசில் காபினெட் அந்தஸ்துள்ள அமைச்சர்கள் ஆக்கப்பட என் தூதுவர் பணி துணை புரிந்தது. பாலாபழனூரை மட்டும் ஆக்குகிறேன் என்ற போது, ஆதிதிராவிட சமூகத்துக்கு பிரதிநிதித்துவம் வேண்டுமே என்று பிரதமரிடம் என்னை

வலியுறுத்தச் சொன்ன எம்.ஜி.ஆரின் பண்பைச் சொல்லாமல் இருக்க முடியவில்லை. அ.தி.மு.க.வுக்கு இரண்டு அமைச்சர்கள் இந்தியப் பேரரசில் இடம் பெற்ற பிறகுதான் எனது சிறப்புப் பிரதிநிதி பதவியை ராஜினாமா செய்தேன்.

புரட்சித்தலைவரால் பனைமரத்துப்பட்டி தொகுதி மூலம் எனது தமிழ்நாட்டு சட்டமன்ற அரசியல் பிரவேசம் மறுபடியும் ஆரம்பமானது.

அப்போது நடந்த நாடாளுமன்றத் தேர்தலில் அ.தி.மு.க. தோற்றது. ஆனால் பின்னர் நடந்த சட்டமன்றத் தேர்தலில் அமோக வெற்றி பெற்றது. நானும் ஜெயித்தேன். மத்திய அரசை இந்திராகாந்தியும் இ.காங்கிரசும் தமிழ்நாட்டை புரட்சித்தலைவர் ஆள வேண்டும் என்பது தமிழக மக்கள் தீர்ப்பு போலும் என்று நான் கூறிய போது எம்.ஜி.ஆர். உணர்ச்சிவசப்பட்டார்.

'அனுபவமுள்ள கலைஞர் சட்டமன்ற எதிர்க்கட்சித் தலைவராக வந்திருக்கிறார். முதலில் ஓராண்டாவது நீங்கள் சபாநாயகராக இருக்க வேண்டும், பிற்பாடு அமைச்சரவையில் சேர்த்துக் கொள்கிறேன்' என்றார் புரட்சித் தலைவர். எனக்கென்னவோ சட்டப்பேரவைத் தலைவர் வேலையே பிடித்துப் போய்விட்டது. பெரும்பாலும் எல்லா அரசியல் விழாக்களிலும் என்னைத் தலைவராகப் போட வேண்டுமென்று கட்டளையிட்டு ரசித்தார் எம்.ஜி.ஆர்.

புராதன சென்னைப் பல்கலைக் கழகம் எம்.ஜி.ஆருக்கு டாக்டர் பட்டம் கொடுத்து கவுரவித்ததற்காக சேலத்தில் சிவாஜிகணேசன், நீதிபதி இஸ்மாயில், சிலம்புச் செல்வர் ம.பொ.சி., பல்ராம்ஜாக்கர், சிவசங்கர், தென்னிந்திய முதலமைச்சர்களான ஹெக்டே, என்.டி.ஆர். போன்றோரைக் கொண்டு முத்தமிழ்க் கழக பாராட்டு விழா எடுத்தேன்.

எம்.ஜி.ஆருக்கு நான்தான் எல்லாம் செய்தேன் என்று யார் யாரோ சொல்கிறார்களே, அவர்கள்கூட நான் நடத்திய பாராட்டு விழாவுக்கு ஈடாகச் செய்ததில்லை என்று சொல்வேன். காரணம் அந்த விழாவில் மிஞ்சிய தொகை மூலம் சென்னைப் பல்கலைக் கழகம் உள்ள வரை எம்.ஜி.ஆர்.பெயரால் நினைவுச் சொற்பொழிவு அறக்கட்டளையை ஏற்படுத்தி, கலைவாணர் அரங்கில் அன்றைய துணை ஜனாதிபதி ஆர்.வி.மூலம் துவக்க விழா நடத்தினேன். 'எனக்கு இராசாராம் ஏற்படுத்திய நிலையான நினைவுச் சின்னம்' என்று பலரிடம் கூறி பரவசம் அடைந்தார் எம்.ஜி.ஆர்.

நமது போதாத காலம் அவர் நெடு நாள் வாழ நாம் கொடுத்து வைக்கவில்லை. எம்.ஜி.ஆர். அமெரிக்காவில் மரணத்துடன் போராடிக் கொண்டிருந்த போதும் அதற்குப் பிறகும் கட்சியில் ஏற்பட்ட சோதனையான கட்டங்கள் இரண்டைச் சொல்லாவிட்டால் இதுவரை உலகத்துக்குத் தெரியாத செய்திகளை மறைத்த குற்றத்துக்கு ஆளாவேன்.

அன்னை இந்திராகாந்தி மரணம் எய்தினார். 1984-ல் தமிழ்நாடு சட்டமன்றத் தேர்தல் வந்தது. அதனால் வேட்பாளர்களைத் தேர்வு அ.தி.மு.க.ஆட்சி மன்றக்குழு கூடியது. என்னை எம்.ஜி.ஆர்.ஆட்சி மன்றக்குழுவில் உறுப்பினராகப் போட்டிருந்ததால் பொதுச்செயலாளர் ப.உ.ச. என்னையும் அழைத்தார். ஆனால் சென்னை மாவட்டச் செயலாளர் என்னை வெளியேற்ற வேண்டும் என்றார். கழகத்தைக் கட்டிக்காப்பவர் என்று சொல்லப்பட்ட எனது நண்பர் ஆர்.எம்.வீரப்பன் மௌனமாகவே இருந்தார். தலைவர் இல்லாத நேரம். வெளியேறு' என்று நேரடியாகச் சொல்லாமல் 'ஒத்துழைக்க வேண்டும்' என்றார் ப.உ.ச.

புரட்சித் தலைவருடன்...

வேதனையுடன் வெளியேறினேன்.

உடல்நலத்துடன் எம்.ஜி.ஆர். இருந்த போது தேர்தலில் ஆண்டிப்பட்டியில் தான் நிற்க விரும்புவதாக என்னிடம் பல முறை சொல்லியிருந்தார். அதனால் ஆண்டிப்பட்டி தொகுதி வேட்பாளர் தேர்வு நாளன்று நான் ப.உ.ச.விடம் அந்தத் தொகுதியை புரட்சித்தலைவர் நிற்பதற்கு ஒதுக்கக் கேட்டுக் கொண்டேன். ஆண்டிப்பட்டித் தொகுதி எம்.ஜி.ஆருக்கு என்றவுடன் ஆர்.எம்.வீரப்பனுக்கு கோபம் வந்து, ''அமெரிக்காவிலிருந்து அவர் எப்போது வருவது? வேட்புமனு தாக்கல் செய்வது? இதெல்லாம் நடக்கக்கூடியதா? இராசாராம் குழப்பம் விளைவிக்கிறார்'' என்று குற்றம் சாட்டியதாக ப.உ.ச. சொன்னார்.

படைத்தலைவன் இல்லாத சேனை வெற்றி பெறாது என்று அண்ணா சொன்ன வாசகத்தை ப.உ.ச.விடம் நினைவுபடுத்தி, எம்.ஜி.ஆருக்கு எம்.எல்.ஏ.சீட் இல்லையென்றால் வேறு என்ன செய்யலாம் என்று நினைக்கிறீர்களென்று கேட்டேன். 'எம்.ஜி.ஆர். ஊருக்குத் திரும்பினால் எம்.எல்.சி. பதவி கொடுத்துவிடலாம் என ஆர்.எம்.வீ. சொல்கிறார்' என்றார். எனக்கு கோபம் தாங்க முடியவில்லை. 'புரட்சித் தலைவர் உயிருடன் இருக்கும்போதே அவரால் உண்டாக்கப் பட்ட அ.தி.மு.க. ஆட்சிமன்றக் குழு வெளியிடும் வேட்பாளர் பட்டியலில் அவருக்கே இடமில்லையா? இதைவிட பச்சைத் துரோகத்தை ஒரு கட்சியில் வேறு யாராலும் செய்ய முடியாது' என்றேன். 'எம்.ஜி.ஆர். தமிழ்நாட்டில் இல்லாத போது அவருடைய வேட்புமனுவை எப்படி தாக்கல் செய்ய முடியும்' என்றார்கள்.

அப்போது தான் இதுவரை நடக்காத உலக அதிசயம் நிகழ்ந்தது. சட்ட நுணுக்கமும் அயல்நாட்டு விவகாரங்கள்

அனைத்தும் தெரிந்த பிரதமரின் அரசியல் ஆலோசகர்-எனது நண்பர்-தமிழ்நாட்டைச் சேர்ந்த ஜி.பார்த்தசாரதியை அணுகி னேன். அமெரிக்காவில் இந்தியத் தூதரின் முன்பு புரட்சித் தலைவர் கையொப்பமிட்டால் வேட்புமனுவைத் தாக்கல் செய்யலாம் என்ற சட்ட நுணுக்கத்தைச் சொன்னார் ஜி.பி.

டெல்லியிலிருந்து திரும்பியவுடன் அன்றைய தேர்தல் ஆணையர் டி.கே.ஓசாவை என் அறைக்கு அழைத்து மூன்று வேட்புமனு படிவங்களைக் கொண்டு வரச்செய்து, ஒன்றை எம்.ஜி.ஆரின் மைத்துனர் மணி மூலமும் மற்றொன்றை வேறொரு நம்பிக்கையான நண்பர் மூலமும் மூன்றாவதை விமானத் தபால் மூலமும் அமெரிக்காவுக்கு அனுப்பினேன். ஜி.பார்த்தசாரதி ஆலோசனைப்படியே நியூயார்க்கில் இருந்த இந்திய கான்சல், எம்.ஜி.ஆர்.தங்கியிருந்த புரூக்ளின் மருத்துவமனைக்கே சென்றார். அவர் முன்னிலையில் படிவங்களைப் பூர்த்தி செய்து எம்.ஜி.ஆர். கையெழுத்திட்ட படிவங்களையும் இந்திய நாட்டு ஒருமைப்பாட்டு பிரமாண வாக்குமூலத்திலும் எம்.ஜி.ஆரின் கையெழுத்தும் பெற்று, தன் கையெழுத்தையும் போட்டு, தூதர் அலுவலக முத்திரையோடு எனக்கு அனுப்பி வைத்தார்கள். இவற்றை ப.உ.ச.விடம் கொடுத்து எனக்கேற்பட்டிருந்த மன பாரத்தைக் குறைத்துக் கொண்டேன்.

இது நானே தன்னிச்சையாக எடுத்த முடிவே தவிர, இதற்கு யாருடைய யோசனையோ, அனுமதியோ பெறவில்லை. எம்.ஜி.ஆரை மட்டும் அந்தத் தேர்தலில் வேட்பாளராக நிறுத்த இந்த முயற்சியை நான் மேற்கொள்ளாமல் இருந்திருந்தால் அ.தி.மு.க.வின் எதிர்காலம் கேள்விக்குறியாக ஆகியிருக்கும்.

அந்தத் தேர்தலில் எம்.ஜி.ஆர்.சார்பில் வேட்புமனு

தாக்கல் செய்ய நான் ஏற்பாடு செய்ததால்தான் அவர் நல்ல உடல் நலத்தோடு திரும்பிவருகிறார் என்ற நம்பிக்கையையும் மறுபடியும் பழைய மாதிரியே நல்லாட்சி தருவார் என்ற நம்பிக்கையையும் மக்களிடையே உருவாக்க முடிந்தது. அந்த என் முயற்சிக்கு உறுதுணையாக அமெரிக்காவிலிருந்து வந்த வீடியோ சுருளும் புகைப்படங்களும் பெரிதும் உதவின.

தேர்தல் வந்தது. அ.தி.மு.க. அமோக வெற்றி பெற்றது. தலைவன் ஊரில் இல்லாமல், வெளிநாட்டில் இருந்து கொண்டே பொதுத் தேர்தலில் மனு தாக்கல் செய்து தன் கட்சி முழுவதையும் வெற்றியடைய செய்த சாதனை இந்தியாவிலேயே அதுதான் முதல் முறை.

அது ஒரு கின்னஸ் சாதனை.

எம்.ஜி.ஆர்.என்ற வள்ளலை எம்.எல்.சி. ஆக்கிவிடலாம் என்று சொன்ன என் நண்பர் ஆர்.எம்.வீரப்பன், இவ்வளவு பெரிய வெற்றிக்குப் பிறகும்கூட தானே முதலமைச்சராகி விடலாம் என்ற நப்பாசையை விடவில்லை. சத்யா ஸ்டுடியோவில் சட்டமன்ற உறுப்பினர்கள் கூட்டம் நடைபெற இருந்தது. அதற்கு முதல் நாள் ஒரு எம்.எல்.ஏ. என்னிடம் வந்து, 'ஆர்.எம்.வீ.யின் பெயரை நீங்கள் முன் மொழிந்தால் அமைச்சரவையில் நீங்கள் விரும்பும் அனைத்து இலாகாக்களையும் எடுத்துக் கொள்ளலாம்' என்று சொன்னார். நான் ஏற்கனவே அமைச்சராக இருந்து பல இலாகாக்களையும் பார்த்தவன் என்பது சொல்லி அனுப்பியவருக்கும் மறந்து போயிற்று. கேட்க வந்தவருக்கும் மறந்து போயிற்று.

ஏதோ சதி உருவாகிவிட்டது என்பதை உணர்ந்தேன். ப.உ.ச.வீட்டுக்கு ஓடினேன். அவரிடம் எம்.ஜி.ஆர். பெயரைத் தவிர வேறு யார் பெயர் முன்மொழியப்பட்டாலும்

நாற்காலிகள் பறக்கும், ரகளையை யாராலும் அடக்க முடியாது என்றேன். அவர் முத்துசாமியிடம் ஏதோ சொன்னார். முத்துசாமி ஒரு மணி நேரம் கழித்து வந்து, ஆர்.எம்.வீ. முதல்வர் பதவிக்கு போட்டியிடுவதாக இருந்த தன் எண்ணத்தைக் கைவிட்டு விட்டார் என்று சொன்னார். புரட்சித் தலைவர் மீண்டும் முதல்வராகவே தாயகம் திரும்பினார்.

எம்.ஜி.ஆர். வெளிநாட்டிலிருந்து திரும்பும் போது அவருக்கு வரவேற்பு அளிக்க சென்னை விமானதளத்துக்கு அருகில் இருந்த மைதானத்தில் ஏற்பாடு செய்யப்பட்டிருந்தது. இங்கிருந்தவர்கள் அவர் நடக்க முடியாத நிலையில் வருகிறார் என முடிவு கட்டி, காரையே மேடைக்கு அருகில் கொண்டு செல்லவும் ஏற்பாடு செய்திருந்தனர். அவர் ராஜநடை போட்டுக் கொண்டு படிகளில் ஏறி மேடைக்குச் சென்று கை அசைத்துக் கொண்டே மக்களின் ஆரவாரத்தை நாலாபக்கமும் ஏற்றுக் கொண்டார். பிறகு என் பக்கம் திரும்பியவர் என்னைப் பார்த்தவுடன் கையை அசைத்து மேடைக்கு வரச்சொல்லிக் கூப்பிட்டார். நான் அவரை நோக்கி ஓடினேன். மேடையேறியதும் என்னை இரு கரங்களையும் நீட்டி ஆரத்தழுவிக் கொண்டார். ஆனந்தத்தால் என் கண்கள் நீரைச் சொரிந்தன. அவரை உயிரோடு தாயகத்துக்கு அனுப்பிய இறைவனுக்கு நன்றி சொன்னேன். முதல்வர் பொறுப்பை ஏற்பதற்கு ராஜ்பவனுக்குப் போவதற்கு முன்பே என்னை வீட்டுக்கு வரச்சொல்லி, தன் காரின் முன் சீட்டில் அமரவைத்து அழைத்துக் கொண்டு போய், அவர் மட்டும் கவர்னர் குரானா முன்னிலையில் பதவி ஏற்றார். ஆளுயர மாலையை நான் மட்டுமே அணிவித்தேன். பூரித்துப் போனார்.

நான் எம்.ஜி.ஆரிடம் பழகிய பாங்கே வேறு. அவருடைய நம்பிக்கையை இழந்து அமைச்சரவையில் இருந்து

நீக்கப்பட்டதுமில்லை.

அவர் நம்மை விட்டுப் பிரிந்தார். வேதனை சூழ்ந்த நிலையில் மீண்டும் கட்சியில் குழப்பம், அடிதடி, ஆள் தூக்கும் படலம் அனைத்தும் நடந்தன.

மத்திய அரசு என்ற ஒன்று இருப்பதாகவே யாருக்கும் நினைவில்லை. கட்சியில் ஏற்பட்ட குழப்பத்தால் ஆட்சி கவிழ்ந்தது. இதிலும் நண்பர் ஆர்.எம்.வீ.யின் பங்கே பெரிது.

ஜானகி அணி என்றும் ஜெயலலிதா அணி என்றும் பிரிந்து தேர்தலில் போட்டியிட்டதால் தோல்வி ஏற்பட்டது. தி.மு.க.ஆட்சிக்கு வந்தது.

அ.தி.மு.க. தொண்டர்களின் பாதுகாப்பு கருதி இரண்டு அணிகளையும் ஒன்று சேர்க்கும் முயற்சியையும் நானே வரிந்து தோளில் போட்டுக் கொண்டேன். நண்பர்கள் மாதவன், ராகவானந்தம், முத்துசாமி, வி.வி.சாமிநாதன் ஆகியோர் என்னுடன் தோளோடு தோள் நின்றனர்.

இணைப்புத் தீர்மானத்தை நான்தான் முன் மொழிந்தேன். வி.வி.சாமிநாதன்தான் வழி மொழிந்தார். அடுத்த நாளே வெற்றிச் சின்னமான இரட்டை இலை எங்கள் கைக்கு வந்தது.

தற்போது புரட்சித்தலைவரால் ஏற்படுத்தப்பட்ட சின்னத்தால் வெற்றி பெற்றவர்களே புரட்சித்தலைவரின் நினைவை மக்கள் மனதில் இருந்து அறவே துடைத்தெறிய முயற்சி செய்யும் துர்ப்பாக்கிய நிலையைக் கண்டு துயருறுகிறேன். என்னைப் போலவே புரட்சித்தலைவரின் ரத்தத்தின் ரத்தமான தொண்டர்களும் உணர்ந்து வேதனைப்படுவதை நான் போகுமிடமெல்லாம் பார்க்கிறேன். மீண்டும் புரட்சித்தலைவர் ஏழைகளுக்காகவே செய்த தொண்டையும் நாட்டுக்கு ஆற்றிய பணிகளையும் மக்கள் மத்தியில் நிலைநிறுத்தப் பாடுபடுவதே என் கடமை.

4

மதம் மாற மறுத்த பெரியார்!

தந்தை பெரியாருடன் தமிழகம் முழுவதும் காரிலும் ரயிலிலும் பல முறை சுற்றியுள்ளேன். 1952-இல் பெரியார் சுயமரியாதை பிரச்சார அறக்கட்டளை ஒன்றை நிறுவினார். அந்த அறக்கட்டளை உறுப்பினர்களில் சம்பந்தமும் நானும் தான் இளைஞர்கள். 1957 வரை நான் அந்தப் பொறுப்பில் இருந்தேன். அந்த நாட்களில் எல்லாம் காலையில் பெரியார்

மூதறிஞரும் தந்தை பெரியாரும்...

சுயமரியாதைப் பிரச்சார நிறுவன நிர்வாகக் குழு கூட்டமும் பிற்பகலில் திராவிடர் கழக நிர்வாகக் குழு கூட்டமும் ஒரே நாளில் நடைபெறும். நாகரசம்பட்டியிலிருந்து நண்பர் சம்பந்தம் சேலத்துக்கு வருவார். சேலத்திலிருந்து திருச்சிக்கு நாங்கள் இருவரும் ஒன்றாகச் செல்வோம். சில சந்தர்ப்பங்களில் எங்கள் இருவரையும் திருச்சியில் சில நாட்கள் தங்கிப் போகும்படி தந்தை பெரியார் கட்டளையிட்டதுண்டு.

அந்தக் காலத்தில் பெரியார் மாளிகையில் நல்ல வளர்ந்த மாமரம் ஒன்று உண்டு. அதில் கட்டப்பட்டிருந்த ஊஞ்சலில் பெரியார் அமர்ந்திருப்பார். எங்களைப் போன்ற சாமானியர்களிலிருந்து உள்ளூர் பிரமுகர்கள் உட்பட எதிரில் விரிக்கப்பட்ட ஜமுக்காளத்தில் அமர்வார்கள். ஒரு நாள் அப்படி அமர்ந்திருந்த போது, சம்பந்தமும் நானும் பெரியார்-மணியம்மை திருமணம் பற்றி ராஜாஜியைத் தொடர்புபடுத்தி, 'அவர் ஆலோசனையின் பேரில்தான் திருமணம் நடந்ததாக கூறுகிறார்களே, அது பற்றி என்ன சொல்கிறீர்கள்?' என்று கேட்டோம்.

உடனே பெரியார் அவருடைய கைப்பெட்டியை கொண்டு வரச்சொல்லி, இரண்டு கடிதங்களை எடுத்துப் படிக்கச் சொன்னார். ராஜாஜி எழுதியிருந்த கடிதங்கள் அவை. முதலாவது கடிதத்தில் மணியம்மையை பெரியார் மணம் செய்து கொள்வதைப் பற்றி முடிவு செய்யும் பொறுப்பை பெரியாருக்கே விட்டுவிடுவதாகவும் பெரியாருக்குப் பின் அவருடைய பணியை அந்தப் பெண் (ராஜாஜி உபயோகித்த சொல்) செய்து வருமா என்பதைப் பெரியாரேதான் அனுபவம் காரணமாக முடிவு செய்ய வேண்டும் எனவும் அந்த திருமணத்துக்கு தான் வகிக்கும் கவர்னர் ஜெனரல் பதவி காரணமாக சாட்சியாக கையெழுத்

திட இயலாமை பற்றியும் ராஜாஜி குறிப்பிட்டிருந்தார். ராஜாஜியைப் பற்றி சிலர் தவறாகப் பிரச்சாரம் செய்தார்கள் என்பது எங்கள் இருவருக்கும் புரிந்தது.

ராஜாஜி எழுதிய அடுத்த கடிதத்தில் தன்னைப் பற்றி தமிழ்நாட்டில் பெரியார் திருமணத்தை சம்பந்தப்படுத்தி கூட்டங்களில் பேசி வருவதாகவும் தன் முதல் கடிதத்தின் நகல் எடுத்து அனுப்பும்படியும் எழுதப்பட்டிருந்தது. அதற்கு தந்தை பெரியார், ‘தாங்கள் என் திருமணத்தைப் பற்றிய முடிவெடுக்கும் பொறுப்பை என்னிடமே விட்டுவிட்டீர்கள். உங்களைப் பற்றி தமிழ்நாட்டில் பேசினார்கள் என்பது உண்மை தான் என்றாலும் இதற்கெல்லாம் பதில் சொல்லத் தேவையில்லை. அவர்களைப் பொருட்படுத்தாமல் விட்டுவிடும்படி கேட்டுக் கொள்கிறேன்’ என்று பதில் எழுதியதாகத் தெரிவித்தார்.

அந்தக் காலத்தில் பெரியாரும் ராஜாஜியும் திருவண்ணாமலையில் சந்தித்துக் கொண்ட நிகழ்ச்சி எல்லோராலும் பேசப்பட்ட ஒன்றாகும்.

1954-ஆம் ஆண்டு ஜனவரி 24-ல் ஈரோட்டில் புத்தர் கொள்கைப் பிரச்சார மாநாடு ஒன்றை நடத்த முடிவெடுத்து என்னை அதற்கு செயலாளராக இருக்கப் பணித்தார் அய்யா. உலக புத்தமத மாநாட்டின் தலைவரும் இலங்கை பரதீனியா பல்கலைக் கழகத்தின் துணைவேந்தருமான டாக்டர் மல்லல்ல சேகராவை அழைத்து மாநாட்டை சிறப்பாக நடத்தினோம்.

அடுத்த நாள் ஆச்சார்யார் குலக்கல்வித் திட்ட எதிர்ப்பு மாநாடு. அதை தினத்தந்தி நிறுவனர் சி.பா.ஆதித்தனார் திறந்து வைத்தார். கலைவாணர் என்.எஸ்.கிருஷ்ணன் வந்து வில்லுப்பாட்டு நிகழ்ச்சியை நடத்தினார். டாக்டர். அம்பேத்

கரின் தளபதி பி.என்.ராஜ்போஜ் இரண்டு நாட்களிலும் பேசினார். அந்த மாநாட்டின் போது என்னை ஆதித்தனாருக்கு பெரியார் அறிமுகப்படுத்தினார். ஆதித்தனார் இறக்கும் வரை என்மேல் அன்பு கொண்டவராகவே இருந்தார்.

அந்த மாநாட்டின் போது நான் பி.ஏ.பட்டப்படிப்பில் தேறாமல் இருந்தேன். அந்த மாநாட்டில் என் பணிகளைப் பாராட்டும் போது, "ராசாராம் பி.ஏ.தேர்வில் பெயிலாகி விட்டாராம், அது அவருக்கு வேண்டுமானால் நஷ்டமாக இருக்கலாம். எனக்கும் கழகத்திற்கும் லாபம். பாஸாகி இருந்தால் இந்த வேலைக்கு அவர் கிடைத்திருக்க மாட்டார்" என்றார் தந்தை பெரியார்.

மாநாடு முடிந்ததும் மூன்று மாதங்கள் தலைமறைவாகி பி.ஏ.தேர்வில் தேறினேன். பின்னர் சட்டக் கல்லூரியில் சேர்ந்து படிக்கத் தொடங்கினேன்.

இலங்கையிலிருந்து டாக்டர் மல்லல்லசேகரா, பர்மியத் தலைநகரான ரங்கூனில் நடைபெறும் உலக புத்தமத மாநாட்டில் அய்யா கலந்து கொண்டே ஆகவேண்டும் என்ற தன் விழைவை எனக்கு எழுதினார். அதே போல் அய்யாவுக்கும் ஒரு பெரிய அழைப்பை அனுப்பியிருந்தார். நான் அய்யாவை ரங்கூன் சென்று வரும்படி கூறினேன். சர்.ஏ.டி.பன்னீர்செல்வம் விமானத்தில் போய் விபத்துக்குள்ளாகி இறந்து போனதால் எல்லோரும் அய்யாவை கப்பலில்தான் போக வேண்டும் என்று வற்புறுத்தினார்கள்.

"கப்பல் திங்கட்கிழமை புறப்படுகிறது, நீ என்னோடு வரவேண்டும்" என்றார் தந்தை பெரியார். ஒரே நாளில் அய்யா, மணியம்மை, ஆனைமலை நரசிம்மன், ராமத்தம்மாள் எல்லோருக்கும் போட்டோ எடுத்து பாஸ்போர்ட், டிக்கெட் எல்லாம் வாங்கவேண்டும். அப்போதெல்லாம் பாஸ்போர்ட்

வழங்குவது போலீஸ் கமிஷனர் ஆபீஸ், தலைமைச் செயலகம் ஆகியவற்றோடு மட்டுமே நின்றிருந்தது.

ஒரே நாளில் பம்பரம் போல் சுழன்று முடித்தேன். ஆனால் பாஸ்போர்ட் தலைமைச் செயலகத்தில் நின்று விட்டது. அப்போது முதல்வராக இருந்தவர் பெருந்தலைவர் காமராஜர். பெரியார் என்னை ஏற்கனவே பெருந்தலைவரிடம் அறிமுகப்படுத்தியிருந்தார். சனிக்கிழமை எட்டு மணிக்கு காமராஜரைச் சந்தித்தேன். அவர், "காலையிலேயே என்னிடம் வந்திருந்தால் எல்லாவற்றையும் நானே செய்து தந்திருப்பேனே, நீ ஏன் இவ்வளவு கஷ்டப்பட்டாய்?" என்றார் பெருந் தன்மையோடு.

திங்கட்கிழமை காலை ஒன்பது மணிக்கு பாஸ்போர்ட், பத்து மணிக்கு பர்மியத் தூதராலயத்தில் விசா, பகல் ஒரு மணிக்கு கப்பல்.

எங்கள் பயணம் கப்பலில் ரங்கூனுக்கு துவங்கியது. அய்யா தான் மேற்கொண்ட பயணம் பற்றி விடுதலையில் ஒரு அறிக்கை தந்தார்.

என்னை அவரது அந்தரங்கச் செயலாளராக நியமித்து அழைத்துச் செல்வதாக குறிப்பிட்டிருந்தார். அந்த அறிக்கையை படித்ததும் இளைஞனாயிருந்த எனக்கு பூரிப்பாயிருந்தது. கப்பல் நகர்ந்த அதே நேரத்தில் எனது சட்டப் படிப்பு வங்காள விரிகுடாக் கடலில் கரைந்து கொண்டிருப்பதையும் உணரமுடிந்தது.

ரங்கூன் துறைமுகத்தில் தந்தை பெரியாருக்கு மிகப் பெரிய வரவேற்பு. ரங்கூன் நகரின் பல பகுதிகள் இரண்டாம் உலக யுத்தத்தால் பாதிக்கப்பட்டிருந்தன. ரங்கூனில் இரவு நேரத்தில் ஒரு கடைத் தெரு கூடும். ரங்கூனில் அந்தக் கடைத் தெருவில் சந்தித்த நண்பர்கள் பலர் தற்போது சென்னையில்

பர்மா பஜாரில் வாழ்கிறார்கள்.

ரங்கூனில் நடைபெற்ற உலக புத்தமத மாநாட்டுக்கு நமது அரசியல் மேதை டாக்டர் அம்பேத்கரும் வந்திருந்தார். அவர் மிகவும் உடல் அசதியோடு இருந்தார். அய்யா அப்போது நன்கு நடப்பார். அய்யாவைவிட டாக்டர். அம்பேத்கர் இளையவர் என்றாலும் அய்யாவின் கரத்தைப் பிடித்துக் கொண்டுதான் நடப்பார். நமது நாட்டின் அரசியல் சட்டத்தை உருவாக்குவதில் பட்ட சிரமம் காரணமாக அவர் உடல்நிலை எவ்வளவு சீர்குலைந்தது என்பதை உணர முடிந்தது.

ரங்கூனில் பதினான்கு நாட்கள் தங்கினோம். தினமும் அய்யாவும் டாக்டர்.அம்பேத்கரும் சந்தித்து பல சேதிகளைப் பேசுவார்கள். டாக்டர்.அம்பேத்கர் அங்கு வருவதற்கு முன்பே புத்த மதத்தில் சேருவதென்று முடிவுவெடுத்துவிட்டிருந்தார். அத்துடன் தான் இறப்பதற்கு முன்பு ஆதிதிராவிடர்கள் அனைவரையும் புத்த மதத்துக்கு மாறச் செய்துவிட வேண்டும் என்று முடிவெடுத்திருந்தார்.

மாநாட்டில் தந்தை பெரியார் பேச வேண்டும் என நான் விரும்பி மாநாட்டுத் தலைவர் மல்லல்ல சேகராவிடம் சொன்னேன். அநேகமாக பர்மா நாடு புத்த பிட்சுகளின் பிடியில் தான் இருந்தது. அவர்களின் எண்ணங்களுக்கு மாறாக எதையும் செய்துவிட முடியாது. தந்தை பெரியாரோ ஒரு பெரும் சுய சிந்தனையாளர். அவர் மாநாட்டில் பேசுவதற்கு முன்னே, தான் தன் இன மக்களுடன் புத்த மதத்தில் சேருவதாக மாநாட்டில் அறிவித்தால் நல்லது என்று மாநாட்டினர் குறிப்பு காட்டினார்கள்.

ரங்கூனில் உள்ள புத்த மத ஆலயங்கள் சிலவற்றை அய்யா பார்க்க விரும்பினார். ரங்கூனில் தங்கத்தினால் ஆன

பெரிய புத்தர் சிலை உள்ள கோயிலுக்கு அழைத்துச் சென்றோம். பல படிகளுக்கு மேலே உயரமான இடத்தில் அந்தக் கோயில் இருந்தது. சுமார் ஒரு மணி நேரம் அந்தக் கோயிலில் நடக்கும் காரியங்களைப் பெரியார் உற்றுப் பார்த்துக் கொண்டே இருந்தார். புத்திதான் எல்லாவற்றுக்கும் உயர்ந்தது என்று சொன்ன புத்தரையே கடவுளாக்கி, ஒன்பது, பத்து வயது சிறுவர்களையெல்லாம் சாமியார்களாக்கி இருப்பதை அய்யா கண்டார். பெரும்பாலும் நம்மூர் கோயில்களில் உள்ளது போலத்தான் பூஜைகளும். கற்பூர ஆராதனை மட்டும் கிடையாது. கோயிலில் ஒரு பெரிய அழகான பீங்கான் பாத்திரம். அதில் ஏராளமான அம்புகள். ஒவ்வொருவரும் ஒரு அம்பை எடுப்பார்கள். அம்பின் மத்தியில் ஒரு காகிதம் கட்டப்பட்டிருக்கும். காகிதத்தில் உள்ள வாசகங்களை ஒவ்வொருவரும் படிப்பார்கள். அந்தக் காகிதம் பர்மிய மொழியில் இருந்தது. அந்த மொழி அறியாதவர்களுக்கு சிலர் படித்துச் சொல்வார்கள். அதில் இருந்தது அவர்களுக்கு வரப்போகும் ராசிபலன்.

"அய்யா மாநாட்டில் பேசும் போது மதம் மாறுவதை அறிவிக்க வேண்டும்" என்றார் டாக்டர்.அம்பேத்கர்.

தந்தை பெரியார், "நாம் வேறு மதத்துக்கு மாறாமல் மக்களைச் சீர்திருத்தி, ஒரே மனித இனமாக மாற்றலாம். வேறு மதத்துக்கு மாறிவிட்டால், நாம் சார்ந்துள்ள மதத்தைச் சீர்திருத்தும் உரிமையை இழந்துவிடுவோம். பிறகு அது மத துவேஷமாகக் கருதப்பட்டுவிடும்" என்றார்.

நான் அய்யாவின் கருத்தை வலியுறுத்தி டாக்டரிடம் சொன்னேன்.

"இராசாராம் போன்றவர்கள் வேண்டுமானால் பின்னர் மதம் மாறுவதைப் பற்றி யோசிக்கலாம். நாம் இருவரும்

சமுதாயத்துக்கும் மக்களுக்கும் வழிகாட்டிவிட்டுப் போவோம்" என்றார் அம்பேத்கர்.

"நமக்குப் பின் நம்மை நம்பி மதம் மாறி பௌத்தர்களானவர்களுக்கு ஏதேனும் தொல்லை வந்தால் என்ன பாதுகாப்பு, யார் உதவிக்கு வருவார்கள்?" என்றார் பெரியார்.

டாக்டர், "இந்தியாவைச் சுற்றிலும் புத்த மத நாடுகளாக உள்ள ஜப்பான், சீனா, தாய்லாந்து, பர்மா முதலிய நாடுகள் நம்முடைய உதவிக்கு வரும்" என்றார்.

தந்தை பெரியாருக்கு அதில் அவ்வளவாக நம்பிக்கை ஏற்படவில்லை. நமது மதத்தையே சீர்திருத்தி, அனைவரையும் மனிதர்களாக மாற்றிவிட முடியும் என்ற நம்பிக்கை அவருக்கு பலமாக இருந்தது. அதே நேரத்தில் "நான் தாழ்த்தப்பட்டவனாக சாக விரும்பவில்லை. அதே போல் நீங்களும் சமுதாயத்தில் பிற்படுத்தப்பட்டவராக சாவதை நான் விரும்பவில்லை" என்று டாக்டர் சொன்ன வார்த்தைகளும் அய்யாவின் சிந்தனையைக் கிளறிவிட்டுக் கொண்டே இருந்தது.

தந்தை பெரியாருக்கு இருந்த தனிச்சிறப்பு தன்னோடு இருப்பவர்களிடம் தன் கருத்தும் முடிவுகளும் சரிதானா என்று ஆலோசிப்பார்.

சில சமயங்களில் அவரே முடிவெடுத்து விட்டிருந்தாலும் கூட நாம் மாற்றுக் கருத்தைச் சொன்னால் பொறுமையாகக் கேட்டு, நாம் சொல்வது சரியாக இருந்தால் தன் கருத்தை மாற்றிக் கொள்ளவும் தயங்கமாட்டார். நான் பழகிய தலைவர்களில் சிலரிடம் மட்டுமே இருந்த மாபெரும் குணம் அது. இன்றைய நிலையில் எந்த தலைவரிடமும் காணப்பெறாத ஒன்றாகும்.

எங்களுடனும் மதம் மாறுவதைப் பற்றி அய்யா பல முறை பேசினார். புத்த மதத்தில் சாதிகள் இல்லை என்பதைத்

தவிர நடைமுறையில் இந்து மதத்துக்கும் புத்த மதத்துக்கும் அதிக வித்தியாசத்தைக் காண முடியவில்லை. நான் பலவற்றையும் நேரில் கண்ட பிறகே முடிவு எடுக்க வேண்டும் என்று அவர் சொன்னதற்கேற்ப அவரை ஒவ்வொரு புத்த விகாரத்துக்கும் அழைத்துச் சென்றோம்.

இதில் மணியம்மையாரும் நானும் கலந்தாலோசித்து, மதம் மாற்றம் பற்றி அய்யாவுக்கு அம்பேத்கர் சொன்ன யோசனைகளை அய்யா ஏற்கனவே முடிவெடுத்து மனதில் வைத்திருந்ததை அறியாமலேயே அவர் கருத்தையே நாங்களும் யோசனையாக சொன்னோம்.

அப்போது தந்தை பெரியார் மதம் மாற முடிவெடுத் திருந்தால் குறைந்தது ஒரு லட்சம் பேராவது மதம் மாறி யிருக்கக்கூடும். அதனால் பலன் ஏதாவது கிட்டியிருக்குமா என எண்ணிப் பார்க்கிறேன். நீயோ புத்தர்கள் தடுமாறுவது மாதிரி, பிற்படுத்தப்பட்டவர்களும் தடுமாற வேண்டியதுதான்.

5

பெரியார் வைத்த பரிட்சை!

நான் முதன்முதலில் வெளிநாட்டுப் பயணம் மேற்கொண்டது இலங்கைக்கு, பின்னர் பர்மா. தற்போது நான் சுற்றாத நாடுகள் சில மட்டும்தான். உலகில் பெரும்பாலும் தமிழர்கள் வாழும் பல நாடுகளை முழுமையாக சுற்றியுள்ளேன்.

தந்தை பெரியார் சுயமரியாதை இயக்கம் கண்டதே மனிதனில் பிறப்பால் உயர்வு, தாழ்வு இருக்கக்கூடாது என்பதுதான்.

'இருட்டறையில் உள்ளதடா உலகம்
சாதி இருக்கின்ற தென்பானும் இருக்கின்றானே'

என்றார் பாவேந்தர் பாரதிதாசன்.

இருட்டிலே வாழும் தமிழர்களை ஒன்று சேர்த்து வெளிச்சத்துக்கு கொண்டுவரவேண்டும் என்பது தான் தந்தை பெரியாரின் கொள்கை. கப்பலில் அய்யாவுடன் பயணம் செய்யும் போது, "உங்கள் முயற்சி நம் நாட்டில் சுலபமாக ஏற்க மறுக்கப்படுகிறது? அதே நேரத்தில் ஐரோப்பா கண்டத்தில் மாறுதல்கள் சுலபமாக நடந்துவிடுகிறதே?" என்றேன்.

"ஐரோப்பா கண்டத்தில் புரட்சிகள் ஏற்படுவதற்கு காரணம், அது பாறை போன்ற பூமி. அங்கு ஒரே மதம்.

சாதிகள் இல்லை. எனவே மக்கள் மத்தியில் எந்தக் கட்டடத்தையும் சுலபமாக, அஸ்திவாரம் இல்லாமல் கட்டிவிட முடிகிறது. நமது பூமி களிமண் பூமி போன்றது.

சாதிகளால் பிளவுபட்டது. இவர்களை முதலில் ஒன்று சேர்க்க வேண்டும். இப்படி நிறைய வேலைகள் இருக்கின்றன. அதனால்தான் இங்கு புரட்சி எதையும் சுலபமாக உருவாக்க முடியவில்லை. நம் அளவு இந்த முயற்சியில் வேறு யாரும் வேகமாக இறங்கவில்லை. நம்மால் ஆனவரை முயல்வோம்" என்றார்.

எனவே மதம் மாறுவதைப் பற்றி டாக்டர் அம்பேத்கருடன் அய்யா ஒரு நாள், இரண்டு நாள் அல்ல, நாங்கள் தங்கியிருந்த எல்லா நாட்களிலும் விவாதித்தார். மாநாட்டில் புத்த மதத்தில் சேருவதை அறிவிக்க வேண்டும் என்ற கருத்துக்கு தந்தை பெரியார் உடன்படவில்லை.

ஆதலால் பெரியார் உட்பட அனைவரும் மாநாட்டில் வெறும் பார்வையாளர்களாகவே கலந்து கொண்டோம். பேசவுமில்லை.

எங்கள் அனைவருக்குமே புத்த மதத்துக்கு மாறுவதில் விருப்பமில்லை. நல்ல வேளையாக தாட்சண்யம் கருதி அய்யா, "தாய்நாடு திரும்பிய பின் முடிவெடுக்கிறேன்" என்று கூறிவிட்டார். அது எவ்வளவு சரியான முடிவு என்பதை இவ்வளவு அனுபவத்துக்குப் பிறகு என்னால் இப்போது நன்றாக உணர முடிகிறது.

தமிழர்கள் வாழும் பல நாடுகளிலும் இன்று தமிழர்கள் சாதிகளால் பிளவுபட்டு வாழவில்லை. பெயரில் மட்டும்தான் கவுண்டர், நாயக்கர், செட்டியார், பண்டிதர், நாயுடு, ரெட்டியார் என்று இருக்கிறதே தவிர, எல்லா சாதிகளும் ஒன்றாகக் கலந்துவிட்டன. இன்னும் சொல்லப்போனால், நான் சமீபத்தில் சென்று வந்த தென் ஆப்பிரிக்காவில் வாழும் பத்து லட்சம் இந்தியர்களில் யாராவது ஆதிதிராவிடர் என ஒதுக்கப்பட்டுள்ளார்களா என்று பார்த்தேன். அப்படி ஒருவருமே இல்லை என்பதைப் பார்க்கும் போது வியப்பாகவே இருந்தது. இந்தியர்களில் சுமார் ஆறு லட்சம் தமிழர்கள் ஒற்றுமையாக வாழ்கிறார்கள். தந்தை பெரியார் கண்ட கனவு இங்கு முழுவதுமாக நனவாகாவிட்டாலும் அவசியத்தின் காரணமாக வெளிநாடுகளில் இருட்டிலிருந்து வெளிச்சத்துக்கு தமிழர்கள் வந்துவிட்டிருப்பதைப் பார்த்தேன், பூரித்தேன்.

தந்தை பெரியாருடன் பயணம் போனவர்கள் ஏதாவது ஒரு கருத்து வேற்றுமையில் பிரிந்து போயிருந்தார்கள். இதற்கான காரணங்களை கப்பலில் அய்யாவிடம் கேட்டேன். கருத்து வேற்றுமைக்கான காரணங்கள் மிகவும் சாதாரண

மானவை. உதாரணத்துக்கு பெரியார், "பொது வாழ்வுக்கு வருபவர்கள் எவரும் தன் சொந்த வசதிக்கு மேல் வாழாமல், ஊரான் உழைப்பில் வாழும் சுகத்தையும் விரும்பாமல் இருக்க வேண்டும். பொதுவாக மற்றவர்கள் பார்த்துப் பொறாமை கொள்ளும்படி வாழக்கூடாது. மூட்டை சுமப்பதைக்கூட, சுமக்க முடியாததால் தூக்காமல் விடுகிறேனே தவிர அதை இழிவாகக் கருதி அல்ல" என்று சொல்பவர்.

உதாரணத்துக்கு, கப்பலில் அய்யா முதல் வகுப்பு பயணி. முதல் வகுப்பில் பெரியாருக்கு இருந்த அத்தனை வசதிகளையும் மூன்றாவது வகுப்பு பயணிகளான நாங்கள், மணியம்மையார் உட்பட அனைவரும் பயன்படுத்திக் கொண்டோம். முதல் வகுப்பில் அய்யாவுக்கு சிற்றுண்டியைத் தந்தவுடன் குளியலறையில் நான் குளித்துவிடுவேன். பெரியாரை சாதாரணமாகவே குளிக்க வைப்பது கடினம். மணியம்மையார், அய்யாவை குளிக்க வைக்க கிண்ணத்தில் எண்ணெய்யைக் கொண்டு வந்து அய்யா எதிர்பாராத வகையில் அவரது தலையில் ஊற்றிவிடுவார். வேறு வழியே இல்லாமல் அய்யா குளிப்பார். குளித்து முடித்து தலையைத் துவட்டிக் கொண்டு சிவந்த மேனியுடன் நிற்கும் போது அய்யாவைக் கண்டால், எப்போதும் பார்த்துக் கொண்டே இருக்கலாம் என்ற அளவுக்கு பொலிவுடன் இருப்பார். நான் காலையில் தினமும் குளிப்பதை, "பொது வாழ்வில் உள்ளவர்கள் இதை தினசரித் தேவையாகக் கருதி, அதற்கு அடிமையாகிவிடக்கூடாது" என்பார்.

சிங்கப்பூரிலிருந்து சென்னைக்குத் திரும்பும் போது ஒன்பது நாட்கள் பயணம். ஒன்பது நாட்களும் குளிக்காமலே வந்து சேர்ந்தேன். அப்போது அவர் என்னை, "குளிக்காமலே இருந்ததால் என்ன குடியா முழுகிப் போயிற்று?" என்றார்.

அவரோடு இருந்த நாட்களில் குளிக்காமல் விட்டதை யெல்லாம் சேர்த்து தற்போது இரண்டு முறை குளித்துச் சரி செய்து கொள்கிறேன்.

அவர் வைத்த கடினமான பத்தியங்களிலெல்லாம் தேறியதால், பயணம் முழுவதும் எந்தப் பிரச்சனையுமின்றி தேறினேன். அத்துடன் அவர் வெறுக்கும் எந்தக் கெட்ட பழக்கமும் என்னிடம் இல்லை. சினிமா பார்ப்பதைத் தவிர பர்மாவிலிருக்கும் போது, சிங்கப்பூர் 'தமிழ் முரசு' ஆசிரியரும் தமிழர்களின் தலைவர் என மதிக்கப்பட்டவருமான கோ.சாரங்கபாணியும் பினாங்கிலிருந்த பெரியவர் கே.ஏ. பண்டிதரும் "மலேயாவுக்கு சுற்றுப்பயணம் வரவேண்டும்" என்றார்கள்.

ரங்கூனிலிருந்து பினாங்கிற்கு மூன்று நாட்கள் கப்பலில் பயணம் செய்து, எங்கள் மலேயா பயணத்தை தொடங்கினோம். இளமையில் சேலம் கல்லூரியில் என்னுடனிருந்த வை.திருநாவுக்கரசு என்ற நண்பர் ஒருவரை அங்கு சந்திக்க நேர்ந்தது. விடுதலையில் இருந்து விலகி, அவர் அப்போதுதான் சிங்கப்பூர் தமிழ் முரசின் ஆசிரியர் குழுவில் சேர்ந்திருந்தார். திராவிட இயக்கம் வளர்வதற்காக அறிஞர் அண்ணா பலரையும் பத்திரிகை நடத்தச் சொல்வார். அப்போது 1945-ல் 'பூந்தோட்டம்' என்ற பத்திரிகையை சேலத்தில் நண்பர் வை.திருநாவுக்கரசு தொடங்கினார். அந்த திருநாவுக்கரசுவே என்னுடன் பணியாற்ற பினாங்கு வந்திருந்தார். நமது மக்கள் மலேயாவிலேயே இருந்து விடுவதா, இல்லை மீண்டும் தமிழகம் திரும்புவதா என்ற குழப்ப நிலையில் இருந்தார்கள். மலேயாவை பிரிட்டிஷார் ஆண்டு கொண்டிருந்தார்கள். தந்தை பெரியாரின் சுற்றுப்பயணத்தால் நாட்டில் எங்கு கலவரம் நடந்துவிடுமோ

என பிரிட்டிஷ் அதிகாரிகள் பயந்தார்கள். அப்போது ஜனாப் உபயதுல்லா, தற்போது டத்தோஸ்ரீ என்னுடன் வந்து உதவினார்கள். எங்களது சுற்றுப்பயணம் மிகவும் நல்ல முறையில் நடந்தது.

தந்தை பெரியாரை மிகவும் உயர்வாக உபசரிக்க வேண்டும் என்று ஒவ்வொரு ஊரிலும் சீனர்கள் நடத்திய மிகப் பெரிய ஓட்டல்களில்தான் தங்க வைப்பார்கள். தினமும் பொதுக்கூட்டம். முதலில் நான், பின்னர் மணியம்மையார், கடைசியில் தந்தை பெரியாரின் சிந்தனை நிறைந்த சொற்பொழிவு.

எனக்கு பலவிதமான வேலைகள். காலையில் அய்யாவை எழுப்பி காபி தரவேண்டும். பின்னர் காலை எட்டரை மணியிலிருந்து வரும் பார்வையாளர்களுக்கு நேரம் ஒதுக்க வேண்டும். ஊரில் பார்க்க வேண்டிய இடங்கள் இருந்தால், அங்கு அழைத்துச் செல்ல வேண்டும்.

அப்போது தமிழர்களுக்கு நல்ல வசதி. அய்யா எங்கு பயணம் புறப்பட்டாலும் பின்னாலேயே பத்து கார்களில் இளைஞர்கள் வருவார்கள்.

அதே அடுத்த ஊருக்கு பயணப்பட்டால் சுமார் முப்பது கார்களை வாடகைக்கு எடுத்து தாங்களே ஓட்டிக் கொண்டு அடுத்த ஊர் வரை வந்து வழியனுப்பிவிட்டுச் செல்வார்கள். இவர்களை ஒழுங்குபடுத்த வேண்டும்.

பகல் உணவு பெரும்பாலும் தமிழர்களது வீடுகளில். மாலையில் தேநீர் விருந்து, இரவு பொதுக்கூட்டம். தேநீர் விருந்துகளில் உள்ளூர் சீனர்களும் மலேயாகாரர்களும் கலந்து கொள்வார்கள். அவர்களுக்கு அய்யாவின் கொள்கை பற்றி ஆங்கிலத்தில் சொல்ல வேண்டும். மாலை பொதுக்கூட்டத்தில் தலைமை வகிப்பவர்கள் பெரும்பாலும்

ஆங்கிலத்தில் பேசுவார்கள். திடீரென்று என்னை பத்து நிமிடங்களுக்கு ஆங்கிலத்தில் பேசு என அய்யா உத்தரவிடுவார். என் வாழ் நாளில் முதன் முதலில் மேடையில் ஆங்கிலத்தில் பேசியது அப்போது தான்.

இரவு விருந்துக்குப் பிறகு பிளாஸ்க்கில் காபியை வைத்துக் கொண்டு, அய்யா கூட்டங்களில் பேசியதை நண்பர் திருநாவுக்கரசுவுடன் அமர்ந்து எழுதி, ஒன்றை சிங்கப்பூர் தமிழ் முரசுவுக்கும் மற்றொன்றை சென்னை விடுதலைக்கும் அனுப்பிக் கொண்டிருந்தேன். இப்படி மலேயா சொற் பொழிவுகளை நிருபராகவும் இருந்து, தந்தை பெரியாரின் மலேயா பயணத்தால் ஏற்பட்ட பலனை தமிழக மக்கள் அன்றாடம் அறிந்து கொள்ளச் செய்தேன். அய்யாவின் பயணத்தில் கே.ஏ.பண்டிதர், ரங்கம்மாள், சிதம்பரம், அவரது செல்வி மோகனா (தற்போது விடுதலை வீரமணியின் துணைவி) முதலியோரும் உடன் வந்தனர்.

இந்தப் பயணம் தமிழ் சமுதாயத்துக்கு மிகவும் பயன்பட்டது. அய்யா, அங்கு வாழும் தமிழர்கள், அந்த நாட்டுப்பற்றுள்ளவர்களாக- அந்த நாட்டுக்காரர்களாகவே மாறி வாழ வேண்டும். அங்கு ஒரு காலும் தமிழ்நாட்டில் ஒரு காலும் வைத்துக் கொண்டு மனதை அலையவிடக் கூடாது என்று வலியுறுத்தி, அங்கு வாழும் மக்களை மலேயா நாட்டுப் பற்றாளர்களாக மாற்றினார். அப்படி அவர் கடுமையாகப் பேசி, அவர்களிடம் ஒரு மனமாற்றத்தை ஏற்படுத்தாமல் போயிருந்தால், இன்று மலேசியாவிலும் ஒரு பிரபாகரன் தோன்ற வேண்டிய நிலை ஏற்பட்டிருக்கும்.

தந்தை பெரியார் அந்தப் பயணத்தை கொள்கைப் பிரச்சாரத்துக்காக மட்டுமல்ல, கழக வளர்ச்சி நிதி சேர்க்கவும் பயன்படுத்திக் கொண்டார்.

முதல் கூட்டத்திலேயே தன்னுடைய கையெழுத்தும் மணியம்மையாரின் கையெழுத்தும் என்னுடைய கையெழுத்தும் போட்டுத்தர ஒரு வெள்ளி என கட்டணம் நிர்ணயித்தார். அதை வசூலிக்க வேண்டிய வேலையையும் என்னிடம் ஒப்படைத்தார். தினமும் நூறு கையெழுத்து வரை போடும்படி இருக்கும். அத்துடன், தந்தை பெரியாருடன் நாங்கள் நிற்பது போல் ஆர்ட் பேப்பரில் படம் ஒன்றை தமிழ் முரசு வெளியிட்டது. அதிலும் அனைவரின் கையெழுத்தையும் மக்கள் ஆர்வமுடன் பெற்றார்கள். அத்துடன் நிறைய பரிசுகள் வேறு. எனக்கும் பரிசுகளைத் தந்தார்கள். அவை அனைத்தையும் அய்யாவிடம் அன்றன்றே கணக்குடன் சேர்த்து விடுவேன்.

இதைப் பார்த்துக் கொண்டே இருந்த கோ.சாரங்கபாணி, அய்யாவிடம் நான் கொண்டு போய் கொடுக்க முடியாததும் எனக்கு மட்டும் உபயோகப்படும் தன்மையிலுள்ள ஒரு பரிசைத் தந்தார். ஆம், என்னை ஒரு சீனத் துணிக்கடைக்கு அழைத்துக் கொண்டு போய் உயர்ந்த ஒரு துணியில் சூட் தைத்துக் கொடுத்தார். அதை அய்யாவிடமும் வெளிப்படையாக கூறினார். அய்யாவும் தமிழவேள் சாரங்கபாணியைப் பாராட்டினார். அவர்தான் பெரியார்.

இந்தப் பயணத்தின் போது நான் முழு சைவம். நான் சைவமாக இருப்பதை தினமும் அய்யா கேலி செய்த வண்ணம் இருப்பார். நாங்கள் தங்கிய ஓட்டல்களில் ரசத்தில் கூட தக்காளித் துண்டுகளைப் போல் மாமிசத்துண்டுகளைப் போட்டிருப்பார்கள். அதுதான் சூப் என்பதை நான் அசைவனான பிறகே உணர்ந்தேன். பல நேரங்களில் தயிர்ச்சோறும் ஐஸ்க்ரீமும் பழங்களும் காபியும் தான் உணவு.

அய்யாவிடம் பணியாற்றியதில் நான் பொதுவாழ்வுக்கான பயிற்சி முழுவதும் பெற்றேன். வருபவர்களை மதித்து வரவேற்றல், மனம் திறந்து பேசுதல், முடிந்த உதவிகளை உடனடியாகச் செய்தல், ஒருவரது ஆற்றலைக் கண்டு மனம்திறந்து பாராட்டுதல், பொது வாழ்வில் நீண்ட காலம் இருப்பதற்கு சிக்கன வாழ்வு, ஆடம்பரமற்ற வாழ்வு தேவை என்பனவற்றையெல்லாம் அய்யாவிடம் கற்றேன்.

தந்தை பெரியார் சிறைப்பறவை. அநீதிகளைக் கண்டு சீற்றம் கொள்ளும் தன்மை கொண்டவர். அரசியல், சமுதாயக்கருத்துக்களில் தனக்கெதிரான கருத்து கொண்டவர்களையும் நாகரீகத்தோடு எதிர்ப்பவர். தனக்கு நண்பராக இருந்தாலும் தன் சமுதாயத்துக்கு கேடு செய்கிறார் என்று உறுதியாக இருந்தால், நட்பைக்கூட ஒதுக்கி வைத்து துணிச்சலாக எதிர்ப்பவர். அதற்காக அவர் யாருடனும் விரோதியானதும் இல்லை.

அவரோடு தமிழகம் முழுவதும் பலமுறை சுற்றியபோது இந்தப் பாடங்களை நான் அவரிடம் கற்றேன். பிரதமரோ, முதல்வரோ அல்லது நீதிபதியோ, அவர்களின் பதவி பற்றி அஞ்சாமல் அவர் தன் கருத்துக்களைக் கூறி வந்ததை நான் அவரது அருகிலேயே இருந்து பார்த்துப் பார்த்து பலமுறை வியந்து போயிருக்கிறேன்.

என்னிடம் இன்னமும் போராட வேண்டும் என்ற குணம் கொஞ்சமும் ஒட்டிக் கொண்டிருக்கிறது என்றால், அது நான் அவரிடத்தில் பெற்றது. அவர் வளர்த்த உணர்வு, எனக்கு சிறைச்சாலையையும் செயிண்ட் ஜார்ஜ் கோட்டையையும் ஒன்றாகவே மதிக்கும் மனப்பக்குவத்தை உண்டாக்கியுள்ளது.

6

வடநாட்டில் ஒரு திகில் பயணம்!

1952-ஆம் ஆண்டு பொதுத்தேர்தலில் தமிழகத்தில் திராவிட இயக்கத்தின் ஆதரவின் காரணமாக பலர் வெற்றி அடைந்தார்கள். திருக்குறள் முனுசாமி, திருச்சி டாக்டர் மதுரம், திருச்சி வி.வீராசாமி, சேலம் என். சத்தியநாதன், திருச்செங்கோடு பேபி என்கிற கந்தசாமி ஆகியோர் வெற்றி பெற்றனர்.

முதல் பொதுத்தேர்தலுக்குப் பிறகு, நாடாளுமன்றம் எப்படி செயல்படுகிறது என்பதை அறிய என்னை டெல்லிக்கு அழைத்துச் சென்ற பேபி கந்தசாமி வீட்டிலேயே ஒரு மாத காலம் தங்கினேன். அப்போது தமிழகத்தின் பிரதிநிதிகளாக நிறைய அமைச்சர்கள் இருந்தார்கள்.

பண்டித ஜவஹர்லால் நேரு போன்ற பெரும் தலைவர்கள் எப்படியெல்லாம் நாட்டு வளத்தைப் பற்றிச் சிந்திக்கிறார்கள், செயல்படுகிறார்கள் என்பதையும் ஜனநாயகத்துக்கு எப்படிப்பட்ட வலிவும் பொலிவும் சேர்க்கப் பாடுபடுகிறார்கள் என்பதையும் அறியும் வாய்ப்பு எனக்கு கிடைத்தது.

அங்கிருந்து திரும்பியதும்தான் தந்தை பெரியாருடன் பர்மா நாட்டுக்கு பயணம் சென்றேன். திராவிடர் கழகத்தில் இருந்து நண்பர் ஈ.வி.கே.சம்பத் பிரிந்து சென்றிருந்தாலும் அடிக்கடி வந்து பார்த்து அளவளாவிவிட்டுச் செல்வார். நான்

பார்த்த நாடாளுமன்ற நடவடிக்கைகளை அவரிடம் விவரிப்பது வழக்கம்.

திராவிட முன்னேற்றக் கழகமும் திராவிடர் கழகமும் வெறும் சமுதாயச் சீர்திருத்தக் கட்சிகளாகவே இயங்கி வந்தன. அரசியலில் நேரடியாகவே அவர்கள் பங்கு கொள்வதில்லை. அறிஞர் அண்ணாவும் அரசியலில் ஈடுபட அப்போது தயக்கம் காட்டி வந்தார்.

நண்பர் சம்பத்துக்கு டெல்லியில் அப்போது நடைபெற்ற ஆசியா கண்காட்சியையும் நாடாளுமன்றத்தையும் பார்க்க வேண்டும் என்ற ஆவல் ஏற்பட்டது. அவர் அகில இந்தியாவையே ஒரு காரில் சுற்றி வரவேண்டும் என விரும்பினார். அப்போது இந்தியாவில் பல இடங்களுக்குச் செல்ல பாதைகளும் இல்லை. வடக்கே ஓடும் பல நதிகளில் பாலங்களும் இல்லை. எனவே அந்தப் பயணம் செல்வதென்றால் துணிச்சலான எண்ணமும் நாங்கள் போகும் கார் கெட்டுவிட்டால் சரி செய்வதற்கான திறமையும் இருந்தால்தான் அந்தப் பயணத்தை மேற்கொள்ள முடியும் என்று நான் கூறினேன். அதற்காக நல்ல கார் ஒன்றை ஏற்பாடு செய்யும்படி தாமு என்பவரையும் என் அண்ணார் ஜெயசீலனையும் சம்பத்தின் தம்பி செல்வத்தையும் கேட்டுக் கொண்டார். பின்னர் நாங்கள் அனைவரும் சம்பத்தையும் அவரது துணைவியார் சுலோசனா சம்பத்தையும் அழைத்துக் கொண்டு அகில இந்திய சுற்றுப் பயணம் மேற்கொண்டோம்.

அந்தப் பயணத்தில் பம்பாய், எல்லோரா, அஜந்தா, உத்தரப்பிரதேசம் போன்ற பல பகுதிகளைச் சுற்றிவிட்டு ஆக்ரா வழியாக டெல்லிக்குப் போய்ச் சேர்ந்தோம். டெல்லியில் பத்து நாட்கள் நாடாளுமன்ற நடவடிக்கைகளையும் உலகக் கண்காட்சியையும் பார்த்துவிட்டு

அறிஞர் அண்ணாவுடன்...

கல்கத்தாவுக்கு பயணமானோம். கல்கத்தாவிலிருந்து பீகார் வழியாக ஒரிசா, ஆந்திரா போன்ற இடங்களையும் பார்த்துவிட்டு சென்னை வந்து சேர்ந்தோம். இந்தப் பயணம் பற்றி நான் சில வரிகளிலேயே எழுதிவிட்டேன் என்று சொன்னாலும் அப்போது எல்லோரா, அஜந்தா ஆகிய இடங்களுக்குக் கூட தார் போட்ட சாலைகள் கிடையாது. பல இடங்களில் இரண்டு கரைகளையும் தொட்டுக் கொண்டு கடல் போல் உள்ள ஆறுகளைக் கடக்க வேண்டியிருந்தது. காசி, புத்தகயா ஆகிய இடங்களையும் இந்தப் பயணத்தில் பார்த்தோம்.

இரவு நேரங்களில் காரைக் கொண்டு போய் ஆற்றோரம் நிறுத்திவிட்டு காலையில் படகோட்டி வந்த பிறகு இரண்டு படகுகளை இணைத்துப் பாலம் போல் கட்டப்பட்டிருந்த மேடையின் மீது காரை லாவகமா ஏற்றி அக்கரைக்கு கொண்டு செல்ல வேண்டும்.

வழியில் படகுக்கு எந்த ஆபத்து வந்தாலும் காரும் நாங்களும் அதோகதிதான். நர்மதா, கிருஷ்ணா, கோதாவரி போன்ற ஆறுகளைப் பல இடங்களில் நாங்கள் கடந்தோம். ஒவ்வொருவருக்கும் கார் ஓட்டுவதற்கு நேரம் ஒதுக்கப்பட்டிருந்தது. நான் நள்ளிரவு பன்னிரெண்டு மணியிலிருந்து காலை ஆறு மணி வரை ஓட்ட வேண்டும். கொள்ளையர் நிறைந்த மத்திய பிரதேசம், உத்தரப்பிரதேசம் ஆகிய காடுகளில் கூட நள்ளிரவு நேரங்களில் கார் ஓட்டிச்சென்றது இன்றைக்கும் என் நினைவில் பசுமையாக இருக்கிறது. உத்தரப்பிரதேசத்தில் காடுகளுக்கு மத்தியில் காரைச் செலுத்திக் கொண்டு போய் ஒரு கிராமத்தில் நிறுத்திய போது, அங்கு தங்கியிருந்த லாரி டிரைவர்கள், "ஒரு பெண்ணையும் கூட்டிக் கொண்டு எந்த ஆயுதமும் இல்லாமல்

எப்படி துணிச்சலுடன் இந்தக் காட்டைக் கடந்து வந்தீர்கள் என்று கேட்டுவிட்டு, காலை வரையிலும் எங்களோடு இருந்துவிட்டு எங்களின் பாதுகாப்போடு நீங்கள் புறப்பட்டு செல்லலாம்" என்று கூறினார்கள்.

அந்த நள்ளிரவு நேரத்திலும் எங்கள் மீது அன்பைச் சொரிந்த அந்த லாரி டிரைவர்களின் பண்பு இன்றும் என் நினைவைவிட்டு அகலவில்லை.

நாடாளுமன்ற நடவடிக்கைகளைக் காட்டி, அரசியலிலும் ஈடுபாடு கொள்ள வேண்டும் என்று நான் சம்பத்திடம் வாதாடினேன். சம்பத்துக்கும் அந்த எண்ணம் வலுப்பட்டுக் கொண்டே வந்தது. அதிலும் அறிஞர் அண்ணா சிறந்த சொற்பொழிவாளராகவும் சமூக சீர்திருத்தவாதியாக வும் இருந்து வந்தாலும் பலர் அவரை சரியாகப் புரிந்து கொள்ளவில்லை. சர்வசாதாரணமாக எண்ணினார்கள். அதை என்னால் ஏற்றுக் கொள்ள முடியவில்லை. அறிஞர் அண்ணா படித்த அளவிற்கு இந்தியாவிலே எந்தத் தலைவராவது அவ்வளவு நூல்களைப் படித்திருப்பார்களா என்பதே எனக்கு சந்தேகம்.

திருச்சியில் நண்பர் அன்பில் தர்மலிங்கம் நடத்திய மாநாட்டில் தேர்தலில் நிற்பதா வேண்டாமா என்று இரண்டு ஓட்டுப் பெட்டிகளை வைத்து மக்களின் வாக்குப் பெற்று முடிவெடுக்கலாம் என்று தீர்மானிக்கப்பட்டது.

வட இந்திய சுற்றுப்பயணம் செய்து பார்த்த இடங்களைப் பற்றி பெரியாரிடம் எடுத்துக் கூறினேன். சம்பத்தோடு நான் பயணம் சென்றதால் அவருக்கு என் மேல் சந்தேகம் உருவாகியதாக எனக்குப் பட்டது.

1957-ல் பொதுத்தேர்தல் வந்தது. திராவிட முன்னேற்றக் கழகம் பொதுத்தேர்தலில் முதன் முதலாக நின்றது.

அப்போது சேலத்தில் ஒரு மாநாட்டை நடத்தும்படி தந்தை பெரியார் என்னிடம் கூறினார். அந்த மாநாட்டில் தந்தை பெரியார் திடீரென இரண்டு முழக்கங்களைக் கொண்டு வந்தார். "பாம்பையும் பார்ப்பானையும் பார்த்தால் முதலில் பார்ப்பானை அடி, திராவிட முன்னேற்றக் கழகத்துக் காரனுக்கு யாராவது தண்ணீர் கொடுத்தால்கூட நான் அவர்களை ஒரு மாற்றுக்குறைவாகவே நினைப்பேன்" என்று அந்த மாநாட்டில் அறிவித்தார்.

அது வரையில் தந்தை பெரியார் "தி.மு.க.காரனும் திராவிட நாடு கேட்கிறான். நாமும் திராவிட நாடு கேட்கிறோம். அவர்கள் பொதுத்தேர்தலில் நின்றால் எப்படி எதிர்க்க முடியும்?" என்று சொல்லிக் கொண்டிருந்தார். அதனால் சேலம் மாநாட்டு முடிவு என்னை திடுக்கிட வைத்தது. நானோ சம்பத்தை நாடாளுமன்றத்துக்கு நிற்க வேண்டும் என்று கூறியிருந்தேன். அதிலும் அப்போது ஈரோடு நாடாளுமன்றத் தொகுதி இரட்டை உறுப்பினர் தொகுதி. ஈரோட்டிலிருந்து நாமக்கல் வரை அது நீண்டிருந்தது. எனவே எனது நண்பர்களிடத்திலெல்லாம் சம்பத்தை வெற்றி பெறச்செய்யுங்கள் என்று சொல்லியிருந்தேன். இது சேலத்திலேயே இருந்த திராவிடர் கழகத்தினருக்குப் பிடிக்கவில்லை. அவர்கள் பெரியாரிடத் திலே இதை கூறினார்கள். சம்பத் வெற்றி பெற்று நாடாளுமன்றத்துக்குப் போனால் பெரியார் மகிழ்ச்சி அடைவார் என்று நான் நினைத்திருந்தேன்.

என் எதிர்பார்ப்புக்கு மாறாக தந்தை பெரியார் என்னை அழைத்து, "பெரியார் சுயமரியாதைப் பிரச்சார நிறுவனத்தில் வேறொருவரை நியமிக்க வேண்டியிருக்கிறது, ஆதலால் நீங்கள் ராஜினாமா செய்ய முடியுமா?" என்று

கேட்டார். தாட்சண்யத்துக்கும் பெருந்தன்மைக்கும் இருப்பிடமல்லவா பெரியார். ஆதலால் அவர் வாழ்வில் யாரையும் தூக்கி எறிவதோ, அவர்கள் செய்து வந்த தொண்டை மறந்து வாய்க்கு வந்தபடி பேசுவதோ அவருடைய சுபாவமல்ல. அதுவுமின்றி அந்த அறக்கட்டளை உறுப்பினர் பதவி அவரால் தரப்பட்டதே ஒழிய நான் கேட்டுப் பெற்றதல்ல. அவர் தந்த எந்தப் பொறுப்பையும் அவர் மனம் கோணாமல் செய்து முடித்தவன் நான். ஆதலால் நான் ராஜினாமாவை எழுதிக் கொடுக்கும் போது கூட எந்தவித சஞ்சலமோ, சலனமோ ஏற்படவில்லை.

அப்போது நான் பிராட்வேயில் இருந்த சட்டக் கல்லூரியின் மாணவர் விடுதியில் தங்கிப் படித்துக் கொண்டிருந்தேன். இந்த செய்தியைப் பார்த்தவுடன் அறிஞர் அண்ணா, முல்லை சக்தி, கண்ணதாசன் ஆகியோர், "இனி நீங்கள் எங்களோடு சேர்ந்துவிட வேண்டும்" என்று வற்புறுத்தினார்கள். "எனக்கு சமுதாய சீர்திருத்த வேலையில் தான் விருப்பம் என்பதால் அரசியலுக்கே போகாமல் இருக்கிறேன். என்னைப் பொது வாழ்வுக்கு அழைத்து வந்து ஆளாக்கியது தந்தை பெரியார்தான். அவரை எதிர்த்து நான் பேசுவது என்பது இயலாத காரியம். நான் எல்லாவற்றிலும் இருந்து சற்று ஒதுங்கியே இருக்கிறேன்" என்று கூறினேன். அதன்படி எட்டு மாத காலம் எதிலும் கலவாமல் ஒதுங்கியே இருந்தேன்.

அறிஞர் அண்ணாவும் சம்பத்தும் சென்னைக்கு வரும் போதெல்லாம் இரவில் எனது விடுதிக்கருகில் இருந்த மினர்வா டாக்கீசுக்கு படம் பார்க்க என்னையும் அழைத்துச் செல்வது வழக்கம். இந்த நேரத்தில் வழக்கறிஞர் வி.பி.ராமனிடம் எனக்கு நல்ல நட்பு ஏற்பட்டது. அந்த

நேரங்களில்தான் மூதறிஞர் ராஜாஜி மாலை நேரங்களில் வி.பி.ராமனின் தந்தையார் ஏ.வி.ராமனைச் சந்திக்க வருவார். மாணவனாக இருந்த நான் சேலத்தைச் சேர்ந்த கஸ்தூரிப் பிள்ளையின் குமாரன் என்று தெரிந்ததும் என்னையும் அழைத்து தங்களோடு வைத்துப் பேசுவது வாடிக்கையாக இருந்தது. அதிலிருந்து மூதறிஞர் மறையும் வரையில் அவரோடு தொடர்பு கொண்டவனாகவே வாழ்ந்தேன்.

இந்த நேரத்தில் நாகர்கோயிலில் நாஞ்சில் மனோகரன் திராவிட முன்னேற்றக் கழக மாநாட்டை நடத்தினார். அண்ணா, என்னையும் வி.பி.ராமனையும் நாகர்கோயிலுக்குப் போய்விட்டு வரலாம் என்று அழைத்தார். நாகர்கோயிலுக்குச் செல்வதற்காக அறிஞர் அண்ணா, செழியன், விபி.ராமன், நான் ஆகிய நால்வரும் காலை நான்கு மணிக்கு வி.பி.ராமனின் காரில் புறப்பட்டு, இரவு எட்டு மணிக்கு கன்னியாகுமரிக்கு போய் சேர்ந்தோம்.

அப்போது மொழிப்பிரச்சனையில் மூதறிஞர் ராஜாஜி, பெரியார், அண்ணா போன்ற தலைவர்கள் சொன்ன கருத்துக்களை பண்டித ஜவஹர்லால் நேரு கடுமையான வார்த்தைகளால் விமர்சித்திருந்தார். ஆகவே அதற்கு எதிர்ப்பு தெரிவிக்கும் வகையில் அவருக்கு கருப்புக் கொடி காட்டவேண்டும் என்ற முடிவை அறிஞர் அண்ணா எடுக்க வேண்டியிருந்தது. அந்தப் பயணம் அப்படிப்பட்ட ஒரு முடிவை எடுக்க வேண்டிய விவாத மேடையாக அமைந்தது.

எல்லா தி.மு.க. தலைவர்களும் கன்னியாகுமரியிலேயே தங்கியிருந்தார்கள். இந்தக் கருத்துக்களைப் பேசியவுடன் எல்லோரும், ''நீ எப்போதுதான் கட்சியில் சேரப் போகிறாய்?'' என்று கேட்கத் தொடங்கினார்கள். நான், “அறிஞர் அண்ணாவுடன் மாநாட்டில் ஒரு தீர்மானத்தை வழி

மொழிவதன் மூலம் சேர்கிறேன். அதை பரபரப்பாக்காமல் இருந்துவிடுங்கள்" என்றேன். அறிஞர் அண்ணாவும் அதற்கு சம்மதித்தார்.

அறிஞர் அண்ணா தங்குவதற்கு அப்போது சென்னையில் வீடு கிடையாது. பேராசிரியர் வீட்டில் சில நேரங்களிலும் கோவிந்தப்ப நாயக்கன் தெருவில் உள்ள வாலாஜாபாத் தேவராஜ் முதலியார் வீட்டில் சில நேரங்களில் தங்குவது வழக்கம்.

பேராசிரியர் வீட்டில் பத்தமடைப் பாயும் தலைக்கு வைத்துக் கொள்ள புத்தகங்களும் கிடைக்கும். கோவிந்தப்ப நாயக்கன் தெருவில் பழைய பேப்பர்களைப் பரப்பி படுத்துத் தூங்குவது வழக்கம். அண்ணாவுக்கு மட்டும் ஒரு கட்டில் உண்டு. அதிலே படுத்துக் கொண்டு உலக நாடுகளின் அரசியலைப் பேசுவது தான் எங்களின் அன்றாட நிகழ்ச்சி. நான் அறிஞர் அண்ணாவிடம், "சென்னையில் நீங்கள் ஒரு வீடு வாங்கினால் என்ன?" என்று கேட்டேன். அதற்கு அண்ணாவும், "நீயே ஒரு வீட்டைப் பார்" என்று சொன்னார்.

என்னுடைய தாய்மாமன் டாக்டர்.பி.நடேசன் சென்னையில் மிகப்பெரிய கூட்டுறவாளர். அவர் ஜார்ஜ் டவுன் கூட்டுறவு சங்கத்தின் தலைவராக இருந்தார். அந்தக் கூட்டுறவு வங்கி, வீடுகளுக்கு கடன் கொடுக்கிற வங்கி. அவரிடம், "ஏதாவது நல்ல வீடு விலைக்கு வந்தால், அண்ணாவுக்கு ஏற்ற வீடாக இருந்தால் சொல்லுங்கள்" என்றேன்.

"நுங்கம்பாக்கம் அவின்யு ரோட்டில் ஒரு ஐயரின் வீடு இருக்கிறது. அவர் முப்பத்தைந்தாயிரம் விலை சொல்கிறார். அதைப் போய் பார்த்து பேசு" என்று என்னிடம் கூறினார். நான் தேவராஜ முதலியாரை அழைத்துக் கொண்டு,

தற்போது அண்ணா குடும்பம் குடியிருக்கும் ஐந்து கிரவுண்டில் உள்ள அவின்யு ரோடு வீட்டை இருபத்தொன்பதாயிரம் ரூபாய்க்குப் பேசி முடித்தேன். அந்த வீட்டின் பத்திரத்தை காஞ்சிபுரத்தில் இருக்கிற தனது சிற்றன்னை ராஜாமணி அம்மையாரை அழைத்து வந்து பதிவு செய்யும் வேலையையும் அண்ணா என்னிடம் அளித்தார்.

பண்டித நேருவுக்கு கருப்புக் கொடி காட்டுவது ஏன் என்பது பற்றிய விளக்கப் பொதுக்கூட்டம் கடற்கரையில் அன்றைக்கு ஏற்பாடாகி இருந்தது. "தொத்தா" என்று எங்களால் அன்போடு அழைக்கப்படும் ராஜாமணி அம்மையாரை தி.நகரிலுள்ள பத்திரப்பதிவு அலுவலகத்துக்கு அழைத்துச் சென்று பத்திரப்பதிவை முடித்துக் கொண்டு திரும்புவதற்குள் அறிஞர் அண்ணாவும் மற்ற தலைவர்களும் கைது செய்யப்பட்டார்கள். கைது செய்யப்படுவதற்கு முன் அண்ணா, வெளியே இருந்து வேலை செய்யும் படியும் கருப்புக்கொடி ஆர்ப்பாட்டம் வெற்றி அடையப் பார்த்துக் கொள்ளும்படியும் கூறிவிட்டுச் சென்றார். நான் சென்னை நகரம் முழுவதும் பம்பரம் போல் இரவு பகல் பாராமல் சுற்றி வேலைகளைக் கவனித்தேன். அப்போது தமிழகம் முழுவதிலுமிருந்து வந்திருந்தவர்களையெல்லாம் 'நம் நாடு' அலுவலகத்தில் கைது செய்து கொண்டே இருந்தார்கள். நம்நாடு ஆசிரியர் குழுவே கைதாகிவிட்டது. எல்லா வேலைகளையும் முடித்துவிட்டு நான், முல்லைசக்தி, தில்லை வில்லாளன், விழுப்புரம் பெரியவர் சண்முகம் ஆகியவர்களோடு போய் நம்நாடு பத்திரிகை வெளிவருவதற்கான ஏற்பாடுகளைச் செய்துவிட்டு, மற்ற பத்திரிகைகளுக்கு தொலைபேசி மூலம் செய்தி சொல்லிக் கொண்டே இருந்தேன். திடீரென காவல்துறையினர் உள்ளே நுழைந்து,

"எங்கே இராசாராம்?" என்றார்கள். "நான் தான்" என்றேன். "தொலைபேசியில் பேசுவதை உடனே நிறுத்துங்கள்" என்றார்கள். அப்போது நான் தினத்தந்தி நாளிதழுக்கு செய்தி சொல்லிக் கொண்டிருந்தேன்.

பின்னர் தொலைபேசியில் பேசுவதை தடுத்து நிறுத்தி, என்னை என் நண்பர்களோடு கைது செய்து மத்திய சிறைச்சாலைக்கு அழைத்துச் சென்றனர். அங்குள்ள கொட்டடியில் வைத்துப் பூட்டினார்கள். மறுநாள் புரட்சித்தலைவர் எம்.ஜி.ஆரையும் கொண்டு வந்து நான் இருந்த கொட்டடியிலேயே அடைத்தார்கள். நாங்கள் இருந்த அறையிலேயே நடிப்பிசைப் புலவர் கே.ஆர்.ராமசாமி, இலட்சிய நடிகர் எஸ்.எஸ்.இராஜேந்திரன் ஆகிய இருவரையும் கொண்டு வந்து அடைத்தார்கள். ஒரே சிரிப்பு, விவாதம். அன்று நாங்கள் யாரும் தூங்கவில்லை. எங்கள் அனைவருக்கு அன்று வைகுண்ட ஏகாதசி.

7

அறிஞர் அண்ணா தலைமையில் எனது திருமணம்!

இந்தச் சம்பவங்களுக்குப் பிறகு அறிஞர் அண்ணாவுடன் தொடர்ச்சியாக பல்வேறு ஊர்களுக்கு சுற்றுப்பயணம் செய்து கொண்டே இருந்தேன். அறிஞர் அண்ணாவுடனும் நண்பர் ஈ.வி.கே.சம்பத்துடனும் அதிக சுற்றுப்பயணம் சென்று வந்து கொண்டேயிருந்ததால் எனது திருமணத்தைப் பற்றிய எண்ணங்களே வரவில்லை. திராவிட நாடு கோரிக்கையில் நீண்டகால சிறைக்குப் போக யார், யார் தயார் என்ற பட்டியல் அறிஞர் அண்ணாவால் தயாரிக்கப்பட்டது. அந்தப் பட்டியலிலேயேயும் எனது பெயரைக் கொடுத்துவிட்டேன். எனவே, எனது தாய்-தந்தை எனது திருமணத்தைப் பற்றிச் சொல்லிக் கொண்டிருந்த போது, நான் யோசித்துக்கொண்டே இருந்தேன். எனது பொதுவாழ்க்கைக்கு ஏற்ற தன்மையிலேயும் நான் கலந்து கொள்கிற போராட்டங்களை ஏற்றுக் கொள்கிற தன்மையிலேயும் சிறைச்சாலைக்குப் போனாலும் பொறுத்துக் கொண்டு வாழும் மனப்பக்குவம் அடைந்த, என்னோடு வாழ விரும்புகிற ஒருத்தி கிடைக்கும் வரை நான் காத்திருப்பதாக இருந்தேன்.

நீண்டகால சிறைக்குப் போவதென்றால் சிறையில் மின்விசிறி கிடையாது, படுக்கை வசதிகளை எதிர்பார்க்க முடியாது என்பதாலும் கையைத் தலைக்கு வைத்துக் கொண்டு எங்கு படுத்தாலும் தூங்குகிற பழக்கத்தை நான் மேற்கொண்டேன். அதே போல் தந்தை பெரியாரோடு அவரது வேனை ஓட்டிக் கொண்டு வரும் போது விடியற்காலை எனக்கு மிகுந்த அசதி ஏற்பட்டு, தொடர்ந்து வண்டியைச் செலுத்த முடியாத நிலை ஏற்பட்டால், வண்டியை சாலை ஓரத்தில் நிறுத்திவிட்டு, அங்குள்ள ஏதாவது நீண்ட பாறையில் படுத்து அரை மணி நேரம் தூங்கிவிட்டு மீண்டும் வேனை ஓட்டிக் கொண்டு செல்வேன். இப்போது சென்னையிலிருந்து காரில் போகும் போது, ஆம்பூரில் பாதை ஓரத்தில் அய்யாவின் வேனை நிறுத்திவிட்டு, தலையணையும் இல்லாமல், விரிப்பும் இல்லாமல் தூங்கிய கல்லைப் பார்த்துக் கொண்டே சாமானிய வாழ்க்கையை நினைத்துப் பார்க்கிறேன்.

இப்படிப்பட்ட கடின வாழ்க்கைக்கெல்லாம் என்னை தயார் செய்து கொண்டிருந்த வேளையில் என்னை தர்மபுரியில் வளர்த்து ஆளாக்கிய எனது சிறிய தாயார் லெட்சுமிகாந்தம் அம்மாள், 'நான் வாணியம்பாடியில் ஒரு பெண்ணைப் பார்த்தேன். அவளையே திருமணம் செய்துகொள்' என்றார். சரி என்று நானும் சம்மதித்தேன். சாந்தகுமாரியை எனது வாழ்க்கைத் துணைவியாக சர்.பி.டி.ராஜன் தலைமையில் அறிஞர் அண்ணா முன்னிலையில் 1958-ஆம் ஆண்டு ஏப்ரல் 30-ஆம் நாள் ஏற்றுக் கொண்டேன். திராவிட இயக்கத் தலைவர்கள் அத்தனை பேரும் அந்த நிகழ்ச்சியில் கலந்து கொண்டு சிறப்பாக நடத்தி தந்தார்கள்.

ராசாராம் - சாந்தகுமாரி மணவிழாக் கோலம்

திருமணத்துக்கு முன் நண்பர் கவிஞர் கண்ணதாசன் வேண்டுகோளுக்கிணங்க, அவருக்கு தென்றல் வார இதழை உருவாக்க என்னுடைய சேலம் நண்பர்கள் பத்மநாபன், நாகராஜன் ஆகிய இருவரையும் அதில் ஈடுபடுத்தியிருந்தேன். அந்தப் பத்திரிகை நல்லபடி நடந்து வந்தது.

ஆனால் கவிஞருக்கு அந்த இருவருடனும் கருத்து வேறுபாடு ஏற்பட்டதால் நாகராஜன் மற்றும் பத்மநாபனையும் வெளியேற்ற வேண்டும் என்று சொன்னார். திருமணத்துக்கு முன் சொந்தக்காலில் நிற்கத்தக்க ஒரு வருமானம் வேண்டுமே என்று நான் எண்ணிக் கொண்டிருந்த நேரத்தில் பிரபலமாக இருந்த காக்ஸ்டன் லித்தோ ஓர்க்ஸ் என்ற நிறுவனம் தன்னிடம் விலைக்கு வந்ததைக் கூறி, அதை வாங்கும்படி என்னை கூறினார். அதன்படி அந்த அச்சகத்தை வாங்கி நான் நடத்தத் தொடங்கினேன். அந்த நிறுவனத்தை

இன்றுவரை நண்பர் நாகராஜனே நிர்வாகியாக இருந்து நடத்திக் கொண்டிருக்கிறார்.

1957-ஆம் ஆண்டு அறிஞர் அண்ணா சட்டமன்ற உறுப்பினர் ஆனார். தினமும் அண்ணாவை சட்டமன்றத்துக்கு அழைத்துச் செல்வதும் சட்டமன்ற வளாகத்தில் மேல்மாடியில் உட்கார்ந்து பேரவை நடவடிக்கைகளைக் காண்பதும் எனது வாடிக்கை. அப்போது யூ.கிருஷ்ணாராவ் சட்டப்பேரவைத் தலைவராக இருந்தார். பதினைந்து பேரோடு நுழைந்த அறிஞர் அண்ணா, "ஜனநாயகத்தைப் பாராட்டுகிற வகையில் சட்டப் பேரவைத்தலைவர்கள் எங்களுக்குப் பேசுகிற வாய்ப்புகள் அதிக அளவில் தர வேண்டும்" என்று கேட்டுக் கொண்டார். ஆனால் அண்ணாவே பாராட்டுகிற வகையில் யூ.கிருஷ்ணாராவ் பெருமையோடு அவையை நடத்தினார். அன்றைக்கு அறிஞர் அண்ணாவுக்கு கிடைத்தது மூன்றாவது இடம். முதலில் வி.கே.ராமசாமி முதலியார் எதிர்க்கட்சித் தலைவராகவும் அதற்கடுத்து கல்யாணசுந்தரம் கம்யூனிஸ்ட் கட்சியின் தலைவராகவும் அதற்கடுத்து அறிஞர் அண்ணா திராவிட முன்னேற்றக் கழகத்தின் தலைவராகவும் அமர்ந்திருந்தார்கள். அறிஞர் அண்ணா சட்டமன்றத்தில் பேசுகிறார் என்றால் கூட்டம் நிரம்பி வழியும்.

சட்டமன்றத்தில் பேசுவதற்கு முன்னால் அண்ணா இரவெல்லாம் கண் விழித்து தக்க ஆதாரங்களைத் தேடிப் படித்துவிட்டு அற்புதமாகப் பேசுவார். அவர் தகவல் சேகரிப்பதற்காக எடுத்துக் கொள்ளும் முயற்சிகளைக் கண்டு நான் வியப்படைந்திருக்கிறேன். அவர் எடுத்துக் கொள்ளும் முயற்சிகளுக்குக் காரணம், அவர் சேகரிக்கும் தகவல்களை அவருக்கு அளிக்கப்படும் முப்பத்தைந்து நிமிடத்திலிருந்து

ஒருமணி நேரத்துக்குள் சொல்லியாக வேண்டும். அதோடு எத்தனை குறுக்கீடுகள் வந்தாலும் அவர்களையும் லாவகமாக சமாளித்தாக வேண்டும்.

இதற்கிடையில் 1959-ஆம் ஆண்டு சென்னை மாநகராட்சிக்கு தேர்தல் அறிவிக்கப்பட்டது. அதுவரையில் மாநகராட்சியை காங்கிரஸ் கட்சியே கைப்பற்றி ஆண்டு வந்தது. அப்போது நண்பர்கள் வி.முனுசாமி, என்.ஜீவரத்தினம் ஆகிய இருவரும்தான் மாநகராட்சியில் கழக உறுப்பினர்களாக இருந்தார்கள்.

சரியாக வியூகம் வகுத்து வேலை செய்தால் மாநகராட்சியின் நிர்வாகத்தைக் கைப்பற்றிவிட முடியும் என்பது நண்பர் முனுசாமியின் எண்ணம். அப்போது எங்கள் இயக்கத்தில் சென்னையில் மூன்று பேரிடம்தான் கார் இருந்தது. ஒன்று அறிஞர் அண்ணாவுடையது, இரண்டாவது கலைஞருடையது, மூன்றாவது என்னுடையது. மாலை நேரங்களில் நகரின் பல பகுதிகளுக்குச் சென்று முருகேசன், நல்லதம்பி, மணிவண்ணன் போன்றவர்களை அழைத்துக் கொண்டு முனுசாமியைப் போய்ச் சந்தித்து, அவரது எண்ணங்களை அறிஞர் அண்ணாவிடம் சொல்வது வழக்கம். மெதுமெதுவாக அறிஞர் அண்ணாவை ஈ.வி.கே.சம்பத், கலைஞர் போன்றவர்கள் வற்புறுத்தியதால் மாநகராட்சி மன்றத் தேர்தலில் போட்டியிட முடிவு செய்தார். அப்போது தனிக்காட்டு ராஜாவாக இருந்த காங்கிரஸ் கட்சியை தி.மு.க. தனது தோழமைக் கட்சியான முஸ்லிம் லீக் கட்சியுடன் சேர்ந்து எதிர்த்தது.

அப்போது தினமும் மாலையில் 100 வார்டுகளிலும் நடந்த தேர்தல் பொதுக்கூட்டங்களுக்கு அண்ணாவை எனது வண்டியில் அழைத்துச் சென்று, கூட்டம் முடியும் வரை

உடனிருந்து அவரை திரும்பக் கொண்டு வருவது வழக்கம். அண்ணா அவருக்கே உரித்தான பெருந்தன்மை காரணமாக என்னையும் ஒவ்வொரு கூட்டத்திலும் பேசும்படி கூறுவார். இப்படி அயராது உழைத்த காரணத்தால், அண்ணாவுடைய நாவன்மையால் சென்னை நகர மக்களுக்கும் அதிக ஈடுபாடு ஏற்பட்டு வளர்ந்து கொண்டே வந்ததை நான் அறிவேன்.

அந்தத் தேர்தலில் திராவிட முன்னேற்றக் கழகம் 45 இடங்களைக் கைப்பற்றியது. 100 இடங்களிலும் போட்டியிட்ட காங்கிரஸ் கட்சிக்கு 37 இடங்களே கிடைத்தது. கம்யூனிஸ்ட் கட்சிக்கு இரண்டு இடங்களும் பிரஜா சோஷலிஸ்ட் கட்சிக்கு இரண்டு இடங்களும் சோஷலிஸ்ட் கட்சிக்கு ஒரு இடமும், சுயேட்சைகள் 13 இடங்களையும் பெற்றனர். 13 சுயேட்சைகளில் அண்ணாவின் ஆதரவைப் பெற்ற ஜனாப் அப்துல் சமதுவும் ஒருவர். அவரையும் சேர்த்து தி.மு.க.வின் பலம் 46-ஆக இருந்தது. தேர்தல் முடிவுகள் வெளியான அன்று அறிஞர் அண்ணா திருவாரூரில் ஒரு பொதுக்கூட்டத்தில் கலந்து கொண்டார். அந்தப் பொதுக்கூட்டத்தில் அண்ணா பேசும் போது, "ஐம்பதுக்கும் மேற்பட்ட உறுப்பினர்கள் இருந்தால் தான் நாம் மேயர் தேர்தலில் போட்டியிட முடியும். நமக்கு கிடைத்திருப்பதோ நாற்பத்தாறு இடங்கள் மட்டுமே.

எனவே மேயர் தேர்தலில் போட்டியிடுவது பற்றி யோசித்து முடிவெடுக்க வேண்டும்" என்று குறிப்பிட்டு விட்டார். அதை மறுநாள் மாலை வெளி வந்த மெயில் பத்திரிகை எதிர்த்து எழுதியது.

அண்ணா திருவாரூரில் இருந்து காஞ்சிபுரம் வந்து, மாலை சென்னை வருவதாக தகவல். அண்ணா வருவதற்குள் தற்போதுள்ள அவின்யூ ரோட்டில் இருக்கும் அண்ணா

வீட்டில் ஈ.வி.கே.சம்பத், கலைஞர், செழியன், முனுசாமி போன்றவர்களெல்லாம் கூடி வெளிவாசற்படியிலேயே அமர்ந்துவிட்டார்கள். எல்லோரும் சேர்ந்து என்னை அண்ணாவுடன் வாதாடுவதற்கு தயார் செய்தார்கள். அண்ணா பெரிய ஜனநாயகவாதி.

இரவு 10.30 மணியளவில் மேயர் தேர்தலில் போட்டியிட்டால் வெற்றிபெற முடியுமா என்பது பற்றி ஆராய்ந்தார். அப்போது பெருந்தலைவர் காமராஜர் ஆட்சியில் இருந்த வேளை. சாதக பாதகங்கள் அத்தனையையும் சீர்தூக்கிப் பார்த்து, "சரி, புறப்படுங்கள்" என்று ஈ.வி.கே.சம்பத், கலைஞர், செழியன் ஆகியோருடன் வழக்கறிஞர் வி.பி.ராமன் வீட்டுக்குச் சென்றார் அண்ணா. என்னிடம் அவர், "அருகிலிருக்கும் புரட்சி நடிகரை அழைத்து வா" என்று கூறினார். தூக்கத்தில் இருந்த புரட்சி நடிகர் எம்.ஜி.ஆர்., ''என்ன ராசாராம் இந்த நேரத்தில்?" என்று கேட்டார். "அண்ணா உங்களைப் பார்க்க வேண்டும் என்று விரும்புகிறார்'' என்றதும் நடந்தே வி.பி.ராமன் வீட்டுக்கு வந்தார்.

மேயர் தேர்தலில் வெற்றி பெற புரட்சி நடிகரின் செல்வாக்கைப் பயன்படுத்த வேண்டும் என்று அண்ணா கேட்டார். "இராசாராமை என்னுடன் அனுப்பி வையுங்கள்" என்று புரட்சி நடிகர் சொல்லி, ஒரு நண்பரை அறிமுகப்படுத்தி, எல்லாக் காரியங்களையும் அவரது செல்வாக்கைப் பயன்படுத்தி செய்து தரும்படி கூறினார். இதைப் பற்றி ஏற்கனவே எம்.ஜி.ஆர் பற்றி எழுதிய கட்டுரையிலும் கூறியுள்ளேன்.

அதற்குப் பிறகு முனுசாமி, கலைஞர் கருணாநிதி, நான் ஆகிய மூவரும் பம்பரம் போல் பணியாற்றி, மேயர் தேர்தலில்

வெற்றிவாகை சூடுவதற்கான ஏற்பாடுகளை திறம்பட செய்து முடித்தோம். அறிஞர் அண்ணா வீட்டில் நடந்த கூட்டத்தில் அ.பொ.அரசு முதல் மேயராகத் தேர்ந்தெடுக்கப்பட வேண்டும் என்று முடிவு எடுக்கப்பட்டது.

என்னிடத்தில் கவர் ஒன்றைக் கொடுத்து "துணை மேயர் தேர்தலுக்கான பெயர் இதில் எழுதியுள்ளேன். மேயர் தேர்தல் முடிந்ததும் அதை மேயரிடத்திலே கொடுத்துவிடு" என்று அன்புக் கட்டளையிட்டார். மேயராக அ.பொ.அரசு தேர்ந்தெடுக்கப்பட்டவுடன் அண்ணா அளித்த கவரை அரசுவிடம் அளித்தேன். அதைப் பிரித்துப் பார்த்ததில் பி.சிவசங்கரன் என்ற ஆதிதிராவிட நண்பரை துணை மேயராகத் தேர்ந்தெடுக்கும்படி அண்ணா குறிப்பிட்டிருந்தார். அதன்படியே சிவசங்கரன் துணை மேயராகத் தேர்ந்தெடுக்கப்பட்டார். நண்பர் முனுசாமி, தான் மேயராகாததால் மனமொடிந்து போனார். அவரைச் சமாதானப்படுத்தி வீட்டிலே விட்டுவிட்டு அண்ணா வீட்டுக்குச் சென்றேன். எல்லோரும் வந்து தங்கள் மகிழ்ச்சியைத் தெரிவித்துவிட்டுப் போயிருந்தார்கள்.

அண்ணாவுடன் பொன்னுவேலு, சி.வி.ராஜகோபால் ஆகியோர் வெளியிலே அமர்ந்து இரண்டு மணி வரை பேசிக்கொண்டே இருந்தார்கள்.

அப்போது வாசற்படி அருகில் யாரோ இரண்டு பேர் வருவது தெரிந்தது. அண்ணா 'யார்' என்று பார்த்து வரும்படி கூறினார். பார்த்தால் துணை மேயர் சிவசங்கரன் இன்னொருவரோடு நின்று கொண்டிருந்தார். அவருடைய தந்தையார் அன்றிரவு இறந்துவிட்டதாகவும் காலையில் அடக்கத்துக்கு 200 ரூபாய் தேவை என்றும் அண்ணாவிடம் கேட்டார். அண்ணாவும் உடனடியாக 200 ரூபாய்

கொடுத்தனுப்பும்படி கூறினார்.

இதுதான் அன்றைய திராவிட முன்னேற்றக் கழகத்தில் இருந்த, துணை மேயராகத் தேர்ந்தெடுக்கப்பட்டவரின் நிலை. அப்போதெல்லாம் கொள்கைகளைப் பார்த்தே ஆட்களைத் தேர்ந்தெடுத்தார்கள் என்பதையும் எண்ணிப் பார்க்கிறேன். அந்தக் காலத்தில் தமிழ்நாட்டில் படித்தவர்களின் எண்ணிக்கை இருபத்தைந்து சதவிகிதமாகத்தான் இருந்தது. இன்று அறுபது சதவிகிதத்தை எட்டும் நிலையில் உள்ள தமிழ்நாடு, எந்த வகையில் முன்னேறியுள்ளது என்பதை எண்ணிப் பார்க்கிறேன். தந்தை பெரியார் சொன்ன படிப்பறிவு என்பது வேறு, பகுத்தறிவு என்பது வேறு என்ற வாசகம்தான் நினைவுக்கு வருகிறது.

8

நான் எம்.பி.யானேன்!

அறிஞர் அண்ணா இங்கு சட்டமன்ற நடவடிக்கைகளில் மூழ்கியிருந்தார். அண்ணாவை டெல்லிக்கு வரும்படி சம்பத் அழைத்துக் கொண்டிருந்தார். திருச்சியில் நாதன் கம்பெனி உரிமையாளர் ஒரு புதிய கார் வாங்கியிருந்தார். அண்ணாவும் அன்பில் தர்மலிங்கமும் அந்தக் காரில் டெல்லிக்குச் செல்லலாம் என்றார்கள். அண்ணா என்னையும் உடன் வரும்படி கூறிவிட்டார். அண்ணாவுக்கு எல்லோரா, அஜந்தா ஓவியங்களைப் பார்க்க ஆசை. அஜந்தா, எல்லோரா ஓவியங்களை இரண்டு நாட்கள் அவுரங்காபாத்தில் தங்கிப் பார்த்தோம்.

ஒவ்வொரு ஓவியத்திலும் உள்ள கலைநயத்தை எடுத்துச் சொல்லி சொல்லி வியந்தார். எல்லாவற்றையும் கண்டு முடித்த பிறகு, "நான் மட்டும் இந்த அரசியல் வேலையை மேற்கொண்டிராவிட்டால், கல்கியைப் போல் ஒரு சிறந்த சரித்திர நாவலை எழுதியிருப்பேன். அதுதான் என் ஆசை" என்றார். டெல்லிக்குச் சென்று நண்பர் சம்பத் வீட்டில் தங்கி நாடாளுமன்ற நடவடிக்கைகளைக் கண்டோம். எதிர்பாராத வகையில் டாக்டர்.பரிமளத்தின் தாயார் காஞ்சியில் இறந்துவிட்டதாக தகவல் வந்தது. அப்போது நாடாளுமன்ற உறுப்பினராக இருந்த எனது மாவட்டத்துக்காரர் கல்லாவி

ஏ.துரைசாமி கவுண்டரின் உதவியோடு அண்ணாவையும் சி.வி.ராஜகோபாலையும் விமானம் மூலம் சென்னைக்கு அனுப்பிவிட்டு, காரில் நானும் மற்றவர்களும் இரண்டே நாளில் சென்னைக்குத் திரும்பினோம்.

பின்னர் அறிஞர் அண்ணா அடுத்து வந்த பொதுத் தேர்தலுக்கான வேலைகளில் கவனத்தைச் செலுத்தினார். சுவரொட்டி தயாரிப்பது, தேர்தலுக்கான முழக்கங்களை உருவாக்குவது, தலைமைக் கழகத்துக்குத் தேவையான கார்களை வாங்குவது, இவை அனைத்தையும் தானே முன்னின்று செய்தார்.

இதற்கிடையில் நடிப்பிசைப் புலவர் கே.ஆர்.ராம சாமியை சட்டமன்ற மேலவைக்கு நிறுத்தினார். உடனிருந்து அனைத்து வேலைகளையும் செய்யும்படி எனக்கு கட்டளை யிடுவார். நான் பணியாற்றிக் கொண்டேயிருந்தேன். எந்த தொகுதியில் யாரை நிறுத்துவது என்று ஒவ்வொரு தொகுதி பற்றியும் அலசுவார். ஒரு நாள் திடீரென என்னை, “நீ இந்தத் தேர்தலில் நாடாளுமன்றத்துக்கு நிற்க வேண்டும்” என்றார். “நான் உங்கள் தொகுதியில் வேலை செய்கிறேன். எனக்கு தற்போது தேர்தல் வேண்டாம்” என்றேன். “இல்லைய்யா. நீ நாடாளு மன்றத்துக்குச் சென்று நல்ல பயிற்சி பெற வேண்டும்” என்றார். அண்ணா சொன்னால் சொன்னதுதானே, என்னால் மறுக்க முடியவில்லை.

தர்மபுரி-நான் படித்து வளர்ந்த ஊர். எனவே கிருஷ்ணகிரி நாடாளுமன்றத் தொகுதியில் 1962-ஆம் ஆண்டு நடைபெற்ற பொதுத்தேர்தலில் நிறுத்தி வைக்கப்பட்டேன். எனக்கு அது ஒரு தர்மசங்கடமான நிலை. காரணம் அப்போதுதான் நான் மூதறிஞர் ராஜாஜியிடம் பழகிக் கொண்டிருந்தேன். அவர் சுதந்திராக் கட்சியை உருவாக்கிக்

கொண்டிருந்தார். அவரது மகன் சி.ஆர். நரசிம்மன் தந்தை யாருடன் இல்லாமல் காங்கிரசின் வேட்பாளராக நின்றார். நான் அவரை எதிர்த்து நிற்க வேண்டியிருந்தது. மகாபாரதத் தில் அர்ஜுனனுக்கு கண்ணன் உபதேசித்ததைப் போல, என் அண்ணன் எனக்குச் செய்த உபதேசம் காரணமாக தேர்தல் களத்தில் முழுமூச்சுடன் ஈடுபட வேண்டியதாயிற்று. அந்தத் தொகுதியில் ஐந்து சட்டமன்றத் தொகுதிகள். தர்மபுரி, கிருஷ்ணகிரி, பாலக்கோடு ஆகிய மூன்று தொகுதிகளில்தான் கழகத்தின் கிளைகள் இருந்தன. உத்தனப்பள்ளி, ஒசூர் ஆகிய இரண்டிலும் கழகத்தின் வாடையே கிடையாது.

ஆனால் எனது தந்தையார் கஸ்தூரி ஒசூர் தாலுகா

அலுவலகத்தில் பணிபுரிந்ததால் அவருக்கு நேர்மையான அதிகாரி என்ற பெயர் இருந்தது. அரசு அலுவலில் இருந்தாலும் ஒரு கூட்டுறவு பண்டகசாலை, ஒரு நூல் நிலையம், ஒரு டென்னிஸ் விளையாட்டு கிளப் ஆகியவற்றை அவர் ஓசூரில் உருவாக்கி திறம்பட நடத்தி, சிறந்த பெயர் பெற்றிருந்தார். எனவே நான் அவருடைய மகன் என்பது தெரிந்ததும் ஒரு நல்லவரின் மகன்தான் நமது வேட்பாளர் என்று அந்தப் பகுதி மக்கள் என்னை வரவேற்றார்கள்.

துணி டாப் போட்ட எம்.டி.எஸ்.1688 என்ற ஹில்மன் காரில் எனது நண்பர் மறைந்த சச்சிதானந்தம், பெரியசாமி இவர்களுடன் தேர்தலுக்காக கிராமம் கிராமமாக சுற்றுப் பயணம் கிளம்பினேன். கிராமங்கள் என்னை வரவேற்கத் தொடங்கின. எனது கவலையெல்லாம் அண்ணாவின் தொகுதி பற்றித்தான். இரவு நேரங்களில் கிருஷ்ணகிரி யிலிருந்து காஞ்சியுடன் தொடர்பு கொள்வேன். முதலில் சிறப் பாக வந்த சேதி, வரவர மாறத் தொடங்கியது. எனது தேர்தல் முடிந்தவுடன் ஓட்டுகள் எண்ண இரண்டு நாட்கள் இருந்தன.

தேர்தலில் வாக்குப்பதிவுகள் முடிந்த அன்று இரவே காஞ்சிக்குப் புறப்பட்டேன். என்னை ஆளாக்கிய அண்ணா, "எனக்கு தேர்தலில் வெற்றி கிடைப்பது கடினம்" என்றார்.

தேர்தல் முடிவுகள் வந்தன. தி.மு.க.வுக்கு 50 சட்டமன்ற உறுப்பினர்கள். நான் உட்பட 7 நாடாளுமன்ற உறுப்பினர் கள். சட்டமன்ற உறுப்பினர்களிலிருந்து ஒருவர் டெல்லி மாநிலங்களவைக்குத் தேர்ந்தெடுக்கப்படலாம். தேர்தலில் வெற்றி வாய்ப்பை இழந்து அமர்ந்திருந்த அண்ணாவிடம் பலர் சிபாரிசுக் கடிதங்களுடன் படையெடுத்தார்கள்.

நான் தேர்தலில் வெற்றி பெற்று முதன்முதலாக பெண்ணாகரம் பொதுக்கூட்டத்தில் நன்றி தெரிவிக்கச்

சென்றேன். அப்போது, "தி.மு.க. சார்பில் நாங்கள் ஏழு பேர் வெற்றி பெற்று நாடாளுமன்றத்துக்குச் செல்கிறோம். நாங்களோ புதியவர்கள். எங்களுக்கு வழிகாட்ட அறிஞர் அண்ணா டெல்லி மாநிலங்களவைக்கு வரவேண்டும். இது எனது வேண்டுகோள்'' என்றேன். அன்றைக்கு நண்பர் சி.பா.ஆதித்தனார் அந்தச் சேதியை தனது பத்திரிகையான தினத்தந்தியின் முதல் பக்கத்தில் பெரிதாகப் போட்டு தமிழகம் முழுவதும் பரப்பினார்.

நல்லவேளையாக அண்ணா டெல்லிக்கு எங்களுடன் வந்தார். எனது நார்த் அவின்யூ 21-ஆம் எண் வீட்டிலேயே தங்கினார். டெல்லிக்கு அண்ணா வந்தது இன்று வரை திராவிட இயக்கத்தைக் காப்பாற்ற வழிவகுத்தது. நானும் நாஞ்சில் மனோகரனும் அண்ணாவை நாடாளுமன்ற மண்டபத்தில் உட்காரவைத்துவிட்டு பல அமைச்சர்களையும் நாடாளுமன்ற உறுப்பினர்களையும் அறிமுகப்படுத்துவோம். முதல் நாள் அண்ணா எங்கள் அனைவரையும் உடன் அழைத்துக் கொண்டு வீடு வரை நடந்தே வந்தார். அப்போது, "எவ்வளவு பிரம்மாண்ட கட்டடங்கள், இந்த வைஸ்ராய் மாளிகை(இப்போது ராஷ்டிரபதி பவன்) படைகள், பரிவாரங்கள் இவையனைத்தையும் வெள்ளைக் காரன் வைத்திருந்தான். மிகப்பெரிய பலத்தோடு கோலோச்சிக் கொண்டிருந்தான். இதெல்லாம் தெரிந்தும்கூட மகாத்மா காந்தியார் விடுதலைப் போராட்டத்தை ஆரம்பித் தார். யாருக்காகவும் அவர் எப்போதும் எதற்காகவும் பயந்ததில்லை. அதே போல் நாமும் நம்முடைய கொள்கை களையும் கருத்துக்களையும் தைரியமாக எடுத்துச் சொல்ல வேண்டும். எதிலும் தயக்கம் காட்டக்கூடாது. இதை நினை வில் வைத்துக் கொண்டு பணியாற்ற வேண்டும்'' என்று

அறிஞர் அண்ணா கூறிக்கொண்டே வந்தார். எவ்வளவு பெரிய தீர்க்கதரிசனத்துடன் எங்களுக்கு இதை தெரிவித்தார் என்பதை நான் இன்னும் எண்ணிப்பார்க்கிறேன். என் இதயத்தில் பசுமரத்தாணி போல் பதிந்துள்ள இந்த வாசகங்கள், என்னை தைரியசாலியாகவும் துணிந்து முடிவுகள் எடுப்பதற்கும் மிகவும் ஒத்தாசையாக இன்றும் உள்ளன.

நாடாளுமன்றத்தில் நான் பணிபுரிந்த காலம், இந்திய நாட்டின் தலைவர்கள் பலருடன் பழகும் வாய்ப்பை எனக்குத் தந்தது. எனக்கு ஒதுக்கப்பட்ட இடம் அப்படி அமைந்தது. முதலில் சோஷலிஸ்ட் தலைவர் டாக்டர்.ராம் மனோகர் லோகியா. அவரையடுத்து நான். எனக்கு அடுத்து, 'தமிழ் தான் இந்தியத் திருநாட்டின் ஆட்சி மொழியாகத் தகுந்த மொழி' என்று அரசியல் நிர்ணய சபையில் வாதாடிய முஸ்லிம் லீக் கட்சித்தலைவர் கண்ணியமிகுந்த காயிதே மில்லத் முகமது இஸ்மாயில், எனக்கு பின் இருக்கையில் கேரளத்தைச் சேர்ந்த ஜனாப் முகமது கோயா. சுதந்திரா கட்சிதான் பிரதான எதிர்க்கட்சி. அவர்கள் அனைவரும் அறிஞர் அண்ணாவிடம் பேரன்பு கொண்டவர்கள். கம்யூனிஸ்ட் கட்சியில் ஏ.கே.கோபாலன், ஹிரேன்முகர்ஜி, பி.ராமமூர்த்தி, இந்திரஜித்குப்தா, இப்படி பெரிய பட்டியல். "எல்லா எதிர்க்கட்சித் தலைவர்களிடமும் பழகு" என்றார் அண்ணா. அதன்படியே செய்தேன்.

1967-ஆம் ஆண்டு தமிழகத்தில் காங்கிரசை முறியடிக்க அந்த நட்பை மிக லாவகமாக அண்ணா பயன்படுத்தினார். ஆம்! 1967-ல் தோழமைக் கட்சிகளுடன் நடைபெற்ற பேச்சுவார்த்தைகளில் கலந்து கொள்ள அமைக்கப்பட்ட குழுவில் என்னையும் உறுப்பினராக நியமித்தார். அறிஞர் அண்ணா அமைத்துக் கொடுத்த வியூகம்தான் இன்று வரை

திராவிடர் இயக்கம் ஆட்சி பீடத்தில் இருப்பதற்குக் காரணம்.

நாடாளுமன்றத்துக்கு ஒரு உப தேர்தல் வந்தது. அப்போது அறிஞர் அண்ணாவும் மற்ற தலைவர்களும் சிறைபிடிக்கப்பட்டார்கள். ஜனநாயகத்தில் நம்பிக்கையுள்ள காங்கிரஸ் கட்சி. அதுவும் பெருந்தலைவர் காமராஜரது ஆட்சி. உப தேர்தல் திருச்செங்கோட்டில் நடந்தது.

எனவே சேலம் மாவட்டத்தில் மறியலில் கலந்து கொண்ட ஏ.கோவிந்தசாமியையும் என்னையும் கைது செய்யவில்லை.

அண்ணா என்னை வேலூர் சிறைக்கு அழைத்து திருச் செங்கோடு தேர்தல் பணிகளை உடனிருந்து கவனிக்கும்படி கட்டளையிட்டார். செ.கந்தப்பன்தான் வேட்பாளர். சக்தி வாய்ந்த ஒரு ஆளும் கட்சியை எதிர்த்து உப தேர்தல், தலைவர்கள் பலர் சிறையில். ஒரு ஃபியட் காரில் நானும் நண்பர் கரிவேங்கடமும் கிராமங்களுக்கு ஒலிபெருக்கியுடன் சென்றோம். ஏ.கோவிந்தசாமியை தாரமங்கலத்தில் முகாமிட ஏற்பாடு செய்தேன். என்.வி.நடராஜன் சென்னையிலிருந்து காரியங்களைக் கவனித்துக் கொண்டார். நாஞ்சில் மனோ கரனை தொகுதியில் உள்ள கிராமங்களுக்கு அழைத்துப் பேசவைத்தோம்.

சேலத்தில் உள்ள நண்பர்கள் எல்லாம் தேர்தல் களத்தில் உற்சாகமாக பணிபுரிந்தார்கள். தேர்தலில் கந்தப்பன் வெற்றி பெற்றார். வேலூர் சிறைக்குச் சென்று அறிஞர் அண்ணா வுக்கு மாலை போடும்படி கந்தப்பனிடம் சொன்னேன். அண்ணா இட்ட கட்டளையை நிறைவேற்றி வெற்றிக் கனியை அவர் கையில் தந்தேன். இந்த வெற்றிக்காக வேறு யாராவது என்னைப் போல் பாடுபட்டிருந்தால், அன்றைக்கே தங்களைப் பற்றி ஓயாமல் பீற்றி பிரச்சாரம் செய்திருப்பார்

கள். நான் என் அண்ணன் இட்ட கட்டளையை நிறைவேற்றிய பெருமையில் டெல்லிக்கு கந்தப்பனை அழைத்துச் சென்றேன்.

அறிஞர் அண்ணாவின் டெல்லி வாசமும், சீனா இந்தியா மீது படையெடுத்ததும் திராவிடநாடு கோரிக்கையைக் கைவிடும்படி அவரைத் தீர்மானிக்க வைத்தன. வேலூர் சிறையிலிருந்து வெளியில் வந்ததும் திராவிடநாடு பிரிவினைக் கோரிக்கையைக் கைவிட்டதாக அறிஞர் அண்ணா அறிவித்தார். தமிழக அரசியலில் பெரிய மாற்றம் ஏற்படுவதற்கான சூழல் உண்டானதை நான் உணர்ந்தேன். அறிஞர் அண்ணா எத்தனை இரவுகள் பிரிவினைக் கோரிக்கையை விடுவது பற்றிப் பேசினார் என்பதும் தான் பலகாலமாக பிரச்சாரம் செய்து வந்த ஒரு கொள்கையைக் கைவிடுவதற்கு அவருக்குள் எவ்வளவு மனப்போராட்டம் நடந்தது என்பதும் அருகிலிருந்த எனக்கல்லவா தெரியும்.

9

மத்திய அமைச்சரின் திமிர்ப் பேச்சு!

என் சிறிய வயதிலேயே தாய் மொழியாம் தமிழ்மீது மிகுந்த பற்றுதல் ஏற்பட்டது. காரணம் தந்தை பெரியார் தொடங்கிய மொழிப்போர்.

எனது தந்தை கஸ்தூரியோ நீதிக்கட்சிக்காரர். தந்தை பெரியாரிடம் இளமை முதற்கொண்டே நட்புடன் நெருங்கிப் பழகியவர். அவர் எங்களுக்கு படிக்க நிறைய நூல்களை வாங்கித் தருவார். ஏழாம் வகுப்பில் இருந்தே நான் பள்ளியில் தமிழ் மாணவர் சங்கச் செயலாளர். அத்துடன் ஈரோட்டிலிருந்து வரும் மொழிப் போர் வீரர்களை வரவேற்பதும் வழியனுப்புவதும் என்னுள் மொழி மீது அளவற்ற காதலையே ஏற்படுத்திவிட்டது. இதெல்லாம் வேகமாக வளர்ந்த காலம்- 1937-1938.

பின்னர் அறிஞர் அண்ணா, திராவிட நாடு வார இதழை காஞ்சியில் தொடங்கினார். முதல் இதழிலிருந்து பிறகு அது காஞ்சியாக மாறி, நிற்கும் வரை முதல் பக்கத்திலிருந்து கடைசிப்பக்கம் வரை படிப்பது, அதுவும் நண்பர்களையெல்லாம் கூட்டி, பலமாக படித்து அவர்களை எங்கள் பக்கம் ஈர்ப்பது. இவை என் வாழ்வில் உயர்நிலைப் பள்ளியில் இருந்து சட்டக்கல்லூரி உணவு விடுதி வரை தொடர்ந்து கொண்டே வந்த நிகழ்ச்சிகள்.

தமிழில் இருந்த மணிப்பிரவாள நடையிலிருந்து மீண்டு, நல்ல தமிழ் நடைக்கு இளைஞர் பட்டாளம் மாறத் தொடங்கியது. அறிஞர் அண்ணா மொழிப் பற்று மட்டுமல்லாமல், நாட்டுப்பற்றையும் என் போன்ற இளைஞர்களிடையே உருவாக்கினார். அறிஞர் அண்ணா திராவிட நாடு இதழில் தம்பிக்கு மடல் தீட்டுவது வாடிக்கை. ஒரு வாரம் நாட்டுப் பற்றை விளக்க ஒரு வரலாற்றுத் துணுக்கை எழுதினார்.

சீன யாத்ரீகன் யுவான் சுவாங், உலக நாடுகள் பலவற்றைச் சுற்றிப் பார்ப்பதற்காக புறப்பட்டான். தன் நாட்டு மன்னரிடம் அனுமதி பெற மன்னரின் தர்பார் மண்டபத்துக்குச் சென்றான். மன்னரிடம் தன் எண்ணத்தை வெளியிட்டான். மன்னர் தனது ஏவலாளை அழைத்து குளிர்ந்த பானம் கொண்டு வரச்சொன்னார். தனது ஆசனத்தில் இருந்து இறங்கி, தரையில் இருந்த மண்ணை எடுத்து அதில் சிறிது தூவினார். அந்த குளிர்ந்த பானத்தை யுவான் சுவாங்கிடம் அளித்து குடிக்கச் சொன்னார் மன்னர். யுவான் சுவாங் அதை அன்போடு பருகினான். குடித்து முடித்த பிறகு மன்னரிடம், "எனக்கு ஒரு சந்தேகம்.. மன்னர் தான் விளக்க வேண்டும்" என்றார்.

"என்ன சந்தேகம்?" மன்னர் கேட்டார்.

"என்னை வழியனுப்ப குளிர்ந்த பானம் தந்தீர்கள் சரி, அதில் ஏன் சிறிது மண்ணைத் தூவினீர்கள்?" என்றான்.

அந்தச் சீன மன்னர் சொன்னார். "நீ உலகில் பல நாடுகளைப் பார்க்கப் போகிறாய். அங்கே பெரிய அரசர்கள், மாடமாளிகைகள், பெரிய நகரங்கள் எல்லாம் காணக்கூடும். எங்கு எதைக் கண்டாலும் உன்னைப் பெற்ற தாய் நாட்டை நீ மறந்துவிடக்கூடாது என்பதற்காகத்தான் நானும் நீயும்

பிறந்த மண்ணை பானத்தில் தூவிக் கொடுத்தேன்" என்றார்.

அறிஞர் அண்ணா எழுதிய வரலாற்று ஓவியம் என் உள்ளத்தில் பசுமரத்தாணி போல் பதிந்துவிட்டது. நாடாளுமன்றத்தில் அப்போது 506 பேர் உறுப்பினர்கள். நாங்களோ எட்டே எட்டு பேர். ஆளுங்கட்சியோ காங்கிரஸ் கட்சி. பிரதமரோ பண்டித நேரு. தமிழ்நாட்டுக்குத் தேவையானவற்றைப் பெற வேண்டுமே என்ற கவலை. பிறந்த மண்ணின் மீது ஏற்பட்ட ஆசை.

நாடாளுமன்றத்துக்குச் சென்றதும் நிறைய நண்பர்களைப் பெற்றேன். நாடாளுமன்றத்தில் பல குழுக்கள் இருந்தன. ஒவ்வொரு குழுவிலும் உறுப்பினராவதற்கு சுமார் முப்பது ஓட்டுகள் வேண்டும். நான் எஸ்டிமேட் கமிட்டி என்னும் செலவுகளைத் திட்டமிடும் குழுவுக்கு போட்டியிட்டு வெற்றியும் பெற்றேன். தொடர்ந்து மூன்று ஆண்டுகள் வெற்றி பெற்று அந்தக் குழுவில் பணியாற்றினேன். அப்போது Public Undertaking என்பது போன்ற பொது நிறுவனங்களின் குழுக்கள் கிடையாது. அவற்றின் வேலையையும் இந்தக் குழுவே சேர்ந்து பார்த்தாக வேண்டியிருந்தது. இந்தக் குழுவுக்குத் தலைவராக கர்நாடகத்தைச் சேர்ந்த தாசப்பா இருந்தார். பின்னர் அவரே ரயில்வே அமைச்சரானார்.

எனக்கு முன்பு எனது தொகுதியின் நாடாளுமன்ற உறுப்பினர்- மூதறிஞர் ராஜாஜியின் மகன் சி.ஆர்.நரசிம்மன். அவர் பத்தாண்டுகளாக சேலம்- பெங்களூர் ரயில் பாதையைப் போடவேண்டும் என வற்புறுத்தி வந்தார். நான் அந்தப் பிரச்சனையை எடுத்துக் கொண்டு ரயில்வே மானியக் கோரிக்கையின் போது வாதாடினேன். நல்ல வேளையாக பெங்களூரிலிருந்து நாடாளுமன்றத்துக்கு முன்னாள்

முதல்வர் ஹனுமந்தையா உறுப்பினராகத் தேர்ந்தெடுக்கப்பட்டிருந்தார். அதற்கடுத்த தொகுதி தாசப்பா. இரண்டாண்டுகள் திட்டமிடும் குழுவுக்குத் தலைவராக இருந்துவிட்டு, ரயில்வே அமைச்சரானார். நான் கர்நாடக மாநிலத்தை ஒட்டிய கிருஷ்ணகிரியின் பிரதிநிதி. சேலம் நாடாளுமன்றத் தொகுதியின் உறுப்பினர் எஸ்.வி.ராமசாமி. அவர் தான் ரயில்வேயின் துணை அமைச்சர். நால்வரும் சந்தித்துப் பேசினோம். நானும் நண்பர் ஹனுமந்தையாவும் சேலம்-பெங்களூர் ரயில் பாதை அமைய வலியுறுத்தி வாதாடினோம்.

தாசப்பா, எஸ்.வி.ராமசாமி ஆகியோரின் ஒத்துழைப்பும் முயற்சியும்தான் சேலம்-பெங்களூர் ரயில்வே லைன் கிடைப்பதற்கு காரணமாக இருந்தன. அது கிடைத்தது என் நாடாளுமன்ற வாழ்வில் நான் படைத்த சாதனை. நான் படித்து வளர்ந்த தர்மபுரி மாவட்டமும் வாழ்ந்து வரும் சேலமும் பயன் பெற்றன.

நான் சர்வகட்சிப் பிரமுகர் என்றுகூட என்னைப் பற்றிச் சிலர் கேலி பேசுவதைப் பார்த்திருக்கிறேன். ஜனநாயகத்தில் எதிர்க்கட்சியாகத்தான் ஒரு கட்சி இயங்க வேண்டுமே தவிர, எதிரிக்கட்சியாக விளங்கக் கூடாது. எட்டு பேரை உறுப்பினர்களாகக் கொண்ட கட்சியில் ஒரு புதிய ரயில் பாதையை கொண்டு வருவது அவ்வளவு சுலபமல்ல. நானும் ஹனுமந்தையாவும் அரசுடன் மோத, எஸ்.வி.ராமசாமியும் தாசப்பாவும் எங்கள் மோதலால் தொல்லைப்பட்டுக் கொண்டே ரயில் பாதை அமைக்கும் திட்டத்தை நிறைவேற்ற, அது வெற்றிகரமாக நடந்து முடிந்தது. அதிலும் தாசப்பா அதை அகல ரயில் பாதையாக மாற்ற முயன்றும் முடியவில்லை. எதிர்காலத்தில் அதை அகல் ரயில் பாதையாக

மாற்றும் வேலை பாக்கியிருக்கிறது. இதை எழுதுவதற்குக் காரணம், சில நேரங்களில் அமைச்சர்களாக உள்ளவர்களால் கூட அதிகாரவர்க்கத்தை மீற முடிவதில்லை என்பதை அன்றே உணர்ந்தேன்.

திராவிட நாடு பிரிவினைக் கோரிக்கை சில காரியங்களைத் தமிழகத்துக்குப் பெற்றுத்தர பயன்பட்டது. அதற்குக் காரணம் பண்டித ஜவஹர்லால் நேரு. எதிர்க்கட்சியினர் சொல்லும் வாதத்தில் நியாயமிருந்தால் அதை நிறைவேற்ற வேண்டும் என்று நினைத்த சிறந்த ஜனநாயகவாதி அவர்.

அன்று வெள்ளிக்கிழமை. நான் கடைசிப் பேச்சாளன். மறுநாள் பேச்சைத் தொடரலாம் எனக்கூறி சபையின் நடவடிக்கையை ஒத்தி வைத்தார் சபாநாயகர். மறு நாள் சனிக்கிழமை. வழக்கமாக சனியன்று கேள்வி நேரம் கிடையாது. பிரதமரோ சரியாக பதினோரு மணிக்கு முன் வந்து சபையில் அமர்ந்துவிடுவார். சபாநாயகர் வந்ததும் எழுந்து நின்று வணக்கம் சொல்லி அமர்வார். அவரோ நாட்டுக்கே சுதந்திரம் வாங்கிக் கொடுத்த மாபெரும் தலைவர். ஆனாலும் நாடாளுமன்ற மரபுகளைக் கடைப்பிடிப்பதில் அவருக்கு நிகர் அவர்தான்.

அப்போது தமிழக முதல்வர் பெரியவர் பக்தவத்சலம். வெள்ளியன்று மாலை மத்திய பெட்ரோலிய அமைச்சர் ஓ.வி.அளகேசனை அழைத்துக் கொண்டு முதல்வர் பெரியவர், மத்திய நல்வாழ்வுத்துறை அமைச்சர் திருமதி சுசீலா நய்யாரைச் சந்தித்தார். எதற்காக என்றால் செங்கல்பட்டு நகரில் ஒரு மருத்துவக் கல்லூரியை உருவாக்க மத்திய அரசு அனுமதிக்க வேண்டும் என்பதற்காக. திருமதி.சுசீலா நய்யார் மகாத்மாவுக்கே மருத்துவராக இருந்தவர். இவர்கள்

இருவரையும் கண்டதும், தமிழ்நாட்டிலிருந்து வரும் உங்களுக்கு வேறு வேலையே இல்லை. மருத்துவக் கல்லூரி திறப்பதற்கு இப்போது அனுமதியெல்லாம் கிடையாது என்று தூக்கி எறிந்து பேசிவிட்டார். இருவரும் மனம் வருந்தி திரும்பிவிட்டார்கள்.

நான் முதல் பேச்சாளனாக இருந்ததால் காலை பத்தரை மணிக்கே நடுமன்றத்துக்கு வந்துவிட்டேன். அமைச்சர் அளகேசன் சற்று சோர்வாக உள்ளே நுழைந்தார். நடந்தவற்றை அவரிடம் கேட்டேன். சங்கடத்துடன் நடந்ததைக் கூறினார்.

பார்லிமெண்டில் நுழைந்ததும் தமிழக முதல்வர் பக்தவத்சலமும் மத்திய அமைச்சர் ஓ.வி.அளகேசனும் மத்திய அரசின் மக்கள் நல்வாழ்வு துறை அமைச்சரால் நடத்தப்பட்ட விதத்தைக் கண்டித்தேன். “ஒரு மருத்துவக் கல்லூரிகூடத் தரமறுக்கும் இந்தியாவோடு இருக்க எங்களுக்கு அறவே பிடிக்கவில்லை. எங்கள் திராவிட நாட்டைப் பிரித்துத் தாருங்கள். எங்கள் நாட்டுக்குத் தேவையானதை நாங்களே உருவாக்கிக் கொள்கிறோம். எங்கள் தமிழ்நாட்டு முதலமைச்சர் உங்கள் கட்சியைச் சேர்ந்தவர். காங்கிரஸ் இயக்கத்தில் இங்கிருப்பவர்களை விட யாருக்கும் இளைத்தவரல்ல. அவர் எந்தக்கட்சியை சார்ந்தவராக இருந்தாலும் எங்கள் மாநில முதல்வருக்கு இங்கு மரியாதை கிடையாது. தன்மானத்தோடு வாழ தனி நாடு தாருங்கள்” என்றேன்.

எனது பேச்சைக் கேட்ட பண்டித நேரு பதைபதைத்துப் போனார். மாலையிலேயே பெரியவர் பக்தவத்சலனாரைத் தேடி மருத்துவக் கல்லூரி உத்தரவு வந்தது.

திட்டமிடும் குழுவில் பணியாற்றியதால் நாடு முழுவதும்

சுற்றும் நல்வாய்ப்பைப் பெற்றேன். இந்தியாவின் தலைசிறந்த பொறியாளர் கே.எல்.ராவ் எங்கள் குழுவில் உறுப்பினர். அவர்தான் பிற்காலத்தில் நீர்ப்பாசனத்துறை அமைச்சராக விளங்கியவர். அவர்தான் கங்கை-காவிரி நதிகளின் இணைப்பை உருவாக்கலாம் என்ற எண்ணத்தை வெளியிட்டார்.

கம்யூனிஸ்ட் கட்சியின் தலைவர் ஏ.கே.கோபாலன் குழுவில் ஒருவர். அவர் செய்யாத தியாகம் கிடையாது. அவர் பார்க்காத சிறையும் இல்லை. நாட்டு விடுதலைக்காக பாடுபட்ட பெரும் தலைவர் அவர். அவருடன் ராஜஸ்தான் மாநிலம் முழுவதும் சுற்றுப்பயணம். கம்யூனிஸ சித்தாந்தத்தில் முழு நம்பிக்கை வைத்துதான் தனது பேச்சுக்களை நாடாளுமன்றத்தில் தொடங்குவார். நாட்டின் வறுமையைப் போக்க அரசு உடனடி நடவடிக்கை மேற்கொள்ள வேண்டும் என்பதில் மிகுந்த தீவிரம் கொண்டவர். பல வழக்குகளில் தந்தை பெரியாரைப் போலவே, தானே வழக்காடியவர். எளிமைக்குச் சொந்தக்காரர். பயணம் முழுவதும் களைப்பின்றி செல்ல முடிந்தது.

உதய்ப்பூரில் ஒரு கோட்டை. அதில் வெற்றி ஸ்தூபி ஒன்று இருக்கிறது. சுமார் நூறு படிக்கட்டுகள் இருக்கும். லைட் ஹவுசில் உள்ளது போல சுற்றிச்சுற்றி படி ஏற வேண்டியதிருக்கும். அப்போது ஏ.கே.கோபாலனுக்கு அறுபது வயது நடந்து கொண்டிருந்தது. அந்த வெற்றி ஸ்தூபியின் உச்சிக்கு நாங்கள் ஏறத்தொடங்கினோம். ஏ.கே.கோபாலனும், "படி ஏறி வருகிறேன்" என்றார். "தங்கள் உடல் நிலையில் இது தேவையா?" என்றேன். "பரவாயில்லை, என்னால் முடியும்" என்றார்.

நூறு படிகளைக் கடந்து உச்சியில் போய் நின்றதும்

அவர் சொன்னார், "பல படிகளைக் கடந்தால்தான் ஒரு வெற்றி கிடைக்கும். நீங்கள் உங்கள் அரசியல் வெற்றிகளை இது போன்ற பல படிகளை ஏறி அடைந்து உயர வேண்டும்" என என்னை வாழ்த்தினார். அந்த வெற்றி ஸ்தூபியின் உச்சியில் நின்று அந்தப் பெருமகன் சொன்ன வார்த்தைகளை எண்ணி எண்ணி இன்றும் நடை போடுகிறேன்.

அதேபோல், பி.ராமமூர்த்தியும் என்னுடன் வாழ்நாள் முழுவதும் அன்புடன் பழகினார். 1952-ஆம் ஆண்டு பொதுத்தேர்தல் முடிந்ததும் கம்யூனிஸ்ட் கட்சி, அப்போதைய சென்னை ராஜதானியின் பிரதான எதிர்க்கட்சி. மூதறிஞர் ராஜாஜி முதலமைச்சர். பி.ராமமூர்த்தி அடிக்கடி மூதறிஞருடன் எதிர்வாதம் செய்வார்.

அப்போது சட்டமன்றம் கலைவாணர் அரங்கம் கட்டடத்தில் நடந்து வந்தது. சிவசண்முகம் பிள்ளை சபாநாயகர். நிர்வாகத்திலும் வாதத் திறமையிலும் புகழ் பெற்ற பலர் சட்டசபையில் இருந்தனர். சட்டசபையை மிக கண்ணியமாகவும் கண்டிப்பாகவும் நடத்திப் புகழ் பெற்றார் சிவசண்முகம் பிள்ளை.

10

பெருந்தலைவர்களுடன் நான்!

கம்யூனிஸ்ட் தலைவர் பி.ராமமூர்த்தியின் வாதங்களைக் கேட்பதற்கும் மூதறிஞர் ராஜாஜியின் சாணக்கியம் மிகுந்த பதிலைக் கேட்பதற்கும் அடிக்கடி சட்டமன்றம் செல்வேன். விவாதங்கள் சூடும் சுவையுமாக இருக்கும். அன்று தூரத்தில் இருந்து பார்த்த பி.ராமமூர்த்தியை, நான் எம்.பி.யான பிற்பாடு அருகில் இருந்து பார்க்கவும் பழகவுமான வாய்ப்பைப் பெற்றேன்.

டெல்லியில் எனக்கு ஒதுக்கப்பட்டிருந்த வீட்டில் எனது மைத்துனர் தியாகராஜன் இருந்தார். எனது தங்கைக்கு மூன்று மகள்கள். அவர்களுடன் பி.ராமமூர்த்தியின் மகள்களான வைகை, பொன்னி இருவரும் படித்தார்கள். என் தங்கை மகள்களுடன் இவர்களும் என் வீட்டிலிருந்தே படிப்பார்கள். பி.ராமமூர்த்தியுடன் ஏற்பட்ட நட்பு குடும்ப நட்பாகவே மாறியது. அதோடு, தந்தை பெரியார் தலைமையில் பி.ராமமூர்த்தி கலப்புத்திருமணம் செய்து கொண்டவர். அவர் மீது அதிக மதிப்பு ஏற்பட அதுவும் ஒரு காரணம்.

அவரது ஒரு கால் ஊனமுற்றது. காரணம் இளம் வயதில் கிரிக்கெட் போட்டியைப் பார்க்க பலருடன் மரத்தில் ஏறி கிளை முறிந்து கீழே விழுந்ததால் அந்தக் கால் ஊனம் ஏற்பட்டது. இன்று சில பெரிய மனிதர்கள் ஊனத்தைச்

சொல்லி விமர்சனம் செய்கிறார்கள் அல்லவா, அந்த ஈனத்தனம் அரசியலில் அவர் காலத்தில் இல்லை.

அவருடைய வாதங்கள் ஆணித்தரமாய் இருக்கும். நீண்ட நாட்கள் சிறையிலிருந்தவர். போராட்டங்கள் பலவற்றில் தலைமறைவாக வாழ்ந்தவர். மதுரை சிறையில் இருந்து கொண்டே பொதுத்தேர்தலில் வெற்றி பெற்றவர். அவர் நாடாளுமன்ற மைய மண்டபத்தில் அமர்ந்து கொண்டிருக்கும் போது, பிரதமராக இருந்த இந்திராகாந்தியோ, மற்ற அமைச்சர்களோ அவரிடம் நின்று பேசிவிட்டே போவார்கள். அந்த அளவுக்கு அவருக்கு மரியாதை தரப்பட்டதை நாங்கள் பல முறை பார்த்திருக்கிறோம். அவரது நட்பு என் வாழ்வில் மறக்க முடியாத ஒன்றாகும். பி.ராமமூர்த்தி தன் கடைசிக் காலத்தில் திராவிட இயக்கங்கள் பற்றி ஒரு தொடர் கட்டுரை எழுதி, அதில் சில தவறான தகவல்கள் இருந்ததால் கடும் கண்டனத்துக்குள்ளானார். அப்போது, "இவை என் நினைவில் இருந்து எழுதியவை என்பதால் தவறுகள் இருக்கலாம். அவற்றை விமர்சிப்பதில் தவறு இல்லை" என்று பெருந்தன்மையோடு ஒப்புக்கொண்டார்.

எனக்கு கிடைத்த மற்றொரு அரிய வாய்ப்பு, முஸ்லிம் சமுதாயத்தின் ஒப்பற்ற பெருமகனார் காயிதே மில்லத் ஜனாப் முகமது இஸ்மாயிலுடன் ஏற்பட்ட நெருங்கிய தொடர்பு. மிக உயர்ந்த மனிதர். இன்றைய சென்னை எழும்பூர் ரயில் நிலையத்துக்கு எதிரில் உள்ள பல கட்டடங்கள் அன்று அவருக்குச் சொந்தம். மிகப்பெரிய தோல் வியாபாரி. பொருளாதாரம் நன்கு தெரிந்தவர். ஜனாப் ஜின்னாவுக்குப் பிறகு முஸ்லிம் லீக்கின் அகில இந்திய தலைமைப் பொறுப்பை ஏற்றவர். சமுதாயத் தலைமையை ஏற்றவுடன் வியாபாரத்தை முற்றிலுமாக நிறுத்தி, முஸ்லிம் சமுதாயத்

தொண்டுக்கே தன்னை ஒப்படைத்துக் கொண்டவர். பொதுவாழ்வில் ஏராளமான சொத்துக்களை இழந்தவர். கடைசியில் பல்லாவரத்தில் சாதாரண ஒரு வீட்டைக் கட்டிக் கொண்டு வாழ்ந்தார்.

அப்போதெல்லாம் நாடாளுமன்ற உறுப்பினர்களுக்கு ரயில் பயண வசதிதான். தற்போதுள்ளது போல விமானப் பயண வசதி கிடையாது.

எனவே பெரும்பாலும் அப்துல் சமதுடனும் என்னுடனுமே விரும்பி பயணத்தை மேற்கொள்வார் ஜனாப். ஏறக்குறைய நாற்பது மணி நேரப்பயணம். ரயில் போவது என்பதே தெரியாது. சுதந்திரத்துக்கு முன் ஆண்ட வைசிராய்கள், கவர்னர்கள், பிரிட்டிஷ் ஆட்சியில் எப்படி இருந்தார்கள், தான் அவர்களுடன் சமுதாயத்துக்காக வாதாடிய வரலாறுகளைச் சுவைபடக் கூறுவார். தனது சமுதாயம் எங்காவது மதக்கலவரங்களால் பாதிக்கப்பட் டால், அந்தப் பகுதிகளுக்கு நேரே சென்று துணிச்சலாக காரியங்களைச் செய்வார். அரசுத்துறையில் யார் ஆட்சியில் இருந்தாலும் பிரச்சனைகளைத் துணிவோடு எடுத்து வைப்பார். அமைதியானவர், ஆனால் ஆழமானவர். அரசியல் நிர்ணயசபையில் உறுப்பினராக பணியாற்றிய போது, "இந்தியாவுக்குப் பொதுமொழியாக இருக்க தகுந்த மொழி தமிழ் மொழி ஒன்று தான்" என்று முழங்கிய ஒரே தலைவர். நாடாளுமன்றத்தில் அவருக்கு அருகே அமரும் நல்வாய்ப்பு. தமிழ்நாட்டு நலனுக்காக நாம் எப்படிப் பாடுபடவேண்டும் என்பதை பல முறை எனக்கு எடுத்துச் சொல்வார்.

என் மீதுள்ள அன்பு காரணமாக என்னை ராஜாஜி என்று அழைக்கத் தொடங்கினார். வாழ்நாள் முழுவதும் எளிமையான ஒரு வாழ்க்கையை நடத்தினார். அறிஞர்

அண்ணா மறைவுக்குப் பிறகு கலைஞர் கருணாநிதி தலைமையில் அமைந்த அமைச்சரவைக் குழு அவரது வாழ்த்துக்களைப் பெற பல்லாவரத்துக்கு குழுவாகச் சென்றது. ''என்ன இப்படிச் செய்துவிட்டீர்களே.. அமைச்சர்கள் அமர நாற்காலிகள் கூட சரியாக இல்லையே..'' என்று துடித்துப் போனார்.

''அமைச்சர்கள் அமர கோட்டையிலேதான் நாற்காலிகள் இருக்கின்றனவே, தங்களிடம் முன் கூட்டிச் சொல்லாமல் வந்தது, தங்களது வாழ்த்தைப் பெறத்தான்'' என்றோம். அவ்வளவு எளிமையான வாழ்க்கை. விருந்தோம்பலில் மிகவும் சிறந்தவராக விளங்கியவர் அவர். ரயிலில் பயணம் செய்யும் போது எங்களுக்கு விருந்து உபசாரம் நடத்திக் கொண்டே இருப்பார். இந்தியாவில் எல்லா மதத்தினரும் ஒற்றுமையாகவும் சமாதானமாகவும் வாழவேண்டும் என்ற கவலை அவர் உள்ளத்தில் எப்போதும் இருந்து வந்ததை நான் உணர்வேன். திருநெல்வேலி பேட்டையில் பிறந்த அவர், தனது தாய்மொழியாம் தமிழின் மீது மிகுந்த பற்றுள்ளவர். தனது தொகுதிக்குப் போகாமலேயே தேர்தலில் ஒவ்வொரு முறையும் வெற்றி பெற்ற பெரும் தலைவர் அவர். பொதுவாழ்வில் சொத்துசுகங்களை இழந்த அந்த தலைவரின் நட்பை எண்ணி எண்ணி இன்றும் வியக்கிறேன். காயிதே மில்லத்திடம் தந்தை பெரியாரும் அறிஞர் அண்ணாவும் மூதறிஞர் ராஜாஜியும் பெரும் மதிப்பு ஏன் வைத்திருந்தார்கள் என்றால், பொதுவாழ்வில் மிகவும் தூய்மையாக வாழ்ந்தார் என்பதற்காகவே.

சோஷலிச சித்தாந்தத்தில் முழு நம்பிக்கை கொண்டிருந்த ராம் மனோகர் லோகியா, நிரம்ப படித்தவர். பல நாட்டுப் பல்கலைக் கழகங்களில் படித்து டாக்டர் பட்டம்

பெற்றவர். அவரது ஆங்கில உரையாடலைக் கேட்டுக் கொண்டே இருக்கலாம். இந்தியிலும் மிகுந்த புலமை உடையவர். காலிலிருந்து தலைவரை மூளையுள்ளவர் என்று மகாத்மா காந்தியாரால் பாராட்டப்பட்டவர்.

முதலில் லோகியா, அடுத்து நான், அதற்கடுத்து காயிதே மில்லத். இதுதான் எங்கள் வரிசை. தினமும் லோகியா வந்ததும் ஒரு ஏலக்காயும் பாக்கும் கொடுத்துவிட்டு பேசத்தொடங்குவார். நாட்டுப் பிரச்சனைகள் அத்தனையும் அவருக்கு அத்துபடி. இந்திய அரசியலில் அனைவரையும் அறிந்தவர். சிறந்த சிந்தனையாளர். மொழிப்பிரச்சனையில் அவர் இந்தி மொழிக்கு மிகப்பெரிய ஆதரவாளர். மொழிப்பிரச்சனை வரும் போது மட்டும் இருவரும் மோதிக் கொள்வோம். மற்றபடி சோஷலிசக் கொள்கையில் எங்களுக்குள் மாறுபாடு அதிகமில்லை. நாடாளுமன்ற மைய மண்டபத்தில் அறிஞர் அண்ணாவுடன் அடிக்கடி அமர்ந்து கருத்துக்களை பரிமாறிக் கொள்வார். சமுதாயச் சிந்தனைகளில் தந்தை பெரியாருடனும் அறிஞர் அண்ணாவுடனும் ஒத்த கருத்துடையவர். அவரது நட்பும் என் நினைவில் என்றும் இருக்கும்.

நாடாளுமன்ற முதல் ஐந்தாண்டு கால வாழ்க்கையில் பல பெரும் தலைவர்களுடன் பழகும் வாய்ப்பு எனக்கு இருந்தது. கொள்கைகளில் எங்களுக்கு நல்ல பிடிப்பு இருந்தது. அதனால் யாருடன் யார் பழகினாலும் நட்பு வேறு, கட்சி வேறு என்றுதான் வாழ்ந்தோம். கட்சி மாச்சரியம் யாரிடமும் இருந்ததில்லை. அவை எல்லாமே சமீபகால குறைப் பிரசவங்கள்.

காங்கிரசில் உள்ள பல சிறந்த தலைவர்கள் எனக்கு நண்பர்கள். இன்றும் வட இந்திய காங்கிரஸ் தலைவர்கள்

பலர் சென்னைக்கு வந்தால் என்னை சந்தித்தோ, அல்லது தொலைபேசியில் நலம் விசாரித்தோ போகாதவர்கள் இல்லை. இவ்வளவு பேரிலும் என்னை அறியாமல் எனக்கு பெரிய தர்மசங்கடத்தை உருவாக்கிய பெரியவர் உண்டு என்றால், அவர் எனது மாவட்டமான சேலம் பெரியார் என்று அழைக்கப்பட்ட பேளுக்குறிச்சி நிலக்கிழார் ஜி.பி.சோமசுந்தரம் தான். ஆம், அவரது தொண்டின் சிறப்பை உணர்ந்த அறிஞர் அண்ணா, அவரை ராஜ்யசபா உறுப்பினராக்கினார். அவர் நீதிக்கட்சியைச் சேர்ந்த சுயமரியாதைக்காரர். பின்னர் தி.க., தி.மு.க. என வளர்ந்தவர். தந்தை பெரியார் சொன்ன நாளிலிருந்து வாழ்நாள் முழுவதும் கருப்புச்சட்டையே அணிந்தவர். அவர் தன்னை நாடி வருபவர்களுக்கு கல்லூரியில் இடம் பெற்றுத் தருதல், எந்த இலாகாவிலாவது வேலை வாங்கித்தருதல் முதலிய வற்றில் தனது காசைச் செலவழித்து காரியம் செய்து தருவார்.

அந்தக் காலத்தில் நேர்மையான அதிகாரிகள் நிறைய இருந்தனர். எவர் இல்லத்துக்கும் போய், 'இந்த இளைஞனின் குடும்பம் மிகவும் கஷ்ட நிலையில் இருக்கிறது. இவன் இவ்வளவு படித்திருக்கிறான். வேலை தாருங்கள்' என்று கூறி எப்படியும் வேலை வாங்கித்தந்து விடுவார். அதே பள்ளியிலும் கல்லூரியிலும் இடம் பிடித்து கிராமங்களில் உள்ள பிள்ளைகளைச் சேர்த்துவிடுவார். நான் தினமும் காலையில் ஒரு மணி நேரம் நடந்துவிட்டு, அவர் தங்கியிருந்த வீட்டுக்கு வருவேன். நாங்களே காபி போட்டுச் சாப்பிடுவோம். பத்திரிகை சேதிகளை அவருக்கு படித்துச் சொல்வேன். என்னை மாப்பிள்ளை என்றுதான் அழைப்பார். நான் அமைச்சரான சில மாதங்களில் இயற்கை எய்தினார். நான் போய் இறுதி மரியாதைகளைச் செய்து

அடக்கம் பண்ணிவிட்டு வந்தேன். அவர் இறந்த மறுநாள் அவரது வழக்கறிஞர் சேலம் அ.சங்கர முதலியார் என் வீட்டுக்கு வந்தார். ஜி.பி.சோமசுந்தரம் மறைவு குறித்து தனது வருத்தத்தைக் கூறிவிட்டு என்னிடம் ஒரு பத்திரத்தை தந்தார். சேலத்துப் பெரியார் ஜி.பி.எஸ். தனது சொத்து முழுவதையும் எனக்கு எழுதிவிட்டுப் போயிருந்ததை பத்திரத்தில் கண்டேன். நான் திடுக்கிட்டுப் போனேன். "ஏன் இதை என்னிடம் சொல்லவில்லை?" என்று சங்கர முதலியாரைக் கேட்டேன்.

ஜி.பி.எஸ். சாகும்வரை இதுபற்றி என்னிடம் கூறக்கூடாது என்று சங்கர முதலியாரிடம் வாக்குறுதி வாங்கிவிட்டதாகச் சொன்னார். அவருக்கு ஒரே மகன். சில கருத்து வேறுபாடுகள் காரணமாக பிரிந்திருந்தார்கள். அதே வழக்கறிஞரை வைத்து, அவரது மகன் மூலமாக ஒரு தொகையைப் பெற்று, ஜி.பி.சோமசுந்தரம் பெயரால் ஒரு அறக்கட்டளையை நிறுவி, அவரது சொத்தை அவரது மகனுக்கே திருப்பித் தந்தேன். மாணவர்கள் படிக்க அந்த அறக்கட்டளை உதவும்படி ஏற்பாடு செய்தேன். என்பால் அவர் கொண்டிருந்த நம்பிக்கையையும் அன்பையும் என்னால் மறக்கவே முடியவில்லை. அவருக்கு ராசிபுரத்தில் மார்பளவு சிலை ஒன்றையும் நிறுவினேன். அவரது சொத்தை அவரது மகனிடமே திருப்பி ஒப்படைத்த பிறகுதான் என்னால் நிம்மதியாக மூச்சுவிட முடிந்தது. இப்படியெல்லாம் பிறர் பொருளுக்கு ஆசைப்படாமல் நடந்து கொள்ள, என்னை வளர்த்து ஆளாக்கிய என் தந்தை கஸ்தூரியையும் பொது வாழ்வில் ஆளாக்கிய தந்தை பெரியாரையும் எண்ணி எண்ணி மகிழ்கிறேன். அந்தப் பூரிப்பே என்னை இன்றும் பொதுப்பணி புரியத் தூண்டுகிறது.

11

அண்ணாவின் படிப்பாற்றல்!

முதல் முறை நாடாளுமன்றத்துக்குப் போனபோது கிடைத்த முதிர்ந்த தலைவர்களின் நட்பு பற்றிக் குறிப்பிட்டேன். ஆனால், அறிஞர் அண்ணாவைத் தேர்தலில் தோற்கடித்து விட்டார்களே என்று என் மனதில் ஏற்பட்ட காயம் மாறவேயில்லை. எனவே, அறிஞர் அண்ணாவிடம் இதுபற்றிப் பேசினேன். தமிழக கிராமங்களில் இடைவிடாமல் சுற்றி அறிஞர் அண்ணாவைத் தோற்கடித்தவர்களுக்கு ஒரு பாடம் புகட்ட வேண்டும் என்பதுதான் அது. எனக்கோ இளமைத் துடிப்புள்ள காலம்! தமிழினத் தலைவரையே தோற்கடித்து விட்டார்களே என்ற கோபம்! ஈ.வெ.கி.சம்பத் போன்றவர்கள் திடீரென அறிஞர் அண்ணாவை விட்டுப் போய்விட்டார்களே என்ற ஆதங்கம்! எப்படியும் அறிஞர் அண்ணாவை அரியாசனத்தில் அமர வைக்க வேண்டும் என்ற வெறி! இவ்வளவும் என்னுள்ளத்தை வாட்டிய வண்ணம் இருந்தது. என் கோபத்தை, வெறியை, ஆதங்கத்தைப் போக்கிக் கொள்ளும் வகையில் பாடுபடத் தொடங்கினேன்.

நாடாளுமன்றத்தில் இருந்து திரும்பியதும் ஒவ்வொரு மாவட்டமாக அண்ணாவுடன் சுற்றுப்பயணம்... அதுவும் காலை பதினோரு மணிக்கு மேல் புறப்பட்டால் இரவெல்லாம் கிராமம் கிராமமாகக் கூட்டம்! அதுவரை

ஊர்வலத்துக்குப் பெரும்பாலும் ஒப்புக் கொள்ளாமல் அலங்கரிக்கப்பட்ட மாட்டு வண்டியிலெல்லாம் ஏற்றி ஊர்வலத்தில் பங்கு கொள்ள வைத்தேன்.

எனக்கு இந்தப் பாடத்தைக் கற்றுத் தந்தவர் தந்தை பெரியார்தான்! ஈரோட்டு மாநாட்டில், மாநாட்டுத் தலைவரான அறிஞர் அண்ணாவைக் குதிரைகள் பூட்டிய சாரட்டில் அமர்த்திவிட்டு, அய்யா நடந்து வந்த காட்சி என் மனக்கண் முன் நிழலாடிக் கொண்டே இருந்ததுதான் காரணம்.

அறிஞர் அண்ணாவுக்கோ சங்கடம். இராசாராமிடத்தில் மாட்டிக் கொண்டோமோ என்ற எண்ணம். வேறு வழியே இல்லாமல் எல்லாவற்றிலும் ஒத்துழைத்தார். இரவெல்லாம் பேசுவார். மேடையில் வெறும் டீ மட்டும்தான். விடியற்காலை ஒரு கிராமத்தில் கழகத் தோழர் ஒருவரின்

இல்லத்தில் சாப்பாடு இருக்கும். அண்ணாவோ மிகவும் குறைவாகவே சாப்பிடுவார். அதுவும், காலம் கடந்து சாப்பிடுவது அவருக்குச் சங்கடம். பெரும்பாலும் கூட்டங்களில் பேசிய களைப்பால் பட்டினியாகவே உறங்கப் போய்விடுவார்.

கழகத்தைக் காப்பாற்ற பத்திரிகைகள் நடத்த வேண்டும் என்ற பெரிய விருப்பம் கொண்டவர் அவர். நண்பர் கே.ஏ. மதியழகன் ஒரு வார இதழ் நடத்த எண்ணினார். அதை நான் அச்சிட்டு, வெளியீட்டாளராகப் பணியாற்ற வேண்டும் என்றார். நான் அந்தப் பொறுப்பை, அவர் காலம் வரையில் செவ்வனே நிறைவேற்றினேன். அப்போது நண்பர் ஏ.வி.பி.ஆசைத்தம்பி, 'தனி அரசு' என்ற பத்திரிகையைத் தினசரியாக நடத்தினார். அதையும் என்னுடைய பொறுப்பில் பலமுறை அச்சிட்டேன். அப்போதெல்லாம் பத்திரிகைக் காகிதம் கிடைப்பது கடினம். கழக ஏடுகளுக்கெல்லாம் டெல்லியிலிருந்து பத்திரிகை காகிதக் கோட்டாவைப் பெற்றுத் தருகிற வேலையையும் மேற்கொண்டேன்.

அறிஞர் அண்ணா கூடவே இருந்த காரணத்தால், நான் அவருக்காக எல்லாப் பத்திரிகைகள், வார இதழ்களை வாங்குவேன். அறிஞர் அண்ணா சிக்கனக்காரர். ஆனால் டெல்லி -கன்னாட் பிளேஸ் பகுதியில், சென்னை-ஹிக்கின்பாதம்ஸில் நுழைந்து விட்டதால் புத்தகங்களை எடுத்துக் கொடுத்துக் கொண்டேயிருப்பார். விலையைப் பற்றிப் பார்க்க மாட்டார். புத்தகங்களை வாங்குவதில் அவர் வாழ்நாள் முழுவதும் சிக்கனத்தைக் கடைப்பிடித்ததே யில்லை.

அவர் புத்தகங்களைக் கடைகளில் வாங்கியது ஒருபுறம். நாடாளுமன்றத்தில் சிறந்த நூல்நிலையம் உள்ளது. அதில்

போய் அமர்ந்துவிட்டால், அவருக்கு நேரம் போவது தெரியாது. அங்கு அவருக்குப் பேராசிரியர் ரத்தினசாமி, பேராசிரியர் ஹிரேன் முகர்ஜி, பேராசிரியர் என்.ஜி.ராஜா, வாஜ்பாய் முதலியோர் நண்பர்களானார்கள்.

அண்ணா படிப்பதைப் பார்த்துக் கொண்டே இருக்கலாம். பக்கங்கள் வேகமாக மாறும். புத்தகத்தைச் சிலமணி நேரத்தில் படித்து முடித்துவிடுவார். அண்ணா படிக்கத் தொடங்கியதும் அவருடன் நான் மட்டுமல்ல, மற்றவர்களையும் பேசவிடுவதில்லை. எனவே, அவர் படிக்கும் நேரத்தில் நானும் எதையாவது படிப்பேன். அத்துடன், 'தென்னகம்' 'தனி அரசு' முதலியவற்றுக்குக் கட்டுரைகளை எழுதுவேன். இதையெல்லாம் பார்த்துக் கொண்டிருந்த அண்ணா, "நீ ஏன் ஒரு வார இதழைத் தொடங்கக்கூடாது?" என்றார். 'மற்றவர்கள் எங்கே வளர்ந்து விடுவார்களோ என்று கருதும் உலகில் என்னைப் பத்திரிகை ஒன்றைத் தொடங்கச் சொல்கிறாரே?' என்று எண்ணினேன்.

அத்துடன் அண்ணா, பணத்தின் மூலமோ, மற்றவற்றின் மூலமோ தன் கட்சியையோ, தனது தலைமையையோ யாரும் அசைத்துவிட முடியாது என்ற நல்ல தன்னம்பிக்கை கொண்டவர். அதனால்தான் என்னையும் மற்றவர்களையும் ஊக்குவித்த வண்ணம் இருந்தார். அறிஞர் அண்ணா எதைக் கூறினாலும், அதை நான் கட்டளையாகவே ஏற்றுச் செயல்பட்டவன். உடனே 'திருவிளக்கு' என்ற வார இதழைத் தொடங்கினேன். சுமார் பதினான்கு ஆண்டுக் காலம் நடத்தினேன். அறிஞர் அண்ணாவுக்கு ஐம்பதாவது ஆண்டு பிறந்தது. பிறந்த நாள் மலர் போடச் சிலர் தயங்கினார்கள். நான் அகில இந்தியத் தலைவர்கள் பலரிடமும் அறிஞரின் ஆற்றலைப் பற்றிய கட்டுரைகளையும் வாழ்த்துகளையும்

வாங்கினேன். எனது நண்பர் சாமுவேல், மிகச் சிறந்த போட்டோகிராபர். அவரைக் கொண்டு ஏராளமான கோணங்களில் அண்ணாவைப் படம் பிடித்தேன். அப்போது, 'இந்தியன் எக்ஸ்பிரஸ்' அதிபர் பகவன்தாஸ் கோயங்கா என் நண்பர். அவர் மூலம் புகழ்பெற்ற புகைப்படக் கலைஞர் ஹாரி மில்லரைக் கொண்டும் அறிஞர் அண்ணாவைப் புகைப்படம் எடுக்கச் சொன்னேன். இன்றைக்கும் அறிஞர் அண்ணாவின் சிறந்த முகபாவம் அமைந்த படம் ஹாரிமில்லர் எடுத்ததுதான்.

அப்போது 'சங்கர்ஸ் வீக்லி' என்ற புகழ்பெற்ற கேலிச் சித்திரங்கள் (கார்ட்டூன்) கொண்ட பத்திரிகையை, உலகப் புகழ்பெற்ற கேலிச்சித்திரக்காரர் சங்கர் நடத்திக் கொண்டிருந்தார். புரட்சி சோஷலிஸ்ட் கட்சியின் தலைவரும் தனது வாழ்நாள் முழுவதும் ஆங்கில மொழிக்காகவும் தனது தாய்மொழியாம் மலையாளத்துக்காகவும் போராடிய தீரர் ஸ்ரீகண்டன்நாயர் எனக்கு அவரை அறிமுகப்படுத்தி வைத்தார்.

சங்கரின் கேலிச்சித்திரங்களைப் பிரதமர் பண்டித நேரு மிகவும் விரும்பி ரசிப்பார். பலரது உருவங்களையும் நேரில் காண வேண்டும் என விரும்பி நாடாளுமன்றத்தின் மைய மண்டபத்துக்கு சங்கர் வருவார். எங்களுடன் அமர்ந்து பலரைப் பற்றி 'யார்? எவர்?' என்பதெல்லாம் தெரிந்து கொள்வார். ஒருவரது உருவத்தை அப்படியே மனதில் ஏற்றிக் கொள்வார். கோடுகளிலேயே படமாக வரைந்து விடுவார். நான் 'திருவிளக்கு' மலருக்கு அண்ணா படத்தை வரைந்து கொடுக்கும்படி கேட்டேன். என்னைக் கூடவே அழைத்துக் கொண்டு போய் படம் வரைந்து தந்தார். அதை அண்ணா பெரிதும் ரசித்தார். 'திருவிளக்கு' மலரின் மணம் அந்தப்

படத்துடன் கமழ, அதை அந்தக் காலத்தில் அனைவரும் பாராட்டினார்கள்.

அந்த நாடாளுமன்றக் காலத்தில் மூன்று பிரதமர்களை நாடு காண வேண்டிய நிலை ஏற்பட்டது. பண்டித நேரு, லால்பகதூர் சாஸ்திரி, இந்திரா காந்தி என மூன்று பிரதமர்கள்.

பண்டித நேரு பிரதமராக இருந்த காலத்தில், நாடாளுமன்றம் செல்லும் நல்ல வாய்ப்பு எனக்குக் கிடைத்ததே என்பதை எண்ணி இன்றும் பெருமைப்படுகிறேன். காரணம், மகாத்மா காந்தியுடன் தோளோடு தோள் கொடுத்து நின்றவர். பிரிட்டனை எதிர்த்துத் தீவிரமாகப் போராடியவர். பிரதமர் பொறுப்பை ஏற்றவுடன், மிகச் சிறந்த ஜனநாயகவாதியாகச் செயல்பட்டவர். தன்னோடு நாட்டுச் சுதந்திரத்துக்குப் பாடுபட்டு, கருத்து வேறுபாடுகள் கொண்டு எதிர்க்கட்சியில் அமர்ந்திருந்த தியாக சீலர்களைப் பெரிதும் மதித்தவர். எந்தப் பொருளைப் பற்றியும் எந்த நாட்டைப் பற்றியும் பேசுவார். அவரது பேச்சு, சங்கீதம் போல் இருக்கும்! எந்த விவாதத்திலும் குறிப்புகள் ஏதுமின்றிப் பேசும் ஆற்றல் படைத்தவர்.

நமது நாட்டு எல்லையில் சீனா படையெடுத்தது. அதுவே அவரது உடலை வாட்டிய பேரிடியாயிற்று! எத்தனையோ முறை நாங்கள் சிறிய கட்சி என்றும் பாராமல் நாஞ்சில் மனோகரனுடன் அவரது அறைக்குச் சென்று விவாதித்துள்ளோம். சீன யுத்தம் பிரகடனப்படுத்தப்பட்ட அன்று வரை துள்ளிக் குதித்து நடைபோட்ட அவர், எதிர்க்கட்சியினரைச் சந்தித்துப் பல விளக்கங்களை அளித்தார். அந்த சந்திப்பில் நானும் மனோகரனும் கலந்து

கொண்டோம். நமது ராணுவ பலத்தைப் பற்றியெல்லாம் விரிவாகப் பேசினார்.

கூட்டம் முடிந்து வெளியே செல்லும்போது நண்பர் தினேஷ் சிங்கின் தோளில் கைபோட்டுக் கொண்டு தளர்நடை போட்டார். மறுநாள், அவர் சீன எல்லைப்போர் பற்றி ஒரு தீர்மானம் கொண்டு வந்தபோது, நாடாளுமன்றத்தில் இருந்த அத்தனைபேரும் ஏகமனதாக எழுந்து நின்று, "பண்டித நேருவின் தலைமையில் இந்தியா ஒரே மனிதனாக எழுந்து போராடத் தயாராக இருக்கிறது" என்ற பிரகடனத்தைச் செய்தோம். தளர்ந்திருந்த பண்டித நேருவின் முகம் மலர்ந்தது. நாங்கள் அனைவரும் ஒன்றுபட்டு விட்டோம் என்ற சேதியை அறிந்ததும், உலக நாடுகள் பல நமது நாட்டுக்கு நேசக்கரங்களை நீட்டத் தொடங்கின.

இருந்தாலும், அதையடுத்து சீக்கிரமாகவே நாம் அவரை இழந்துவிட்டோம். அந்த மறைவுக்குக் கவிஞர் கண்ணதாசன் ஒரு இரங்கற்பாவை இயற்றினார். சீர்காழி கோவிந்தராஜன் அதைப் பாடினார். நாடு எப்பேர்ப்பட்ட சோகக்கடலில் மூழ்கியது என்பதற்கு அந்தப் பாடல்தான் உதாரணம்.

"நேருவா மறைந்தார். சாவே, உனக்கு ஒரு சாவு வந்து சேராதா?" என்றார் அந்தக் கவிஞர்.

உலகம் முழுவதும் 'நேருவுக்குப் பின் யார்?' என்ற கேள்வியை எழுப்பிக் கொண்டிருந்தது. பெருந்தலைவர் காமராசர் தனது செயலைத் தொடங்கினார்.

பண்டித நேருவின் மறைவு, லால்பகதூர் சாஸ்திரியின் மறைவு, இந்திரா காந்தி பிரதமராகப் பதவியேற்பு முதலியவை தொடர்ந்து நடைபெற்றுக் கொண்டிருந்தன.

1964-ஆம் ஆண்டு நானும் மனோகரனும் தெற்கு வியட்நாம், ஹாங்காக், தைவான், ஜப்பான், மலேஷியா,

சிங்கப்பூர் முதலிய நாடுகளுக்கு, மறைந்த வல்லபாய் படேலின் புதல்வர் தயாபாய் படேல் எம்.பி. தலைமையில் சென்றோம். நாடாளுமன்ற உறுப்பினர்கள் ஒன்பது பேர் கொண்ட குழுவில், இன்றைய பாரதிய ஜனதா கட்சித் தலைவர் வாஜ்பாயும் இருந்தார். இந்தப் பயணத்தில் நானும் அவரும் நல்ல நண்பர்களானோம்.

தெற்கு வியட்நாமில் சர்வாதிகார ஆட்சியை அகற்ற, புத்த சாமியார்கள் தீக்குளித்த வரலாற்றை எங்களது பயணத்தில் நேரடியாக அறிந்தோம். அந்தப் பயணத்திலிருந்து திரும்பியவுடன், இந்தி எதிர்ப்புப் போராட்டத்தில் அண்ணாவின் கட்டளைப்படி வேலூரில் சிறை புகுந்தேன். நூற்றுக்கு மேற்பட்டவர்கள் தர்மபுரி மாவட்டம் முழுவதும் இருந்து வந்திருந்தார்கள். நான் நாடாளுமன்ற உறுப்பினராக இருந்ததால், எனக்கு 'பி' வகுப்பு. ஆனால், நாங்கள் அனைவரும் ஒரே இடத்தில் வைக்கப்பட்டோம். எனக்குத் தந்த உணவையும் எனது தோழர்களுக்குக் கொடுத்து வந்த 'சி' வகுப்பு உணவையும் பகிர்ந்து கொண்டோம். எனவே, எனது இயக்கத் தொண்டர்கள் தங்களுள் ஒருவனாகவே என்னைக் கருதலாயினர்.

தினமும் ஒரு தலைப்பில் சொற்பொழிவு, நண்பர் மறைந்த கரிவேங்கடமும் நானும் சேர்ந்து, குறள் வகுப்பு ஒன்று நடத்தத் தொடங்கினோம். இரண்டு மாதம் எப்படி ஓடிற்று என்றே தெரியவில்லை. மாலை ஆறு மணிக்குக் கொட்டடியை மூடியதால், 'தென்கிழக்கு ஆசியாவில்' என்ற பயண நூல் ஒன்றை முழுதாக எழுதி முடித்தேன்.

12

மாறுதல் தந்த தேர்தல்!

அறிஞர் அண்ணாவின் காலத்தில் திருப்பரங்குன்றத்தில் நடைபெற்ற மாநாடு ஒரு மைல்கல். அண்ணன் மதுரை முத்து தமிழர் படைத்தளபதியாகவே பணியாற்றினார். கலைக்காட்சிக் குழுவில் எனக்குப் பணி. எல்லா வகையிலும் சிறப்பான மாநாடு அது. பெருந்தலைவர் காமராஜர் தனது திட்டத்தின்படி முதலமைச்சர் பதவியிலிருந்து விலகினார். அறிஞர் அண்ணா எப்போதும் ஒன்றைச் சொல்வார். "பதவியைத் தன் தோளின் மீது போட்டிருக்கும் துண்டைப் போல் கருதவேண்டும்'' என்று. அதே பாணியில் பெருந்தலைவர் நடந்துகொண்டு, பெரியவர் பக்தவத்சலத்தை முதல்வர் நாற்காலியில் அமர்த்தினார்.

1965-ல் இந்தி எதிர்ப்புப் போர் நடைபெற்றது. அதை அறிஞர் அண்ணா வெகு லாவகமாகச் சமாளித்தார். தவத்திரு குன்றக்குடி அடிகளார் போன்றவர்களையே கைது செய்யுமளவுக்கு மாநில ஆட்சி போனது. பலர் தீக்குளித்து மாண்டார்கள்.

மக்கள் மனதில் பெரும் மாறுதல் ஏற்பட்டது. 1967-ஆம் ஆண்டு பொதுத்தேர்தல் நடைபெற்றது. அறிஞர் அண்ணா என்னை மற்ற கட்சிகளுடன் நடத்தும் பேச்சுவார்த்தைக்கான

இந்தி எதிர்ப்பு போர்...

க. இராசாராம்

முதலமைச்சராக அண்ணா...

ஐவர் குழுவில் ஒருவராக நியமித்தார். நாவலர் நெடுஞ் செழியன், என்.வி.நடராசன், கலைஞர் மு.கருணாநிதி, கே.ஏ.மதியழகன், நான் ஆகியோர்தான் அந்த ஐவர் குழு. அந்த ஐவர் குழுவில் பணியாற்றும் போதுதான், அண்ணா நாடாளுமன்றத்தில் உள்ள எதிர்க்கட்சித் தலைவர்களிடம் ஏன் பழகச் சொன்னார் என்பது புரிந்தது. எங்களது முயற்சி அறிஞர் அண்ணாவின் சிறந்த ராஜதந்திரத்தாலே, காங்கிரஸ் பேரியக்கத்தையே ஆட்சியிலிருந்து அகற்றும் அளவுக்கு வளர்ந்தது. 'நாம் தமிழர்' தலைவர் சி.பா.ஆதித்தனாரை மட்டும் அறிஞர் அண்ணா தனியாகப் பேசி, கழகத்தில் உறுப் பினராகவே ஆக்கிவிட்டார். பத்திரிகை பலமே இல்லாமல் இருந்த எங்களுக்கு மிகப் பெரிய பத்திரிகை பலம் கிடைத்தது.

அண்ணா தென்சென்னையிலும், நான் சேலம் நாடாளுமன்றத் திலும் நிற்பதற்கு இடங்கள் ஒதுக்கப்பட்டன. அண்ணா தேர்தல் சுற்றுப்பயணத்தைத் தொடங்கி, நாமக்கல் கூட்டத்தை முடித்து

விட்டு சேலத்துக்கு விடியற்காலையில் என் வீடு வந்து சேர்ந்தார்.

"மக்கள் மத்தியில் எப்படிப்பட்ட வரவேற்பு இருக்கிறது அண்ணா?" என்றேன்.

"நான் எதிர்பார்த்ததை விடப் பல மடங்கு வரவேற்பு! எங்கும் மக்கள் வெள்ளம்! ஆட்சியே நம் கைக்கு வந்துவிடும் போல் தெரிகிறது. இவ்வளவு விரைவில் ஆட்சி நம் கைக்கு வந்தால் நல்லதா என்பதுதான் எனது எண்ணம்!" என்றார்.

"உங்களைத் தோற்கடித்து விட்டார்களே என்பதால் தானே கடந்த ஐந்து ஆண்டுகளாகப் பாடுபட்டோம். பயன் கிடைக்கும் போது ஏன் தளர்வடைய வேண்டும். தாங்கள் எதையும் சரி செய்வீர்கள்" என்றேன்.

சரண்சிங்

க.இராசாராம்

இந்திரா காந்தி

"நானும் நீயும் நாடாளுமன்றத்துக்கல்லவா நின்று விட்டோம்?" என்றார் அண்ணா.

"தேர்தல் முடிவுகள் வரட்டும்..." என்றேன் நான்.

தேர்தல் முடிவுகள் பெரிய வெற்றியைத் தந்தன. நாடாளு மன்றத்துக்கு மட்டும் இருபத்தைந்து பேர் வென்றோம். நான் அறிஞர் அண்ணாவைச் சந்திப்பதற்காக நண்பர் சச்சிதானந் தத்துடன் காரில் சென்னைக்குப் பயணப்பட்டேன்.

திராவிட இயக்கத்தில் தலைவர்களுக்கு எப்போதும் சோதனை உண்டு போலும். சென்னையில் நாவலர் வீட்டுக்கும், கலைஞரின் வீட்டுக்கும், மூதறிஞர் வீட்டுக்கும், நண்பர் 'மாலைமணி' ஆசிரியர் இளங்கோவுடன் சென்றேன்.

வேறு பல பிரமுகர்கள் வீடுகளுக்கும் சென்றேன்.

அறிஞர் அண்ணா நாடாளுமன்ற உறுப்பினராக வெற்றி பெற்றதால், அவரை டெல்லிக்கு அனுப்பி, அவரை 'உலகப் புகழ்' அடையச் செய்வதற்கே ஓரிரு இடங்களில் பேசிக் கொண்டிருந்தார்கள்.

இவற்றையெல்லாம் பார்த்துவிட்டு அவென்யூ ரோட்டுக்குப் பகல் பன்னிரெண்டு மணியளவில் வந்து சேர்ந்தோம். அண்ணா வீடு வெறிச்சோடியிருந்தது. மேல் மாடிக்குப் போனேன். அறிஞர் அண்ணா பனியனுடன் யாரு டனோ உட்கார்ந்து பேசிக் கொண்டிருந்தார். நல்லவேளை யாகப் பத்திரிகைக்காரர்கள் அப்போதுதான் வந்து கொண்டிருந்தார்கள்.

அண்ணாவை அடுத்த அறைக்கு அழைத்தேன். "உடனடி யாகப் பத்திரிகைக்காரர்களை அழைத்துப் பேசுங்கள். 'கட்சியின் பொதுச் செயலாளர் நான். தமிழக முதல்வர் பொறுப்பை நானே ஏற்று அமைச்சரவைப் பட்டியலுடன் கவர்னரைச் சந்திக்க இருக்கிறேன்' என்று நீங்கள் கூற வேண்டும்" என்று அண்ணாவை வற்புறுத்தினேன்.

"சரி... பத்திரிகைக்காரர்களைக் கூப்பிடு" என்று கூறி, சேதியைச் சொன்னார். சேதி பரவியதும், அவென்யூ ரோட்டில் ஒரே கூட்டம்.

என் கடமையை முடித்துவிட்ட பூரிப்பு ஏற்பட்டது.

அறிஞர் அண்ணா முதலமைச்சர் பதவி ஏற்ற வைபவத்தைக் கண்டு ரசித்துவிட்டு என் சக நாடாளுமன்ற உறுப்பினர்களுடன் டெல்லிக்குப் பயணமானேன். எனது நண்பர் ரகுராமய்யா நாடாளுமன்ற அமைச்சர். அனைவருக்கும் வீடுகள் ஒதுக்கும் குழுவில் என்னை உறுப்பினராகப் போட்டார். நார்த் அவென்யூவில் முடிந்த

அளவு அனைவருக்கும் வீடுகளை ஒதுக்கினேன். ஏனெனில், காலையில் எழுந்தவுடன் ஒரு மணி நேரம் இந்தியா கேட் வரை நடந்துவிட்டு, திரும்பும்போது பலரை எழுப்பிவிட்டுச் சிலரிடம் பேசிவிட்டுத் திரும்புவது எனது வாடிக்கை.

பேராசிரியர் க.அன்பழகன்தான் குழுத் தலைவர். காலையில் நாடாளுமன்ற அலுவல்கள் பற்றிப் பேச அவர் இல்லத்துக்குச் சென்று திரும்புவேன். இருபத்து நான்கு பேர் கொண்ட பெரும் படையே என்னோடு இருந்தது. ஒவ்வொருவரையும் எல்லா இடங்களுக்கும் அழைத்துச் செல்வதும், நண்பர்களிடம் அறிமுகப்படுத்துவதும் மற்றும் எல்லா வேலைகளிலும் ஈடுபட்டதனால், சுமார் இரண்டு மாதங்கள் சென்னைக்கே வர முடியவில்லை. பின்னர் அறிஞர் அண்ணா வீட்டுக்கு நள்ளிரவு வந்து சேர்ந்தேன். அண்ணாவும் அப்போதுதான் வீடு வந்து சேர்ந்தார். "எங்கய்யா நீண்ட நாட்களாகவே உன்னைக் காணோம்" என்றார் படியேறிக் கொண்டே.

நான் சொன்னேன்: You have become too big and I am far away from you. இன்றுள்ள முதல்வரிடம் இதுபோல் பேசியிருந்தால், இந்த வார்த்தைகளுக்குப் பிறகு என் கதி என்ன ஆகியிருக்கும் என்பதை நீங்களே யூகித்துக் கொள்ளுங்கள்! ஆனால் அவரோ, அறிஞர். நல்ல நகைச்சுவை உணர்வுள்ளவர். உள்ளன்போடு நேசிப்பவர். "வாய்யா இங்கே..." என்றார். எங்களுக்குள் இப்படி ஒரு மிகப் பெரிய அந்நியோன்யம் இருந்து கொண்டே இருந்தது.

அதன்பிறகு கடந்த இரு மாதங்களில், தான் சந்தித்த நிர்வாகச் சிக்கல்கள். புதிதாக வந்த தங்களை அதிகாரிகள் ஏற்காத மனப்பான்மை, சொன்ன திட்டங்களை நிறைவேற்ற விடாமல் செய்யப்படும் நிலைகள் முதலியவற்றைப் பற்றி

இரவு நெடுநேரம் மனம்விட்டுப் பேசினார். நாட்டுக் கவலை அவரிடம் ஏராளமாக குடிகொண்டிருந்தது. நெடுநேரம் இருந்து சமாதானப்படுத்தி விட்டு வீடு திரும்பினேன். ஆனால் இவ்வளவு கவலைகளையும் அவர் தன் உள்ளத்தில் கொண்டிருப்பதைக் கண்ட எனக்கும் அந்தக் கவலை தொற்றிக் கொண்டது.

சில வாரங்களில் டெல்லியில் முதலமைச்சர்கள் மாநாடு, இந்திரா காந்தி தலைமையில் முதல் முறையாக முதலமைச்சராக டெல்லி வரும் அறிஞரை அனைவரும் வியக்கும் வண்ணம், தமிழக முறைப்படி வரவேற்க வேண்டும் என்ற ஆசை எங்கள் அனைவர் உள்ளத்திலும் எழுந்தது. தேநீர் விருந்து. அதில் தமிழ்நாட்டுப் பலகாரங்கள் வரிசை- எல்லாக் கட்சியினரையும் அழைக்கும் ஏற்பாடு என்று வேலைகளைத் துவக்கினேன். நானும் நண்பர் செழியனும் ஒவ்வொருவரையும் நேரில் சென்று அழைத்தோம். நண்பர் மனோகரன் சந்திப்பவர்களையெல்லாம் அழைத்தார். குடியரசுத் தலைவர், பிரதமர் தவிர அனைவரையும் கொண்டு வந்து தமிழ்நாடு இல்லத்தில் சேர்த்தோம். பல மாநில முதல்வர்களையும் அழைத்தோம். அது டெல்லியையே கலக்குக் கலக்கும் ஒரு விழாவாக அமைந்தது. 'மதராஸ் மெயில்' பத்திரிகையின் டெல்லி நிருபர் இராமசாமி நடுப்பக்கக் கட்டுரையே எழுதினார். எதிர்க்கட்சித் தலைவர்களும் அமைச்சர்களும் ஒருசேரக் கலந்துகொண்டு சிறப்பித்த உன்னத விழா அது. இவ்வளவையும் சிக்கனமாகவும், சிறப்பாகவும் செய்தோம்!

அறிஞர் அண்ணா பல மாநில முதல்வர்களைச் சந்தித் தார். ஆனால் வழக்கப்படி, என் வீட்டுக்குப் பகல் சாப் பாட்டுக்கு வந்து சேர்ந்தார். பகலில் முதல்வர்கள் மாநாட்டில்

நடந்ததைப் பற்றிப் பேசிக் கொண்டே சாப்பிட்டோம். அது ஒன்றும் முதலமைச்சருக்கான விருந்தல்ல!

அந்த வருகையின் போது இந்தியாவில் ஏழு மாநிலங்களில் எதிர்க்கட்சியினர் ஆட்சி அமைத்திருந்தார்கள். அதில் பின்னர் பிரதமராக வந்த சரண்சிங்கும் ஒருவர். அனைவரையும் அண்ணா எனக்கு அறிமுகம் செய்து வைத்தார். "மக்கள் நம்மை நம்பி ஆதரித்துள்ளார்கள். நாம் நல்லாட்சி தந்தோம் என்கிற நிலையை அவர்கள் உணரும்படி செய்ய வேண்டும்" என மற்ற மாநில முதல்வர்களிடம் அண்ணா சொன்னார்.

ஆனால் மற்றவர்கள், அண்ணாவின் சொற்களை எவ்வளவு தூரம் கேட்டுச் செயல்பட்டார்கள் என்பதை நாடு கண்டது.

13

"தமிழன் என்றால் இளப்பமா?"

முதல்வர் பொறுப்பை ஏற்பதற்கு முன்பே கலைஞர் கருணாநிதி, நாவலர் நெடுஞ்செழியன், அன்பில் முதலி யோருடன் சென்று தந்தை பெரியாரைத் திருச்சியில் சந்தித்துவிட்டு வந்தார் அண்ணா.

நான் தந்தை பெரியாரைச் சந்தித்துச் சுமார் பத்து ஆண்டு கள் உருண்டோடி விட்டிருந்தன. நண்பர் சம்பந்தத்தை உடன் அழைத்துக் கொண்டு தந்தை பெரியாரைப் பெரியார் திடலில்

நாகரசம்பட்டி விழாவில் பெரியார் மற்றும் அண்ணாவுடன்...

சந்திக்கச் சென்றேன். பழைய பாசத்துடனே தந்தை பெரியார் என்னை அன்போடு ஏற்றுக் கொண்டார். மணியம்மை மகிழ்ச்சியுடன் என்னை ஏற்றார். பழைய நாட்கள்! பழைய நினைவுகள்! பழையபடி உற்சாகமான உரையாடல்கள்! ஆம்... அவர் சமுதாயத் தலைவர்! தனிப்பட்ட விருப்பு வெறுப்புகள், ஆசாபாசங்களுக்கு அப்பாற்பட்டவர்! பலமுறை இதை நேரில் கண்டுகளித்த எனக்கு இப்படி நடந்ததைக் காணும்போது மலைப்பு ஏற்படவில்லை. மகிழ்ச்சியின் எல்லைக்கே போனேன்.

நாங்கள் இருபத்தைந்து பேர் நாடாளுமன்றத்துக்கு வந்ததும்- சஞ்சீவரெட்டி சபாநாயகராக வந்ததும் எங்களுக்கு நல்லதாகப் போயிற்று. நாடாளுமன்றத்தில், தமிழ் உட்பட மற்ற அரசியல் சட்டப்படி அங்கீகரிக்கப்பட்ட மொழிகள் அனைத்திலும் பேசலாம். அதற்கு மொழிபெயர்ப்பு உண்டு என்ற நிலையைப் போராடி உருவாக்கினோம். முதலாவது, இரண்டாவது நாடாளுமன்றங்களில் பல உறுப்பினர்கள் பேசவில்லை என்று பட்டியல் வரும். எல்லாத் தாய்மொழியிலும் பேசலாம் என்ற நிலை வந்ததும்தான் அந்தப் பட்டியல் நின்றது!

சின்னஞ்சிறு தீவான சிங்கப்பூர் நாடாளுமன்றத்தில் தமிழில் பேசலாம் என்று சட்டம் இருந்தது. எனது தாய்நாட்டில் மக்கள் பிரதிநிதியாகிய நான் தமிழில் பேச முடியவில்லையே என்ற ஏக்கம் மறைந்தது! காரணம் -தந்தை பெரியாரும் அறிஞர் அண்ணாவும் எங்களது உள்மனதில் ஏற்படுத்திய ஆழமான தமிழ் உணர்வுதான். நாடாளுமன்றத்தில் நாங்கள் பெற்ற மிகப் பெரிய வெற்றி இது!

தமிழகத்தில் அறிஞர் அண்ணா ரூபாய்க்கு ஒரு படி அரிசித் திட்டத்தைச் சென்னையிலும் கோவையிலும் அறிமுகப்படுத்தினார். நான் டெல்லியில் தமிழர்களின்

பெருமையை நிலைநாட்டத்தக்க வகையில் திருவள்ளுவருக்குச் சிலை நிறுவ ஏற்பாடுகளைத் தொடங்கினேன். டெல்லி தமிழ்ச் சங்கத்துக்கு முன் சிலையை நிறுவ ஏற்பாடு செய்தேன். அந்த நேரத்தில் உத்தரப் பிரதேச உறுப்பினரான ஒரு இந்தி வெறியர், தமிழர்களைப் பற்றி இழிவாகப் பேசிவிட்டார். நாடாளுமன்றத்தில் 'தமிழர்கள் இந்தி கற்கச் சிறிது பணம் கொடுத்தால் போதும்... கற்றுக் கொண்டு விடுவார்கள்' என்று சற்று எகத்தாளமாகச் சொன்னார். நான் மிகப் பெரிய ரகளையையே நாடாளுமன்றத்தில் நடத்தினேன். 'தமிழர்கள் இந்த நாட்டில் இரண்டாந்தரக் குடிமக்களா?' என்றேன்.

மறுநாள் நாகரசம்பட்டியில், பெரியார் ராமசாமி உயர்நிலைப்பள்ளிக் கட்டடத்தைத் தமிழக முதல்வர் அறிஞர் அண்ணா திறக்கிறார். நான் தந்தை பெரியாரின் திருவுருவப் படத்தைத் திறந்து வைக்கிறேன். அண்ணாவுக்குப் பொன்னாடை போர்த்துகிறார் தந்தை பெரியார். வரலாற்றுச் சிறப்புமிக்க அந்த நிகழ்ச்சியை என் நண்பர் சம்பந்தம் ஏற்பாடு செய்திருந்தார். இந்தியை எதிர்த்து நாடாளு மன்றத்தில் நான் பேசிய பேச்சு எல்லாப் பத்திரிகைகளிலும் வெளிவந்தது. என்னை வளர்த்து ஆளாக்கிய இரு தலைவர்களும் அன்று என்னைப் பாராட்டியதை இன்று நினைத்தாலும் பூரித்துப் போகிறேன்.

விழா முடிந்து அய்யாவையும் அண்ணாவையும் உட்கார வைத்துப் படம் எடுக்க ஏற்பாடு செய்தார்கள். நாங்கள் அனைவரும் அவர்களுக்குப் பின்னால் வரிசையாக நின்றோம். தந்தை பெரியார் புகைப்படக்காரரை 'படம் எடுக்காதே' எனச் சொல்லி சம்பந்தத்தைக் கூப்பிட்டு ஒரு நாற்காலி கொண்டு வந்து போடும்படி செய்தார். என்னையும்

அவர்களுடன் உட்கார வைத்தபிறகே படம் எடுக்கச் சொன்னார். சம்பந்தத்திடம் "நம்ம இராசாராம்தான். ஆனாலும் இந்தத் தொகுதியின் எம்.பி. ஆயிற்றே" என்றார். இவற்றையெல்லாம் அண்ணா புன்முறுவலுடன் ரசித்துக் கொண்டே இருந்தார். அன்று மாலையே மத்தூரிலும் ஒரு உயர்நிலைப்பள்ளிக் கட்டடத் திறப்புவிழா. அய்யா தலைமையில் அண்ணா திறந்து வைத்தார். அந்த விழாவில் அந்தப் பள்ளியில் சம்பந்தத்தின் மாமனார் இராஜா கிருஷ்ணனின் படத்தையும் திறந்து வைத்தேன். காலையில் திராவிடர் கழகத்தார் ஏற்பாடு செய்த விழா. மாலையில் தி.மு.க. ஏற்பாடு செய்த விழா. இந்த இரு ஊர்களுமே என் மாணவப் பருவத்திலிருந்தே பழக்கமான ஊர்கள்.

அறிஞர் அண்ணாவுக்கு அமெரிக்க யேல் பல்கலைக் கழகத்திலிருந்து அழைப்பு வந்தது. நான் டெல்லியில் இருந்து ஓடோடி வந்தேன். ராஜாஜி மண்டபத்துக்கு அருகில் உள்ள பூங்காவில் தேநீர் விருந்து. நானும் செழியனும் தூர அமர்ந்திருந்தோம். விருந்து முடிந்ததும் அண்ணா எங்களை நோக்கி வந்தார். எங்கள் இருவரையும் தனது காரில் ஏறச் சொன்னார். நேரே காந்தி சிலைக்குப் பின்னால் இருந்த கடற்கரை மணலில் போய் அமர்ந்தோம்.

"எல்லாப் பயணங்களிலும் உங்களைக் கூட அழைத்துச் செல்வேன். தற்போது நான் முதல்வர் என்பதனால் எனது தனிச் செயலாளரை அழைத்துச் செல்ல வேண்டியுள்ளது. எனக்கு உடல்நலம் சரியில்லை என்றும் பலர் பேசுகிறார்கள். சாடை மாடையாகப் புற்றுநோய் என்றும் பேசுகிறார்கள்" என்றெல்லாம் பேசத் தொடங்கினார் அண்ணா.

நாங்கள் இருவரும் அவரை வெகுவாகச் சமாதானப் படுத்தினோம். அமெரிக்காவில் உடல் பரிசோதனை செய்து

கொள்ளும்படி வேண்டினோம். அவரது பயணத்துக்கான ஏற்பாடுகள் அனைத்தையும் நானே முன்னின்று செய்தேன். எல்லாவற்றையும் பார்த்த அறிஞர் அண்ணா, "உன் உதவியெல்லாம் இல்லாமல் அங்கு எப்படிய்யா நான் இந்த உடைகளையெல்லாம் போடப் போகிறேன்" என்றார்.

நான் அவருக்கு ஒரு வரலாற்றைக் கூறினேன். "அணு விஞ்ஞானி ஐன்ஸ்டீன் ஒரு பெரிய மேதை. அவரை ஹாலந்து நாட்டுக்கு அழைத்தார்கள். அவர் ரயிலில் ஹாலந்துத் தலைநகர் வந்தார். ரயில்வே ஸ்டேஷனில் அந்த நாட்டு ராணி அவரை வரவேற்க வந்தார். ஐன்ஸ்டீன் தனது கோட்டில் பொத்தானைப் போடாமல் ரயிலை விட்டு இறங்கிவிட்டார். 'ஐன்ஸ்டீனுக்கு ராணியின் முன் மரியாதையான முறையில் உடையணிந்து வரத் தெரியவில்லை. இது கண்டிக்கத்தக்கது' என்று அந்த நாட்டுப் பத்திரிகைகள் எழுதின. உடனடியாக ஹாலந்து ராணியே ஒரு அறிக்கை விடுத்தார். அவ்வளவு பெரிய மேதை எனது அழைப்புக்கிணங்கி வந்ததுதான் பெரியது. அவரது அறிவுக்கு இந்த நாடே வணக்கம் செலுத்துகிறது. அவரது உடை சரியில்லை என்று எழுதிய பத்திரிகைகளுக்காக, நான் அவரிடம் மன்னிப்புக் கேட்டுக் கொள்கிறேன்' என்றார் ஹாலந்து ராணி. அதுபோல் அண்ணா, நீங்கள் எப்படி உடையணிந்திருந்தாலும் அமெரிக்க மாணவர்கள் உங்களது அறிவார்ந்த பேச்சால், உங்களின் முன் அனைவரும் கட்டுப்பட்டு விடுவார்கள். அதனால் எந்தக் கவலையும் இல்லாமல் நீங்கள் போய் வரலாம்" என்றேன்.

ஒரு மனித நேயம் மிக்க மாமனிதர் என்பதைப் பல நேரங்களிலும் என்னால் உணர முடிந்தது. அமெரிக்க யேல் பல்கலைக்கழகம் அவருக்கு 'சப்ஃபெலோஷிப்' என்ற சிறப்புப் பட்டத்தைத் தந்து கௌரவித்தது.

அறிஞர் அண்ணா அமெரிக்காவிலிருந்து திரும்பும் போது வாடிகன் நகரில் போப் ஆண்டவரைச் சந்தித்தார். போப்பிடம் அவர் என்ன பேசினார் என்பதை அண்ணா வெளியிடவில்லை. அண்ணாவுக்கு ஒரு ஆர்வம். யார் விடுதலைக்காகப் போராடினாலும், அவரைப் பெரிதென மதிப்பார். கோவாவின் விடுதலைக்காகப் போராடிய இரண்டு வீரர்கள் (ரானடே, மால்கோணஸ்) போர்ச்சுக்கல் நாட்டின் சிறையில் நீண்ட காலம் அடைபட்டுக் கிடந்தார்கள். போர்ச்சுகல் நாடு கத்தோலிக்கக் கிறிஸ்தவர்கள் நாடு. போப் ஆண்டவரின் சொல்லை வேதமாக ஏற்கும் நாடு. "அந்த விடுதலை வீரர்கள் இருவருக்கும் தாங்கள் அந்த நாட்டுக்குச் சொல்லி, விடுதலையை வாங்கித் தர வேண்டும்" என்பதுதான் போப் ஆண்டவரிடம் அண்ணா வைத்த வேண்டுகோள். அதன்படி, அவர்கள் விடுதலை செய்யப்பட்டார்கள். ஆனால், இதைப் பார்க்க அண்ணா உயிரோடு இல்லை. அவர்கள் போர்ச்சுக்கல்லில் இருந்து கோவாவுக்கு வந்து இறங்கியபோதுதான், உலகுக்கே இந்தச் சேதி தெரிந்தது.

அறிஞர் அண்ணா முதல்வராக இருந்தபோது, உலகத் தமிழ் மாநாட்டைச் சிறப்புற நடத்தினார். டெல்லியில் அப்போதைய குடியரசுத் தலைவர் டாக்டர் ஜாகீர் உசேனை யும், பெருந்தலைவர் காமராஜையும் நேரில் அழைத்தார். அப்போது என்னையும் உடன் அழைத்துச் சென்றார். உலகத் தமிழ் மாநாடு என்றால் பல அறிஞர் பெருமக்கள், தங்கள் ஆராய்ச்சிக் கட்டுரைகளைப் படிக்கும் மாநாடாகத்தான் அது விளங்கும். அண்ணா சிறந்த அறிஞராகையால், ,அதை யும் பாமரர்கள் பங்கு கொள்ளும் மாநாடாக மாற்றிக் காட்டி னார். லட்சோபலட்சம் மக்கள் கலந்து கொண்ட மாநாடு அது. கலைத்துறையின் தலைவர்களான ஆனந்த விகடன்

ஆசிரியர் எஸ்.எஸ்.வாசன், ஏ.வி.மெய்யப்பச் செட்டியார், நாகிரெட்டியார், ஏ.எல்.சீனிவாசன் முதலியவர்களை அற்புத மாகப் பயன்படுத்தினார். முத்தமிழ்க் காவலர் கி.ஆ.பெ. விசுவநாதம் சென்னையில் ஒரு மாதம் முகாமிட்டிருந்தார். மாநாட்டின் வெற்றிக்கு வேறென்ன வேண்டும்?

முதலமைச்சர் ஆனவுடன் அவருக்கு ஓயாத பணி. ஏராளமான பயணங்கள், விருந்துகள், அவரையறியாமல் உடல் சிறிது பெருத்தது. பின்னர் குறையத் தொடங்கியது. டெல்லியிலிருந்து வந்த நான், காலை பதினோரு மணிக்கு அவென்யூ ரோட்டுக்குப் போனேன். ஒருவர் அண்ணாவுக்கு எண்ணெய் தேய்த்துக் கொண்டிருந்தார். பின்னர் குளியல றைக்கு அண்ணா சென்றார். சிறிது நேரத்தில், நடக்க முடியா மல் அண்ணாவைக் கைத்தாங்கலாகக் கட்டிலில் கொண்டு வந்து படுக்க வைத்தார்கள். அண்ணா தனக்கு மிகுந்த அசதியாக இருப்பதாகச் சாடை காட்டினார். அண்ணியார் ராணி அம்மையாரோ திகைத்துப் போய் நின்றார். சிறிது நேரம் கட்டிலில் படுத்திருந்தபின் ரசத்தில் சிறிது சோற்றைக் கரைத்துக் குடிக்கக் கொடுத்தார்கள். இரண்டு முழுங்கு சாப் பிட்டிருப்பார். ஏதோ ஒரு சோற்றுப் பருக்கை தொண்டைக் குழியில் மாட்டிக் கொண்டது. கைகழுவும் பேஸினுக்குச் சென்று பெரும்பாடுபட்டு அந்தப் பருக்கையைத் துப்பினார். மீண்டும் அசதி. அன்றைக்கென்னவோ அமைச்சர் பெருமக்கள் சுற்றுப்பயணத்தில் இருந்தார்கள். உடனடியாக டாக்டர்கள் சதாசிவம், அண்ணாமலை, மோசஸ் மூவரையும் அழைத்துப் பேசினேன். அண்ணாவை டாக்டர் துரைசாமி எக்ஸ்ரே யூனிட்டுக்கு அழைத்துச் சென்று பார்த்ததில், அறிஞர் அண்ணாவுக்குத் தொண்டைக்குழியில் புற்றுநோய் எனக் கண்டுபிடிக்கப்பட்டது.

14

பெரியாரின் பேரன்பு!

அறிஞர் அண்ணாவை உடனடியாக சென்னைப் பொது மருத்துவமனையில் சேர்த்தோம். எல்லா அமைச்சர்களையும் சென்னைக்கு வரும்படி செய்தி அனுப்பப்பட்டது. அனைவரும் சென்னைக்கு வந்தனர். அறுவை சிகிச்சையை அமெரிக்காவில் செய்வது என்று ஏற்பாடாயிற்று. அண்ணா என்னைத் தன்னுடன் அமெரிக்காவுக்கு வரும்படிக் கூறிவிட்டு, பயண ஏற்பாடுகளைக் கவனிக்கச் சொன்னார். அப்போது அந்நியச் செலாவணி மிகவும் கஷ்ட நிலை. அண்ணாவுக்கோ அண்ணியையும் டாக்டர் சி.என்.ஏ. பரிமளத்தையும் உடன் அழைத்துச் செல்ல ஆசை... தன்னைக் காண வந்த மத்திய அமைச்சர் ஒருவரிடம் நிதியமைச்சர் மொரார்ஜி தேசாயிடம் கூறி பரிமளத்துக்கு அந்நியச் செலாவணி அனுமதிக்கும்படி கேட்கச் சொல்லியிருந்தார். அவர் போய்ச் சொல்லியும் நிதி கொடுக்க மறுத்துவிட்டார்கள். அண்ணாவுக்கு சற்று வருத்தம். இதையறிந்த நான் "அண்ணா, தங்கள் பெயரைப் பயன்படுத்திக் கொள்ள எனக்கு அனுமதி வேண்டும்" என்றேன்.

"உனக்கு அதற்கு அனுமதி கூட வேண்டுமா?" என்றார் என் அண்ணன்.

உடனே அமைச்சர் சாதிக்பாட்சா வீட்டுக்குச் சென்று பிரதமர் இந்திரா காந்தியிடம் தொலைபேசியில் பேசினேன். "அண்ணாவுடன் அவரது மனைவி ராணி அம்மையாரையும், அவரது மகன் பரிமளத்தையும் அழைத்துச் செல்ல, அந்நியச் செலவாணி வேண்டும்" என்றேன். பிரதமர் இந்திரா காந்தி தாயுள்ளம் கொண்டவர். உடல்நலக் கோளாறு என்னும் போது கட்சி எல்லாவற்றையும் கடந்து மனித நேயத்தோடு நடப்பவர். உடனடியாக "ராஜாராம், நீங்கள் பயண ஏற்பாடு களைச் செய்யுங்கள். அண்ணாவிடம் 'அவர் உடல் நலம் பெற்றுத் திரும்பப் பிரார்த்திக்கிறேன்' என்று கூறுங்கள்" என்றார். நான் ஓடோடி வந்து அண்ணாவிடம் சேதி சொன் னேன். "மத்திய மந்திரியாலேயே முடியாததை முடித்து விட்டாய் போ" என்று மகிழ்ச்சியோடு சொன்னார் அண்ணா.

மருத்துவமனைக்குப் பெருந்தலைவர் காமராஜர் வந்து, டாக்டர்களிடம் "அண்ணாவின் உடல்நலத்தைக் கவனிக் காமல் விட்டு விட்டீர்களே" என்று கடிந்து கொண்டார். அண்ணா மருத்துவமனையிலிருந்தபோது செழியன் காஷ்மீரத்தில் இருந்தார். அவருடைய குடும்பத்தினர் அவரை வரவழைத்து எங்களுடன் பயணத்தில் சேர்த்தார்கள்.

இந்த இடத்தில் உருக்கமான ஒரு நிகழ்ச்சியை நான் சொல்லியே தீரவேண்டும். அண்ணா அமெரிக்காவுக்குப் போவதென்று முடிவெடுத்து, அதற்கான முயற்சியில் நாங்கள் எல்லாம் ஈடுபட்டுக் கொண்டிருந்தோம். தந்தை பெரியாருக் கோ, தன் தலைமகன் போல் இயக்கக் கொள்கைகளை நடைமுறைப்படுத்தி வந்த அண்ணாவுக்கா இந்த நோய் என்ற வேதனை. தந்தை பெரியாரைச் சரியாகப் புரிந்துகொள்ளாத சில போலிகள், அவரைக் கஞ்சன் என்றும், கருமி என்றும் சொல்வதைக் கேட்கும்போது என் நெஞ்சம் பதறும்.

அண்ணா அமெரிக்கா புறப்படுவதற்கு முதல் நாள் சென்னை பொது மருத்துவமனைக்கு அண்ணாவைப் பார்க்க மணியம்மையாரோடு அய்யா வந்தார். அண்ணாவின் அருகில் படுக்கையிலேயே போய் அமர்ந்தார். அண்ணாவின் காதில் ஏதோ சொன்னார். அண்ணாவுக்கோ மருத்துவப் பரிசோதனைகளால் உரக்கப் பேச முடியவில்லை. "நீங்கள் கருணாநிதியிடம் பேசுங்கள்" என்று அண்ணா சொன்னார்.

தந்தை பெரியார் கொஞ்ச நேரம் அண்ணாவுடன் இருந்து விட்டு வெளியே சக்கர நாற்காலியில் உட்கார்ந்து கொண்டே கலைஞரின் கழுத்தை வளைத்துப் பிடித்துக் காதோடு, அண்ணாவின் வைத்தியச் செலவுக்காக தான் இருபத்தைந்தாயிரம் ரூபாய் கொடுப்பதாகவும் அதை அப்போதே வாங்கிக் கொள்ளும்படியும் சொன்னார்.

கலைஞரோ மிகவும் மரியாதையோடும், அன்பு கலந்த பக்தியோடும், "பணம் இருக்கிறது. தேவையானால் அய்யா விடம் பெற்றுக் கொள்கிறோம்" என்று மறுத்துவிட்டார்.

அண்ணாவை வழியனுப்ப யாரும் எதிர்பாராத வகையில் விமான நிலையத்துக்கு தந்தை பெரியார் வந்துவிட்டார். விமானம் ஏற காரில் சென்று கொண்டிருந்த அண்ணா, பெரியாரைக் கண்டதும் காரை நிறுத்தச் சொல்லி இறங்கப் போனார். ஆனால், அய்யாவோ வேண்டாம் என்று சொல்லி , மிகுந்த கவலையோடு இருகை கூப்பி வணக்கம் சொல்லி விடை தந்த காட்சி மறக்க முடியாதது. இந்த இரண்டு நிகழ்ச்சிகளும் அண்ணாவிடம் தந்தை பெரியார் எவ்வளவு பாசமும் பற்றும் வைத்திருந்தார் என்பதற்கு சான்றுகளாகவே அமைந்தன.

நியூயார்க் மருத்துவமனையில் அண்ணாவுக்கு அறுவை சிகிச்சை- அவர் சீக்கிரம் குணமடையப் பிரார்த்தித்துக் கடிதம் அனுப்பியவர்கள் ஏராளம். அவருக்காக வழிபாடு செய்தவர்களின் பட்டியலை அவரிடம் படித்தபோது, அண்ணா நெகிழ்ந்து போனார். ஆம்! அவை கட்சித் தோழர் கள் மட்டும் அனுப்பியவை அல்ல. கட்சிகளுக்கும் மதங்களுக் கும் அப்பாற்பட்டவையாக அவை இருந்தன. உலகம் அவரை வேறு கோணத்தில் கண்டதை நான் உணர்ந்தேன். 'மக்களுக் காக நல்லதைச் செய்தவர். பிறரைச் செய்ய வைத்தவர். சிறந்த மேதை. அவர் நீண்டகாலம் வாழவேண்டும்' என்று பல நாட்டினரும் விரும்பியதை நான் கண்டேன்.

தினமும் மூன்று தொலைபேசிகள் அமெரிக்காவுக்கு வரும். ஒன்று சி.பா.ஆதித்தனார், இரண்டு கலைஞர் மு.கருணாநிதி, மூன்று புரட்சி நடிகர் எம்.ஜி.இராமச்சந்திரன், மற்றபடி அறுவை சிகிச்சையன்று எல்லா ஊர்களிலிருந்தும்

தொலைபேசியில் விசாரித்தனர். அண்ணா அரசியலில் குடும்பப் பாசத்தை வளர்த்த ஒரே தலைவர். அனைவரும் தங்கள் அண்ணனின் மீது பொழியும் பாசத்தைக் கடிதத்தில் படித்தும் தொலைபேசியில் கேட்டும் அண்ணாவிடம் சொல்வேன். அவர் குணமடைந்து கொண்டே வந்தார். வாழ்த்துக்கள் அவரை மகிழ்ச்சியாக இருக்க வைத்தன.

அண்ணா மருத்துவமனையில் இருக்கும்போது, பிரதமர் இந்திரா காந்தி ஐக்கிய நாடுகள் சபையில் கலந்து கொள்ள வந்திருந்தார். அவர் விமானத்திலிருந்து இறங்கியதும் தூதர் ஜி.பார்த்தசாரதியுடன் மருத்துவமனைக்கு வந்து அண்ணாவைப் பார்த்து உடல் நலம் விசாரித்தார். பிரதமர் இந்திரா காந்தி ஐக்கிய நாடுகள் சபையில் போய் பேசியதைக் கேட்டுவிட்டு, அவர்களது பேச்சின் பிரதியையும் வாங்கிக்கொண்டு வரச் சொன்னார் அண்ணா. அதைப் படித்து மகிழ்ந்தார்.

அறுவை சிகிச்சைக்குப் பின் உடல்நிலை தேறவும், ஓய்வுக்காகவும் தூதர் ஜி.பார்த்தசாரதி இல்லத்தில் தங்கினார் அண்ணா. அப்போது நிதியமைச்சர் மொரார்ஜி தேசாயும் அந்த இல்லத்தில் நான்கு நாட்கள் தங்கியிருந்தார். அப்போதும் அண்ணா சும்மா இருக்கவில்லை. நோயாளிகளுக்குத் தேவையான, நோய் கண்டறியும் வெளிநாட்டு இயந்திரங்களை மருத்துவமனைகள் வாங்கும்போது, அவற்றுக்கு இறக்குமதி லைசென்ஸும், சுங்கவரிச் சலுகையும் தரவேண்டும் என்று வாதாடி, சில சலுகைகளை இந்தியா முழுவதற்கும் பெற்றுத் தந்தார்.

நான் நண்பர்களுக்குக் கடிதம் எழுத, ஐக்கிய நாடுகள் சபையின் முப்பத்தைந்தாவது மாடியில் இருந்த அழகப்பன் அறைக்குச் சென்றுவிடுவேன். ஏராளமான கடிதங்களை

அங்கிருந்து பலருக்கும் எழுதினேன். அப்போது எல்லாப் பத்திரிகைகளும் நான் எழுதிய கடிதங்களைப் பிரசுரித்தன. ஐக்கிய நாடுகள் சபையின் நடவடிக்கைகளைக் கவனிக்க, அண்ணாவை ஒருநாள் கூட்டிக் கொண்டு போனேன். ஐக்கிய நாடுகள் சபையின் நடவடிக்கைகளை பலமுறை பார்த்திருக்கிறேன். எனது அண்ணன் மட்டும் உயிருடன் இருந்திருப்பாரேயானால், அவரது குரல் ஐக்கிய நாடுகள் மன்றத்தில் ஒலித்திருக்கும். 'அவர் பேச்சைக் கேட்க உலகத்துக்குக் கொடுத்து வைக்கவில்லை' என்பதுதான் என் எண்ணம்.

பத்திரமாக நானும் செழியனும் அவரைத் தமிழகம் கொண்டு வந்து சேர்த்தோம். டாக்டர் மில்லரும் டாக்டர் சதாசிவமும் சொன்னபடி அண்ணா எதையும் கடைப்பிடிக்கவில்லை. வேலையில் மீண்டும் மூழ்கினார். தனது பெரிய ஆசை ஒன்றையும் நிறைவேற்றிக் கொண்டார். அதுதான் தான் பிறந்த பூமிக்கு 'தமிழ்நாடு' என்னும் பெயர் வைக்கும் ஆசை.

'தமிழ்நாடு' பெயர் வைக்கும் கூட்டத்திலேயே அவருக்கு மீண்டும் வலி. சில நாட்களில் அவரை அழைத்துச் சென்று புற்றுநோய் மருத்துவமனையில் சேர்க்க வேண்டிய நிலை. சேர்த்தோம். டாக்டர் மில்லருக்கு அழைப்பு அனுப்பப்பட்டது.

அவர்தான் சொன்ன நிபந்தனைகளைக் கடைப்பிடிக்காமல் போய்விட்டாரே என்று கூறி, வர மறுப்புத் தெரிவித்துவிட்டார்.

மீண்டும் புறப்பட்டேன். இந்தியன் எக்ஸ்பிரஸ் ராம்நாத் கோயங்கா இல்லம் நோக்கி, அவர் உடனடியாக டாக்டர் மில்லருடன் தொடர்பு கொண்டார். டாக்டர் மில்லர் அவரது மனைவி, உதவிக்கு ஒரு டாக்டர், அவரது மனைவி

என நான்குபேரை விமானத்தில் முதல் வகுப்பில் வர டிக்கெட்டுகளை வாங்கிக் கொண்டு வந்து சேர்த்தார்.

டாக்டர் மில்லர், அடையாறு புற்றுநோய் மருத்துவ மனை நிபுணர் டாக்டர் கிருஷ்ணமூர்த்தி, டாக்டர் சதாசிவம் போன்ற பல மேதைகள் கூடி அறுவை சிகிச்சை செய்ய முடிவு செய்தார்கள்.

அறிஞர் அண்ணா என்னை அழைத்து, ''டாக்டர் மில்லரிடம் போய் இந்த அறுவை சிகிச்சை செய்து கொள்ளாவிட்டால் என்னவாகும் என்று கேள்'' என்றார்.

நான் டாக்டர் மில்லரிடம் கேட்டேன். அவர் சொன்னார்: ''உங்கள் தலைவருக்குத் தொண்டையில் காலி பிளவர் பூ மாதிரி புற்று வளர்ந்துள்ளது. மேலும் வளர்ந்தால் அது ரத்த நாளங்களை அடைத்துக் கொள்ளும். அதனால் ஏற்படும் வலி மனித சக்தியால் தாங்க முடியாது''.

இந்தச் சேதியை அப்படியே சொல்லும் துர்பாக்கியம் எனக்கு ஏற்பட்டது.

''டாக்டர் மில்லரைக் கூப்பிடு'' என்றார்.

''டாக்டர், நாளைக்கே அறுவை சிகிச்சை செய்யப் போகிறீர்களா?'' என்றார்.

''ஆம்'' என்றார் டாக்டர் மில்லர்.

''நாளை மறுநாள் செய்து கொள்கிறேன்'' என்றார் அண்ணா.

''ஏதாவது நாள் பார்க்கிறீர்களா?'' என்றார் டாக்டர்.

''இல்லை, இல்லை... ஒரு புத்தகத்தைப் படித்துக் கொண்டிருக்கிறேன். அதை நாளைக்குள் முடித்துவிடுவேன். பின்னர் நான் இறந்தாலும் கவலையில்லை'' என்றார்.

அவரது வார்த்தையைக் கேட்ட நாங்கள் அனைவரும் கண்கலங்கினோம்.

15

மறைந்தார் மாமேதை!

அண்ணாவைப் பெற்ற தமிழ்நாடு பெரும் பாக்கியம் செய்த நாடு! உலகில் எத்தனையோ இயக்கங்கள் தோன்றியுள்ளன. பல தலைவர்கள் தோன்றியுள்ளார்கள். நானும் பல நாடுகளை, பல தலைவர்களை நேரில் கண்டிருக்கிறேன். ஆனால், இன்றுவரை அப்படி ஆற்றல்மிக்க, அன்புள்ளம் கொண்ட ஒரு தலைவரை நான் பார்த்ததில்லை. காரணம்- ஒரு அரசியல் இயக்கத்தைக் குடும்பப் பாசத்துடன் உருவாக்கி வளர்த்து, அவர்களை அரசியல்ரீதியாகச் சிந்திக்க வைத்து, நடத்தி அதில் வெற்றியும் காணமுடியும் என்பதைத் தனது சிந்தனைத் திறத்தாலே சாதித்துக் காட்டிய ஒரே தலைவர் அவர்.

நல்ல சிந்தனையாளர், சிறந்த பேச்சாளர். 'இதோ இங்கே ஒரு பெர்னாட்ஷா' என்று பேராசிரியர் கல்கி புகழும்படியான உயர்ந்த நாடகாசிரியர், ஆற்றல் மிக்க எழுத்தாளர், சமுதாய மறுமலர்ச்சியைத் தூண்டும் வகையில் எழுதும் கதாசிரியர், சிறுகதைகள் மட்டுமல்ல -பெரும் கதைகள் எழுதிய பேராசிரியர். எழுதியது மட்டுமல்லாமல் அவர் எழுதிய நாடகங்களின் பாத்திரங்களை உணர்ந்து நடித்த நடிகர்! எதிர்ப்புகளைச் சந்தித்து அமைதியான முறையில் வெற்றிகளைக் குவித்தவர். எல்லாவற்றுக்கும் மேலாக, அனைவரின் உள்ளத்திலும் தனக்கென ஓர் இடம் பிடித்த உன்னதத் தலைவர்.

பெரியாருடன் வீரமணி...

அறிஞர் அண்ணா மருத்துவமனையிலிருந்து வெளிவந்து ஜி.பார்த்தசாரதியின் இல்லத்தில் ஓய்வு எடுத்துக் கொண்டிருந்தபோது, ராணி அண்ணியையும் டாக்டர் பரிமளத்தையும் கூட்டிக் கொண்டு போய் வாஷிங்டனில் உள்ள லிங்கன் நினைவாலயம், ஜெபர்ஸன் நினைவாலயம் முதலியவற்றையும், மறைந்த கென்னடியின் சமாதியையும் காட்டிவிட்டு வரச் சொன்னார்.

நாங்கள் கென்னடி சமாதியைப் பார்க்கப் போன நாளில், ஒரு சேதி வந்திருந்தது. "ஓனாஸிஸ் என்ற கப்பல்

அதிபரை திருமதி கென்னடி மணந்து கொண்டார்" என்பது தான் அது. நாங்கள் கென்னடி சமாதியை நெருங்கியபோது, ஏராளமான அமெரிக்கத் தாய்மார்கள் கூடிநின்று அழுது கொண்டிருந்தார்கள். "கென்னடி மறைந்து இத்தனை ஆண்டு கள் கழித்து ஏன் அழுகிறார்கள்?" என்றேன். "தங்கள் நாட்டின் முதல் பெண்மணியான திருமதி கென்னடி வேறு ஒருவரை மணந்து கொண்டது அவர்களுக்குப் பிடிக்கவில்லை" என்றார்கள்.

விவாகரத்து என்பது வெகு சாதாரணமாக தினசரி நடைபெற்று, அவை சாதாரணமாகக் கருதப்படும் நாட்டில் கூட தாய்மார்கள் 'தங்கள் நாட்டு ஜனாதிபதியின் மனைவி, கற்புள்ளவராக வாழ்ந்து பிறருக்கு வழிகாட்டியாக விளங்க வேண்டும்!" என்று கருதுவதைக் கண்டு நாங்கள் அதிசயித்தோம். இதை அண்ணாவிடம் சொன்னபோது, "உலகில் பெண்களின் மன உணர்வுகள் ஒன்றுபோல்தான் இருக்கும் போல் தெரிகிறது" என்றார்.

அறுவைச் சிகிச்சை பலன் பெறவில்லை. நான் உயிராக நேசித்த அண்ணன் மறைந்தார்.

அவரது சடலத்தை எங்கே வைத்து ஒரு நினைவாலயம் எழுப்புவது என்ற பிரச்சினை எழுந்தது. நண்பர்களை அழைத்துக் கொண்டு நள்ளிரவு நேரத்தில் அண்ணா கடற்கரையில் எங்கு உட்கார்ந்து மணிக்கணக்கில் பேசுவாரோ அந்த இடத்தைக் காட்டினேன். தலைவர்கள் ஏற்றார்கள். அப்போது பொதுப்பணித்துறை கலைஞரிடம் இருந்தது. அங்கிருந்த சிமெண்டாலான இரண்டு திண்ணைகளை இடித்து, சடலத்தை அங்கு புதைப்பதற்கு ஏற்பாடு செய்யப் பட்டது. நாளெல்லாம் படித்துக் கொண்டே இருந்த அவருக்கு, பல்கலைக்கழகத்துக்கு எதிரிலேயே நினைவாலயம்

எழுந்தது.

"ஆபிரகாம் லிங்கன், ஜெபர்ஸன் முதலியோரின் நினைவாலயங்களைப் போய்ப் பார்த்து வா என்று எனக்கு அன்புக் கட்டளை இட்டாயே! இதற்காகத்தானா அண்ணா?" என்று உள்ளம் குமுறியவண்ணம், சவப்பெட்டியுடன் இணைந்திருந்த கயிற்றை மற்றவர்களுடன் சேர்ந்து நானும் இறக்கினேன் சவக்குழியில்!

நாட்டில் ஜனநாயகம் தழைக்க, எல்லா அரசியல் கட்சிகளும் பின்பற்ற வேண்டிய கொள்கை ஒன்றை, 'அரசியல் திருக்குறள்' போல் நாட்டுக்கு எழுதி ஒரு சாசனத்தை நமக்கெல்லாம் விட்டுச் சென்றார் அறிஞர் அண்ணா அது:

Dear brother,
Go to the people
Live among them
Learn from them
Love them.
Plan with them
Start with what they know
Build on what they have.

(இந்தப் பொன்மொழியைப் புரட்சித் தலைவர் எம்.ஜி.ஆர். தனது முதல்வர் மேஜையில் வைத்திருந்தார் என்பதை இங்கு குறிப்பிட விரும்புகிறேன்).

அறிஞர் அண்ணாவின் இறுதிச் சடங்குகளில் கலந்து கொண்டபின், சேலம் தமிழ்ச்சங்க தலைவரான மறைந்த கணபதியின் உட்லண்ட்ஸ் ஓட்டல் அறைக்குச் சென்றேன். என்னோடு அன்றைக்கு நெல்லை மாவட்டச் செயலாளர் ரத்தினவேல் பாண்டியனும் வந்திருந்தார். எனக்கு ஒரே சோர்வு.

தனிமை தேவைப்பட்டது. உட்லண்ட்ஸ் நீச்சல்குளத்துக்குப் போய்விட்டேன். ரத்தினவேல் பாண்டியனும் உடன்

வந்தார். இனி யாரும் தன்னை அரசியலில் பாதுகாப்பார்கள் என்ற நம்பிக்கை அவருக்கு இல்லை. தான் அரசியலுக்கு முழுக்குப் போடுவதாக என்னிடம் சொன்னார். 'ஒவ்வொரு வரும் இப்படித் தீர்மானித்தால், அறிஞர் அண்ணா உருவாக்கிய இயக்கம் என்ன ஆவது?' என்ற கவலை என்னைப் பற்றிக் கொண்டது.

அத்துடன் அண்ணா 'நாம் ஏன் அரசியலில் இருக்க வேண்டும்' என்பதற்கான காரணம் ஒன்றை, ஆங்கிலப் பழமொழி ஒன்றின் மூலம் எனக்கு எடுத்துக் காட்டிக் கொண்டே வந்தார்.

கிரஹாம் எனும் பேராசிரியர் சொன்னது அது: "சந்தையில் புழங்கும் நல்ல நாணயங்கள் சந்தையை விட்டுப் போய்விட்டால், கள்ள நாணயங்கள் சந்தைக்கு வந்துவிடும். அதேபோல், நாட்டுப்பற்று, மொழிப்பற்று, தொண்டுள்ளம் உள்ள நல்லவர்கள் அரசியலை விட்டுப் போய்விட்டால், அதைப் பயன்படுத்தித் தங்களை மட்டும் வளர்த்துக் கொள்ளும் தகாத கெட்டவர்களிடமே அரசியல் போய்விடும்" என்பார்.

தொடர்ந்து அரசியலில் இருக்க வேண்டும் என்று ரத்தினவேல் பாண்டியனிடம் வாதாடினேன். அவரோ சிறந்த வழக்கறிஞர். தான் எடுத்த முடிவுக்கான காரணங்களைச் சொன்னார். பின்னாளில் கலைஞர் கருணாநிதி காலத்தில் உயர்நீதிமன்ற நீதிபதியானார். தற்போது அவர் உச்சநீதிமன்ற நீதிபதி.

அவருடன் விவாதித்ததும் எனது அண்ணன் ஜெயசீலனு டனும் நண்பர்கள் கணபதி, சச்சிதானந்தம் முதலியவர்களு டனும் 'எதிர்கால அரசியலில் எப்படித் திராவிட இயக்கத் தைக் கட்டிக் காப்பது?' என்று தொடர்ந்து விவாதித்தேன்.

இந்த நேரத்தில் பெரியார் திடலில் இருந்து அடையாறில் உள்ள நண்பர் மணியின் வீட்டில் தந்தை பெரியாரை விட்டுவிட்டு நண்பர்கள் சம்பந்தமும் வீரமணியும் உட்லண்ட்ஸ் ஓட்டலுக்கே வந்தார்கள். நாங்கள் மூவரும் பெரியாரிடம் சென்றோம்.

காலம் கடத்தினால் பிரச்சினைகள் மூளக்கூடும்! ஒவ்வொருவரும் விரும்பக்கூடியது பதவி. நல்லவேளையாகப் பல பேர் முதல்வர் பதவிக்குப் போட்டியிடும் சூழ்நிலை அப்போது இல்லை. பணத்தால் உறுப்பினர்களைப் பிடித்துவிடலாம் என்ற எண்ணமும் இல்லை. பல பிரச்சினைகள் மூள்வதற்குள் ஒரு நல்ல முடிவை எடுத்துவிட வேண்டும் என்பது என் எண்ணம். ஏனெனில், 'நாமொன்று நினைக்க டெல்லி ஒன்று நினைத்தால், சாதாரண மாநிலக் கட்சியின் நிலை என்ன ஆவது?' என்ற கேள்விக்குறி ஒரு பக்கம்.

நேருவின் மறைவுக்குப் பின் பெருந்தலைவர் காமராஜர் பணியாற்றிய வேகத்தைக் கண்டவன் அல்லவா நான். உடனடியாக நண்பர் டி.வி.எஸ். ரத்தினத்திடம் ஒரு காரைக் கேட்டேன். அவர் தந்த காரில்தான் சம்பந்தத்தையும் வீரமணியையும் அழைத்துக் கொண்டு நேரே தந்தை பெரியாரிடம் சென்றேன். தாயைத் தேடி ஓடிய கன்றுக்குட்டியின் நிலையில் நானிருந்தேன். திராவிடர் இயக்கத்தின் தந்தை அல்லவா? அவர் முடிவுதான் முடிந்த முடிவாக இருக்கும் என்பதும் எனக்குத் தெரியும்.

அறிஞர் அண்ணா இருந்தபோதே, கட்சியின் எதிர் காலம் பற்றிப் பலமுறை பேசியுள்ளேன். அவரும் தனக்குப் பின் கட்சியை நடத்தப் பலருக்கும் பயிற்சி அளித்திருந்தார். எனவே, அவருக்கு அதில் நல்ல நம்பிக்கை இருந்தது! அண்ணாவுக்கு அடுத்த இடத்தில் இருந்தவர் நாவலர் நெடுஞ்

செழியன். அதற்கடுத்திருந்தவர் கலைஞர் மு.கருணாநிதி. இவர்களில் ஒருவரைப் போட்டியின்றி ஏகமனதாகத் தேர்ந்தெடுத்து விட்டால் பிரச்சினை சுலபமாகத் தீரும் என்பது எல்லோருடைய எண்ணமாக இருந்தது. கலைஞரைத் தேர்ந்தெடுப்பது என முடிவான போது பிணக்குத் தவிர்க்க முடியாததாயிற்று.

தனது ஒப்பற்ற வாரிசு மறைந்துவிட்டதே என்ற கவலை ஒருபுறம் இருந்தாலும், யாரை அடுத்த தமிழக முதல்வராகத் தேர்ந்தெடுப்பது என்ற கவலை அய்யாவுக்கு இருந்தது. எங்களிடத்தில் எல்லாவற்றையும் அலசி ஆராய்ந்தார். பின்னர் "தற்போதுள்ள சூழ்நிலையில் கலைஞர் கருணாநிதியே இருக்கட்டும்" என்றார். நான் உடனடியாக மூதறிஞர் ராஜாஜியிடம் சென்றேன். மூதறிஞர் ராஜாஜி என்னிடம் எதையும் மனம் விட்டுப் பேசுவார். அவரும் பலவற்றை விவாதித்துவிட்டு, "தற்போதுள்ள சூழ்நிலையில் கட்சியைக் கட்டிக் காப்பாற்றக் கூடிய திறமை கலைஞர் கருணாநிதிக்கே உண்டு" என்றார்.

பின்னர் பெருந்தலைவர் காமராஜரின் இல்லத்துக்குச் சென்றேன். பெருந்தலைவருக்கு ஒரே ஆச்சரியம். "உங்கள் கட்சி சமாச்சாரம்... என்னை வந்து ஏன் கேட்கிறாய்?" என்றார். "தங்களுக்கு உள்ள நாட்டுப்பற்று எனக்கு நன்கு தெரியும். எனவேதான் தங்களிடம் கேட்கிறேன்" என்றேன் நான். அவரது எண்ணத்திலும் கருணாநிதியே மேல் என்ற கருத்து இருந்ததை அறிந்தேன்.

முஸ்லிம் லீக் கட்சித் தலைவர் காயிதே மில்லத் இஸ்மாயிலையும் பார்வர்டு பிளாக் கட்சித் தலைவர் மூக்கையாத் தேவரையும் சந்தித்துக் கேட்டேன். இதற்குள் சட்டமன்ற உறுப்பினர்கள் மத்தியில் யாராவது குழப்பம்

ஏற்படுத்திவிடப் போகிறார்கள் என்று சட்டமன்ற விடுதியிலும் ஒரு வலம் வந்தேன்.

தந்தை பெரியாருக்கு அறிஞர் அண்ணா ஒரு கடிதம் எழுதியிருந்தார் நியூயார்க் நகரிலிருந்து. அதில், 'ராசாராமும் செழியனும் என்னை நன்றாகப் பார்த்துக் கொள்கிறார்கள்' என்று ஒரு வரி எழுதியிருந்தார். அதனால் எனக்குக் கழகத் தோழர்களிடத்தில் ஒரு மதிப்பு உண்டாகியிருந்தது.

அன்றைக்குப் புரட்சி நடிகராக இருந்த எம்.ஜி.ஆர். காலை ஆறு மணிக்கெல்லாம் தோட்டத்துக்கு என்னை வரச் சொன்னார். ஒவ்வொருவரும் என்ன சொன்னார்கள் என்பதைக் கவனமாகக் கேட்டார்.

நான் பல இடங்களுக்கும் சுற்றி வந்தேன். தன்னிடம் தனி யாகப் பேசுவதற்கு வசதியாக விடுதலை வீரமணியின் வீட்டில் சம்பந்தத்துடன் தந்தை பெரியார் வந்து தங்கிவிட்டார். அண்ணா மறைந்தபிறகு, தொடர்ந்து மூன்று நாட்கள் ஓயாமல் தந்தை பெரியாருடன் மாறி மாறி யோசித்து முடிவெடுத்த பிறகு, நான்காவது நாள் இரவு பன்னிரெண்டு மணி அளவில் கலைஞர் கருணாநிதியின் இல்லத்துக்கு என்னையும் வீரமணியையும் பெரியார் அனுப்பினார். கலைஞரைத் தலைமைப் பொறுப்பை ஏற்றுக் கொள்ளத்தான் சொன்னதாகச் சொல்லிவிட்டு வரும்படியும் உடனே சட்டமன்ற உறுப்பினர் கூட்டத்தையும் கூட்டச் சொன்னார்.

"சட்டமன்றக் கூட்டத்தை உடனே கூட்ட வேண்டும்" என்றேன். இதற்குள் எப்படிக் கூட்டுவது என்று கலைஞர் யோசித்தார்.

இரங்கல் கூட்ட ஏற்பாடும் நடைபெற்றது. அதற்கு மறு நாளே கட்சியின் சட்டமன்ற உறுப்பினர் கூட்டத்தையும் வைத்து விட வேண்டும் என்ற பெரியாரின் விருப்பத்தையும் கூறி

னேன். பெரியாரின் கட்டளையாக அதை கலைஞர் ஏற்றார்.

கடற்கரையில் மாபெரும் இரங்கற்கூட்டம். அதற்குப் பிரதமர் இந்திரா காந்தி, மத்திய அமைச்சர் பிரம்மானந்த ரெட்டி, மத்திய அமைச்சர் தினேஷ்சிங், மூதறிஞர் ராஜாஜி, தந்தை பெரியார், காயிதே மில்லத் இஸ்மாயில், மூக்கையாத் தேவர் முதலியோர் கலந்து கொண்டனர்.

மூதறிஞர் ராஜாஜியும் தந்தை பெரியாரும் அன்போடு பேசிக் கொண்டார்கள்.

அன்றைய உள்துறை அமைச்சர் பிரம்மானந்த ரெட்டி அண்ணாவுடன் பச்சையப்பன் கல்லூரியில் பயின்றவர். அண்ணா என்னை முன்பே ரெட்டியிடம் அறிமுகப்படுத்தி யிருந்தார். அன்று முதல் இன்று வரை பிரம்மானந்த ரெட்டி என்னை நல்ல நண்பராகவே நடத்தி வருகிறார். அவர் மட்டும் என்னைத் தனியாக அழைத்து, "அடுத்த முதல்வர் யார்?" என்பது பற்றிக் கேட்டார். நிலவரத்தை அவரிடம் மட்டும் விளக்கினேன்.

மறுநாளே நடைபெற்ற சட்டமன்ற உறுப்பினர் கூட்டத்தில் பெரும்பான்மையோர் கலைஞர் மு.கருணாநிதியைத் தேர்ந்தெடுத்தார்கள். நாவலர் நெடுஞ்செழியனை இழந்துவிட நான் தயாராக இல்லை. எனவே, கோட்டையில் என்ன நடக்கிறது என்று அறிய அங்கு போனேன்.

கோட்டையில் நாவலர் நெடுஞ்செழியன் தனது இலாகா அதிகாரிகளை அழைத்து, கோப்புகளை ஒப்படைத்துக் கொண்டிருந்தார். ராஜினாமா செய்யும் நிலை! நான் திடுக் கிட்டேன். உடனே கோபாலபுரத்துக்கு ஓடினேன். மாலைகள், மரியாதைகள், மாடியிலிருந்த கலைஞரைச் சுற்றி ஒரே கூட்டம்! கீழே இருந்த தொலைபேசியில் அவரை உடன் வரும்படி அழைத்தேன். சேதி அறிந்ததும் உடன் புறப்பட்டு

வந்தார். கலைஞரின் கார் கோட்டையை நோக்கிப் பறந்தது- என்னுடன். வழியில் விவரத்தைச் சொன்னேன். எதிர்பாராத வகையில் நாவலரின் அறையில் கலைஞர் நுழைந்தார். நாவலர் நெடுஞ்செழியனைத் தன்னுடன் அமைச்சரவையில் துணை முதல்வராக இருந்து ஒத்துழைக்கும்படி பலமுறை கேட்டுக் கொண்டார். நெடுஞ்செழியன் ஒப்புக் கொள்ள வில்லை. கடைசியாக, நாவலரின் கரங்களைப் பிடித்துக் கொண்டு மிகுந்த கனிவோடு பேச ஆரம்பித்தார். நாவலரோ அசைந்து கொடுப்பதாக இல்லை. இனி எந்தப் புண்ணியமு மில்லை என்ற நிலை ஏற்பட்டதும் நான் உள்ளே நுழைந்து, கலைஞரை ஆத்திரத்தோடு கையைப் பிடித்து இழுத்துக் கொண்டு வெளியே அழைத்து வந்துவிட்டேன். கலைஞருக் கோ ஆதங்கம். தான் இன்னும் கொஞ்சம் முயன்றிருக்கலாம் என்றே நினைத்தார். கலைஞர் மு.கருணாநிதியின் தலைமையில் அமைச்ச ரவை அமைந்தது. எல்லாத் தலைவர்களிடமும் அமைச்சர வையே சென்றது. நானும் உடன் சென்றேன். எல்லோரும் மகிழ்ச்சியில் மிதந்தார்கள்.

கவர்னர் மாளிகைக்குப் போவதற்கு முன்பே, வீரமணி வீட்டில் தங்கியிருந்த தந்தை பெரியாரை அமைச்சரவையில் பதவி ஏற்கப் போகும் அனைவரும் போய்ப் பார்த்தனர். அன்று மாலையே நாவலரை அழைத்து தந்தை பெரியாரும் சமாதானப்படுத்தினார். துணை முதல்வர் என்ற அந்தஸ் தோடு அவர் விரும்பும் அத்தனை இலாகாக்களையும் எடுத்துக் கொள்ளும்படியும் கூறினார். 'நாவலர் கொஞ்சம் இறங்கி வந்தும், கூட இருந்த செழியன்தான் மறுத்தார்' எனச் சொல்லி பெரியார் வேதனைப்பட்டார்.

எனக்கு என்னவோ நாவலர் நெடுஞ்செழியன் வெளியில் இருக்கிறாரே என்ற கவலை. நாவலரை நான் ஆதரிக்கவில்லை

என்ற கோபத்தில் சிலர் என்னிடம் பேசவேயில்லை.

கழக உறுப்பினராகவே இருந்தார் நாவலர். கட்சிக் கூட்டங் களுக்குப் போவார். தர்மபுரி மாவட்ட தி.மு.க. செயலாளர் என் நண்பர் மறைந்த எச்.எல்.முருகேசன்... எனது நாடாளு மன்றத் தொகுதியான கிருஷ்ணகிரி மற்றும் தர்மபுரிக்கு மூன்று நாட்கள் பொதுக்கூட்ட நிகழ்ச்சிகளை என் ஆலோசனைப்படி ஏற்பாடு செய்திருந்தார். நான் மூன்று நாட் களும் நெடுஞ்செழியனுடன் பயணம் செய்தேன். அவர் கலை ஞரின் அமைச்சரவையில் சேரவேண்டும் என்று மூன்று நாட் களும் வற்புறுத்தினேன். மெதுவாக அவர் மனம் மாறினார். ஆறு மாதத்தில் கலைஞர் தன்னைப் பலப்படுத்திக் கொண்டார்.

தன் நிலை பலமாகிவிட்டாலும் கூட, அமைச்சரவையில் நாவலர் இல்லாததைக் கலைஞர் ஒரு குறையாகவே உணர்ந் தார். நாவலரிடம் பேசி அவரை ஒப்புக் கொள்ள வைத்துள்ள சேதியைக் கலைஞரிடம் சொன்னேன். நான் அதைச் சொன்ன வுடன் கலைஞர் மிக லாவகமாக அந்தச் சூழ்நிலையைப் பயன்படுத்தி, நாவலரைத் தன்னோடு இணைத்துக் கொண் டார். எப்படியோ அவர்கள் இணைந்தது கண்டு மகிழ்ந்தேன்.

வேலூர் மருத்துவமனையில் மிகப்பெரிய அறுவைச் சிகிச்சைக்கு ஆளாகியிருந்த தந்தை பெரியாரை, கலைஞரும் நாவலரும் ஒன்றாகச் சென்று பார்த்தார்கள். நாவலர் மறுபடி அமைச்சரவையில் சேரப்போகிறார் என்பதைக் கேள்விப்பட்டிருந்த பெரியார், நாவலரின் கையைப் பற்றித் தன் மகிழ்ச்சியைத் தெரிவித்துக் கொண்டார் என்பதை உடனிருந்த அன்னை மணியம்மையாரும் சம்பந்தமும் என் னிடம் தெரிவித்தார்கள். எப்படி இருந்தாலும் தன் பிள்ளை கள் ஒற்றுமையாக வாழவேண்டும் என்ற உன்னத நோக்கம் கொண்ட திராவிட இயக்கத்தின் தந்தை அல்லவா அவர்.

16

டெல்லியில் பரபரப்பு!

நான் பொதுவாழ்வுக்குத் தந்தை பெரியாரால் அழைத்துக் கொண்டு வரப்பட்டபோது, எனக்குப் பெரியாரின் கொள்கைகளை அகிலமெல்லாம் பரப்ப அவரோடிருந்து நம்மாலான தொண்டைச் செய்யலாம் என்ற எண்ணம்தான் இருந்தது.

ஒரு நாடாளுமன்றத்துக்குச் செல்வது, தேர்தலில் போட்டியிடுவது, சட்டமன்றத்துக்குச் செல்வது,

இந்திரா காந்தியுடன்...

ஒரு சாமானியனின் நினைவுகள்...

அமைச்சராவது போன்ற எண்ணங்களே என் மனதில் எழவில்லை. சின்ன வயதிலேயே தந்தை பெரியாருடன் பயணம் செய்ததில் அவருடைய வெளிநாட்டுப் பயண அனுபவங்களைக் கேட்டுக் கேட்டு நானும் என்றாவது ஒருநாள் உலகைச் சுற்றிப் பார்க்க வேண்டும் என்ற ஆசை மட்டும் என் உள்ளத்தில் அரும்பியிருந்தது. நாடாளுமன்றத்துக்குச் சென்றதும் பல நாடுகளைச் சுற்றும் வாய்ப்புக் கிடைத்தபோதெல்லாம் அவற்றை நழுவ விடவில்லை.

முதலில் தெற்கு வியட்நாம்... அங்கு நிலவிய வாழ்வு, அதன் தலைவர் பிக்மிங் சந்திப்பு... பின்னர் தைவான் நாடு... அந்நாட்டின் தலைவர் சியாங்கே ஷேக் சந்திப்பு... பின்னர் ஜப்பான்... அங்கு பல தலைவர்கள் சந்திப்பு... ஹாங்காங், முடிவாக சிங்கப்பூர் வந்தோம்.

நானும் நாஞ்சில் மனோகரனும் மலையக மண்ணில் பதினான்கு நாட்கள் சுற்றுப்பயணம் செய்தோம். அப்போது துன்.சம்பந்தம் மலேசியா இந்தியன் காங்கிரஸ் தலைவராகவும் அமைச்சராகவும் இருந்தார். துன்.சம்பந்தம் அப்போது தமிழர் நலனுக்காக ஒரு திட்டம் வகுத்திருந்தார். அதன்மூலம் மலேசியாவில் வாழும் தமிழர்கள் - ஆங்கிலேயரும் மற்றவர்களும் விற்கும் தோட்டங்களை விலைக்கு வாங்குவது.

அந்தத் திட்டத்தைப் படித்தவுடன் அது தமிழர்களின் பிற்கால வாழ்வுக்கு நல்லதாயிருக்கும் என உணர்ந்தேன். காரணம், பத்து வெள்ளி செலுத்தி, கூட்டுறவு சங்கத்தில் உறுப்பினரானவுடன் அங்கு வாழும் தோட்டத் தொழிலாளி, 'மலேசியா மண்ணின் மைந்தன்' ஆகிவிடுகிறான். இது அங்கு வாழும் தமிழ்ச் சமுதாயத்துக்கே நல்லது என்று தினமும்

இதுபற்றியே கூட்டங்களில் பேசினேன். இன்று அந்தச் சங்கம் நன்கு வளர்ந்துள்ளது. என் நண்பர், டத்தோ சோமசுந்தரம் பல தோட்டங்களைக் கூட்டுறவுத்துறை மூலம் நன்கு நிர்வகித்து வருகிறார். துன்.சம்பந்தம் ஆரம்பித்து, செய்த பணியைச் சிறப்புற டாக்டர் டத்தோ சாமுவேலு இன்று நிறை வேற்றி வருவதை அங்கு மீண்டும் மீண்டும் சென்ற போதெல் லாம் காண முடிந்தது. மலேசியப் பிரதமர் மகதீன் மகம்மது நம் தமிழ் மக்களோடு இணைந்து பணியாற்றுவதையும் தமிழகத்துக்குச் சொல்வது என் கடமை என்றே கருதுகிறேன்.

பின்னர், நாடாளுமன்றத்தில் இருந்து ஐரோப்பா விலுள்ள ஒன்பது நாடுகளுக்கு அவர்களின் சிறப்பு விருந் தாளியாகப் போகும் வாய்ப்பைப் பெற்றேன். இங்கிலாந்து, பிரான்ஸ், ஜெர்மனி, சுவிட்சர்லாந்து, இத்தாலி, டென்மார்க், ஸ்வீடன், ஹாலந்து, பெல்ஜியம் முதலிய நாடுகளைச் சுற்றினேன். ஒவ்வொரு நாட்டிலும் உள்ள அரசியல் கட்சி அலுவலகங்களுக்கு அழைப்பின் பேரில் சென்று பல அமைச்சர்கள், கட்சி செயலாளர்கள் முதலியோரைச் சந்தித்தேன். பின்னர், இங்கிலாந்து நாட்டின் அழைப்பைப் பெற்று மூன்று வாரம் இங்கிலாந்து, ஸ்காட்லாந்து முழுவதையும் சுற்றினேன். அங்குள்ள எதிர்க்கட்சிகளின் பிரச்சினைகள் இவற்றைப் பற்றிப் பலரிடம் விவாதிக்கும் நல்வாய்ப்பைப் பெற்றேன். நம்முடைய தூதர்கள் பலரையும் சந்தித்தேன். அவர்களுக்குள்ள பிரச்சினைகளைத் தெரிந்து கொள்ளும் வாய்ப்பையும் பெற்றேன். இந்தப் பயணங் களுடன் அறிஞர் அண்ணாவுடன் அமெரிக்கா சென்ற பயணமும், ஐக்கிய நாட்டு நடவடிக்கையை நேரில் பார்த்த பிறகும் உலகை ஓரளவு என்னால் தெரிந்து கொள்ள முடிந்தது.

1971-ம் ஆண்டு, கலைஞர் கருணாநிதி அமைச்சரவையில்,

அமைச்சரானேன். எனக்குப் பிற்படுத்தப்பட்டோர் இலாகா அமைச்சர் என்று பெயர். அத்துடன் வீட்டு வசதி, சுற்றுலா, புள்ளி விவர இலாகா என இலாகாக்களைக் கொடுத்தார். தந்தை பெரியார், அறிஞர் அண்ணா போன்றவர்களிடம் நான் நெருங்கி இருந்தேன். அதனால் சிலருக்கு உள்ளூர என்மேல் பொறாமை இருந்ததையும் உணர்ந்தே இருந்தேன். அதனால், என்ன இலாகா எனக்குத் தரப்படுகிறது என்பதைக் கூட யாரிடமும் கேட்கவில்லை. எந்த இலாகா தந்தாலும் அதைக் கொண்டு எந்த வகையில் தொண்டாற்றலாம் என்பதிலேயே கவனமாக இருந்தேன்.

பிற்படுத்தப்பட்டோர் இலாகாவில் உள்ள முக்கியமான வேலை மாணவர்களுக்கு உபகாரச் சம்பளம் தருதல். அதை அநேகமாக அதிகாரிகளே ஒழுங்காக அனுப்பிவிடுவார்கள். இதற்கெல்லாம் அப்போது ஒதுக்கப்பட்டிருந்தது ஒரு கோடி ரூபாய் மட்டுமே. பிற்பட்டோர் மாணவர் இல்லங்கள் எல்லாம் வாடகை வீடுகளில் இருந்தன. குளிக்க, சாப்பிட, படிக்க சரியான வசதிகள் அதிகமில்லை.

நாட்டிலுள்ள பிற்பட்டவர்களைப் படிக்கத் தூண்டும் வேலையைத் தொடங்கினேன். பண்டித நேரு பிரதமராக இருந்தபோது ஒரு பிரச்சினையை நாடாளுமன்றத்தில் கிளப்பினேன். தமிழர்களுக்கு ஐ.ஏ.எஸ். தேர்வில் ஒரு இடம்கூடக் கிடைக்கவில்லை. அதே நேரத்தில் உத்தரப் பிரதேசத்தில் பதினான்கு பேர் ஐ.ஏ.எஸ். தேர்வில் வெற்றி பெற்று இடம் பெற்றிருந்தனர். இந்தத் தேர்வுகளை நடத்துவது, 'யூனியன் பப்ளிக் சர்வீஸ் கமிஷன்' எனும் நிறுவனம். நான் கேட்டேன். "யூ.பி.எஸ்.சி. என்பது யூனியன் பப்ளிக் சர்வீஸ் கமிஷனா? அல்லது உத்தரப் பிரதேச பப்ளிக் சர்வீஸ் கமிஷனா?" என்று. எங்கள் சபாநாயகர் ஹுக்கும்

சிங் துடித்துப் போய்விட்டார். பண்டிதரின் நிலை பற்றிச் சொல்லவே வேண்டியதில்லை.

தமிழனுக்கு இடமில்லையே என்ற துயரம் என் மனத்தை விட்டு அகலவேயில்லை. பிற்படுத்தப்பட்டோர் இலாகா மூலமே ஏதாவது செய்ய வேண்டும் என்ற எண்ணத்தின் விளைவாக, ஐ.ஏ.எஸ்., ஐ.பி.எஸ். தேர்வுக்கான பயிற்சி மையத்தைத் தொடங்கினேன். எனது ஆங்கிலப் பேராசிரியர் அச்சுதன் நாயர் போன்ற ஓய்வு பெற்ற பேராசிரியர்களைக் கொண்டு வந்து பயிற்சி அளிக்கும்படி வேண்டினேன். இன்று அந்த மையத்தில் படித்தவர்கள் பல மாநிலங்களில் ஐ.ஏ.எஸ்., ஐ.பி.எஸ். அதிகாரிகளாகப் பணியாற்றுகிறார்கள். பயிற்சி பெறு பவர்களுக்கு உபகாரச் சம்பளமும் உண்டு. அப்படிப் படித்து ஐ.ஏ.எஸ். அதிகாரி ஆனவர்தான் தர்மபுரியைச் சேர்ந்த எங்களது குடும்ப டிரைவரின் மகள், திருமதி. திலகவதி.

அடுத்தகட்டமாக, பிற்பட்டோர் நலனைப் பற்றி சட்டநாதனின் அறிக்கையைப் படித்து, ஒவ்வொன்றாக நிறைவேற்றினேன். அப்போது இருந்த சதவிகிதத்தைத் தந்தை பெரியார் சொன்னது போல் பிற்படுத்தப்பட்டோருக்கு 31 சதவிகிதமாகவும், தாழ்த்தப்பட்டோருக்கு 18 சதவிகிதமாகவும் இடங்களை ஒதுக்கும்படி கலைஞரிடம் நினைவுபடுத்தி, எடுத்துக் கூறி அவரும் அதற்கான உத்தரவைப் போட்டார்.

இந்த இலாகா சம்பந்தமாக தந்தை பெரியாருடனும் வீரமணியுடனும் பல நேரங்களில் விவாதித்துள்ளேன். தந்தை பெரியார் ஒன்றை வலியுறுத்திக் கொண்டே வந்தார். பிற்படுத்தப்பட்டவர்களுக்குச் செய்யப்படும் சலுகைகளைப் போலவே, தாழ்த்தப்பட்டவர்களுக்கும் அனைத்துச் சலுகைகளும் நன்மைகளும் சென்றடைய வேண்டும் என்பார். கிராமங்களில் மாணவர்களுக்கு நல்ல விடுதி கட்ட

வேண்டும் என்ற ஆர்வம் எழுந்தது. என் இலாகாவுக்கு ஒதுக்கப்பட்ட தொகை ஒரு கோடி. அது உபகாரச் சம்பளத் துக்கே போதாது. எனவே தேசியமயமாக்கப்பட்ட வங்கி களை, குறிப்பாக தமிழ்நாட்டின் தலைநகரில் உள்ள இந்தி யன் வங்கி, இந்தியன் ஓவர்ஸீஸ் வங்கி முதலியவற்றை அணுகி, மாணவர் விடுதி கட்ட, பிற்பட்ட இலாகாவுக்கும் தாழ்த்தப்பட்டோர் இலாகாவுக்கும் முறையே இரண்டு கோடி வரை கடன் தரும்படியும், கட்டட வாடகையாக இலா காக்களிலிருந்து பணத்தைத் திரும்பப் பெற்றுக் கொள் ளும்படியும் வேண்டினேன். அவர்களும் படிப்படியாக உதவ முன்வந்தார்கள். வீட்டுவசதிப் பொறியாளர்கள் மூலம் ஒவ்வொரு ஊராட்சி ஒன்றியத்திலும் ஒரு மாதிரி உணவு விடுதியை ஒரு லட்ச ரூபாயில் கட்டும்படி ஏற்பாடு செய்தேன். ஓரளவுக்குத்தான் காரியங்கள் செய்ய முடிந்தது. அதற்குள் அந்த இலாகா என்னிடமிருந்து போய் வீட்டுவசதி இலாகா என்னிடம் வந்தது.

வீட்டுவசதி வாரியம் முதன்முதலாக சென்னை நகரில் வீடு கட்ட, ஆர்.வெங்கட்ராமனால் ஆரம்பிக்கப்பட்டது. பின்னர் பல அமைச்சர்கள் இருந்தார்கள். இதற்கென ஒதுக்கப்பட்ட தொகை இரண்டு கோடி ரூபாய். இந்தியாவில் இந்த இலாகா பதினோராவது இடத்தைப் பெற்றுக் கொண்டிருந்தது. குஜராத் மாநிலம் முதலிடம்.

இரண்டு மாதங்களுக்குப் பிறகு டெல்லியில் வீட்டுவசதி அமைச்சர்கள் மாநாடு. நான் முதல் நாளே டெல்லிக்குப் போனேன். காரணம், பிரதமர் இந்திரா காந்தியின் அமைச்சர வையில் என் நண்பர் ரகுராமய்யா சேர்க்கப்படவில்லை. விமானத்தில் இருந்து இறங்கியதும் அவர் வீட்டுக்கு ஓடினேன். வீட்டின் முன்புறம் இருந்த ஒருவர், என்னைப்

பின்பக்கம் உள்ள அறைக்கு அழைத்துக் கொண்டு போனார். அறையில் சிறிய மங்கலான விளக்கு... ரகுராமய்யா ஒரு கடவுள் படத்தின் முன் உட்கார்ந்து கொண்டு, உருத்திராட்ச மாலையை உருட்டி ஜெபம் செய்து கொண்டிருந்தார். நான் திடுக்கிட்டேன். ஓயாமல் பம்பரம் போல் பணியாற்றியவர். என்னிடம் அன்போடு பல எண்ணங்களைப் பகிர்ந்து கொண்டார். பிரதமர் தன் மீது ஏதோ கோபமாக உள்ளதாகக் கூறி வருந்தினார்.

நான் அவருக்குச் சமாதானம் கூறிவிட்டு "எப்படியும் பிரதமரை மாநாடு முடிந்ததும் சந்திப்பேன். அப்போது வாதாடுகிறேன்'' என்று சொன்னேன். ''முயன்று பார்'' என்றார் ரகுராமய்யா.

காலையில் நான் மாநாட்டுக்கு வந்த விவரத்தைச் சொல்லி, பிரதமர் இந்திரா காந்தியைக் காண எனக்குச் சிறிது நேரம் ஒதுக்கும்படி அவரது செயலாளரிடம் கேட்டிருந்தேன். மாநாட்டில் கலந்து கொண்டேன். ஓர் இன்ப அதிர்ச்சி. மாநாடு தேநீர் வேளைக்காகக் கலையும்போது மாநாட்டு மேடையிலிருந்து 'தமிழ்நாடு வீட்டுவசதி அமைச்சரைக் காண பிரதமர் இந்திரா காந்தி பன்னிரண்டு மணிக்கு நேரம் ஒதுக்கியிருக்கிறார். அவரை சவுத் பிளாக்குக்கு வரச் சொன்னார்" என்ற சேதியைச் சொன்னார்கள். மாநாட்டில் உள்ள எல்லா அமைச்சர்களிடமும் அதன்மூலம் ஒரு பரபரப்பு. எல்லா அமைச்சர்களும் என்னையே பார்த்தார்கள்.

'ஒரு நாட்டின் பிரதமர், காங்கிரஸ் பேரியக்கத்தின் தலைவர். அவர்கள் கட்சிப் பிரச்சினையில் நாம் தலையிட லாமா?' என்ற எண்ணமே எனக்குத் தோன்றவில்லை. நண்பருக்காக நியாயம் கேட்கும் துணிவு மட்டும் உள்ளத்தில் இருந்தது. பிரதமர் இந்திரா காந்தியைச் சந்தித்தேன். எனக்கு

ஒதுக்கப்பட்ட இலாகாக்களைக் கேட்டார். பின்னர் நான், "ரகுராமய்யாவைத் தங்கள் அமைச்சரவையில் சேர்த்துக் கொள்ளாதது ஏன் என்பது எனக்குப் புரியவில்லை. அவர் மன்னர் மானிய ஒழிப்பின் போது தங்கள் பக்கம் நின்று மகத்தான வெற்றி பெற மிகவும் பாடுபட்டவர் அல்லவா? யாரோ சிலர் அவரைப் பற்றித் தவறாகச் சொல்லி, உங்கள் மனதை மாற்றிவிட்டார்கள் போல் தெரிகிறது. அவர் தங்களிடம் உண்மையாகவும், விசுவாசமாகவும் நடப்பார் என்பதற்கு நான் உத்தரவாதம்" என்றேன்.

என்னவோ சற்று சிந்தித்துவிட்டு, "சரி, பார்க்கிறேன்" என்றார். என் நண்பருக்காகக் கடமையைச் செய்துவிட்டேன் என்ற மனநிறைவுடன் நான் டெல்லியில் செய்ய வேண்டியவற்றைக் கவனிக்கத் தொடங்கினேன்.

மறுநாள் காலையில் தன் வீட்டுக்கு வரச்சொன்னார் அன்றைய நிதியமைச்சர். ஒய்.பி.சவாண். அவரது குடும்பம் நீதிக்கட்சிக் குடும்பம். சர்.ஏ.இராமசாமி முதலியார் தலைமை வகித்த மாநாட்டில் அவருக்குத் தொண்டராகப் பணியாற்றியவர். எனவே, அறிஞர் அண்ணாவுக்கு நான் வேண்டியவன் என்பதால் என்னிடம் மனம் விட்டுப் பேசும் உள்ளம் கொண்டவர். நான் வீட்டுக்குப் போனதும், எனக்கு என்னென்ன இலாகாக்கள் என்பதைக் கேட்டார். நான், "வீட்டு வசதித்துறையில் தமிழ்நாடு பதினோராவது இடத்தில் இருக்கிறது. தங்கள் உதவியால், நான் இந்த இலாகாவை விரிவுபடுத்த வேண்டும்" என்றேன்.

நகர்ப்புற வீட்டுவசதிக் கழகத் தலைவருக்கு உடனடி யாகத் தொலைபேசியில் தொடர்புகொண்டு, "என் நண்பர் இராசாராம் வருகிறார். எல்லா உதவிகளையும் செய்க" என்றார். ஓடினேன் அந்தத் தலைவரிடம். அப்போதுதான்

அந்தக் கழகம் உருவாகியுள்ளது. இந்தியாவிலுள்ள எல்லா மாநிலங்களுக்கும் சேர்த்து ஒதுக்கப்பட்ட மொத்தத் தொகையே பதினெட்டுக் கோடிதான். நான், "தமிழ்நாட்டுக்கு ஆறு கோடி ரூபாய் வேண்டும்" என்றேன். "இருபது மாநிலங்களுக்கு மேல் நான் நிதி ஒதுக்க வேண்டுமே?" என்றார். "இதுவரை தங்களை அணுகி யாராவது நிதி உதவி கேட்டு வந்தார்களா?" என்றேன். "அப்படி யாராவது தங்களை அணுகினால், நான் பணத்தைத் தங்களுக்குத் திருப்பி அனுப்புகிறேன்" என்றேன்.

17

மனநிறைவு!

அந்தத் தலைவருக்கு என்ன தோன்றியதோ, "சரி... இதுபற்றி யாரிடமும் கூறி பிரச்சினை ஆக்கிவிடமாட்டீர்களே?" என்றார்.

அப்போது வீடுகளைக் கட்ட, கூட்டுறவு வீடு கட்டும் சங்கத்தின் மூலம் பத்தாயிரம் ரூபாய் வரை கடன் கொடுத்து வந்தார்கள். அந்த இலாகா கூட்டுறவுத் துறையில் சி.பா.ஆதித்தனாரிடம் இருந்தது. அதை வீட்டுவசதித்துறையிடம் ஒன்று சேர்க்க விரும்பினேன். சி.பா.ஆதித்தனாரிடம் பேசி அந்தத் துறையையும் என்னிடம் வாங்கித் தந்தார் கலைஞர்.

தமிழ்நாடு கூட்டுறவு வீடு கட்டும் சங்கத்துக்கு என் நண்பர் பி.டி.ஆர்.பழனிவேல்ராஜன் தலைவராகத் தேர்ந்தெடுக்கப்பட்டார். எனக்குப் பழம் நழுவிப் பாலில் விழுந்ததைப் போன்ற நிலை.

தமிழ்நாடு முழுவதற்கும் வீட்டுக் கடனுக்குக் கூட்டுறவுத் துறை மூலம் ஒதுக்கப்பட்ட தொகை ஒரு கோடி. நான் டெல்லியிலிருந்து நேரே சென்னைக்குத் திரும்பாமல் பணம் இருக்கும் இடமான பம்பாய்க்குச் சென்றேன். ஆயுள் காப்பீட்டுக் கழகத் தலைவராக நண்பர் டி.ஏ.பாய் இருந்தார். அவரை எனக்கு இந்நாளைய மகாராஷ்டிர மாநில ஆளுநர்

சி. சுப்பிரமணியம் அறிமுகப்படுத்தியிருந்தார்.

அவர் கூட்டுறவுச் சங்கத்தை இணைக்கும் வேலையைச் செய்துவிட்டு வரும்படி சொன்னார்.

மீண்டும் இரண்டு நாளில் நண்பர் பழனிவேல் ராஜனுடன் சென்று பணம் கேட்டேன். ஆறு கோடி ரூபாயை.

"ஒரு கோடி கடன் தரும் சங்கங்களுக்கு ஆறு மடங்குப் பணம் கேட்கிறாயே? யோசிக்கிறேன்" என்றார். விடாமல் வாதாடினேன். ஏதோ யோசித்தவண்ணம் இருந்தார். "நிலைமையைப் பார்த்துச் சொல்கிறேன்" என்றார்.

'சரி' என்று நானும் நண்பரும் புறப்பட்டோம். வழியனுப்ப வாசல் வரை வந்தார் டி.ஏ.பாய். நாங்கள் கார் அருகில் நின்றதும் டி.ஏ.பாய் எதிரிலுள்ள கட்டடத்தைக் காட்டி, "அது என்ன கட்டடம்... தெரிகிறதா?" என்றார்.

"ஆம்! அது மராட்டிய மாநிலத்தின் தலைமையகம்" என்றேன்.

"என் எதிரில் உள்ள கட்டடத்தில் இருக்கும் மந்திரி இதுவரை என்னை வந்து பார்த்து எந்த உதவியும் கேட்டதில்லை. நீங்கள் இரண்டு முறை வந்துவிட்டீர்கள். நீங்கள் கேட்ட தொகையைத் தருகிறேன்" என்றார்.

நான் மலைத்துப் போய் அவரது இரு கரங்களையும் பற்றி என் மகிழ்ச்சியையும் நன்றியையும் வெளிப்படுத்தினேன்.

பம்பாயிலிருந்து சென்னைக்குத் திரும்பியதும் நேராகக் கவர்னர் மாளிகைக்குச் சென்றேன். அப்போதைய கவர்னர் கே.கே.ஷா, மத்திய வீட்டு வசதித்துறை அமைச்சராக இருந்தவர். அவர்தான் வீட்டுவசதித் துறையில் 'சுழலும் நிதி' ஏற்பாட்டைச் செய்தவர். "அதை எனக்கும் என் அதிகாரி களுக்கும் கற்றுத் தாருங்கள்" என்றேன். அவரும் என் முயற்சி

யைப் பாராட்டி, எல்லா ஆலோசனைகளையும் கூறினார்.

வெறும் இரண்டு கோடி ரூபாயில் சென்னையில் மட்டும் உழன்று கொண்டு ஏதோ சிலருக்கு மட்டும் பயன்பட்டு வந்தது வீட்டுவசதித்துறை. அதில் வேலூர், சேலம், கடலூர், திருச்சி, மதுரை, திருநெல்வேலி என ஆறு கிளைகள் உடனடியாக உருவாக்கப்பட்டன. சிறந்த பொறியாளர்களை நியமித்து, மாவட்டத் தலைநகரங்களில் வீட்டுமனைகளை உருவாக்கக் கட்டளையிட்டேன். கடைநிலை ஊழியர்களுக்கும், உழைத்துப் பிழைக்கும் வர்க்கத்துக்கும் வீட்டு வசதி கிடைக்கத்தக்க வகையில், நிலங்களை விற்க ஏற்பாடு செய்தேன். சென்னை அண்ணா நகரில் ஒரு கிரவுண்ட் ஆறாயிரம் ரூபாய், கலைஞர் கருணாநிதி நகரில் ஒரு கிரவுண்ட் நாலாயிரத்து ஐந்நூறு ரூபாய். பெசன்ட் நகர், வியாசர்பாடி, சாஸ்திரி நகர், இந்திரா நகர் என்று ஏராளமான பகுதிகளை விரிவாக்கம் செய்தேன். எல்லா

மாவட்டத் தலைநகர்களிலும் எப்படிப்பட்ட வீடுகளைக் கட்டுவது என்று ஒரு போட்டியைப் பொறியாளர்களுக்கு வைத்தேன்.

அவர்கள் ரூபாய் பத்தாயிரம், பதினையாயிரம், இருபத்தையாயிரம், ஐம்பதாயிரம், அறுபதாயிரம் என்ற வகையில் வீடுகளுக்கான வரைபடங்களைத் தந்தார்கள்.

பிரதமர் இந்திரா காந்தியிடம் நான் ரகுராமய்யாவைப் பற்றிக் கூறிய மூன்றாவது நாளே அவர் அமைச்சராக நியமிக்கப்பட்டார். அதுவும் மற்ற இலாகாக்களுடன் வீட்டுவசதித் துறையையும் அவரிடமே தந்தார். பதவியேற்ற மறுநாள் சென்னைக்குப் புறப்பட்டு என் வீட்டுக்கு வந்து, என் நட்பை வியந்து பாராட்டினார். நான் டெல்லிக்குப் போகாமலேயே தொலைபேசி மூலமே என் இலாகாப் பணி களை முடித்துக் கொண்டிருந்தேன். அவரது இறுதி நாள் வரை நாங்கள் நல்ல நண்பர்களாக இருந்தோம். அந்த நாளை யும் எண்ணிப் பார்க்கிறேன். இந்திரா காந்தி பிரதமர். நான் சாதாரண மாநில அமைச்சர். நான் வாதாடுகிறேன். நியாயம் எனத் தெரிந்ததும் ஒரு அமைச்சரையே நியமிக்கிறார்.

இங்கேயும் ஒரு முதலமைச்சர் இவரும் பெண்தான். வேறு கட்சிக்காரரை விடுங்கள். சொந்தக் கட்சியைச் சேர்ந்தவர் யாராவது கூட வாதாட முடியுமா? வாதாடினால், மறுகணம் அமைச்சராகவோ, சட்டமன்ற உறுப்பினராகவோ தொடர்ந்து இருக்க முடியுமா? ஏன்? நானே கூட ஓர் உதாரணம்!

அது சிந்தித்தவர்கள் காலம்! நியாயம் யார் கேட்டாலும் நீதி கிடைத்த காலம்! அதுதான் பிரதமர் இந்திரா காந்தியின் பொற்காலம்!

பெண்கள் பொதுவாழ்வுக்கு வரவே பயப்படுகிறார்

வைத்துக் கலைஞரைக் கொண்டு திறந்து வைத்தேன். தக்கைக்கல் என்ற அந்தக் கல்லை மார்க்கெட்டில் யாரும் வாங்கவில்லை. அதன் தரத்தையும் பயனையும் மக்கள் தெரிந்து கொள்ள வேண்டும் என்பதற்காக, தற்போது 'பெரியார் மாளிகை' எனப் பெயர்மாற்றம் செய்யப்பட்டுள்ள பதினோரு அடுக்கு மாடிக் கட்டடத்தைக் கட்டும்படி கூறி, வேலையைத் துவக்கினேன். அதில் சில சிக்கல்கள், பிரச்சினைகள், 'கலைஞர் கருணாநிதி மாளிகை' என்று பெயர் சூட்டித் திறப்புவிழா செய்து கடற்கரைக்குக் கலைஞரைச் சந்திப்பதற்கு வந்தேன். எனது இலாகா மாற்றப்பட்டு, போக்குவரத்துத்துறை என்னிடம் தரப்பட்டுள்ளதாகத் தெரிவித்தார் தமிழக முதல்வர். எந்த இலாகாவாயினும் நம்மால் இயன்றதைச் செய்து அரசுக்கு நல்ல பெயர் உண்டாக்க வேண்டும் என்பதே என் குறிக்கோளாயிருந்தது.

சேலத்தில் இருந்த பதினோரு குடிசைப் பகுதிகளில், ஏழு பகுதிகளை நான்கு மாடிக் கட்டடமாக மாற்றி, அண்ணா நகர், பெரியார் நகர் முதலியவற்றை உருவாக்கினேன். மதுரையில் அண்ணாநகர், கலைஞர் கருணாநிதி நகர் என மத்திய தரவர்க்க வீடுகளை உருவாக்கினேன். கோவையிலும், திருச்சியிலும் வேலூரிலும் வீடுகள் வளர்ந்தன.

ஏறக்குறைய சென்னையிலிருந்து கன்னியாகுமரி வரை பல்லாயிரக்கணக்கான வீடுகளைக் கட்ட வைத்ததன் மூலம் எனக்கு முழு மனநிறைவைத் தந்தது. வீட்டுவசதித்துறையில் பதினோராவது இடத்தில் இருந்த தமிழகத்தை இந்தியாவின் முதலிடத்துக்கே கொண்டு வந்ததை நான் சாதித்த பெரும் சாதனைகளில் ஒன்றாகவே கருதுகிறேன்.

18

தொழிலாளர் நலத்துறையும் நானும்!

கலைஞருடன்...

என் இளமைப் பருவம் முழுவதும் கழிந்தது தர்மபுரியில். பசுமை படர்ந்த மலைக்குன்றுகள், பெரியவர்கள் சொல்லுக்குக் கட்டுப்பட்ட மக்கள், வழக்காடும் புத்தி இல்லாதவர்கள், பேச்சுவார்த்தையின் மூலமே தீர்த்துக் கொள்ளக்கூடிய மக்கள்... எனவே கிராமப் பஞ்சாயத்துக் களைப் பார்த்துப் பார்த்து எனக்குப் பழக்கமாகியிருந்தது. மனித உள்ளம் என்ன நினைக்கிறது என்பதை ஓரளவு புரிந்துகொள்ளும் ஆற்றலை அந்தக் கிராமியச் சூழ்நிலை என்னுள் வளர்த்தது.

க. இராசாராம்

அதற்கொரு சோதனை எனது அமைச்சர் பதவிக் காலத்தில் வந்தது. சிம்சன் கம்பெனித் தொழிலாளர்களின் வேலை நிறுத்தம். தொழிலாளர் தலைவராக குசேலர். அவர் புகழ் கொடிகட்டிப் பறந்த காலம். டெல்லியில் மத்திய அமைச்சராக இருந்த மோகன் குமாரமங்கலம் 'கலைஞரின் அரசு தொழிலாளர் விரோத அரசு' என வர்ணித்துக்கொண் டிருந்தார். தி.மு.க. ஆதரவுடன் வெற்றி பெற்றவராயிருந்தும் திராவிட இயக்கங்களின்மேல் காழ்ப்புணர்வே கொண்டி ருந்தார். என் சக அமைச்சர்கள் பலரிடம் கலைஞர் பேசி னார். செல்லும் செல்லாததற்கு செட்டியார் இருப்பதைப் போல என் கைக்கு தொழிலாளர் இலாக வந்தது, ஏற்றேன்.

நான் சாப்பாட்டுக்காக வீட்டுக்கு வந்தபோது, சிம்சன் கம்பெனி தொழிலாளர்கள் ஊர்வலமாகக் கோட்டைக்கு வருவதாகச் சேதி வந்தது. குசேலர் அழைத்து வரும் தொழிற் சங்கப் பிரதிநிதிகளுக்கெல்லாம் என் அறையில் ஆசனங் களைப் போட்டு, குளிர்ந்த பானம் கொடுத்து வரவேற்கச் சொன் னேன். சாப்பிட்டதும் புறப்பட்டுக் கோட்டைக்கு ஓடினேன்.

'முதன்முதலாக நீங்கள்தான் எங்களுக்கு குளிர்பானம் தந்து வரவேற்றுள்ளீர்கள்... நன்றி' என்றார் குசேலர். வெயிலில் ஊர்வலம் வந்தவர்கள், எங்கு கடினமான வார்த்தைகளால் என்னை அர்ச்சிப்பார்களோ என்றிருந்த எனக்கு இந்த வார்த்தைகள் நிம்மதியைத் தந்தன. பிரச்சினைகளை அலசிப் பேசி முடித்து கம்பெனியைத் துவக்கச் செய்தேன். முதல் முயற்சி வெற்றியாக முடிந்தது.

பலர் தொழிலாளர் நலத்துறை என்பது தொழிலாளர் நலத்தைப் பொறுத்தது மட்டும் என்று எண்ணியுள்ளார்கள். அது தொழிலதிபர்கள் நலத்தையும் காக்கும். ஏனெனில் தொழிலதிபர்கள் நலமாக இருந்தால்தான் தொழிலாளர்

களும் நன்றாக இருக்க முடியும். இருவரும் தொழில் வளத்தின் கண்கள். தொழில் அமைதி இருந்தால்தான் புதிய தொழில்கள் வரும். நான் தொழிலாளர்கள் பிரச்சினையைப் பேச்சு வார்த்தைக்கு எடுத்துக் கொண்டால், தொடர்ந்து நடத்துவதை வாடிக்கை ஆக்கினேன். வழக்கமாகப் பேச்சு என்றால், முதல்நாள் சொன்னதையே மறுநாளும் ஆரம்பிப்பார்கள். நான் அதற்கு எந்த வகையிலும் இடம் கொடுப்பதில்லை. எனவே, பேச்சுவார்த்தையை அநேகமாக மூன்று நாட்களுக்குள் முடித்துவிடுவேன். முதல்நாள் நான்கு மணி முதல் இரவு பத்து மணிவரை, இரண்டாவது நாள் நான்கு மணி முதல் இரவு பன்னிரண்டு மணிவரை... மூன்றாவது நாள் பேச்சுவார்த்தை முடியும்வரை என்பதாக வரையறுத்தேன். முதல்நாள் அனைவருக்கும் உயர்தர சாப்பாடு. மறுநாள் அதில் பாதி, மூன்றாம் நாள் காந்தி பலகாரம். வறுத்த முழு நிலக்கடலை, நிலக்கடலையைப் பார்த்ததும் இன்று இந்த அமைச்சர் பிரச்சினையைத் தீர்க்காமல் விடமாட்டார் என்று அனைவருக்கும் தெரிந்தது.

'நாட்டின் தொழில்களை உருவாக்க முதலில் தேவை மின்சாரம். அதற்காக வாதாடுங்கள்' என எனக்குச் சொல்லித் தந்தவர் மறைந்த டி.டி.கிருஷ்ணமாச்சாரி. நமது மாநிலத்துக்கு நிறைய மின்சாரத்தை அப்போது தந்து வந்தது நெய்வேலி. அங்கு வேலைநிறுத்தம். மத்திய அரசுக்கு நெய்வேலி சொந்தமானாலும் தொழிலாளர் பிரச்சினை மாநிலத்தின் கையில். ஜெர்மன் நாட்டு நிதியமைச்சர் நெய்வேலியைக் காண வந்திருந்தார்.

அவருக்கு மகாபலிபுரத்தில் ஒரு விருந்து தந்தோம். அவர் தொழிலாளர் பிரச்சினை ஏதும் இல்லாமல் இருந்தால், இரண்டாவது சுரங்கம் வெட்ட எல்லா உதவிகளும் செய்வ

தாகச் சொன்னார். அப்போதோ வேலை நிறுத்தம் ஏற்படும் சூழ்நிலை. அதனால் நாடெங்கும் மின்வெட்டு. உடனடியாகப் பேச்சு வார்த்தையில் நானே ஈடுபட்டேன். அங்கு ஏறக்குறைய இருபதுக்கும் மேற்பட்ட தொழிற்சங்கங்கள். எல்லோரையும் ஒப்புக்கொள்ள வைத்த என்னால், பொறியாளர் சங்கத்தைத் திருப்திப்படுத்த முடியவில்லை. கடைசியில் அவர்களும் எனது தீர்ப்பை ஏற்றார்கள். இரண்டாவது சுரங்கம் வெட்ட ஜெர்மன் நாட்டு நிதியும் கிடைத்தது. மின் உற்பத்தி பெருகிற்று.

நாட்டின் பல பகுதிகளில் பீடித் தொழிலாளர்கள், அத் தொழிலில் பல முதலாளிகள். அனைவரையும் ஏற்க வைப்பது கடினமாக இருந்தது. கடைசியில் தொழிலாளர்களுக்கு ஊதிய உயர்வும், உடனடி போனஸும் ஏற்பாடு செய்யப்பெற்றது.

கன்னியாகுமரியில் முந்திரி தொழில் செய்யும் தொழிலாளர்களின் கைகளில் முந்திரிப் பால் பட்டு விரல்கள் பாதிக்காமல் இருக்க நடவடிக்கை எடுத்தேன். அது நமக்கு அந்நியச் செலாவணி ஈட்டித்தரும் பெரும் தொழில்களில் ஒன்று. பின்னி நூற்பு ஆலையில் சுமுகமான சூழ்நிலையை ஏற்படுத்தியதற்காக தொழிற்சங்கத் தலைவர் எஸ்.சி.சி. அந்தோணிப்பிள்ளை, எனக்கு ஒரு பாராட்டு விழாவே நடத்தினார். தொழிலாளர் நலத்துறை அமைச்சரை, ஒரு தொழிற்சங்கம் பாராட்டி விழா நடத்தியது அதுவே முதலும் இன்றுவரை கடைசியுமாகும்.

நம் நாடு முன்னேறாமல் இருப்பதற்குக் காரணம் இலாகாக்கள் ஒன்றுடன் ஒன்று இணைந்து பணியாற்றாமல் இருப்பதுதான் என்பார் டி.டி. கிருஷ்ணமாச்சாரி. அதன்படி என்னிடம் தரப்பட்ட வீட்டு வசதித் துறை, தொழிலாளர் நலத்துறை இரண்டையும் இணைத்து வியாசர்பாடியில் பின்னி தொழிலாளர்களுக்கு வீடு கட்டும் ஏற்பாட்டைச்

செய்தேன். இன்று பின்னி தொழிலாளர்கள் பலர் அந்த வீடுகளுக்குச் சொந்தக் காரர்களாக இருக்கிறார்கள். வீடுகள் அனைத்தும் இன்று லட்சக்கணக்கில் பெறுமானம் உள்ளதாக ஆகிவிட்டன.

அரசியலில் மகிழ்ச்சி அதிக நேரம் நீடிப்பதில்லை. ஒரு பேரிடி. தொழிற்சங்கத் தலைவர் என் நண்பர் வி.பி.சிந்தன் மூலக் கொத்தளத்தில் பஸ்ஸைவிட்டு இறங்கும்போது கத்தியால் குத்தப்பட்டார். இந்தச் சேதியை தமிழக முதல்வர் கலைஞர் கருணாநிதி இரவு பதினோரு மணிக்கு தொலைபேசி மூலம் தெரிவித்தார். நான் துடித்துப்போனேன். "எந்த மருத்துவமனையில் சேர்க்கப்பட்டுள்ளார்" என்றேன்.

"ஸ்டான்லி மருத்துவமனையில்" என்றார் கலைஞர்.

"நான் புறப்படுகிறேன். அவர் எவ்வளவு தன்னலமற்ற தொழிற்சங்கத் தலைவர். பண்பு நிறைந்த என் நண்பர்" என்றேன். அப்போது ஷெனாய் போலீஸ் கமிஷனர். அவருக்கு வீடு அண்ணாநகரில். "நான் வந்துவிடுகிறேன், சற்று பொறுங்கள்" என்றார். செய்தி கிடைத்த பதினைந்து நிமிடத்தில் இந்து, தினமணி, இந்தியன் எக்ஸ்பிரஸ், தினத்தந்தி முதலிய நிறுவனங்களுடன் தொடர்புகொண்டு "நிருபர்களை மருத்துவமனைக்கு அனுப்புங்கள்" என்றேன்.

மருத்துவமனையில் நுழைந்தேன். "போலீஸ் கமிஷனர் ஷெனாயுடன் வெளியில் எங்கும் ஏராளமான தொழிலாளர் கள். எங்கும் பதட்டச் சூழல். அறுவை சிகிச்சை அறையின் முன் போய் நின்றேன். "வி.பி.சிந்தன் நல்லவேளையாக உயிர் பிழைத்துவிட்டார். அறுவை சிகிச்சை வெற்றி பெற்று விட்டது" என டாக்டர் சொன்னார்.

வி.பி.சிந்தனை சிறிது தட்டி எழுப்பினார். கண் விழித்து என்னைப் பார்த்த வி.பி.சிந்தன், "நீங்கள் ஏன் இந்த நேரத்தில்

வந்தீர்கள்?" என்றார். மலையாளம் கலந்த அந்த மழலைப் பேச்சு, என் கண்களில் இருந்து நீரை கொட்டச் செய்தது. அந்த நேரத்தில் நான் போய் அவரைப் பார்க்காமல் இருந்திருந்தால் டாக்டர்களும், அவ்வளவு விரைவில் கவனித்திருக்கமாட்டார்கள். நல்ல தொழிலாளர் தலைவர் ஒருவரை இழந்துமிருப்போம். அவர் உயிரோடு இருந்தவரை நான் அந்நேரத்தில் வந்ததைச் சொல்லிக்கொண்டேயிருந்தார்.

தொழிலாளர் நல அலுவலர்களுக்கு அதிகாரம் இருந்த அளவு வசதிகள் இல்லை. எனவே முதன்முதலாக அவர்களுக்கு நல்ல அலுவலகக் கட்டிடங்கள், கார்கள், (நான் அப்போது வாங்கிய கார்கள் இன்னமும் உயிர் பிடித்து ஓடிக்கொண்டிருப்பதாகக் கேள்வி) குடியிருக்க வீடுகள் ஆகிய வசதிகளைச் செய்தேன்.

டெல்லியில் அப்போது ரகுநாதரெட்டி எனது இலாகா அமைச்சர். அவரது உதவியால் இ.எஸ்.ஐ. மருத்துவமனை ஒன்று கட்ட இரண்டு கோடி ரூபாயை தமிழகத்துக்குப் பெற்றேன். அந்தத் தொகையில் உருவானதுதான் தற்போது கலைஞர் கருணாநிதி நகரில் உள்ள தொழிலாளர் நல மருத்துவமனை.

போக்குவரத்துத்துறையை என்னிடம் தந்தார் கலைஞர். முழுவதுமாகக் கண்காணிக்க முடியாத அளவு பெரிய துறை அது. டயரிலிருந்து சாதாரண ஒரு நட்டு வரை காணாமல் போகும் நிலை. அதையெல்லாம் மாற்ற முயற்சி மேற்கொண்டேன். பேருந்து ஒன்று ஒருநாள் காலை நேராக சென்ட்ரல் ரயில் நிலையத்துக்குள்ளேயே ஓடி பல சேதங்களை விளைவித்தது. பலர் படுகாய முற்றனர். உடனடியாக விபத்து நேர்ந்த இடத்துக்குப் போய்விட்டு, மருத்துவ மனைக்குச் சென்று அடிபட்டவர்களுக்கு ஆறுதல் கூறி விட்டு சட்டமன்றத்துக்கு வந்தேன். சபாநாயகரிடம் அனுமதி

ஒரு சாமானியனின் நினைவுகள்...

பெற்று சபையில் ஓர் அறிக்கையும் வைத்தேன். அனந்தநாயகி அம்மையார் அப்போது தீவிர எதிர்க்கட்சி உறுப்பினர். நன்றாகப் படித்துவிட்டு வந்தே பேசுவார். பாவம், இப்போதிருப்பவர் களைப் போல கொச்சையாகப் பேசத் தெரியாது. ''எதிர்க்கட்சியினர் விவர அறிக்கையைக் கேட்பதற்குள் அமைச்சரே விபத்து பற்றிய அறிக்கையைத் தானே வைத்துவிட்டு, நல்லபேரை தட்டிச் செல்ல சபாநாயகர் அனுமதிக்கலாமா?" என போட்டார் ஒரு போடு. சபையே சிரிப்பில் மூழ்கியது. என்னிடத்தில் அத்துறை இருந்த குறுகிய காலத்தில் அரசுத்துறைக்கும், தனியார் துறைக்கும் மோதல்கள் வராமல் நடத்தினேன்.

1971 முதல் 76 வரை நான் அமைச்சராக இருந்த காலத்தில், பல சாதனைகளைப் புரிந்தேன். என்றாலும் சில வேதனைகளும் நிகழ்ந்தன. நான் அகில இந்திய வீட்டு வசதி மாநாட்டை சென்னையில் நடத்திக் கொண்டிருந்தேன். அப்போது சேலத்தில் தி.மு.கழகப் பொதுக்குழு உறுப்பினர்களுக்கான தேர்தல். நான் அனைவருக்கும் கடிதம் எழுதினேன். மாநாட்டு அன்று சேதி வருகிறது. நான் தோற்கடிக்கப்பட்டேன் என்று. நான் கலைஞரின் அரசுக்கு பல துறைகளிலும் பேர் வாங்கிக் கொடுத்ததற்கு, எனக்குக் கிடைத்த 'முதல் மரியாதை' இது. கலைஞர் வீட்டுக்கு காலையிலேயே போய் என் ராஜினாமா கடிதத்தை நீட்டினேன். அன்று சி.வி.எம். அண்ணாமலையும் உடனிருந்தார். கலைஞர் எனக்குச் சமாதானம் சொன்னார். அரசியல் என்றால் குளறுபடிகள், குல்லூகங்கள் இருக்கும் என்பது அன்றுதான் எனக்குப் புரிந்தது. திறந்த புத்தகமாக இயக்கத்தை நடத்திய பெரியாரிடம் இருந்த எனக்கு, இது பெரிய அதிர்ச்சியைத் தந்தது.

19

தமிழகத்துக்குள் நுழைந்த ராணுவம்!

தொழிலாளர் நலத்துறையினரால், நான் இரவு நெடுநேரம் கழித்து வருவது என் மனைவி சாந்தாவுக்குப் பிடிக்கவேயில்லை. பலமுறை என்னை பதவியை ராஜினாமா

செய்யும்படி கூறுவாள். அதற்கு இது நல்ல சந்தர்ப்பம் என்றும் எண்ணினேன். காரணம், தொழிலாளர்கள் நாம் இவ்வளவு பாடுபட்டோமே என்று எண்ணமாட்டார்கள். அவரவர்களுக்கென்று ஒரு கட்சி இருக்கிறது. அந்தக் கட்சிதான் சாதித்தது என எண்ணிக் கொள்வார்கள். அது மாதிரி இலாகா ஒன்றை தந்து ஓயாத மனஅழுத்தத்தின் காரணமாக எனக்கு அதுவரையில் இல்லாத ரத்தக் கொதிப்பு நோய் போலவே வந்தது. மனம் திறந்து பேசாததனால் சில பிரச்சினைகளும் நிகழ்ந்தன.

தினமணி அதிபர் பகவன்தாஸ் கோயங்காவின் மகளுக்கு எக்ஸ்பிரஸ் எஸ்டேட்டில் திருமணம். அது நள்ளிரவுத் திருமணம். நானும் பகவன்தாஸும் நல்ல நண்பர்கள். எனவே நான் திருமணத்துக்குப் போனேன். அன்றிரவு 9.30 மணி வரை சேப்பாக்கத்தில் அரசு விருந்தினர் மாளிகையில் கலைஞர், தன் சக அமைச்சர் களுடன் பேசிக்கொண்டிருந்தார். நானும் இருந்தேன். இரவு 9.30 மணிக்கு மேல் நான் திருமணத்துக்குப் போனேன். அங்கு பெருந்தலைவர் காமராஜ், டிடிகிருஷ்ணமாச் சாரி, சி.சுப்பிரமணியம், பக்தவத்சலம் முதலியவர்களும் இருந் தார்கள். என்னையும் அவர்களுடன் உட்கார வைத்து ராம்நாத் கோயங்காவே விருந்துபசாரம் செய்தார். சாப்பிட்ட பிறகு இரண்டு மணி நேரம் கழித்துதான் திருமணம். மைதானத்தில் நின்று பேசிக்கொண் டிருந்தோம். அப்போது புதுவை மாநிலத்தில் சபாநாயகராக இருந்த அவுக்காபெரு மாள் மறைந்ததனால் ஒரு உபதேர்தல். அந்த இடத்தைக் காங்கிரஸ் விரும்புவதாக பிரதமர் இந்திராகாந்தி என் மூலமாக கலைஞரிடம் கேட்கும்படி கூறியதாக சி.சுப்பிர மணியம் சொன்னார். அதுபற்றி கலைஞரிடம் பேசி, தனக்குத் தகவல் தெரிவிக்கச் சொன்னார்.

காலையில் கலைஞரின் வீட்டுக்கு நான் வருவதாகக் கூறினேன். அன்று மந்திரிசபை கூட்டம் இருந்ததனால், முதல்வர் அறையில் பேசலாம் என்றார். சபை கூடுமுன் நான் முதல்வரின் அறைக்குச் சென்றேன். இரவு சி.சுப்பிரமணியம் கூறியதை அவரிடம் சொன்னேன். கலைஞர் அப்போது அங்கிருந்த நண்பர்கள் சிலரைப் பார்த்தார். அவரும் நான் எங்கு, எப்போது சி.சுப்பிரமணியத்தைப் பார்த்தேன் என்று கேட்கவில்லை. நானும் சி.எஸ்.ஸை எங்கு சந்தித்தேன் என்பதைக் சொல்லத் தவறிவிட்டேன். மந்திரிசபை கூடியது. வழமைக்கு மாறாக, பகல் பன்னிரெண்டு மணிக்கெல்லாம் கவர்னரின் அறைக்கு பத்திரிகை நிருபர்களை வரச்சொல்லி, "காங்கிரசுக்கும் தி.மு.க.வுக்கும் உள்ள உறவு முறிந்தது" என்று கலைஞர் அறிவித்துவிட்டார். ப.உ.சண்முகம், செ.மாதவன் ஆகிய இருவருடனும் கவர்னர் அறைக்குச் சென்றுவிட்டு மீண்டும் மந்திரிசபைக் கூட்டத்துக்கு வந்த கலைஞர், தன் அறிவிப்பைப் பற்றி என்னிடம் கூறி, "என்ன, சரிதானா?" என்றார். "தலைவர் என்ன முடிவெடுத்தாலும் ஏற்க வேண்டியதுதான்" என்றேன் நான்.

நாங்கள் இருவரும் தனியாக மனம் திறந்து பேசியிருந்தால் இப்படிப்பட்ட பிளவு நேர்ந்திருக்காது என்றே நான் எண்ணுகிறேன். கற்பனை கலந்த சந்தேகம் என் வாழ்வில் பல நிகழ்ச்சிகளை உருவாக்கியுள்ளது. எப்படியோ மத்திய-மாநில உறவில் விரிசல் உருவாகி விட்டது.

அத்துடன், இந்த ஆண்டுகளில் மிகப்பெரும் சோக சம்பவங்கள். முதலில் மூதறிஞர் ராஜாஜியின் மரணம். காயிதே மில்லத் இஸ்மாயிலின் மறைவு. அடுத்து தந்தை பெரியாரின் மறைவு. பின்னர் பெருந்தலைவர் காமராஜரின் எதிர்பாராத இறப்பு. இவர்கள் ஒருவர் பின் ஒருவராக

இரண்டாண்டுகளுக்குள் இந்த உலகை விட்டுப் பிரிந்தது ஒரு மூத்த தலைமுறையே திடீரென மறைந்ததுபோல் எனக்குத் தாங்க முடியாத அளவுக்கு துக்கத்தைத் தந்த நிகழ்ச்சி களாகும். இவர்கள் ஒவ்வொருவரும் தமிழகத்துக்கு அற்புத மாகத் தொண்டு செய்தவர்கள் என்று உறுதியாகச் சொல் வேன். 'தன்னலமற்றவர்கள்' என்ற சொல்லுக்கும், பொது வாழ்வு இப்படித்தான் இருக்க வேண்டும் என்பதற்கும் இலக்கணமும், இலக்கியமும் ஆனவர்கள்.

இவர்கள் உயிரோடிருந்தால் என்ன நன்மை என்று சிலர் கேட்கக்கூடும். இவர்களில் யார் உயிரோடிருந்தாலும் இந்திய அரசும் மாநில அரசுகளும் எந்தக் காரியத்தைச் செய்யும் போதும் இவர்கள் என்ன நினைப்பார்கள் என யோசித்தே செய்யும். இன்றுபோல் உள்ள தான்தோன்றித் தனமான நிலை வந்திருக்காது.

சேலத்தில் தமிழ்ச் சங்கத்துக்கு ஒரு கட்டடத்தை உண் டாக்க முயற்சி எடுத்து வெற்றி பெற்றேன். நண்பர் இ.ஆர். கிருஷ்ணன் கட்டடம் கட்டி முடிக்கப் பெரிதும் உதவினார்.

தந்தை பெரியாருக்கு மதுரையில் கொண்டாடவிருந்த 94-வது பிறந்தநாள் விழா ஏற்பாடு ரத்தாகி, சென்னையில் நடத்த என் நண்பர் சம்பந்தம் பொறுப்பேற்றுக் கொண்டார். விழா சீரும் சிறப்புமாக அமைய உதவுமாறு கேட்டுக் கொண்டார்.

சேலத்திலிருந்து நாலடி உயர கேக் ஒன்றைத் தயாரிக்கச் செய்து, கொண்டு வந்து அய்யாவை வெட்டச் சொன்னேன். அய்யாவுக்கு ஒரே சிரிப்பு. "ஏன் அய்யா?" என்றேன்.

"ஒவ்வொரு ஆண்டும் காலையில் எழுந்தவுடன் தினமும் தின்னும் இட்லியைத்தான் பிறந்தநாள் அன்றும் வெட்டு வேன். நீ இவ்வளவு பெரிய கேக்கை கொண்டு வந்திருக்

கிறாயே" என்று மகிழ்ந்து கேக்கை வெட்டினார். அன்று காலையிலிருந்தே பெரியார் திடல் களை கட்டியது. எம்.ஜி.ஆர். ஐயாயிரம் ரூபாயை தந்தை பெரியாரிடம் வழங்கிவிட்டு, பெரியாரின் சிலை ஒன்றைத் தன் சார்பில் சென்னையில் வைக்க அனுமதி கேட்டுவிட்டுப் போனார். மதியம் சுமார் அறுநூறு பேருக்கு மேல் ஆட்டுக்கறி பிரியாணி விருந்து. அதனுடன் சாப்பிட மாட்டுக்கறி, பன்றிக்கறி சாப்ஸ்... தந்தை பெரியாருடன் அன்று ப.உ.சண்முகமும் பண்ருட்டி ராமச்சந்திரனும் உணவு உண்டனர்.

மாலை நாவலர் நெடுஞ்செழியன் தலைமையில் பாராட்டுக் கூட்டம். நாமகிரிப்பேட்டை கிருஷ்ணனின் நாயன இசை விருந்து. அன்றைய மேயர் ஆறுமுகம் வரவேற்றார். சி.பி. சிற்றரசு, பண்ருட்டி ராமச்சந்திரன், ப.உ. சண்முகம், வீரமணி, நான் அனைவரும் பெரியாரைப் பாராட்டிப் பேசினோம். ஆந்திர நாத்திகத் தலைவர் கோராவும் கலந்துகொண்டார். அவர் பேசும்போது பெரியாரைப் பாராட்டியது மட்டுமல்லாமல் மதிய உணவுக்கு மாட்டுக்கறியும், பன்றிக்கறியும் சமைத்துப் பரிமாறச் செய்த சம்பந்தத்தையும் பாராட்டினார். வெளிநாடு போய்வந்தவர்களுக்கு மாட்டுக்கறி சாப்பிடுவது என்பது ஒன்றும் பெரிய காரியமல்ல. சம்பந்தத்தைப் பார்த்து நண்பர் ப.உ.ச. நாக்கைக் கடித்துப் பயமுறுத்தியதை இப்போது நினைத்தாலும் சிரிக்கத் தோன்றுகிறது.

நண்பர் சம்பந்தம் அந்த விழாவில் என் மூலமாக தந்தை பெரியாருக்கு பத்தாயிரம் ரூபாயை வழங்கச் செய்தார். பெரியாருக்கோ அளவு கடந்த மகிழ்ச்சி. நானே கொண்டு வந்து கொடுத்ததாக நினைத்துவிட்டார். பின்னர் என் மூல

மாகச் கொடுக்கச் சொன்னதை விளக்கினேன். பத்தாயிரம் ரூபாய் கத்தையைப் பெற்றுக்கொண்ட பெரியார் சிரித்துக் கொண்டே என்னைப் பார்த்து, "சரியாக இருக்குமா?" என்று கேட்க பாங்க் சீலோடு நோட்டுக்கட்டு இருக்கிறதே" என நான் சொல்ல, அருகிலிருந்த நண்பர் சம்பந்தத்திடம், ''எதற்கும் எண்ணிப் பார்'' என்று தந்தை பெரியார் சொன்னபோது எழுந்த மகிழ்ச்சி ஆரவாரம் கொஞ்ச நஞ்சமல்ல. 1952-ல் நான் மிச்சப்பணம் கொடுத்ததையும் இதே சம்பந்தம் கணக்குப் பார்த்து வாங்கிக்கொண்ட நிகழ்ச்சியையும் எண்ணிக் கொண்டேன்.

சம்பந்தத்தின் வேண்டுகோளுக்கிணங்க நாமகிரிப் பேட்டை கிருஷ்ணனின் நாகசுரக் கச்சேரியை நான்தான் ஏற்பாடு செய்தேன். நாமகிரிப்பேட்டை கிருஷ்ணனுக்கு தந்தை பெரியார் நாகசுர சக்கரவர்த்தி என பட்டம் வழங்கிக் கேடயம் ஒன்றைக் கொடுத்தார்.

எல்லோருடைய உரைக்குப் பின்பு தந்தை பெரியார் பேசினார். அன்று சற்று உக்கிரமாகத்தான் பேசினார். ஒரு பழைய நிகழ்ச்சியையும் நினைவுபடுத்திச் சொன்னார். பல வருடங்களுக்கு முன்பு ஜாதி வெறி தலைக்கேறி அலைந்த காலத்தில் செட்டிநாட்டில் ஒரு ஊரில் ஒரு நிகழ்ச்சிக்குப் பெரியார் சென்றிருந்தார். அன்றைக்கு மறுநாள் ஒரு பணக்கார செட்டியார் வீட்டில் திருமணம். பிரபல நாகசுர இசைக்கலைஞர் சிவக்கொழுந்துவின் நாயன இசையுடன் மணமகன் ஊர்வலம். தந்தை பெரியாருடன் தளபதி அழகிரி சாமியும் சென்றிருந்தார். இவர் பிறந்தது தஞ்சை மண் அல்லவா? இசை ஈர்த்தது. மணவிழா ஊர்வலத்துடன் போனார் தளபதி அழகிரிசாமி. அந்தக் காலத்தில் சம்பிர தாயப்படி நாயனம் ஊதுபவர்கள் இடுப்பில்தான் துண்டைக்

கட்டிக்கொண்டு வாசிக்க வேண்டும். வியர்வையைத் துடைக்க தோளில் ஒரு சிறு துண்டைப் போட்டிருந்தார் சிவக்கொழுந்து. அதையும் எடுக்க வேண்டும் என்றார்கள் செட்டியார்கள். தளபதி அழகிரிசாமியோ, துண்டை எடுக்க வேண்டாம் எனச் சொல்லி ஒரு விசிறியால் சிவக்கொழுந்து வுக்கு விசிறிக்கொண்டே வந்தார். ஊர்வலம் பாதியில் நின்றுவிட்டது. தந்தை பெரியாருக்கு சேதி போனது. அவர் வந்தார். தன் தளபதி செய்ததே சரி என்றார். போனவர்கள் போக எஞ்சியிருந்தவர்களோடு மணமகன் ஊர்வலம் நடைபெற்றது.

எந்தச் செட்டிமார் நாட்டில் மேல்துண்டு கூட போடாமல் நாகசுரம் வாசிக்கவேண்டும் என்று சொன்னார்களோ அந்த நாட்டு, அதாவது செட்டி நாட்டரசரை ஒரு பக்கமும், நாகசுர சக்கரவர்த்தியை ஒரு பக்கமும் உட்கார வைத்து, நடுவில் உட்கார்ந்திருந்தாரே வெண்தாடி வேந்தர்! அவர் சாதனைதான் என்னே!

தந்தை பெரியார் ஆரம்ப காலந்தொட்டே ஒரு கேள்வி கேட்பார். "தமிழ்நாட்டில் காந்தி நகர், நேரு பூங்கா, திலகர் நகர் என்றெல்லாம் பெயர் சூட்டுகிறார்களே? வடநாட்டில் எங்காவது நம்மவர் பெயரில் ஒரு கக்கூசாவது கட்டி யிருக்கிறானா?" என்பார். நியாயமான கேள்விதான். பத்து ஆண்டுகள் நாடாளுமன்றத்தில் இருந்தபோது அய்யாவின் கேள்வி எனக்கு உறைத்தது. அண்ணாகூட டெல்லி ராஜ்யசபையில் "தமிழ்நாட்டுத் தலைவர்கள் பெயரால் ஒரு வீதியாவது உண்டா?" என்று கேட்டார்.

டெல்லியில் தமிழ்ச்சங்கத்தை நடத்திக்கொண்டிருந்த சிண்டிகேட் பாங்க் நிர்வாகி ரூஸ்வெல்ட்டும் எழுத்தாளர் 'கடுகு'ம் குறள் வகுப்பு நடத்திக்கொண்டிருந்தார்கள். தமிழ்ச்

சங்க சார்பில் டெல்லியில் 'வள்ளுவர் சிலை' வைப்பதென முடிவு செய்தோம். பன்னிரண்டடி உயரச் சிலை சென்னை சிற்பி எஸ்.பி.பிள்ளை அதைச் செய்தார். குடியரசுத் தலைவர் பக்ருதீன் அலி அகமது திறந்து வைத்தார். விழாவுக்குத் தலைமை வகிக்க வேண்டிய கலைஞர் கடைசி நேரத்தில் வரமுடியாமல் போனதால் சி.சுப்பிரமணியம் தலைமை வகித்தார். தமிழ்நாட்டில் இருந்து இசைக் கலைஞர்கள், தமிழறிஞர்கள் அனைவரும் வந்திருந்தனர். குறிப்பாக சேலத்திலிருந்து ஐம்பது பேர் வந்து விழாவுக்கு உதவி புரிந்து தொண்டாற்றினர்.

பிரதமர் இந்திரா காந்தி அவசர காலத்தைப் பிரகடனம் செய்தார். கலைஞர் அதை எதிர்த்தார். விளைவுகள் பெரிதாயின.

76-ஆம் ஆண்டு இறுதியில் ஒருநாள் மாலை, பல்வேறு நிகழ்ச்சிகள். பலகுரல் மன்னன் சிவகங்கை சேதுராசனுக்கு கார் பரிசளிப்பு. கூட்டுறவுத்துறை நிகழ்ச்சி. இந்த இரண்டிலும் கலந்துகொண்டேன். பிறகு, மலேசிய அமைச்சர் டத்தோ மாணிக்கவாசகத்துக்கு எம்.ஏ. சிதம்பரம் அளித்த விருந்திலும் கலந்துகொண்டேன். இரவு பத்து மணிக்கு இல்லத்துக்குத் திரும்பினேன். "கலைஞர் இரண்டு, மூன்று முறை தொலைபேசியில் அழைத்தார்" என்றாள் என் மனைவி சாந்தா. உடனடியாகத் தொடர்பு கொண்டேன். "உடன் புறப்பட்டு வரவும்" என்றார் கலைஞர்.

கலைஞரின் இல்லத்தில் காவல்துறை தலைமை அதிகாரி அருள் அமர்ந்திருந்தார். பக்கத்தில் இன்றைய அதிகாரி ஸ்ரீபால். நான் போய் அமர்ந்ததும் கலைஞர், "ராசாராமிடம் நடப்பதைக் கூறுங்கள்" என்றார். "தமிழ்நாட்டுக்குள் ராணுவம் வந்திருக்கிறது. மதுரையிலும் திருச்சியிலும்

ராணுவத்தினர் இறங்கியுள்ளார்கள்" என்றார் அருள்.

"நாம் இந்தியாவின் ஒரு அங்கம்தானே. ராணுவம் வந்தால் என்ன?" என்றேன்.

"அரசுக்கும், காவல் தலைமை அதிகாரிக்கும் அறிவிக்காமல் ராணுவம் வந்தால் அது குடியரசுத் தலைவர் ஆட்சி பிரகடனப்படுத்தப்படுவதற்கு முன்னெச்சரிக்கை" என்றார் அருள்.

"காலம் கடந்துவிட்டதாகத் தெரிகிறதே?" என்றேன் நான்.

"நீங்கள் உடனடியாக டெல்லி சென்று பிரதமர் இந்திராகாந்தியைப் பார்த்து, நிலைமையைச் சரி செய்ய வேண்டும்" என்றார்.

கலைஞரைப் பார்த்தேன். தலையசைத்தார்.

காலை விமானத்தில் டெல்லி புறப்பட்டேன். ஐதராபாத் விமான நிலையத்தில் நடந்து கொண்டிருந்தேன். விமான நிலையத்தின் கடைசியில் ராணுவ வீரர்கள் ஒரு ராணுவ விமானத்தில் ஏறிக் கொண்டிருந்தார்கள். அங்கு வேலை செய்து கொண்டிருந்த சில தமிழர்கள், எனது வேட்டியைக் கண்டு ஓடிவந்தார்கள். "தமிழ்நாட்டில் ஏதாவது யுத்தம் நடக்கிறதா? தமிழ்நாட்டை நோக்கி இது நாலாவது விமானம்" என்றார்கள்.

"இல்லையப்பா. குடியரசுத் தலைவர் ஆட்சிப் பிரகடனப் படுத்தப்படுவதற்கு முன் பாதுகாப்பு ஏற்பாடு" என்றேன்.

அவர்கள் திகைத்தார்கள்.

டெல்லிக்குச் சென்றதும் பிரதமர் இல்லத்துக்குத் தொடர்புகொண்டேன். மத்திய அமைச்சரின் இல்லம் ஒன்றுக்குச் சென்றேன். அவர் "தமிழ்நாட்டின் தலையெழுத்தையே மாற்றும் நேரத்தில் வந்திருக்கிறாயே? மாலையில்

இதற்காக மந்திரிசபை கூடுகிறது" என்றார்.

தமிழ்நாடு இல்லத்துக்குத் திரும்பினேன். ஓம்மேத்தா உள்துறை இணை அமைச்சர். அவர் என்னை அழைத்து எவ்வளவோ சமாதானம் சொன்னார். பிரதமர் கூறித்தான் தான் பேசுவதாகக் கூறினார். உடனடியாக ராஷ்டிரபதி பவனுக்குச் சென்றேன். மேலும் தகவல்கள் கிடைத்தன. உடனடியாக சென்னைக்குத் தகவல் அனுப்பினேன். மாலை ஐந்து மணிக்கு கலைப்பு உத்தரவில் ஜனாதிபதி கையெழுத்திட்டார் என்ற தகவலும் கிடைத்தது. அன்றைக்கு என்னுடன் இன்றைய யூனியன் பப்ளிக் சர்வீஸ் கமிஷனர் உறுப்பினர் பத்மநாபனும், அன்றைய தொழில்துறை செயலாளர் ஹர்பான்சிங்கும் இருந்தார்கள். அப்போதே என் வீட்டுக்குத் தொலைபேசி மூலம் என் மனைவியிடம் "யாராவது மத்திய சர்க்கார் அதிகாரிகள் வந்து வீட்டைச் சோதனை போட வேண்டும் என்றால் ஒன்றும் பதில் சொல்லாமல் அனுமதித்துவிடு" என்றேன்.

காலையில் சென்னைக்கு வந்து சேர்ந்தேன். என்னை அழைத்துச் செல்ல எனது கார் வந்திருந்தது. அரசு காரை இரவே எடுத்துச் சென்றனர் என்றார்கள். வீட்டுக்கு வந்தேன். தொலைபேசித் தொடர்பு துண்டிக்கப் பட்டிருந்தது. எனது நண்பரின் வீட்டுக்குப் போய் ஓம் மேத்தாவுடன். "உனக்கும் இப்படி ஒரு காலம் வரும். நான்தான் அப்போது உன்னைக் காப்பாற்ற வேண்டி வரும்" என்றேன். (அப்படி ஒரு காலமும் வந்தது. நானே அவருக்கு உதவினேன்) உடனடியாக எனக்குத் தொலைபேசித் தொடர்பு மீண்டும் கிடைத்தது.

அவசர காலத்தில் நான் ஏதோ பதவியைத் தேடி ஓடியதாக சிலர் என்னைத் தவறாகக் கருதியிருக்கிறார்கள். அவசர காலத்தில் தி.மு.க. கூட்டங்களை நடத்த அனுமதி

வாங்கியவனும் நான்தான். மத்திய அரசை எதிர்த்துக் கூட்டங் களில் முழக்கமிட்டவனும் நான்தான். முரசொலியில் பல கட்டுரைகளைத் தொடர்ந்து எழுதியவனும் நானேதான். மொரார்ஜி தேசாய் பிரதமராக வரும்வரை தமிழகமெங்கும் ஓடி ஓடி உழைத்தவனும் நான்தான். அவசர காலத்தில் டெல்லிக்குப் போய் பல தலைவர்களையும் சந்தித்துப் பேசியவனும் நான்தான். மாறன் ஓராண்டு கழித்து சிறையிலி ருந்து வரும்வரை கலைஞருடன் இருந்தவனும் நானே. கலைஞருடன் டெல்லிக்குச் சென்று ஜனதாகட்சி உருவாகும் கூட்டத்தில் கலந்துகொண்டு செழியனுடன் ஏற்பாடுகளைச் செய்ததிலும் எனக்குப் பங்கு உண்டு. ஜனதா கட்சி மலர்ந்தது. இதற்கிடையில் தமிழ்நாட்டுக்கு ஒரு பேரிடி. காமராஜர் மறைந்தார்.

ஜனதா கட்சி பற்றி ஒருவர் என்னிடம், "கிழவர்களான மொரார்ஜியும், ஜெயப்பிரகாஷ் நாராயணும், ஜெகஜீவன் ராமும், கிருபளானியும் தடியை ஊன்றிக் கொண்டு நாட்டைச் சுற்றுவதற்குள் பிரதமர் இந்திரா காந்தி ஹெலி காப்டரில் சுற்றி ஆட்சியைப் பிடித்து விடுவாரே... நீங்கள் என்ன செய்யப்போகிறீர்கள்?" என்று கேட்டார்.

ஆனால் நடந்ததோ... தேர்தலில் கைத்தடி வென்றது. ஹெலிகாப்டர் தோற்றது!

20
பெருமைமிகு பெருந்தலைவர்!

க.இராசாராம்

எனது பொதுவாழ்வில் பல பெரியவர்களைச் சந்திக்கிற நல்ல வாய்ப்பும் அந்தப் பெரியவர்கள், தங்களின் வாழ்நாள் முழுவதும் நன்கு பழகிய விதமும் என்னால் மறக்க முடியாதவை. பெருந்தலைவர் காமராஜ் வரை அந்தப் பட்டியல் நீளும்.

நான் நாடாளுமன்றத்தில் பணியாற்றியபோது, சுமார் முப்பது சமஸ்தானாதிபதிகளிடமும் பழகும் நல்ல வாய்ப்பு கிடைத்தது. இப்படி எனக்குச் சுற்றிச் சுற்றிப் பெரியவர்கள் நட்பு இருந்ததே தவிர அதனால் எவ்விதச் சபலத்துக்கும் ஆட்படாமல் எனது கட்சியும், தலைமையும் எடுக்கும் முடிவுக்கு கட்டுப்பட்டே செயல்பட்டு வந்துள்ளேன்.

ஏராளமானவர்களிடம் நான் பழகியிருந்தாலும் பெருந் தலைவர் காமராஜர் என்னிடம் காட்டிய அன்பு தனியானது. அவர் நாட்டுக்காகத் தன்னையே அர்ப்பணித்துக் கொண் டவர் என்பதால், அவர்மீது எனக்கு அளவற்ற மரியாதை.

முதல் முதலில் தலைவர் காமராஜர், முதல்வர் பொறுப்புக்கு நின்றார். அது மூதறிஞர் ராஜாஜி பதவி விலகியதால் ஏற்பட்ட தேர்தல். தேர்தலில் வெற்றி வாகை சூடி நரசிங்கபுரம் தெருவில் இருந்த காங்கிரஸ் அலுவலகத்துக்கு வந்து அமர்ந்தார். அந்தத் தெரு, தந்தை பெரியார் வாழ்ந்த மீரான் சாய்பு தெருவுக்கு அடுத்த தெரு.

முதல்வராகத் தேர்ந்தெடுக்கப்பட்ட பெருந்தலைவர் காமராஜர் என்ன செய்கிறார் என்பதைத் தெரிந்து வர காங்கிரஸ் அலுவலகம் பக்கம் நடை போட்டோம். காங்கிரஸ் பிரமுகர்கள் சிலர், தங்களால் அவர் முதல்வராகத் தேர்ந் தெடுக்கப்பட்டுள்ளார் எனவும், தங்களை அமைச்சரவையில் சேர்த்துக்கொள்ள வேண்டும் என்றும் சொல்லிக் கொண்டிருந்தார்கள்.

காமராஜர் தனக்கே உரித்தான தன்மையில், "அவர்களை யெல்லாம் மந்திரியாக்கினால் நாட்டையே விற்றுவிடுவார்கள்" என்றார்.

மூதறிஞர் ராஜாஜியுடன் இருந்தவர்களையே பட்டியலிட்டு விட்டார்.

அதிர்ந்துபோன சிலர் உடனடியாக...

"அய்யா... இவர்கள் எல்லாம் உங்களை எதிர்த்தவர்கள் ஆயிற்றே?" என்றார்கள்.

"ஆமாம்... அதற்கு என்ன இப்போ? அவங்களெல்லாம் காங்கிரஸில்தானே இருக்காங்க. சுதந்திரத்துக்காக ஜெயிலுக்குப் போனவங்கதானே அவங்க. அவங்களை விட்டுவிட்டு யாரைப் போடுவது?" என்று ஒரேயடியாகப் பேசிவிட்டு அறிவிப்பை ஆளுநரிடம் தந்துவிட்டார். இதை மீரான் சாய்பு தெருவிலிருந்த பெரியாரிடம் ஓடிவந்து தெரிவித்தேன்.

பெருந்தலைவரின் கருத்தைக் கேட்டவுடன் பெரியாருக்கு மட்டற்ற மகிழ்ச்சி.

பெரியார் அன்றிரவு பதினோரு மணிக்கு என்னையும் நாகரசம்பட்டி என்.எஸ்.சம்பந்தத்தையும் உடன் அழைத்துக் கொண்டு, டாக்டர் பி.வரதராஜுலு நாயுடுவின் வீட்டுக்கு வந்தார். அந்த வீட்டின் வாயிலில் வந்து தந்தை பெரியாரை டாக்டர் நாயுடுவும் பெருந்தலைவர் காமராஜரும் வரவேற்றார்கள். இந்தச் சந்திப்பு சுமார் ஒருமணி நேரம் நடந்தது. அன்றிரவு தந்தை பெரியாரிடம் "நான், என்ன செய்ய வேண்டும் என்று விரும்புகிறீர்கள்?" என்று கேட்டார் காமராஜர்.

"கிராமத்து மக்கள் எழுதப் படிக்கத் தகுந்த வகையில் தாங்கள் எல்லா ஊர்களிலும் பள்ளிக்கூடங்களைத் திறக்க வேண்டும்... அதுதான் எனது வேண்டுகோள். எனக்கென்று

சொந்தத் தேவை என்ன இருக்கிறது?" என்றார் பெரியார்.

வாய்ப்பு நேர்ந்தபோது தந்தை பெரியாரின் பரிந்துரையை ஏற்று நெ.து.சுந்தரவடிவேலுவை மாநில கல்வி அதிகாரியாக நியமித்தார். அவர்மூலம் ஏழை குழந்தைகளுக்குச் சாப்பாடும் போட்டு கல்விப் பணியைத் துவக்கி வைத்தார் பெருந்தலைவர்.

இந்தச் செயல்களைத் தன்னலமற்று முதல்வர் செய்கிறார் என்பதைப் பார்த்தவுடன் தந்தை பெரியார், காமராஜரைப் 'பச்சைத் தமிழர்' என்று அழைத்து, அவர் ஆட்சியை முழுமூச்சாக ஆதரிக்கத் தொடங்கினார்.

'ஆச்சாரியார் குலக் கல்வித்திட்டம்' ஒழிப்பு பிரச்சாரத்துக்காக, தந்தை பெரியாருடன் தமிழகம் முழுவதும் சுற்றுப் பயணம் போனேன். மூதறிஞர் ராஜாஜி பதவி விலகியதால், முதல்வர் பதவிக்கு காமராஜர் வந்தவுடன், அக்கல்வித் திட்டத்துக்கு விடை கொடுத்தார். தந்தை பெரியார் என்னையும், திராவிடர் கழகத்தைச் சேர்ந்த மற்ற சிலரையும் குலக் கல்வித் திட்ட ஒழிப்புக்காக தமிழக முதல்வர் காமராஜருக்கு நன்றி தெரிவித்துவிட்டு வரச்சொன்னார்.

நாங்கள் கோட்டையிலிருந்த முதலமைச்சர் அறையில் பெருந்தலைவரை சந்தித்து, அய்யா தந்த கடிதத்தைக் கொடுத்து நன்றி தெரிவித்தோம். காமராஜர் எங்களைப் பற்றியெல்லாம் தனித்தனியாகக் கேட்டுத் தெரிந்து கொண்டு அளவளாவினார்.

அதற்குப் பிறகு அவரை பலமுறை சந்தித்தேன். முதலமைச்சராகவும், அகில இந்திய காங்கிரஸ் தலைவராகவும், பெருந்தலைவராகவும் சந்தித்துள்ளேன். எந்த நிலையிலும் நாட்டைப் பற்றியும் குறிப்பாக -அடித் தட்டு மக்களைப் பற்றியும் சிந்திப்பவராக இருந்ததைக் கண்டுள்ளேன். அவர்

சிறையில் இருந்ததும் ஒன்பது ஆண்டுகள் -கோட்டையில் இருந்ததும் ஒன்பது ஆண்டுகளே!

தமிழர் தலைவர் ஒருவருக்கு உலகம் முழுவதும் நல்ல மதிப்பு இருந்தது என்றால், நான் அறிந்தவரையில் அது காமராஜர் ஒருவர்தான்.

நாங்கள் நாடாளுமன்ற உறுப்பினராக இருந்தபோது பண்டித நேரு காலமானார். நாடே துக்கத்தில் ஆழ்ந்தது. பெருந்தலைவர் அன்று சென்னையில் இருந்தார். அவர் காலையில் வந்ததும் அவ்வளவு பெரிய கூட்டம் அவருக்கு வழிவிட்டு நின்றது. உலகெங்கும் இருந்து வந்த பலநாட்டு மன்னர்கள், பிரதமர்கள் அனைவரும் அவரை சந்தித்தார்கள். அப்போது "பண்டித நேருவுக்குப் பிறகு யார்?" என்ற கேள்வி பயங்கரமாக எல்லோராலும் கேட்கப்பட்டதாகும். 'காமராஜரே பிரதமராவாரா அல்லது அவர் யாரை பிரதமராக்குவார்?' என்ற நிலை. நாடாளுமன்ற மைய மண்டபத்தில் பிரதமர் தேர்தல். எதிர்க்கட்சி அறைக்கு நாங்கள் சிலர் சென்றோம். வருங்கால பிரதமர் யார் என்பதை அறிந்துகொள்ள.

அப்போது மொரார்ஜி தேசாய், பாபு ஜெகஜீவன்ராம், ஒய்.பி.சவான் போன்றவர்கள் உள்ளே நுழைந்தார்கள். சிலர் எழுந்து மரியாதை செலுத்தினார் கள். சபை நிரம்பிற்று. லால் பகதூர் சாஸ்திரியையும், டி.டி.கிருஷ்ணமாச்சாரியாரையும் அழைத்துக்கொண்டு பெருந்தலைவர் மைய மண்டபத்தில் நுழைந்தார். மண்டபமே எழுந்து நின்று மரியாதை செலுத்தியது. 'பச்சைத் தமிழர்' என்று பெரியார் அழைத்த அந்த ஒருவருக்குத்தான் மைய மண்டபத்தில் இப்படிப்பட்ட மரியாதை இரண்டு முறை கிடைத்தது. அந்த இரண்டு முறையும் அந்தக் காட்சியைக் கண் குளிரக் கண்டேன். அன்றைக்கு அவர் பேசிய பேச்சு இரண்டே வாக்கியங்கள்.

ஆனால் ஆழமானவை. என்னால் இன்றும் மறக்க முடியாதவை.

"எதிர்க்கட்சிகள் விடும் அம்புகளிலிருந்து தடுக்கும் கேடயமாகப் பண்டித நேரு விளங்கினார். இனி நம்மைக் காப்பாற்ற அவரில்லை என்பதை உணர்ந்து, நாட்டையும் கட்சியையும் காப்பாற்றும் வகையில் நாம் நடந்துகொள்ள வேண்டும்."

இதை மறைந்த டி.டி.கே. ஆங்கிலத்தில் மொழி பெயர்த்தார். இந்த அறிவுரையை எல்லாக் கட்சிக்காரர்களும் அவரவர் தலைவர்கள் மறையும்போது மனத்திலும் செயலி லும் கொள்ள வேண்டிய ஒன்றாகவே எனக்குப் பட்டது. இப்போதும் மனதில் படுகிறது.

அறிஞர் அண்ணா முதலமைச்சர் ஆனவுடன் டெல்லிக்கு வந்தார். நான் அனைவரின் உதவியுடன் ஒரு தேநீர் விருந்துக்கு ஏற்பாடு செய்தேன். துணைப் பிரதமர் மொரார்ஜி தேசாயில் இருந்து எல்லா அமைச்சர்களும் எல்லா எதிர்க்கட்சித் தலைவர்களும் ஏராளமான நாடாளுமன்ற உறுப்பினர்களும் கலந்துகொண்ட பெரிய விழா அது. டெல்லியில் வாழ்ந்த தமிழ்நாட்டுப் பெண்களின் உதவியைக் கொண்டு தமிழ்நாட்டுப் பலகாரங்களான முறுக்கு, சீடை, காராசேவு, மைசூர்பாகு, லட்டு என்று பலவகை பலகாரங்களைச் செய்து விருந்துக்கு வந்த அனைவரையும் உபசரித்தோம்.

அறிஞர் அண்ணா "காங்கிரஸ் தலைவர் காமராஜரை எப்போது சந்திக்கலாம் என்று கேட்டு வா" என்றார். "காலைச் சிற்றுண்டிக்கு கர்நாடக முதல்வர் நிஜலிங்கப்பா வைக் கூப்பிடு. பகல் உணவு வழக்கம்போல் உன் வீட்டில்" என்றார்.

பெருந்தலைவரிடம் காலையில் சென்றேன். "அண்ணா துரைக்கு இரவில் பேசுவதுதானே பிடிக்கும். இரவு ஒன்பது மணிக்குச் சந்திக்கலாமே?" என்றார். இரவு சந்தித்து நெடு நேரம் உரையாடினார்கள். இவற்றிலெல்லாம் இரா.செழிய னும் நாஞ்சில் மனோகரனும் கலந்து கொண்டார்கள்.

பெருந்தலைவர் காமராஜர் தன்னைத் தேடி வந்த பிரதமர் பதவியை இரண்டு முறையும் மறுத்துவிட்டார். தந்தை பெரியாரும், அறிஞர் அண்ணாவும் அதுகுறித்து மிகவும் வேதனைப்பட்டார்கள்.

பண்டித நேரு அகில உலகப் புகழ் பெற்றவர். எவ்வளவோ நிரம்பப் படித்த தலைவர்கள் நாடு முழுவதும் இருந்தும் தமிழக முதல்வரிடம்தான் காங்கிரஸ் கட்சியின் தலைமையை ஒப்படைத்தார். அவரும் நேரு மறைந்த இரண்டாம் நாளே அடுத்த பிரதமரை உருவாக்கினார்.

பிரதமர் லால்பகதூர் சாஸ்திரி மறைந்ததும், தன்னைக் காண வந்த இந்திராகாந்தியை "வீட்டிலேயே இருங்கள்" என்று கூறிவிட்டு, அவரையும் ஒரு வாரத்தில் பிரதமராக் கினார். நெருக்கடியான சந்தர்ப்பங்களில் அவர் எப்படி யெல்லாம் செயல்படுகிறார் என்பதை நன்கு கவனிக்கும் வாய்ப்பு எனக்குக் கிடைத்தது. என்னை அரசியலில் ஆளாக்கிய அறிஞர் அண்ணாவின் மறைவுக்குப் பின், தி.மு.க.வுக்கு ஒரு தலைமையை உருவாக்க அந்த வாய்ப்பு எனக்குப் பயன்பட்டது.

பெருந்தலைவர் காமராஜர் மிகச் சாதாரணமாக எல்லோரிடமும் பழகுவது எனக்கு வியப்பைத் தந்தது. விமானத்தில் முதல் சீட்டில் அமர்ந்திருப்பார். நாங்கள் அவரை வணங்கிவிட்டு எங்கள் இருக்கைக்குச் செல்வோம். விமானம் கிளம்பிய சிறிது நேரத்தில் எழுந்து என்னைப்

போன்றவர்கள் அமர்ந்துள்ள இடத்துக்கு வந்து எங்கள் அருகில் இருப்பவரை தனது இருக்கைக்குப் போகச் சொல்லி விட்டு எங்களுடன் அளவளாவுவார். நாட்டு நிலை, உலக நிலை என்பது பற்றியெல்லாம் பேசுவார்.

ஒருமுறை ஆதிதிராவிடர் ஒருவரை உத்திரப்பிரதேச நிலச்சுவான்தார்கள் உயிரோடு கொளுத்திவிட்டார்கள். அது நாடாளுமன்றத்தில் மிகப்பெரிய பிரச்சினையானது. அந்த விவாதத்தில் நான் கலந்துகொண்டேன்.

அறிஞர் அண்ணா, மாநிலங்களவையில் "இப்படிக் கொடுமைகள் நடைபெற காரணம் என்ன தெரியுமா?" என்று கேள்வியைக் கேட்டுவிட்டு, "தந்தை பெரியார் போன்ற சீர்திருத்தவாதி வடக்கே பிறக்காததால்தான்" என்றார்.

பெருந்தலைவரும் என்னிடம் விமானத்தில் இதே கருத்தைத் தெரிவித்தார். அரசியலில் இரு வேறு துருவங் களாக வாழும் தமிழர் தலைவர்கள் இருவரும் 'சமூகச் சீர்திருத்தம்' என்று வரும்போது தந்தை பெரியாரை மட்டும் நினைக்க முடிந்தது என்பதை எண்ணி எண்ணி வியந்தேன்.

அறிஞர் அண்ணாவுக்கு உடல்நலம் பாதிக்கப்பட்ட போதும் உரிமையுடன் டாக்டர்களைக் கடிந்து கொண்டவர் காமராஜர். நான் கலைஞரது அமைச்சரவையில் இடம் பெற்றவுடன் பொது நிகழ்ச்சிகள் பலவற்றில் காமராஜரை அழைப்பவர்கள், அமைச்சர்களில் யாரையாவது அழைக்க விரும்பினால் 'ராசாராமை அழையுங்கள்' என்று தன்னிடம் வந்தவர்களிடம் கூறிவிடுவார். அதனால் பல முறை பொதுநிகழ்ச்சிகளில் அவருடன் கலந்து கொள்ளும் நல்வாய்ப்பு எனக்குக் கிடைத்தது.

1975 நெருக்கடி நிலையின்போது, தனது சக நண்பர்கள் ஜெயப்பிரகாஷ் நாராயண், மொரார்ஜி தேசாய் போன்ற

வர்களை சிறையில் அடைத்தது, அவருக்கு மிகப்பெரிய வேதனையைத் தந்தது.

ஜனாதிபதி தேர்தலில் விவிகிரி போட்டியிட்ட போது, கட்சித் தலைமையை மீறி காங்கிரஸ் கட்சி செயல்பட்டது. இது அவரைப் பெரிதும் பாதித்தது. "போச்சு... கட்டுப்பாடு போச்சு..." என்று வாய்விட்டுப் பலமாகச் சொன்னது எனது காதுகளில் ரீங்காரமாக ஒலித்துக் கொண்டேயிருக்கிறது. இந்தச் சம்பவங்கள் அவரது உடல்நலத்தைப் பெரிதும் பாதித்தன.

ஒருநாள் பகல் இரண்டரை மணி இருக்கும். தமிழக முதல்வர் கலைஞர் கருணாநிதி என்னை தொலைபேசியில் கூப்பிட்டு, பெருந்தலைவர் மறைந்த சேதி சொன்னார். கலைஞரும், மாதவனும், நானும் அவரது இல்லத்துக்கு ஓடினோம். மழை தூறிக்கொண்டிருந்தது. உடனடியாக உடலை ராஜாஜி மண்டபத்துக்கு எடுத்துச் செல்ல ஏற்பாடு செய்யப்பட்டது. நான், பிரதமர் இந்திரா காந்திக்கு தகவல் தெரிவித்தேன் தொலைபேசி மூலமாக.

டாக்டர் சௌரிராஜன், ராஜா சர்.முத்தையா செட்டியார், பா.ராமச்சந்திரன், எம்.எஸ்.சுப்புலட்சுமி, சதாசிவம் ஆகியோர்தான் வீட்டில் இருந்தார்கள். உடலை எடுத்துச் செல்லுமுன் மேலே அவர் வாழ்ந்த அறையை அவருடைய உதவியாளர் வைரவன் முன் பூட்டினேன். காமராஜரது பீரோவில் சுமார் நூற்றைம்பது ரூபாயும் சில்லறையும்தான் இருந்தது.

ஒன்பதாண்டு கால முதலமைச்சர், தமிழக காங்கிரஸின் பதினான்கு ஆண்டு கால தலைவர், அகில இந்திய காங்கிரஸின் மூன்றாண்டுகால தலைவர்... அப்பேற்பட்ட ஒரு மாமனிதரின் பொருளாதார நிலை கண்டு எனது கண்கள் குளமாயின.

21

மூதறிஞர் ராஜாஜியின் சாதுர்யம்!

சாமானியனாகிய எனக்கு எவ்வளவு பெரிய தலைவர்களுடன் பழக்கும் வாய்ப்பு கிடைத்தது என்பதை எண்ணும்போது ஆச்சரியமே மேலிடுகிறது.

மறைந்த வழக்கறிஞர் வி.பி.ராமன் எனக்கு அண்ணாவால் அறிமுகப்படுத்தப்பட்டார். அவரது தந்தையார் ஏ.வி.ராமன் சேலம் நகராட்சியில் மூதறிஞர் ராஜாஜி சேர்மனாக இருந்தபோது, பொறியியலாளராக இருந்தவர். நானும் சேலத்துக்காரன் என்பதில் அவருக்கு என்மீது அளவற்ற அன்பு.

ஏ.வி.ராமனும் மூதறிஞர் ராஜாஜியும் பழங்கால நண்பர்கள். எனவே மூதறிஞர் மாலை நேரங்களில் ஏ.வி.ராமனைப் பார்க்க வந்துவிடுவார். நானும் நண்பர் கரூர் ராஜமாணிக்கமும் வி.பி.ராமனிடம் மாலை வேளைகளில் சட்டம் பயின்றோம். நான் தேறவில்லை. நண்பர் ராஜமாணிக்கம் தற்போது கரூரில் வழக்கறிஞர்.

மூதறிஞர் வந்தவுடன் ஏ.வி.ராமன் என்னை கீழே வரச் சொல்லிவிடுவார். மூதறிஞருடன் உரையாட எஸ்.ஒய். கிருஷ்ணசாமி ஐ.சி.எஸ்., ஏ.வி.ராமனின் தம்பி, டாக்டர் சீனிவாசன் எம்.எல்.சி., சித்ரா நாராயணசாமி, ராம்நாத் கோயங்கா போன்ற பலர் வருவார்கள். ஒவ்வொருவரும் பலதுறை நிபுணர்கள். நாட்டு நலன் பற்றியே விவாதிப்

க.இராசாராம்

பார்கள். நானோ எல்லா துறைகளிலும் ராஜாஜியை எதிர்த்த வன். என் வரலாறே மூதறிஞருக்குத் தெரியும். அதையெல்லாம் அவர் எந்த நேரத்திலும் என்னிடம் காட்டிக்கொண்டதில்லை. மாறாக, என் மீது அன்பு காட்டினார்.

பலரைப் பற்றி மனம் திறந்து பேசினார். அவர் மூலம் கற்ற அனுபவப் பாடங்கள் ஏராளம். தன் நண்பர் தந்தை பெரியாரைப் பற்றிச் சொல்லும்போது "அவரிடம் சேரும் ஒவ்வொரு காசும் பொதுவுக்குத்தான் சேருமே தவிர, சொந்தத்துக்கு வைத்துக்கொள்ளமாட்டார். பண விஷயத்தில் என் நண்பர் நாயக்கரைப் போல் நாணயமானவர்களைக் காண்பது அரிது" என்று சொன்னது, கல்லால் அடித்து வைத்த சாசனம்போல் அமைந்தது.

ராஜாஜி இந்தியத் திருநாட்டின் கவர்னர் ஜெனரல்... நாடு சுதந்திரம் பெற்ற வேளை. பண்டித நேரு பிரதமர். அவருக்குப் பல பிரச்சினைகள். சிலவற்றில், தான் எண்ணிய வேகத்துக்கு அதிகாரிகள் ஒத்துழைக்க வில்லையே என்ற ஆதங்கம். உலக நாடுகளின் முன் இந்தியாவை உன்னத நிலையில் வைக்க வேண்டுமே என்ற ஆசை. நாட்டின் ஏழ்மையை, வேலையில்லாத் திண்டாட்டத்தைப் போக்க உடனடியாக ஏதாவது செய்ய வேண்டுமே என்ற வேகம். நாடாளுமன்றத்தில் எதிர்க் கட்சியினர் இப்படிக் குறை கூறிவிட்டார்களே என்ற வருத்தம். இவ்வளவு பிரச்சினைகளையும் சமாளிக்க வேண்டுமே என்ற கவலை. இவை அனைத்தையும் உள்ளத்திலே தாங்கி இரவு பத்து மணிக்கு வைசிராய் மாளிகைக்கு வந்து சேர்வாராம் நேரு. அவரது பேச்சில் அனல் பறக்குமாம். நேருவின் வருகைக்காக மூதறிஞர் காபியை தயாரித்து தயாராக வைத்திருப்பாராம். முதலில் சூடாக காபியைச் சாப்பிடச் சொல்வாராம். சற்று ஆசுவாசப்படுத்தியவுடன்,

ஒவ்வொரு பிரச்சினையாகக் கேட்டு விடையளிப்பாராம் மூதறிஞர். பின்னர் பதினோரு மணிக்கு மேல்தான் இருவரும் படுக்கச் செல்வார்களாம். நாட்டுக்கு விடுதலையை வாங்கித் தந்த தலைவர்கள், சுதந்திரத்தை நல்லபடி காப்பாற்ற வேண்டுமே என்பதற்காக எவ்வளவு பாடுபட்டிருக்கிறார்கள்.

நேருவின் பொருளாதாரக் கொள்கைகள் தவறானவை என்பது மூதறிஞரின் வாதம். ஆனால் மூதறிஞர் அன்று சுயராஜ்யாவில் எழுதியவை நிதர்சன உண்மையாகிவிட்டதை நாடு இன்று காண்கிறது.

மூதறிஞர் ராஜாஜி சேலம் நகர்மன்றத் தலைவராக இருந்தபோதே ஜாதிய உணர்வுகளை, வெறியைப் போக்க வேண்டும் என்ற எண்ணம் கொண்டவராக இருந்திருக் கிறார். தனது நண்பர் ஏ.வி.ராமனிடம் "நகரசுத்தித் தொழிலாளி ஒருவர் தேவை. அவர் சற்று மாநிறமாக இருக்க வேண்டும்" என்றிருக்கிறார். ஏ.வி.ராமன் ஒரு தொழிலாளியைக் கொண்டு வந்து மூதறிஞர் முன் நிறுத்தினார். அப்போதுதான் சேலத்துக்கு பனைமரத்துப் பட்டி ஏரியாவிலிருந்து குடிநீர் வந்தது. தெருக்களில் மட்டும் குடிநீர் குழாய்கள். அதைப் பெரிய சாவி ஒன்றினால் காலையில் திறப்பார்கள். இரண்டு, மூன்று மணி நேரத்துக்குப் பின் நகர்மன்றத் தொழிலாளி அந்த நீண்ட சாவியால் மூடிவிடுவார்.

சேலத்தில் இரண்டாவது அக்கிரகாரத்தில் ஒரு குழாய். அதைத் திறப்பதற்கு அந்தத் தொழிலாளியை நியமித்தார் ராஜாஜி. ஒருவாரம் கழித்து அந்தத் தொழிலாளி ஆதி திராவிடர் என்பதை யாரோ கண்டுபிடித்துவிட்டார்கள். சேலம் அக்கிரகாரமே திரண்டது. உடனடியாக அந்தத் தொழிலாளியை நியமித்த ஏ.வி. ராமனை வேலை நீக்கம் செய்யத் தீர்மானம் கொண்டு வந்தனர். மூதறிஞர், தானே

இதற்குப் பொறுப்பு என்று கூறி தன் ராஜினாமாவை சமர்ப்பித்தாராம். பின்னர், அவரே நிலைமையை விளக்கிப் பேசி சமாளித்தாராம்.

இதுமட்டுமல்ல... சிதம்பரத்தில் இருந்த சுவாமி சகஜானந்தா சிறந்த தியாகி. ஆனால் அவர் ஆதிதிராவிடர். மூதறிஞர் தனது இல்லத்தில் அவருக்கு ஒரு விருந்து வைத்து மற்ற ஜாதிக்காரர்களையும் அழைத்து சமபந்தி போஜனம் நடத்தினார். வந்தது ஆபத்து. 'எல்லா ஜாதிய முறைகளுக்கும் எதிரான இந்த ராஜாஜிக்கு புத்தி வரவேண்டும்' என்று அதே தெருவில் வாழ்ந்த வழக்கறிஞர் ஒருவர் யாகமே நடத்தினாராம். இந்தத் தெரு என் வீட்டுக்குப் பின்புறத்தில் இருக்கிறது. அதற்கு இன்று 'சேர்மன் இராஜகோபாலாச்சாரி சாலை' என்று பெயர்.

தங்கள் காலத்தில் நடத்திய இந்த விவரங்களை மூதறிஞரும் ஏ.வி.ராமனும் மாறி மாறி கூறக் கேட்கும்போது எவ்வளவு உயர்ந்தவராக ராஜாஜி வாழ்ந்தார் எனப் புரியும். தந்தை பெரியார் தன் காங்கிரஸ் வாழ்க்கையைப் பற்றிக் கூறும்போது "மற்ற பார்ப்பனத் தலைவர்கள் தனியாகச் சாப்பிடப் போய்விடுவார்கள். ஆனால் ராஜகோபாலாச்சாரியார் மட்டும் என்னுடனேயே உட்கார்ந்து சாப்பிடுவார். இது மாதிரி வித்தியாசம் பாராமல் பழகியதால் எனக்கும் அவருக்கும் அந்தக் காலத்தில் மிகுந்த நெருக்கம் ஏற்பட்டது" என்று கூறியுள்ளார்.

கொள்கை ஒன்றைச் சொல்வதும் வாழ்க்கையில் மாறாக நடப்பதும் பலருக்குச் சாதாரணம். ஆனாலும் மூதறிஞர் இதற்கு நேர்மாறானவராகத் திகழ்ந்தார். சேலத்தில் தான் கட்டிய வீட்டை விற்றுவிடுவது என்று தீர்மானித்தார். என்னிடத்தில் கூறினார். நான், "நல்ல விலைக்குப் போகும்.

வீட்டைச் சுற்றி நிறைய நிலம் இருக்கிறது. சேலத்துக்கு எப்படியும் இரும்புத் தொழிற் சாலை வந்துவிடும், பிறகு விற்கலாமே?" என்றேன்.

"இல்லை... அதை முப்பத்தைந்தாயிரம் ரூபாய்க்கு விற்பதாக இருக்கிறேன். ஆனால் ஒரு நிபந்தனை. சேலத்தில் தனியார் மருத்துவமனை கட்டக்கூடிய டாக்டர் ஒருவருக்கு விற்கலாம். நீ ஒரு டாக்டரை அழைத்து வா. அவர் மருத்துவமனை கட்டக்கூடியவரா எனப் பார்த்து அழைத்து வா" என்றார்.

சேலத்தில் காங்கிரஸ் பிரமுகரான ஒரு செட்டியாரிடத்தில் கூறினேன். அவர் சென்னைக்கு வந்து "நான் ஐம்பதாயிரம் ரூபாய் தருகிறேன், எனக்குத் தாருங்கள்" என்றார்.

"செட்டியார்வாள், அது வியாபாரத்துக்கல்ல. நான் வாழ்ந்த இடத்தில் மருத்துவமனை ஒன்று வருவதையே விரும் புகிறேன். நீங்களும் ராசாராமும் சேர்ந்து ஒரு மருத்துவமனை கட்டக்கூடிய டாக்டரை அழைத்து வாருங்கள்" என்றார் ராஜாஜி. நாங்கள் வாதாட முடியவில்லை. மருத்துவமனை கட்டும் அளவுக்கு டாக்டர் சுந்தரம்தான் பிரபலமாக இருந்தார். அவரை அழைத்துச் சென்றோம். அதே விலைக்கு வீட்டை விற்றார். மருத்துவமனை கட்டிய பிறகு டாக்டரின் வேண்டுகோளுக்கிணங்க சேலத்துக்கு வந்தபோது அந்த வீட்டிலேயே தங்கினார். அதுதான் இன்று சுந்தரம் மருத்துவமனையாகத் திகழ்கிறது.

பொதுவாழ்க்கைக்கு வர விரும்புபவர்கள் ராஜாஜி உருவாக்கிய திருச்செங்கோடு ஆசிரமத்தைப் பார்க்க வேண்டும் என்பது என் எண்ணம். தந்தை பெரியார்தான் அந்த ஆசிரமத்தை திறந்து வைத்தவர். எளிமையின் பிறப்பிடம் அது.

சென்னைக்கு யார் வந்தாலும் மூதறிஞரைப் பார்க்காமல் போகமாட்டார்கள். அதேபோல், ரஷ்யநாட்டுத் தலைவர்கள் குருஷ்சேவ்வும் புல்கானிலும் சென்னைக்கு வந்து, கவர்னர் மாளிகையில் தங்கினார்கள். அப்போது ராஜாஜி 'உலகில் அணு ஆயுதங்களைத் தடை செய்ய வேண்டும்... உற்பத்தியைத் தடுக்க வேண்டும்' என்று ஒரு போராட்டத்தை நடத்தி வந்தார். ரஷ்யத் தலைவர்கள் மூதறிஞரை சந்திக்க விரும்பி னார்கள். அவர்களைச் சந்திக்க கவர்னர் மாளிகைக்குச் சென்றார் ராஜாஜி. இவர்கள் மூன்று பேரும் உட்கார்ந்ததும் நான்காவதாக ஒருவர் உள்ளே நுழைந்து உட்கார்ந்தார். ''ராஜாஜி, இவர் நமது உரையாடலை மொழிபெயர்க்க வந்துள்ளார்'' என்றார்கள்.

ராஜாஜி தனது கைத்தடியை எடுத்துக்கொண்டு, "நான் வருகிறேன்" என்றார்.

ரஷ்யத் தலைவர்களுக்கு ஒன்றும் புரியவில்லை. "நாம் பேசவே ஆரம்பிக்கவில்லை, அதற்குள் புறப்பட்டு விட்டீர்களே?" என்றார்கள்.

"எனக்கு ஆங்கிலம் தெரியும். உங்களுக்கும் ஆங்கிலம் தெரியும். நாம் தெரிந்த பாஷையில் பேச வேண்டியது தானே? இடையில் எதற்கு ரஷ்ய மொழிபெயர்ப்பாளர்? நாம் மனம் திறந்து பேசுவதானால் நமக்குள் பேசுவோம். அது இயலவில்லை என்று தெரிகிறது. எனவேதான் புறப்பட்டேன்'' என்றார் ராஜாஜி. ரஷ்யத் தலைவர்கள் இருவரும் மொழிபெயர்ப்பாளரை வெளியே அனுப்பி விட்டு இவரிடம் பேசினார்கள்.

பேச்சின் முடிவில் ''ரஷ்யாவுக்குத் திரும்பியதும் மற்றவர்களுடன் கலந்து பேசி தங்களுக்குக் கடிதம் எழுதுகிறேன், ஆனால் ஒரு நிபந்தனை" என்றார் குருஷ்சேவ்.

"என்ன?" என்றார் ராஜாஜி.

"நாமிருவரும் கடிதப் போக்குவரத்தின் மூலம் கருத்துகளைப் பரிமாறிக்கொள்வோம். நான் உங்களுடைய எண்ணங்களை ஏற்றுக்கொண்டால், தாங்கள் ரஷ்யாவுக்கு வரவேண்டும்" என்றார் குருஷ்சேவ்.

ஏறக்குறைய பல மாதங்கள் இருவரிடையேயும் கடிதப் போக்குவரத்து நடந்தது. கடைசியாக, ராஜாஜியின் எண்ணத்தை குருஷ்சேவ் ஏற்றார். தனது கடைசிக் கடிதத்தில் ராஜாஜியை ரஷ்யாவுக்கு வரவேண்டும் என்று அழைப்பு விடுத்தார்.

"நீங்கள் என் எண்ணப்படி அணு ஆயுத உற்பத்தியைக் குறைத்ததற்கு நன்றி! நீங்கள் என் எண்ணத்தை ஏற்றுக்கொள்ளாமல் இருந்திருந்தால் நான் ரஷ்யாவுக்கு வந்து தங்களிடம் மீண்டும் பேசி தங்கள் மனத்தை மாற்ற முயன்றிருப்பேன். தற்போது எனக்கு வேலையில்லை. அதனால் நான் ரஷ்யாவுக்குத் தற்போது வரவேண்டிய தில்லை" என்று எழுதிவிட்டார். ராஜாஜியின் புத்தி சாதுர்யத்தைக் கண்டு உலகமே வியந்தது.

இந்த நிகழ்ச்சிகளையெல்லாம் அருகிலிருந்து பார்க்கவும், கேட்கவும் எனக்கு வாய்ப்பிருந்தது.

22

என்னைக் கவர்ந்த ஜெயப்பிரகாஷ் நாராயண்

மூதறிஞர் ராஜாஜி சிறந்த வழக்கறிஞர். "வழக்கறிஞருக்குப் படிப்பவர்கள், கல்லூரியின் ஆரம்ப வகுப்புகளில் ரசாயனம், பௌதிகம் முதலியவற்றைப் படிக்க வேண்டும். அப்போதுதான் தொழிலில் முன்னிற்க முடியும்" என்றார் அவர்.

1942-ல் அவர் சிறைக்குப் போகாமல் வெளியில் இருந்தார். அவர் வெளியில் இருந்ததனால்தான் சிறைக்குள் வதைபடும் காங்கிரஸ்காரர்களின் குடும்பங் களுக்கு ராம்நாத் கோயங்கா போன்றவர்களின் உதவியுடன் நிதி சேர்த்து அனுப்ப முடிந்தது என்ற பேருண்மையை நான் அறிந்தேன்.

அன்றைக்கு அவருடைய கொள்கைகள் பலருக்கு பிடிக்கவில்லை. ஆனால் ராஜாஜி சொன்ன பொருளாதாரக் கொள்கை இன்று நாட்டில் நடைமுறையாகிவிட்டது.

நான் சபாநாயகராக இருந்தபோது அவருக்குச் சேலத்தில் சிலை அமைத்தேன். அதைப் புரட்சித் தலைவரைக் கொண்டு திறந்து வைத்தேன்.

அவர் உயிர் பிரிவதற்கு மூன்று நாட்களுக்கு முன்புவரை எழுதிக்கொண்டிருந்தார்.மருத்துவமனையில் சேர்க்கப்பட்டார் என்ற சேதி தெரிந்ததும் தந்தை பெரியார், தனது பயணங்களை தள்ளி வைத்துவிட்டு சென்னைக்கு ஓடோடி

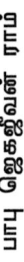

பாபு ஜெகஜீவன் ராம்

வந்தார். ஒருநாளைக்கு மூன்று முறை தனது சக்கர நாற்காலி யில் அமர்ந்தபடியே கட்டிலில் இருந்த தன் நண்பரைப் பார்ப்பார்.

பெருந்தலைவர் காமராஜரும் அப்படியே. பல்வேறு துருவங்கள் நட்பு எனும் கயிற்றால் எப்படிப் பிணைக்கப்பட் டிருந்தன என்பதை நான் அங்கே பார்த்தேன்.

ராஜாஜியின் பூத உடலுக்குத் தீ மூட்டும்போது தந்தை

பெரியாரின் கண்கள் நீரைச் சொரிந்துகொண்டே யிருந்தன. அந்த நேரத்தில் தந்தை பெரியார் செய்த செய்கை அங்கிருந்த பெருந்தலைவர் உட்பட அனைவரையும் ஆச்சரியத்தில் மூழ்க வைத்தது.

அப்போது குடியரசுத் தலைவராக இருந்த வி.வி.கிரி, தனது இறுதி மரியாதையைச் செலுத்த சுடுகாட்டுக்கு வந்துவிட்டார். எல்லோரும் தரையில் அமர்ந்துவிட்டனர். பெரியார் மட்டும் சக்கர நாற்காலியில் அமர்ந்திருந்தார். பெரியார் தன் அருகில் இருந்த நண்பர் சம்பந்தத்தையும், வீரமணியையும் தன்னைத் தூக்கித் தரையில் உட்கார வைக்கும்படி கூறினார். "குடியரசு தலைவர் நின்று கொண்டிருக்கிறார். எனது சக்கர நாற்காலியை எடுத்துக் கொண்டு போய் வைத்து, அதில் குடியரசுத் தலைவரை உட்கார வையுங்கள்" என்றார். காங்கிரஸில் தலைவராக இருந்தபோது வி.வி.கிரி போன்றவர்கள் பெரியாரின் தலைமையில் நாட்டுக்குப் பணியாற்றியவர்கள். ஆனால் இன்று அவர் குடியரசுத் தலைவர். தனது நாட்டுக் குடியரசுத் தலைவர் நின்றுகொண்டிருக்கும்போது தான் நாற்காலியில் உட்கார்ந்திருக்கக்கூடாது என்பது தந்தை பெரியாரின் எண்ணம். தன்னைவிட வயதில் சிறியவராக இருந்தாலும் வி.வி.கிரி வகிக்கின்ற பொறுப்புக்குரிய மரியாதையைத் தரவேண்டும் என்பதை உலகம் உணரும் வகையில் தனது செயலால் செய்து காட்டினார் பெரியார்.

இதுதான் தமிழர் பண்பாடு. ஆனால் இன்றோ 'பிரதமர் ஒழிக' என்று தன் ஆட்களைக் கத்தவிட்டு, முதல்வர் புன்முறுவலுடன் உட்கார்ந்திருக்கும் பண்பாட்டுப் புரட்சியை நாடு காண்கிறது. மூதறிஞருடன் பழக்கம் ஏற்பட்டதைப் போலவே, ஜெயப்பிரகாஷ் நாராயணிடமும் பழக்கம்

ஏற்பட்டது. ஓய்வுக்காக எனது தொகுதியில் இருந்த ஏற்காடு மலைக்கு தனது மனைவி பிரபாவதி அம்மையாருடன் வந்து தங்கியிருந்தார். மரியாதை நிமித்தம் அவரைச் சென்று சந்தித்தேன். எனக்கு அவர் மீது பற்று ஏற்பட்டதற்குக் காரணம், அவர் 1942-ல் செய்த வீரச் செயல்கள்... பண்டித நேரு காலத்தில் அவருக்குத் துணை பிரதமர் பதவி வந்தும் ஏற்க மறுத்தது.

மரியாதை நிமித்தம் பார்க்கப் போனபோது, எங்களுக்குள் நிகழ்ந்த உரையாடல்கள் நல்ல நட்பை உண்டாக்கியது. நாட்டுப்பற்று ஒன்றுதான் அவரின் இதயத்தில் குடிகொண்டிருந்தது. தந்தை பெரியாரைப் போல் பதவியைப் பற்றிய எண்ணமே இல்லாதவராகவே வாழ்ந்தார்.

மகாத்மா காந்தியாருடன் ஜெயப்பிரகாஷ் நாராயண் ஆசிரமத்தில் இருந்தபோதுதான் பிரபாவதி அம்மையாருடன் நட்பு ஏற்பட்டது. பின்னர் மகாத்மாவின் அனுமதியுடன் திருமணத்தில் முடிந்தது. மகாத்மா காந்திபோல் தனது சீடர்களுக்குப் பரீட்சை வைத்தவர் வேறெவரும் கிடையாது. ஜெயப்பிரகாஷ் நாராயணும் பிரபாவதியும் தம்பதியாக வாழலாமே தவிர, குழந்தை பெற்றுக்கொள்ளக்கூடாது என்பது அவர்களுக்குள் ஏற்பட்ட நிபந்தனை. இந்த நிபந்தனை நாடு சுதந்திரம் பெறும் வரையில்தான். சுதந்திரத்துக்குப் பிறகும் பிள்ளைப்பேறு பற்றி எண்ணாமலேயே வாழ்ந்தார்கள் ஜெயப்பிரகாஷ் நாராயண் தம்பதி.

பண்டித நேருவும் ஜெயப்பிரகாஷூம் நெருங்கிய நண்பர்கள். பிரதமரை எந்த நேரத்தில் வேண்டுமானாலும் சந்தித்து உரையாடும் வாய்ப்புப் பெற்றவர். அரசுத் துறையில் ஏதேனும் தவறுகள் மிகுமானால் சுட்டிக் காட்டத் தயங்காதவர். சுதந்திரத்துக்கு முன்பு வெள்ளையருடன்

போராடினார், பின்னர் நாடு நல் வழியில் நடத்தப்பட வேண்டுமே என்று போராடினார். சுதந்திரத்தின் பலன் அடித்தட்டிலுள்ள ஏழைகளுக்குச் சென்றடைய வேண்டுமே என்பதில் மிகுந்த அக்கறை கொண்டவராக இருந்தார் அவர். உதட்டளவில் சோஷலிசம் பற்றிப் பேசாமல் அதை நடை முறைப்படுத்த வேண்டுமே என்பதில் மிகுந்த ஆர்வமுள்ளவர். பிறருக்கு உபதேசியாக இல்லாமல், தன் வாழ்விலேயே அதை கடைப்பிடித்தவர். இந்திராகாந்தியுடன் தனக்கு கருத்து வேறுபாடு வந்தபோதும் குடும்ப நட்பை பேணிக் காத்தவர். பண்டித நேரு தன் குடும்பத்தைப் பற்றிய தனிப்பட்ட பல முக்கிய கடிதங்களை இவரிடம் கொடுத்து வைத்திருந்தார். அந்தக் கடிதங்கள் மற்றவர்களிடம் இருந்திருக்குமானால், கோபத்தில் அவற்றை அரசியலுக்காகப் பயன்படுத்தி யிருப்பார்கள். ஆனால் ஜெயப்பிரகாஷ் அந்தக் கடிதங்களை இந்திரா காந்தியிடமே திருப்பிக் கொடுத்த பெருந்தன்மையை நான் அறிவேன். அப்படிக் கொடுத்த ஒரே மாதத்துக் கெல்லாம் அவசர நிலை வந்து ஜெயப்பிரகாஷ் கைதானார். ஜெயப்பிரகாஷ், மொரார்ஜி முதலியோரை அவசர காலத்தில் கைது செய்தார்கள். நாடே கொந்தளித்தது. பத்திரிகைகள் முழுச் செய்தி போட முடியாமல் தத்தளித்தன. தான் கைது செய்யப்பட்ட போது, ரத்தினச் சுருக்கமாக 'விநாச காலே விபரீத புத்தி' என்றார் ஜெயப்பிரகாஷ். அவர் கூறிய அந்த ஒரு வார்த்தை நாடெங்கும் எதிரொலித்தது.

சென்னைக்கு அவர் வந்தபோதெல்லாம் ஈஸ்வரன் வீட்டில்தான் தங்கினார். அவர் முதுகெலும்புள்ள ஒரு தொழிலதிபர். துணிச்சலானவர். அவசர கால கெடுபிடி யிலும் தன் வீட்டிலேயே தங்க வைத்தவர் என்றால் பார்த்துக் கொள்ளுங்களேன். அங்கு பலமுறை சந்திப்பேன். பல

அரசியல் கருத்துக்களைப் பரிமாறிக்கொள்வோம். எப்படியோ ஒரு அந்நியோன்யம் எங்களுக்குள் வளர்ந்தது.

சிறைச்சாலையில் அவர் இருந்தபோதுதான் அவருக்குச் சிறுநீரகம் பழுதடைந்தது. டயாலிஸிஸ் செய்ய வேண்டிய நிலை வந்தது. அவரையும் மற்றவர்களையும் நீண்ட காலம் சிறையில் வைக்க முடியவில்லை.

அவசர கால நிலையில் பத்திரிகைச் சுதந்திரம் கட்டுப்படுத்தப்பட்டது. எனவே வதந்திகள் தலைதூக்கின. வதந்திகளை அரசால் கட்டுப்படுத்த முடியவில்லை என்பதை நாடு கண்டது. அவசர கால நிலையைக் கைவிட வேண்டிய அளவுக்கு அரசு தள்ளப்பட்டுவிட்டது.

அவசர நிலை காலத்தில் இருமுறை டெல்லிக்குச் சென்றேன். பல தலைவர்களை நண்பர் செழியனும் நானும் சந்தித்தோம். அப்போது இந்திய குடியரசுத் துணைத் தலைவராக இருந்த பி.டி.ஜாட்டியை சந்தித்து அவசர கால நிலை நீடிக்கக் கூடாது என்று வாதாடினேன். ஏன்... பிரதமரிடமே சந்திக்க நேரம் கேட்டேன். அவசர காலத்தில் பிரதமர் இந்திரா காந்தியை சந்தித்த தி.மு.க. ஆள் நான் ஒருவன்தான். எவ்வளவோ வாதாடினேன். அவ்வளவையும் பொறுமையோடு கேட்டார். அவர் அன்றைக்கு மனம் வைத்திருந்தால் நான் பிரதமர் அறையிலிருந்து வெளியில் வரும்போதே என்னையும் கைது செய்திருக்க முடியும். ஆனால் அதற்கு நேர்மாறாக, நான் பிரதமரை சந்தித்ததை வானொலி, நாடெங்கும் மூன்று முறை அறிவித்தது. கருத்து வேறுபாடு என்றால் வீட்டின் மீது கல்லெறிந்து, கார்களை நொறுக்குவது, ஆட்களைத் தூண்டிவிட்டு ஆபாசமாகப் பேசுவது என்பதெல்லாம் அந்த தாயுள்ளம் கொண்ட இந்திரா காந்திக்குத் தெரியவில்லை.

தலைவர்கள் வெளிவந்ததும் ஜனதா கட்சி தேர்தலில்

வெற்றி பெற்றது. நண்பருடன் டெல்லிக்குச் சென்றேன். அப்போது 'மொரார்ஜியா? பாபு ஜெகஜீவன்ராமா? யார் பிரதமராவது?' என்ற நிலை. ஜெயப்பிரகாஷ் நாராயண் டெல்லியில் இருந்தார். நான் ஜெயப்பிரகாஷ் நாராயணை சந்தித்தேன். "இன்றைய சூழ்நிலையில் மொரார்ஜிதான் பிரதமராக வேண்டும். காரணம் ? அவர் பிடிவாதக்காரர் என்றாலும் நேர்மையானவர், நாணயமானவர்" என்றார்.

நான் நேராக பாபுஜியிடம் ஓடினேன். சாதியற்ற சமுதாயத்தை ஏற்படுத்தப் பாடுபட்ட தந்தை பெரியார், பேரறிஞர் அண்ணாவிடம் நான் பணிபுரிந்தவன் என்பதால் அவருக்கு என் மீது அன்பு இருந்தது. பலவற்றை அவரிடம் விவாதித்துத் தெரிந்து கொண்டிருக்கிறேன். சமுதாயத்துக்கு ஏதாவது செய்ய வேண்டும் என்ற அக்கறையுள்ளவர். அவர் பார்க்காத இலாகா கிடையாது. நாடாளுமன்றத்தில் திடீரென அழைத்து எந்த விவாதத்துக்குப் பதிலளிக்க வேண்டும் என்று கட்சி விரும்பினால், தடையின்றி நிறைவேற்றும் ஆற்றலுள்ளவர்.

பாபுஜி வீட்டில் ஏராளமான கூட்டம். பாபுஜியின் அறையில் பெரிய பெரிய தலைவர்கள். நான் உள்ளே நுழைந்ததும் "பாபுஜியிடம் தனியாகப் பேசவேண்டும்" என்றேன். நான் அன்றைக்கு ஒரு சாமானியன். தேர்தலில் சேலம் நாடாளுமன்றத் தொகுதியில் நின்று தோற்றவன். அந்தப் பெருந்தவைர் என்னைக் கண்டதும் எழுந்து அடுத்த அறைக்கு வந்தார்.

பல காரணங்களைக் கூறிவிட்டு "மொரார்ஜியும் மற்றவர்களும் சிறையில் இருந்து வந்துள்ளார்கள். அதைத் தாங்கள் மதிப்பது நல்லது" என்றேன்.

பாபுஜியை மற்றவர்கள் தூண்டிவிட்டு வற்புறுத்திக்

கொண்டிருந்தார்கள். இந்தச் சூழ்நிலையில் நான் சொன்னது பாபுஜிக்குப் பிடித்தது. "சரி" என்றார். பின்புறம் வழியாக நான் திரும்பிக்கொண்டிருந்தபோது சந்திரசேகரும் பகுகுணாவும் உள்ளே நுழைந்து கொண்டிருந்தார்கள். "நிலைமை என்ன?" என்றார்கள். "பாபுஜி பெருந்தன்மை யுடன் மொரார்ஜியை ஏற்றுக் கொண்டார்" என்றேன். இருவருக்கும் மட்டற்ற மகிழ்ச்சி.

மீண்டும் ஜெயப்பிரகாஷ் நாராயணைச் சந்தித்தேன். அவரும் மகிழ்ந்தார். மொரார்ஜி பிரதமரானார். எனது நண்பர்கள் எல்லாம் அமைச்சர்களானார்கள்.

ஜெயப்பிரகாஷ் நாராயணை பத்திரிகையாளர்கள் "நீங்கள் ஏன் தி.மு.க.வுக்கு மட்டும் எல்லா ஆதரவும் தருகிறீர்கள்?" என்று கேள்வி கேட்டார்கள்.

ஜெயப்பிரகாஷ் சொன்னார். "எனக்குத் தென்னகத் தலைவர்கள் மீது எப்போதும் பெரும் மதிப்புண்டு. நான் தமிழக அரசியலைப் பொறுத்தமட்டில், குறிப்பாக தி.மு.க.வை அதில் இராசாராம், செழியன் ஆகிய இருவரை யும் என் இரண்டு கண்களாகப் பார்க்கிறேன். இந்த இரண்டு பேரையும் நானறிவேன். இவர்கள் இருக்கும் கட்சியையோ, அதன் ஆட்சியையோ என்னால் சந்தேகப்பட இயலாது."

இதை ஜெயப்பிரகாஷ் நாராயணின் சீடரும் இன்று ஜெயப்பிரகாஷ் -பிரபாவதி அறக்கட்டளையைச் சீருடன் நடத்திவருபவருமான ஷோபாகாந்த் என்னிடம் சொன்னபோது, தன்னலமற்ற ஒரு தலைவனின் உள்ளத்தில் எனக்கு இடம் கிடைத்ததே என்று எண்ணி எண்ணி மகிழ்ந்தேன்.

23

அய்யா மறைந்தார்!

நான் அமைச்சராகப் பணியாற்றியபோது பல சம்பவங்கள் நடந்தன. எனது நண்பன் சம்பந்தத்துக்கு முதுகில் மிகப்பெரிய அறுவை சிகிச்சை நடந்தது. (நண்பர் சம்பந்தம் கடந்த பத்து நாட்களுக்கு முன்பு திடீரென்று மறைந்த துயரச் சம்பவம் நிகழ்ந்திருக்கிறது.) என்னை ஆளாக்கிய பெரிய தலைவர்கள் ஒவ்வொருவராக மறைந்தனர். மாதத்தில் சுமார் பதினைந்து நாட்கள் பயணத்தில் இருக்க வேண்டியிருந்தது. வெளியூரில் நான் இருந்தபோது, தந்தை பெரியார் உடல்நலமில்லாமல் இருக்கிறார் என்ற சேதி கிடைத்தது.

அதே நேரத்தில் மணியம்மையாரும் மருத்துவ மனையில் இருந்தார். சென்னைக்கு வந்ததும் அய்யாவின் நிலை கண்டு பயந்தேன். பொது மருத்துவமனையில் இருந்த மணியம்மையாரிடம் சென்று "அய்யாவுக்கு குடலிறக்கம் வந்தால் என்ன வைத்தியம் செய்வீர்கள்?'' என்று பேச்சுவாக்கில் கேட்டு வைத்தேன்.

"ஐஸ்கட்டியை வீங்கிய இடத்தில் வைத்தால் குடல் சுருங்கிப் பழைய நிலைக்கு போய்விடும்'' என்றார். சில நிமிடங்களில் அவருக்கு ஏதோ சந்தேகம் ஏற்பட்டுவிட்டது. உடனடியாக டாக்டரிடம் கூறி பொதுமருத்துவமனையிலிருந்து என்னுடனேயே காரில் புறப்பட்டுவிட்டார். மணியம்மையாரின் வைத்தியமும் பயன்படவில்லை.

அய்யாவின் இறுதி பயணம்...

வேலூர் மருத்துவமனைக்குப் புறப்படுவது என்று ஏற்பாடாயிற்று. புறப்படும்போது அய்யாவை வழியனுப்ப நான் போயிருந்தேன். எதிர்பாராத வகையில் அய்யா "அநேகமாக இதுதான் கடைசியாக இருக்கும், மறுபடி வருவேனா, மாட்டேனோ" என்று சம்பந்தத்தின் மனைவி கமலாவிடம் கூறி விடைபெற்றார். கமலா அழுது கதறித் துடித்துப் போய்விட்டார். வழியனுப்பல் ஒரே அழுகையாய் இருந்தது. அதுமட்டுமல்லாமல் "ராஜாஜி இறந்து ஒரு வருடம் ஆயிற்றல்லவா?" என்று வேறு கேட்டு வைத்தார் அய்யா. இவர் தன் நண்பரை மறக்கவே இல்லை என்பது எங்களுக்கு ஆச்சரியத்தை அளித்தது.

வேலூருக்குப் போய்ச் சேர்ந்த மறுநாள் மாலையே அய்யாவின் உடல்நிலை மோசமடைந்த சேதி எனக்கு

சம்பந்தத்தின் மூலம் கிடைத்தது. கலைஞரோ எழுதுவதற்காக மாமல்லபுரத்தில் தங்கியிருந்தார். உடனடியாக அவருக்குச் சேதி சொன்னேன். நாவலர், மாதவன், கருணானந்தம் ஆகியோருடன் வேலூருக்குப் போய்ச் சேர்ந்தோம். அய்யாவின் உயிர் மறுநாள் காலைவரைதான் நீடிக்கும் என்று டாக்டர்கள் சொன்னார்கள். மீண்டும் இரவே சென்னைக்குத் திரும்பினோம். மறுநாள் காலை 7.15 மணி அளவில் அய்யா மறைந்தார்.

தந்தை பெரியாரின் உடலுடன் சென்னைக்கு வந்து சேர்ந்தார் மணியம்மையார். அதற்கு முன்பே கலைஞரின் தலைமையில் தி.மு.க. சட்டமன்ற அலுவலகத்தில் நாங்கள் எல்லாம் கூடினோம். "அய்யாவின் உடலைப் பொது மக்கள் பார்வையிட, ராஜாஜி மண்டபத்தில் வைக்க வேண்டும். அவருடைய உடலை அரசு மரியாதையுடன் அடக்கம் செய்ய வேண்டும்" என்றார் கலைஞர்.

அன்றைக்கிருந்த தலைமைச் செயலாளர் சபாநாயகம், "அய்யா எந்த அரசுப் பொறுப்பிலேயும் இருந்தவர் அல்ல. எனவே அரசு மரியாதை செய்வது சட்டப்படி முடியாது" என்றார்.

"மகாத்மா காந்தி எந்தப் பதவியில் இருந்தார்? அவருக்கு அரசு மரியாதை செய்தார்களே? அதைப்போல் செய்ய வேண்டியதுதானே?" என்றார் கலைஞர்.

அதற்கு சபாநாயகம் 'He is the father of the Nation' என்றார்.

அதற்கு கலைஞர், "Periyar is the father of Tamilnadu... Father of our D.M.K. Government. இந்த மரியாதையை அவருக்குச் செய்வதன் மூலம் என் பதவி போனாலும் பரவாயில்லை. மேற்கொண்டு ஆகவேண்டியதைச்

செய்யுங்கள்" என்றார்.

பெருந்தலைவர் காமராஜ் இரண்டு நாட்களும் ராஜாஜி மண்டபத்துக்கு வந்துவிட்டார். காங்கிரஸில் பெரியார் பணியாற்றிய பல வரலாற்றுச் சேதிகளை எங்களுக்கெல்லாம் எடுத்துச் சொன்னார். தந்தை பெரியாரின் மறைவு, பெருந்தலைவரின் உள்ளத்தில் பெரும் சோகத்தை உருவாக்கி யிருந்ததை எங்களால் உணர முடிந்தது. பெரியாருக்கு நினைவிடமாக பெரியார் திடலையே தேர்ந்தெடுத்தார் கலைஞர். அறிவுச்சுடர் சின்னத்தையும் அங்கு அவரே நிறுவினார்.

காயிதே மில்லத் இஸ்மாயிலின் மறைவு, இந்தியாவிலுள்ள முஸ்லிம் சமுதாயத்துக்கு மட்டு மல்லாமல், தமிழகத்துக்கும் பேரிழப்பு அது. நாடாளுமன்றத்தில் அவருடன் அமர்ந்திருந்த நாட்கள், என் கண்முன் இன்னும் நிழலாடிக்கொண்டிருக்கின்றன. ஸ்டான்லி மருத்துவமனை யில் அவர் உயிர் பிரியும்போது கலைஞர் உட்பட அமைச்சர வையே அவர் அருகில் இருந்தது. பொதுவாழ்வில் நாணயத் தைக் கற்றுத் தந்தவர், எளிமையின் சின்னமாக விளங்கியவர்.

கடைசியாகப் பெருந்தலைவர் காமராஜரின் மறைவு எங்களால் எதிர்பாராத ஒன்று. அவரது மறைவு பற்றிச் சொன்னபோது, "அரசைக் காப்பாற்றிக்கொண்டிருந்த கேடயமும் வீழ்ந்தது" என்றார் கலைஞர். காரணம், எங்கே தமிழ்நாட்டுத் தலைவர்களெல்லாம் கட்சிகளை மறந்து ஒன்று சேர்ந்துவிடுவார்களோ என்ற பயம் மத்திய அரசுக்கு இருந்தது என்பது எனக்குத் தெரியும்.

நான் நினைத்தது போலவே எல்லா பெரிய தலைவர்களும் மறைந்ததும் ஈட்டிகள் நேரே பாயத் தொடங்கின.

இந்த ஆண்டுகளில் கழகத் தலைவர்கள் மத்தியில் கருத்து வேறுபாடுகள் உருவாகத் தொடங்கின. மதுரையில் மாநாடு. அன்று புரட்சி நடிகர் வெகு வேகமாகப் பேசிவிட்டார். கலைஞருக்குத் திடீரென உடலில் உப்பு குறைந்ததனால், ரத்த அழுத்தத்தில் மாறுதல் ஏற்பட்டு மாநாட்டு மேடையிலேயே மயங்கிவிட்டார். தலைவரின் முடிவுரை இன்றியே மாநாடு கலைந்தது. சென்னை டாக்டர் அண்ணாமலை அறிவுரையின்பேரில் மதுரை மருத்துவர்கள் சுமார் ஒருமணி நேரம் போராடி கலைஞரை குணப்படுத்தினார்கள்.

மாநாட்டுக்கு மறுநாள், சேலத்தில் எனது நண்பரும் கழகத்தின் பேச்சாளருமான சிற்றுளி சுப்பிரமணியத்தின் குடும்பத்துக்கு நிதியளிப்புக் கூட்டத்தை ஏற்பாடு செய்திருந்தேன்.

புரட்சி நடிகரின் காரில் அவருடன் அன்றிரவு சேலத்துக்குப் புறப்பட்டேன். காரில் இருந்த புரட்சி நடிகர், கலைஞருக்குத் திடீரென ஏற்பட்ட மயக்கம் பற்றியே பேசிக்கொண்டு வந்தார். அவர் உள்ளத்தில் பெரிய கவலை சூழ்ந்திருந்தது. திருச்சி வரும்வரை கவலையோடு பேசிக்கொண்டு வந்தார்.

மறுநாள் சேலத்தில் சிற்றுளியின் குடும்ப நிதியாக வசூலான இருபதாயிரம் ரூபாயோடு புரட்சி நடிகர் தனது பங்காக ஐயாயிரம் ரூபாய் போட்டு இருபத்தைந்தாயிர மாகத் தந்தார். அதுவரை புரட்சி நடிகரும், கலைஞரும் மிகவும் நல்ல நண்பர்களாகவே இருந்தார்கள். சில பிரச்சினைகள் வந்தபோது அதையும் என்னால் முடிந்த அளவு சரி செய்துள்ளேன். பெரிய கருத்து வேற்றுமை எப்போது வந்தது என்பதை என்னால் ஊகிக்க முடியவில்லை.

திடீரென புரட்சி நடிகர் திருக்கழுக்குன்றம் கூட்டத்தில்

கணக்கு கேட்டார். மதுரையில் இருந்த கலைஞர் இதை அறிந்ததும், மதுரை முத்தண்ணன் மற்றும் தென்னரசுடன் புறப்பட்டு சென்னைக்கு வந்து சேர்ந்தார். அதேநாளில் மத்திய அரசின் வீட்டுவசதி அமைச்சர் சென்னைக்கு வந்திருந்தார். நான் அவருடன் வீட்டு வசதி வாரிய கூட்டத்தில் அதிகாரிகளை உடன் வைத்துப் பேசிக்கொண்டிருந்தேன். ஆனால் காலையிலேயே என் வீட்டுக்குச் சில மாவட்டச் செயலாளர்கள் வந்து சில சேதிகளைச் சொல்லி விட்டுப் போனார்கள். விருந்தினர் மாளிகைக்கு உடனே வரச்சொல்லி கலைஞரிடமிருந்து எனக்குத் தாக்கல் வந்தது. புரட்சி நடிகரை கழகத்தில் இருந்து நீக்க வேண்டிய பிரச்சினையில் என் எண்ணத்தைக் கேட்டார்கள்.

"புரட்சி நடிகர் கழகத்தில் ஒரு சக்தியாகவே வளர்ந்துவிட்டார். அவரை நீக்குவது நல்லதல்ல" என்றேன்.

"தமிழக முதல்வராக கலைஞர் இருப்பதனால், எதையும் சமாளிப்பார்" என்றார் பேராசிரியர். எல்லா மாவட்டச் செயலாளர்களும் அணி திரண்டிருந்தார்கள்.

நாவலரும் என்.வி.நடராசனும் மாடியிலிருந்து கீழே போனார்கள். அங்கிருந்த பத்திரிகையாளர்களிடம், புரட்சி நடிகர் எம்.ஜி.ஆரை கழகத்திலிருந்து நீக்கிவிட்டதாக அறிவித்தார்கள். என்ன நாம் விவாதித்து முடிவதற்குள் இப்படிச் செய்துவிட்டார்களே என்று சிலர் கை பிசைந்தனர். ஏதோ ஒரு விபரீதம் ஏற்படப்போகிறது என்ற உணர்வு எனக்கு.

அன்று தந்தை பெரியார் சென்னையில் இருந்தார். அன்பில் தர்மலிங்கமும், ப.உ.சண்முகமும், நானும் அவரிடம் ஓடி… "எப்படியாவது கலைஞருக்கும் புரட்சி நடிகருக்கும் சமரசம் செய்துவிட வேண்டும்" என வேண்டினோம். எங்கள் மூவரைப் பார்த்ததும் கலைஞர்தான் எங்களை அனுப்பியது

போல எண்ணினார் பெரியார். "அவர் சொல்லித்தான் வந்துள்ளீர்களா?" எனவும் எங்களிடம் கேட்டார். இரவு நேரம். தொலைபேசியை எடுத்து ராமாவரம் தோட்டத்துக்குத் தொலைபேசியில், "நான் ராமசாமி பேசறேன். இப்போதே உங்கள் வீட்டுக்கு வந்து சந்திக்கலாம் என இருக்கிறேன்" என்றார்.

மறுமுனையிலிருந்து, "நானே காலையில் ஒன்பது மணிக்கு அய்யாவை சந்திக்கத் திடலுக்கு வருகிறேன்" என்றார் புரட்சி நடிகர்.

காலையில் திடலில் இருவரின் சந்திப்பும் நடந்தது. பேச்சுவார்த்தைகள் பயன்படவில்லை. விரிசல் பெரிதாகப் போய் அ.தி.மு.கழகம் உருவாயிற்று. ஆட்சி நடந்துகொண்டே இருந்தது. மக்கள் மத்தியில் செல்வாக்கு குறைந்துகொண்டே வந்தது. திண்டுக்கல் நாடாளுமன்றத் தொகுதித் தேர்தலில் அது துல்லியமாய் தெரிந்தது. திண்டுக்கல் தேர்தல் முடிவு, எனக்குச் சில பாடங்களைத் தந்தது. அதிகார பலமும், பணபலமும் ஒரு தேர்தலில் வெற்றியைத் தேடித் தந்துவிடாது என்பதே அது. நானும் நண்பர் சாதிக் பாட்சாவும் ஒவ்வொரு வாக்குச் சாவடியிலும் 'நிலைமை என்ன?' என்று நாள்பூராவும் விசாரித்தோம். எல்லா வாக்குச்சாவடிகளிலும் 'வோட்டு முழுவதும் உங்களுக்கே' என்றார்கள். மந்திரியாக இருப்பதனால் சுற்றியுள்ள அதிகாரிகள் எங்களது கண்களை எவ்வளவு தூரம் மூடுகிறார்கள் என்பதை அன்றுதான் நான் உணர்ந்தேன். நான் பெற்ற பாடத்தை டெல்லியில் பிரதமராக இருந்த மொரார்ஜி தேசாயிடம் ஒருமுறை சொன்னேன். அவரும் சில அதிகாரிகளை நம்பி ஏமாந்தார்.

24

என்னை மாற்றிய எமர்ஜென்சி!

பிரதமர் இந்திராகாந்தி அவசர நிலையைப் பிரகடனப்படுத்தினார். தமிழக அரசுக்கும் மத்திய அரசுக்கும் கருத்து மாறுபாடுகள் வளர்ந்துகொண்டே வந்தன. பிரதமர் இந்திரா இருபது அம்ச திட்டம் ஒன்றை வெளியிட்டார். அவர் வெளியிட்ட அதே நேரத்தில் 'நான் தமிழ்நாட்டில் இருபத்துநாலு அம்சங்களை நிறைவேற்றிவிட்டேன்' என்று எதிர் அறிக்கையை விட்டார் கலைஞர். இரண்டு அதிகாரத் துக்கும் தலை வணங்கும் சில பத்திரிகைகள் இரண்டையும் முன்பக்கத்தில் 'அற்புதமாக'ப் பிரசுரித்து முடித்தன. தீ பரவத் தொடங்கிற்று. இடையில் பலர் இதை ஊதிவிட்டு மேலும் பரவ ஏற்பாடு செய்தார்கள். என் அண்ணன் தொடங்கிய கழகத்தை எப்படிக் காப்பாற்றப் போகிறோம் என்ற கவலையில் நான் மூழ்கினேன்.

ராணுவம் வந்தது. குடியரசுத் தலைவர் ஆட்சி புகுத்தப் பட்டது. நான் டெல்லியிலிருந்து திரும்பியதும் கலைஞர், ப.உ.ச., மாதவன் முதலியவர்களிடம் எனது டெல்லிப் பயணம் பற்றிச் சொல்லிவிட்டு வீடு திரும்பினேன். என்ன ஆச்சரியம்... எனது தொலைபேசிகள் துண்டிக்கப்பட்டுக் கிடந்தன. எனது வீட்டில் இருந்த கட்டில்கள், நாற்காலிகள், பீரோக்கள், மின் விசிறிகள் ஆகியவற்றை உடனடியாக அப்புறப்படுத்த அதிகாரிகள் தயாராக நின்றனர். 'ராசாராம்

எல்லோருடனும் பழகுகிறவன்' என்கிறார்களே... அந்தப் பழக்கம் எவ்வளவு உதவியாக இருந்தது என்பதை அன்றுதான் என்னால் உணர முடிந்தது. அடுத்த வீட்டுத் தொலைபேசியிலிருந்து என் நண்பர்களிடம் பேசினேன். எனக்குத் தேவையான படுக்கைகள், சோபா செட்டுகள், நாற்காலிகள், மின்விசிறிகள் எல்லாம் ஒரு மணி நேரத்தில் வந்து சேர்ந்தன. பின்னர் மெதுமெதுவாக எனது இல்லத்துக்குத் தேவையானவற்றை ஒவ்வொன்றாக வாங்கினேன். மீண்டும் பதவிக்கு வந்தபோது அரசுத் துறையிலிருந்து தொலைபேசி தவிர வேறு எதையும் என் வீட்டில் வைக்க நான் அனுமதிக்கவில்லை.

அறிஞர் அண்ணா முதலமைச்சரானபோது பல பெரிய சோபா செட்டுகளை வீட்டில் போட அதிகாரிகள் கொண்டு வந்தார்கள். "அதையெல்லாம் வீட்டில் வாங்கிப் போடாதே. பதவி போய்விட்டால் இதையெல்லாம் எடுத்துக்கொண்டு போய்விடுவார்கள். வேண்டாம்..." என்று தன் துணைவியார் ராணி அம்மையாரிடம் சொன்னது எனக்குத் தெரியும். அது என்னவோ அந்த நேரத்தில் மறந்துவிட்டது. பட்டறிவுக்கு இணையான அறிவு ஏது?

அரசுத்துறை தனது டிரைவரையும் காரையும் உடனடியாக எடுத்துக்கொண்டது. நான் எப்போதும் சொந்தத்தில் ஒரு காரை வைத்திருந்தேன். அதை நானே ஓட்டிக்கொண்டு சுபாஷ் சந்திரபோஸ் சாலையில் உள்ள செருப்புக்கடை ஒன்றுக்குச் சென்றேன். கடையில் நுழைந்ததும் ஒரே பரபரப்பு. ஒரு ஜோடி செருப்பு எடுத்து எனக்குக் கடைக்காரப் பையன் தந்தான்.

மாடியிலிருந்து கடை உரிமையாளர் இறங்கி வந்து நலம் விசாரித்தார். நான் எடுத்த ஒரு ஜோடி செருப்புடன்

இன்னொரு ஐதையும் எடுத்துக்கொண்டு வந்து எனது காரில் வைத்தார். “பில் எதுவும் வேண்டாம்” என்றார்.

“நான் தற்போது அமைச்சரல்ல” என்றேன்.

“தெரியும். இந்த நேரத்தில் என் கடைக்கு தாங்கள் வந்தது எனக்குப் பெருமை” என்றார்.

நான் ஒரு கணம் திகைத்துப் போய்விட்டேன்.

உடனடியாக அன்பகத்துக்கு வந்தேன். முன்னாள் அமைச்சர்கள் பலர் குழுமியிருந்தனர்.

“என்ன சேதி?” என்றார்கள்.

“கழகத்துக்கு ஆபத்தில்லை” என்றேன்.

நடந்ததைச் சொன்னேன். அனைவருக்கும் மகிழ்ச்சி.

எனது நண்பர்கள், சக அமைச்சர்கள், “எப்படிய்யா உன்னால் கடைக்குப் போக முடிந்தது?” என்றார்கள்.

பொதுவாழ்வில் சட்டமன்ற உறுப்பினர், அமைச்சர் போன்ற பொறுப்புகள் பலவற்றை வகித்தவர்கள், தங்கள் பணிகளைத் தாங்களே செய்து கொள்வதை விரும்புவதில்லை. எதற்கெடுத்தாலும் ஒருவர் உதவி தேவை என்கிற நிலைக்கு ஆளாவதை என் பொதுவாழ்வில் கண்டு வருகிறேன். நல்லவேளையாக, காலை ஐந்து மணிக்கு நானே காரை ஓட்டிக்கொண்டு கடற்கரைக்குச் சென்றுவிடுவேன். எனது உதவியாளர்களை எட்டரை மணிக்குத்தான் வரச்சொல்வேன். அதற்குள் பத்திரிகை களைப் படித்துவிட்டு, யார் யாருடன் தொலைபேசியில் பேசவேண்டுமோ பேசிவிடுவேன். நேரம் கிடைத்தால் பொதுமக்களுடன் இசை, நாடகம், சினிமா நிகழ்ச்சிகளில் கலந்து உட்கார்ந்துவிடுவேன். நல்ல இலக்கியக் கூட்டங்கள் நடந்தால், அதைக் கேட்கப் போய் உட்கார்ந்துவிடுவேன். அழைப்பு விடுப்பவர்கள் உள்ளன்புடன் நேரில் வந்து அழைத்தால், நான் அதை

மதித்து நடக்கக் கற்றுக்கொண்டேன். இதைக்கூட ராஜா சர் முத்தையா செட்டியாரிடமிருந்தே நான் தெரிந்து கொண்டேன். அவர், செட்டிநாட்டில் நடக்கும் எல்லா திருமண வீடுகளுக்கும் நேரம் ஒதுக்கிப் பல மணமக்களை வாழ்த்துவார். நான் அவரிடம் இதுபற்றிக் கேட்டேன்.

"யார் வந்து நேரில் பத்திரிகை வைத்து அழைத்தாலும் முடிந்த அளவு எல்லா திருமணங்களுக்கும் நான் போய்விடுவேன்..." என்றார். அது என் மனதில் பதிந்தது. பொதுவாழ்வில் நிரந்தரமான ராஜா சர். போன்றவர்களே இப்படி இருந்தார்கள். ஆனால் சிலர் பொதுவாழ்வில் நிரந்தரமில்லாத பதவி வகித்தவர்கள், கிரேடு பார்த்தே வாழ்கிறார்கள். இதையெல்லாம் பார்த்து சிரித்துக் கொண்டே நானும் நடைபோடுகிறேன்.

ஆட்சி நீக்கப்பட்டவுடன் பலரை கைது செய்தார்கள். ஏனோ எங்களையெல்லாம் கைது செய்யவில்லை. அரசியலில் எந்தப் பதவியையும் நாடாமல், யார் வோட்டையும் எதிர்பார்க்காமல் வாழும் திராவிடர் கழகத்தினரையும் கைது செய்தார்கள். கைதாவது பரவாயில்லை. சிறையில் அனைவரையும் நையப் புடைத்தார்கள். எனது நண்பர் சம்பந்தம், முரசொலி அடியார், நாடாளுமன்ற உறுப்பினர் சிட்டிபாபு, ஆற்காடு வீராசாமி முதலியோர் பெரிதும் பாதிக்கப்பட்டவர்கள். ஏற்கனவே என் நண்பர் (அண்மையில் மறைந்த) சம்பந்தத்துக்கு முதுகில் இருமுறை அறுவை சிகிச்சை செய்யப்பட்டிருந்தது. முதுகின் மீதே மறுபடியும் அடி. ஐந்து எலும்புகள் முதுகில் இல்லாமலே வாழ்ந்து மறைந்தார். பெரியாருக்குத் தொண்டு செய்வதே பெரும் பேறு என்று எண்ணி, வாழ்வு முழுவதையும் அதற்கே அர்ப்பணித்தவர் அவர். அவரைப் பொறுத்தவரை எந்தப்

பிரதிபலனையும் எதிர்பார்த்தது இல்லை, பெற்றதும் இல்லை. அவர் சிறையில் அடிபட்டுத் துடித்தபோதும் சரி... அதற்குப் பிறகு மூன்றாவது முறையாக முழு முதுகையும் பிளந்து அறுவை சிகிச்சை செய்தபோதும் சரி... அவர் பட்ட உடல்வலியும் துன்பமும் கொஞ்ச நஞ்சமல்ல. எல்லாவற்றையும் அவருக்கு மட்டுமே உரித்தான உள்ள உறுதியாலே தாங்கிக்கொண்டார்.

வீரமணியின் அவசரப் புத்தியாலும், மனிதர்களை எடை போடத் தெரியாத காரணத்தாலும் சம்பந்தமும் அவருடைய அத்தையம்மா மூதாட்டி விசாலாட்சி அம்மையாரும் பெரியார் சுயமரியாதைப் பிரச்சார நிறுவனத்திலிருந்து முறைகேடாகத் தூக்கியெறியப் பட்டனர். அப்போது கொஞ்சம் துவண்டுதான் போனார் சம்பந்தம். பதவிகள் போய்விட்டதே என்பதால் அல்ல.

"என்னை விலக்கும்போது வீரமணி 'துரோகாச்சாரி' எனச் சொல்லி விலக்கிவிட்டாரே... நான் என்ன, என்னை நம்பி விட்டுப்போன எந்த வீட்டிலாவது என்னிடம் கொடுத்து வைத்திருந்த பணத்தைத் 'திருடு போய்விட்டது' என்று சொல்லி ஏமாற்றிவிட்டேனா? பெரியார் காலத்தவர்கள் அனைவரும் போய், வீரமணி காலத்தவர்களோடு சேர்ந்து கொண்டு ஜால்ரா போட்டுக்கொண்டு இருப்பதைவிட வீட்டில் நிம்மதியாக இருப்பதே மேல்" என்று இருந்துகொண்டார்.

"கிட்டத்தட்ட ஐம்பது ஆண்டுகள் இயக்கத்துக்கு உழைத்த ஒருவரை, அதுவும் இதய நோயாளியை நீக்கிவிட்டீர்களே?" என்று பத்திரிகையாளர்கள் இருவர் கேட்டபோது, "இந்த அதிர்ச்சியே அவருக்கு முடிவை ஏற்படுத்தினாலும் நான் பொருட்படுத்தப் போவதில்லை"

என்று சொன்ன வீரமணியின் 'பெருந்தன்மை'யை எண்ணிப் பெருமூச்சுவிடுகிறேன். பெரியார் இருந்த இடமல்லவா?

முன்னாள் மேயராகவும் நாடாளுமன்ற உறுப்பினராகவும் இருந்த சிட்டிபாபுவை, இறக்கும் தருவாயில் சென்னை பொதுமருத்துவமனையில் கொண்டு வந்து சேர்த்தார்கள். விடியற்காலை கலைஞர் தொலைபேசியில் சொன்னார். நானே காரை எடுத்துக்கொண்டு ஓடினேன். டாக்டர் பி.ராமமூர்த்தி உதவியோடு சிட்டிபாபுவின் படுக்கை அருகே போய் நின்றோம். சிறிது நேரத்தில் அந்தத் தீரமிக்க இளைஞரின் உயிர் எங்கள் முன்னிலையில் பிரிந்தது. கதறி அழக்கூட முடியாத நிலை. சவ அடக்க ஊர்வலத்துக்கும் காவல்துறையின் கெடுபிடி. எப்படியோ இருபக்கமும் ஓடி ஓடி சமாதானம் செய்யும் வேலை எனக்கு. துக்கத்தைக் கூட முழுமையாக வெளிப்படுத்த முடியாத நிலை. துக்கத்தை வெளிப்படுத்திப் பகிர்ந்துகொள்ளாவிட்டால், அந்தத் துக்கத்தின் வடு பல நாட்களானாலும் மறைவதில்லை.

சிறை அதிகாரியாக இருந்த வித்யாசாகர் சென்னை நகர காவல்துறை துணை கமிஷனராக இருந்த எனது நண்பர் குழந்தைவேலுவின் மகன். குழந்தைவேலு, பெரியார் வழியில் கலப்புத் திருமணம் செய்துகொண்டவர். சேலத்தில் வித்யாசாகர் சிறை அதிகாரியாக இருந்தபோது என்னை சந்தித்து வீடு கட்ட நிலம் கேட்டார். வீட்டு வசதி வாரியத் தலைவர் வாசுதேவன், எனக்காக ஓர் இடம் வைத்திருக் கிறேன் என்று சொல்லியிருந்தார். அந்த இடத்தை நம் நண்பரின் மகனுக்குத் தரலாமே என்று எண்ணி, அதையே அவருக்குத் தந்தேன். எனக்கு வேதனை என்னவென்றால், வித்யாசாகர்தான் சிறையிலிருந்த என் நண்பர்களை யெல்லாம் அடித்தார் என்பது. இதை அறிந்தபோது நான்

திடுக்கிட்டேன். பார்ப்பனரல்லாதாருக்குத் தந்தை பெரியார் இவ்வளவு உழைத்தாரே. அந்த உழைப்பின் பலனை அனுபவித்தவர்கள்தானே நம் நண்பர்களை அடித்தார்கள்.

அதே நேரத்தில், டாக்டர் ராமமூர்த்தி போன்ற பார்ப்பனர்கள்தானே எந்தக் காழ்ப்புணர்ச்சியும் இன்றி திராவிடர் கழகத்துக்காரன் என்று தெரிந்தும் நண்பர் சம்பந்தத்தைக் காப்பாற்றினார் என்பதையும் ஒருகணம் எண்ணிப் பார்த்தேன்.

25

தூக்கியெறியப்பட்ட 'விடுதலை' சம்பந்தம்!

என் நண்பர் 'விடுதலை' சம்பந்தம் சிறையிலிருந்து விடுதலையாகி ஒரு வாரத்துக்கெல்லாம், அன்றைய மத்திய உள்துறை அமைச்சராக இருந்த பிரம்மானந்த ரெட்டி சென்னைக்கு வந்தார்.

'திராவிடர் கழகத்தினரைப் பொறுத்தவரை எந்தவித அரசியல் நடவடிக்கையும் உடையவர்கள் அல்ல. அவர்களை 'மிசா'வில் இருந்து விடுதலை செய்ய வேண்டும்' என ஒரு விண்ணப்பத்தை எழுதி எடுத்துக் கொண்டு மணியம்மை யாரையும் சம்பந்தத்தையும் அழைத்துக்கொண்டு ராஜ் பவனில் தங்கியிருந்த பிரம்மானந்த ரெட்டியைச் சந்திக்கச் சென்றோம். மிகவும் கண்ணியமாகவும், மரியாதையாகவும் வரவேற்று விண்ணப்பம் முழுவதையும் படித்துவிட்டு மணியம்மையாரிடம் 'எங்கள் பிரதமர் பார்ப்பனர். நீங்களோ தமிழ்நாட்டில் பார்ப்பன எதிர்ப்பையே கொள்கையாகக் கொண்டவர்கள். இந்தக் கொள்கையை மட்டும் விட்டுவிடுவதாக எழுதிக் கொடுத்தால், நான் பிரதமரிடம் சொல்லி தி.க.வினர் அனைவரையும் விடுதலை செய்ய முயற்சிக்கிறேன்' என்றார் பிரம்மானந்த ரெட்டி.

"தந்தை பெரியார் இந்த இயக்கத்தை ஆரம்பித்ததே பார்ப்பனரல்லாத சமுதாயத்தினர் எல்லாத் துறையிலும் முன்னேற வேண்டும் என்பதற்காகத்தான். ஒரு நூறு பேரை விடுதலை செய்வதற்காக நாங்கள் எங்கள் கொள்கையை

விடமாட்டோம். அவர்களை நீங்கள் விரும்பும்வரை சிறையிலேயே வைத்திருங்கள்" என சிறிதும் உணர்ச்சிவசப் படாமல் அமைதியாக மணியம்மையார் சொன்னதும், என்ன பேசுவது என்றே புரியாமல் மணியம்மையாரையே பார்த்துக் கொண்டிருந்தார் பிரம்மானந்த ரெட்டி. அந்த அமைதியைக் குலைத்து நான் சம்பந்தத்தை அறிமுகப்படுத்தினேன். அவரும் 'That Spinal Cord Man' எனச் சிரித்துக்கொண்டே சொன்னவுடன், நாங்கள் அனைவரும் அவருக்கு வணக்கம் சொல்லி விடைபெற்றோம்.

மணியம்மையாரை பெரியார் திருமணம் புரிந்து கொண்டபோது அதை எதிர்க்காமல் அய்யாவுடனேயே இருந்தவன் நான் என்பதை இந்தக் கட்டுரைத் தொடக்கத் திலேயே எழுதியிருக்கிறேன். இந்த நிகழ்ச்சி முடிந்து திரும்பும் போது, 'தந்தை பெரியார் தனக்குப் பிறகு இயக்கத்தை தலைமையேற்று நடத்த தகுதியான ஒருவரைத்தான் தேர்ந்தெடுத்திருக்கிறார் என்ற நிறைவோடு நேராக அன்பகத் துக்குச் சென்றேன். 'டிஸ்மிஸ்' ஆன அத்தனை அமைச்சர் களிடமும் மணியம்மையாரின் வீரத்தைப் பற்றியே பேசினேன்.

தந்தை பெரியார் தன் சொந்தச் சொத்துக்கள் சிலவற்றைத் தனக்குப்பின் மணியம்மையாரின் வாழ்க்கைக்காக என எழுதி வைத்திருந்தார். அப்படி எழுதி வைத்திருந்த செய்தி கூட அந்த அம்மையாருக்கு நீண்ட நாட்கள் தெரியாமலேயே வைத்திருந்தார் பெரியார். அய்யாவின் மறைவுக்குப் பிறகு அது மாதிரி தன் பெயரில் உள்ள சொத்துக்களை தனி அறக்கட்டளையாக்கிவிட வேண்டும் என விரும்பினார் மணியம்மையார். இருதய நோயாளியான தனக்கு எப்போதும் எதுவும் நேரலாம் என்பதால், பெரியார் எவ்வாறு தனது சொத்து அனைத்தையும் பொதுவுக்கு வைத்துவிட்டுப்

போனாரோ, அது போலவே பெரியார் தனக்குத் தந்ததும் இருக்க வேண்டும் என்று என்னிடம் பலமுறை சொல்லிக் கொண்டேயிருந்தார்.

அந்த அம்மையாரின் நல்ல எண்ணத்தை அறிந்து மகிழ்ச்சி கொண்டு, "ஓர் அறக்கட்டளை ஏற்படுத்தி விட்டால் போகிறது" என்று அவரைப் பார்க்கும் போதெல்லாம் சொல்லுவேன். ஒருநாள் மணியம்மையாரைப் பார்க்கச் சென்றபோது, தான் இரண்டு நாட்களாகச் சாப்பிடவில்லை எனவும், தன் பெயரில் உள்ள சொத்துக்களை அறக்கட்டளையாக மாற்றும்வரை சாப்பிடாமலே இருக்கப் போவதாகவும் சொன்னதோடு இன்னொரு குண்டையும் தூக்கிப் போட்டார். அந்த அம்மையார் தன் பெயரில் உள்ள சொத்துக்கள் கொண்ட அறக்கட்டளைக்கு என்னையே தலைமையேற்றுக் கொள்ளும்படியும் கட்டாயப்படுத்தினார். என்மேல் வைத்துள்ள நம்பிக்கைக்கு நன்றி தெரிவித்துவிட்டு "நான் அரசியலில் பங்குகொண்டிருப்பவன். ஆதலால் தங்கள் கருத்துப்படி காரியங்கள் செய்யும் அறக்கட்டளைக்குத் தலைமையேற்று நடத்த முடியாத நிலைமை" என்று கூறி, சம்பந்தத்திடமும் வீரமணியிடமும் சொல்லி, மணியம்மை யார் பெயரில் ஓர் அறக்கட்டளையை ஏற்படுத்திப் பதிவு செய்ய வைத்தோம். நெ.து.சுந்தரவடிவேலுகூட அதில் சாட்சிக் கையொப்பமிட்டிருப்பதாக எனக்கு நினைவு.

'பெரியார் மூலம் பெற்ற சொத்துக்களை ஏழை, அநாதைகளுக்குப் பயன்பெறச் செய்ய வேண்டும்' என மணியம்மையார் நினைத்தாரே ஒழிய, அந்தப் பெயரை வைத்துக்கொண்டு சுயநிதிக் கல்லூரிகளை ஆரம்பித்து கல்வி வியாபாரம் செய்ய வேண்டும் என அவர் நினைத்ததே இல்லை. 'ஆசியாவிலேயே முதல் பெண்கள் பொறியியல்

கல்லூரி' என விளம்பரப்படுத்திக் கொள்ளத்தான் வீரமணியால் முடிகிறதே தவிர, பெண்கள் இன்ஜினியரிங் இலாகா என சர்க்காரில் ஓர் இலாகாவை உண்டாக்க முடியுமா? எல்லாவற்றிலும் ஆண்களோடு பெண்களும் சமமாகப் போட்டி போடும் இந்தக் காலத்தில், 'பெண்களுக்கென்று தனியாகக் கல்லூரி வைத்திருக்கிறேன்' என்று சொல்வதை என்னால் புரிந்துகொள்ள முடியவில்லை.

மாணவர்கள் இருந்தால் இவர்களுடைய 'சாம்ராஜ்யத்தை' எதிர்த்துக் கிளர்ச்சி செய்வார்கள். பெண்களாயிருப்பதால் ஏதேனும் சிறு குறைகள் சொன்னாலும் ஆஸ்டலை விட்டு வெளியேற்றுவதும், கிரிமினல் கோர்ட்டுகளில் போட முடியாத அளவுக்கு மாணவிகளுக்கு அபராதம் போடுவதும் நடந்துகொண்டு வருகிறது. பெரியார்- மணியம்மையார் முத்திரை இருப்பதால் நாடு தாங்கிக் கொள்கிறது. அதையும் மீறி பிரச்சினை வெடிக்கும் நாள் வரும்.

மணியம்மையாரின் மற்றொரு தொண்டு பற்றிச் சொல்லாமல் போனால் இந்த நாடு என்னை மன்னிக்காது.

தந்தை பெரியார் மறைந்தவுடன் மணியம்மையார், சம்பந்தத்தையும் என்னையும் அழைத்து, "அய்யா கொஞ்சம் பணம் வைத்துவிட்டுப் போயிருக்கிறார். நானோ இருதய நோயாளி. பெரியார் திடலில் பலமாடி கட்டடம் ஒன்று கட்ட ஏற்பாடு செய்யுங்கள்" என்றார். சம்பந்தத்தின் தம்பி இன்ஜினியர் ஏகாம்பரத்திடம் மணியம்மையாரே பொறுப்பை ஒப்படைத்தார். அண்ணா நினைவிடத்தை வடிவமைத்த ஆர்க்கிடெக்ட் அச்சுத் என்பவரே இப்போது பெரியார் திடலில் உள்ள ஏழு மாடி கட்டடத்துக்கும் பணம் ஏதும் பெறாமலே வடிவமைத்தார். ஏகாம்பரமும், பெரியாருக்குச் செய்யும் தொண்டாகவே கருதி இரண்டாண்

டுகளுக்குள் கட்டடத்தைக் கட்டி முடித்துவிட்டார். அன்றைக்கு அது சுமார் பதினைந்து லட்ச ரூபாய் பெறுமான முள்ள கட்டடம். ஐந்து ஆண்டுகளிலேயே முதலீட்டை வாடகையாகப் பெற்றுக் கொடுத்துவிட்டது. ‘பெரியார் பில்டிங்’ என்று பெயர் இருந்தாலும், அது மணியம்மை யாரின் நல்ல மனதுக்கு ஒரு மணி மண்டபமாக விளங்குகிறது.

தந்தை பெரியார் உயிருடன் இருக்கும்போதே, மணியம் மையாருக்கு இருதய நோய் வந்து தொல்லைப் பட்டுக் கொண்டிருந்தார். ஈரோட்டில் தந்தை பெரியார் சிலை திறப்பு விழா முடிந்த சிறிது நேரத்துக்கெல்லாம் இந்த அம்மை யாருக்கு மாரடைப்பு. வேலூரிலிருந்து வந்த டாக்டர் பட்டும், டாக்டர் ஜான்சனும் காப்பாற்றினார்கள். அதன்பிறகு தந்தை பெரியார் மறைவுக்குப் பிறகும்கூட அடிக்கடி மருத்துவ மனையில் சேர வேண்டியிருந்தது. அந்த அம்மையார் தன் பெயரிலிருந்த சொத்தை டிரஸ்ட் ஆக்கியதிலிருந்தே சற்று மன நிறைவோடு காணப்பட்டார். இந்த நிலையில் திக்கற்ற ஐந்தாறு குழந்தைகள் எங்கோ ஒரு ஹோமில் இருப்பதை யறிந்து சம்பந்தத்தின் துணைவியாரை அனுப்பி அனைத்தை யும் தன் விடுதிக்கு எடுத்துவரச் செய்தார். அதில் சற்று வெள்ளை நிறம் கொண்ட பெண்ணை வீரமணி வீட்டாருக்கு வளர்க்க ஆசை வந்தது. ‘அப்படித் தான் வளரட்டுமே’ என முதலில் விட்டுவிட்டார். அதற்கு மட்டும் ராஜஉபசாரமும், மற்றவை சாதாரணமாக இருப்பதை யும் பிடிக்காத மணியம் மையார் வீரமணியின் வீட்டில் இருந்த குழந்தையை எடுத்துக் கொண்டு வந்துவிட்டார். ‘குழந்தையை எடுத்துக்கொண்டு வந்துவிட்டதால் திடலுக்கே வருவதில்லை’ என ‘பிரசவ வைராக்கியம்’ கொண்டு நான்கு நாட்கள் வீரர் வீரமணி வராமலே இருந்தார்.

சம்பந்தத்தைப் பொறுத்தவரை 'ஒரு அநாதைக் குழந்தையினால் இயக்கத்தில் குழப்பம் உண்டாவதா? அதை வாங்கிய இடத்திலேயே கொடுத்துவிடலாம்' என்ற எண்ணம். மணியம்மையாரோ, தான் கொண்ட முடிவில் மாறவில்லை. பிறகு எப்படியோ சம்பந்தமும், ஓய்வுபெற்ற ஐ.ஏ.எஸ். அதிகாரியான பண்டரிநாதனும் சமாதானப் படுத்தி வீரமணியைத் திடலுக்குக் கொண்டுவந்து சேர்த்தனர். அந்தப் பெண்ணையும் வீரமணி வீட்டில் கொண்டுபோய் விட்டனர்.

பெரியார் அறக்கட்டளை விதிப்படி முதல் தலைவரும், முதல் செயலாளரும் தங்களுக்குப் பிறகு பொறுப்பு வகிக்க தற்காலிகமாக ஒருவரை நியமிக்க வசதி இருந்தது. குழந்தை விஷயத்தில் வெறுப்பேறியிருந்த மணியம்மையார், தன் தங்கை மகள் சுனீதியைத் தனக்குப் பிறகு பொறுப்பேற்கும் படி கடிதம் எழுதி வைத்திருந்ததை சம்பந்தத்தின் தம்பி ஏகாம்பரம் கண்டுபிடித்து தன் அண்ணனிடம் காட்டி யுள்ளார். சம்பந்தம் உடனே தஞ்சையிலிருந்த வீரமணியை வருமாறு தொலைபேசியில் அழைத்து வீரமணியின் மேல் அந்த நியமனத்தை மாற்றி எழுதச் செய்து, தான் முதல் சாட்சியாகப் போட்டு அறக்கட்டளையின் மற்ற உறுப்பினர் களையும், சாட்சிகளாகப் போட வைத்து, இந்தியன் ஓவர்சீஸ் வங்கியில் டெபாசிட் செய்து மணியம்மையார் இறந்தவுடனே வீரமணியைத் தலைமை ஸ்தானத்தில் வைக்க காரண மாயிருந்தார். இந்திரா காந்தியைப் பிரதமராக்கிய பெருந் தலைவர் காமராஜ், எப்படி இந்திரா காந்தியால் தூக்கியெறி யப்பட்டாரோ, அதேபோல் சம்பந்தமும் தூக்கியெறியப்பட் டார். தமிழ்நாட்டுச் சரித்திரத்தில் எந்தக் கட்சியிலாகட்டும்... உழைத்தவர்கள் வெளியேறுவதும், உற்சவர்கள் உற்சாகமாக வாழ்வதும் தான் வழக்கம்.

26

ராம்நாத் கோயங்காவின் துணிச்சல்!

அவசர காலத்தில் நிறைய பேர் சிறைச்சாலைகளில் இருந்தார்கள். பல நண்பர்களின் குடும்பங்களில் சங்கடங்கள். இதற்கிடையில் ராஜஸ்தான் மாநிலத்தில் நீண்ட காலம் முதல்வராக இருந்த சுகாதியா, தமிழக கவர்னராக நியமிக்கப்பட்டார். சரியான சாணக்கியர். அவரை நான் சந்தித்து, சிறையில் உள்ளவர்களைப் பற்றிப் பேசினேன். கலைஞரும், அவரை சந்தித்து நிலைமைகளை நேரில் எடுத்து விளக்க எண்ணினார். அதற்கும் ஏற்பாடு செய்தேன். இதற்குள் சர்க்காரியா கமிஷனின் விசாரணை வேறு தொடங்கியது. எங்கும் பொதுக்கூட்டங்களுக்கு அனுமதி கிடையாது. காவல்துறை அப்படியே மாறிப்போயிருந்தது. சாந்திபூசணை இரா.செழியன் ஏற்பாடு செய்திருந்தார். நாளாக நாளாகத் தலைவர்கள் மத்தியில் கருத்து வேறுபாடுகள் மலரத் தொடங்கின. பின்னாளில் அட்டர்னி ஜெனரலாக விளங்கிய ஜி.இராமசாமி வழக்குகளுக்கு ஆஜரானார். கணபதி, என்.வி.என்.சோமு, மாதவன் முதலியோரும் வழக்கை முழுவதுமாக ஆராய்ந்து வழக்கறிஞர்களாகப் பணியாற்றினார்கள். ஏதாவது ஒரு பெயரால் கூட்டம் நடத்த வேண்டும். நல்லவேளையாக ஒரு ஹால் கூட்டம் ஏற்பாடு செய்ய முயற்சி எடுத்தோம். போலீஸ் கமிஷனர் செந்தாமரை... மறைந்த என்.வி.நடராசனின் பிறந்த தின விழாவை நடத்த அரும்பாடுபட்டு செந்தாமரையிடம்

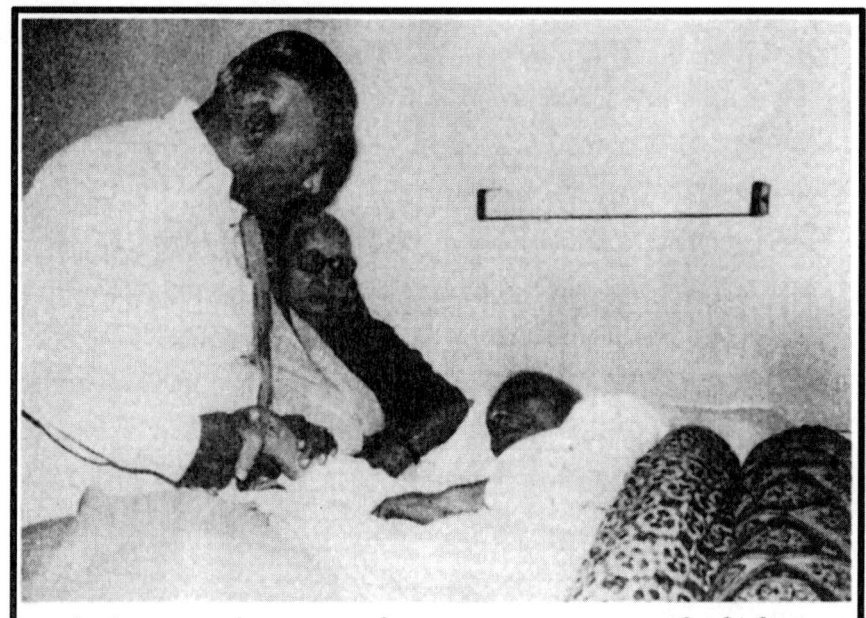

இந்தியன் எக்ஸ்பிரஸ் ராம்நாத் கோயங்கா அவர்களை நலம் விசாரிக்கிறார் ராசாராம்.

அனுமதி வாங்கினேன். ராதாகிருஷ்ணன் சாலையில் இருந்த சிறிய கல்யாண மண்டபம்தான் கிடைத்தது.

சைக்கிளில் ஏராளமானோர் வந்தனர். இன்றைக்குப் பாட்டாளி மக்கள் கட்சியில் உள்ள நெல்லிக்குப்பம் கிருஷ்ணமூர்த்தியும், கலைஞரும் நானும் பேசினோம். எங்களைக் கண்டதும் பொதுமக்களுக்கு ஒரே குஷி. கரவொலிகளுக்கு இடையே அந்த நிகழ்ச்சி நடந்தது.

தற்போது ராஜ்யசபை உறுப்பினராக இருக்கிற நண்பர் முகம்மது சகி, வேலூரில் ஒரு கூட்டத்துக்கு ஏற்பாடு செய்தார். நிறைய இளைஞர்கள்... அவர்களைப் பார்த்ததும் ''இனிமேல் உங்களுக்கெல்லாம் தேர்தலில் வோட்டுப் போடும் பாக்கியம் கிடைக்குமோ அல்லது உங்களது வாழ்நாளில் கிடைக்காமலேயே போய்விடுமோ'' என்றேன். ஏராளமான இளைஞர்கள் அதற்கு பெரிய கைதட்டலைத்

தந்தார்கள். ஆம், அன்றைக்கு 'மீண்டும் பொதுத்தேர்தல் வருமா?' என்ற நிலை. வேலூரிலிருந்து கலைஞருடன் இரவே காரில் சென்னைக்குப் பயணம். இரவெல்லாம் தூங்காமல் எதிர்காலம் பற்றியே பேசிக்கொண்டு வந்தோம்.

கவர்னர் சுகாதியாவை சந்தித்தபோது, பொதுத் தேர்தல் வரும் என்பதை ஜாடையாக அவர் தெரிவித்தார். ஆனால், காங்கிரஸ் கூட்டணி அமைக்க அ.தி.மு.க.வுடன் உறவு கொள் வதில் நாட்டம் உள்ளதையும் என்னால் புரிந்துகொள்ள முடிந்தது. இந்த இடைவெளியில்தான் டெல்லிக்குச் சென்றேன். கெடுபிடிகள் தளர்த்தப்பட்ட வேளை, நண்பர் வாஜ்பாய் உடல்நலம் கெட்டு வீட்டுச் சிறையில் இருந்தார். அவரை நானும் செழியனும் சந்தித்தோம்.

மறைந்த பிரதமர் சரண்சிங்குக்கும் வாஜ்பாய்க்கும் கருத்து வேறுபாடுகள் மலிந்திருந்தன. அவர்கள் இருவரும் சேர்ந்தால்தான் உத்திரப்பிரதேசம் மூலமாக ஆட்சியைப் பிடிக்க முடியும். இதுபற்றி நானும் இரா.செழியனும் விவாதித்தோம். வாஜ்பாயிடம் 1967 தேர்தலில் தமிழ்நாட்டில் காங்கிரஸ் எதிர்ப்பு வியூகம் அமைக்கப்பட்ட விதம் பற்றி விளக்கினேன். அவர் மனத்தில் மாறுதல் தெரிந்தது. அசோக் மேத்தாவையும் சந்தித்தோம். அவர் சோஷலிச சித்தாந்தத்தில் கரை கண்டவர். காந்திய எளிமைக்கு சொந்தக்காரர். துணிச்ச லானவர். களம் பல கண்டவர். அவரிடமும் நிலைமையை விளக்கினோம். எல்லா கட்சிகளையும் சேர்த்து ஒரு கூட்டணி அமைக்க ஏற்பாடாயிற்று. வட நாடெங்கும் பலர் காராக்கிருகத்தில் அடைக்கப்பட்டிருந்தார்கள். நாடெங் கிலும் ஏராளமான வதந்திகள் பரவின. அவசர காலத்தில் மக்களாட்சித் தத்துவம் அடக்கப்பட்டால், நாட்டு நிலவரம் என்னவாகும் என்பதை அப்போதுதான் என்னால் உணர

முடிந்தது. எந்தப் பத்திரிகையைப் பிரித்தாலும் அரசுக்கு ஆதரவான செய்திகள்தான். பத்திரிகைகளில் வந்த சேதிகள் மக்கள் மத்தியில் அருவருப்பை உருவாக்கத் தொடங்கின. அதாவது பரவாயில்லை... பத்திரிகைகளில் வந்த சேதிகளை மக்கள் நம்ப மறுத்தார்கள்.

பத்திரிகைகளைத் தன் பக்கம் ஈர்க்க, நிறைய விளம்பரங் களைத் தந்தது அரசு. அது அரசின் மீது மேலும் வெறுப்பை ஏற்படுத்திற்று. 'இந்தியன் எக்ஸ்பிரஸ்' ஆசிரியரும் உரிமை யாளருமான ராம்நாத் கோயங்கா நல்ல காங்கிரஸ்காரர். நாட்டுப்பற்று மிக்கவர். நாடாளுமன்ற உறுப்பினர். அவரும் அவசர நிலையை எதிர்த்தார். அதன் விளைவு... அவரது கம்பெனியில் கே.கே.பிர்லாவைத் திணித்தார்கள். நாட்டு நிலைமையை படம் பிடித்துத் தலையங்கங்கள் எழுத முடியாத நிலை. இதற்கும் மேலாக ராம்நாத் கோயங்கா மீதும் அவரது நிறுவனங்கள் மீதும் ஐந்து ரூபாயிலிருந்து இரண்டாயிரம் ரூபாய் வரை அபராதம் விதிக்கக்கூடிய இருநூறுக்கு மேற்பட்ட வழக்குகள். அவரை சந்திப்பது எனக்கு வாடிக்கை. "நீங்களே நிறைய நிறுவனங்களை வைத்திருக்கிறீர்கள். அதுவும் பத்திரிகைகள். ஒரு பிரதமரையும் பெரிய அரசையும் எதிர்க்கிறீர்கள்? இவர்களின் எதிர்ப்பை நீங்கள் தாங்க முடியுமா?" என்று கேட்டேன்.

"டேய், நான் எண்பது ரூபாய் சம்பளத்துக்கு சென்னைக்கு வந்தவன். அதோடு நாட்டுக்காகப் பத்திரிகையை நடத்தத் தொடங்கியவன். நாட்டுக்காகச் சண்டை பிடிக்கி றேன். எவ்வளவு பெரிய எதிரியாலேயும் என்னை எண்பது ரூபாய் சம்பளத்துக்குக் கீழாகக் கொண்டு போய்விட முடியாது" என்றார் ராம்நாத் கோயங்கா. அவரது மன உறுதி கண்டு, அவர் மீது இருந்த மதிப்பு பல மடங்கு உயர்ந்தது. இன்றைக்கு

அவரைப் போல் ஒருவரைத் தேடிக்கொண்டிருக்கிறேன்.

ராம்நாத் கோயங்காவின் ஒரே மகன் பகவன்தாஸ். தின மணி ஆசிரியரான பெரியவர் சிவராமனிடம் பக்தி கொண்டவர். 'கணக்கன்' என்ன எழுதியிருக்கிறார் என்று என்னிடம் கேட்பார். நானும் அவரும் அடிக்கடி சந்திப்போம். ஒருநாள் காலை, உடனே புறப்பட்டு வரும்படி எனக்கு அழைப்பு. பகவன்தாஸை கைது செய்ய போலீஸார் வீட்டுக்கு வருகிறார்கள் என்று சேதி. அது அவசரநிலை கொடிகட்டிப் பறக்கிற காலம். காலையில் வீட்டுக்குப் போய், பகவன்தாஸை தைரியப்படுத்தினேன். டெல்லி நண்பர்கள் சிலருடன் தொடர்புகொண்டேன். பகல் முழுவதும் கூடவே இருந்தேன். எனக்கென்னவோ உள்மனம் ஒன்றைச் சொல்லிக்கொண்டே யிருந்தது. "இந்திராகாந்தி உங்களை கைது செய்யமாட்டார். காரணம், உங்கள் தந்தையார் அவரது கணவர் பெரோஸ் காந்தியை கடைசி வரை வைத்துக் காப்பாற்றியதை மறந்தவரல்ல. எனக்குப் பிரதமர் இந்திராகாந்தியின் உள்ளம் நன்கு தெரியும்" என்றேன். மாலையில் எனது நண்பர்கள் மூலம் 'பகவன்தாஸை கைது செய்ய மாட்டார்கள்' என்ற சேதி வந்தது. அதன் பிறகே நான் அவர் வீட்டை விட்டுப் புறப்பட்டேன்.

அவசர நிலையின்போது யார், யார் கைது செய்யப் படுவார்கள், எப்போது கைது செய்யப்படுவார்கள் என்பதே தெரியாத நிலை. கைது செய்கிறார்களோ, இல்லையோ மிரட்டல் மட்டும் நிரம்ப இருந்தது. ராம்நாத் கோயங்கா மீது பல வழக்குகள். அவரது ஒரே மகன் கைது செய்யப்படலாம் என்ற மிரட்டல். ராம்நாத் கோயங்கா அனைவரையும் இணைக்கும் பணியில் ஈடுபட்டார். இதற்கெல்லாம் வடிவம் தந்தவர் அசோக்மேத்தா.

சிறையிலிருந்து பலர் விடுவிக்கப்பட்டனர். அனைவரை

யும் கூட்டி ஓர் ஆலோசனைக் கூட்டம். இதை இரா.செழிய னின் வீட்டில் கூட்டினார் அசோக்மேத்தா. இந்தக் கூட்டத்துக்கு கலைஞரையும் என்னையும் அழைத்திருந்தார் கள். நாங்கள் ரயிலில் டெல்லி சென்றோம்.

கூட்டத்துக்கு கலைஞரே தலைமை தாங்கவேண்டும் என்று ஏற்பாடாயிற்று. அசோக்மேத்தா மூலமே இந்த ஏற்பாடு நடைபெற்றது. அந்தக் கூட்டத்துக்குப் பயன்படுத்த ஒரு கார்கூட கிடைக்கவில்லை. அந்த அளவு கெடுபிடி மிகுந்திருந்தது. ஜனதா கட்சியை அந்தக் கூட்டம் உருவாக்கிற்று. விரைவில் தேர்தல் வந்தது. தேர்தலை பிரதமர் இந்திராகாந்தி விரைவுபடுத்தியதற்குக் காரணம் உடனடியாகத் தேர்தல் வைத்தால், காங்கிரஸ் கட்சி பெரும்பான்மை பெற்றுவிடும் என்ற தவறான தகவல். அப்போதிருந்த அதிகார வர்க்கம் தந்த தகவல் அது.

பொதுத்தேர்தல் அறிவிக்கப்பட்டது. என்னையும் இரா.செழியனையும் நாடாளுமன்றத்திற்குப் போட்டியிட ஏற்பாடாயிற்று. வட மாநிலங்களில் ஜெயப்பிரகாஷ் நாராயணும் மொரார்ஜி தேசாயும் கிருபளானியும் செய்த பிரச்சாரத்துக்கு வலிவு கூடிப் பெருத்த வெற்றி கிடைத்தது.

பாபுஜி ஜெகஜீவன்ராமும் பதவி விலகி, இவர்களுடன் சேர்ந்தார். வாஜ்பாய், சரண்சிங், பகுகுணா போன்றவர்களின் பேச்சுக்களில் அனல் பறந்தது. பொதுத்தேர்தலில் காங்கி ரஸைத் தென் மாநிலங்கள் ஆதரித்தன. தமிழ்நாட்டில் தி.மு.க. வுடன் ஜனதா கட்சி உறவை ஏற்பாடு செய்ய என்.சஞ்சீவ ரெட்டி வந்தார். அந்தத் தேர்தலில் நாங்கள் அனைவரும் தோற்றோம். சஞ்சீவ ரெட்டி மட்டும்தான் வெற்றிபெற்றார்.

நான் அதுவரை எந்தத் தேர்தலிலும் தோற்றதில்லை. பொதுவான அலையே வேறு திசையில் வீசும்போது, எனது

கப்பல் மட்டும் கரையேறாததில் வியப்பேது மில்லை. டெல்லியில் என் நண்பர்கள் எல்லாம் வெற்றி பெற்றார்கள். நானும் டெல்லிக்குப் போய் சேர்ந்தேன். சதா சுறுசுறுப்பாகவும் பிரதிபலன் எதிர்பாராமல் வேலை செய்பவனுக்கு எங்கும் வேலை இருந்தே தீரும். அது என் வாழ்வில் சகஜமாக நடைபெறும் ஒன்றாகிவிட்டது. நான் பிரதமர் மொரார்ஜி தேசாயிலிருந்து அனைவரையும் சந்தித்தேன். நாடாளுமன்றத்துக்கு யாரை சபாநாயகராக்குவது என்ற பிரச்சினை. சஞ்சீவரெட்டியை பிரதமர் தேசாய், சபாநாயகராக்க எண்ணினார். சஞ்சீவரெட்டியின் எண்ணமோ வேறாக இருந்தது. என்னைப் போன்றவர்களும் தென்னகப் பிரதிநிதியாக அமைச்சரவையில் இடம்பெற மூத்த தலைவர் ரெட்டியார்தான் இருக்கிறார் என எண்ணினோம். பிரதமருக்கும் ரெட்டியாருக்கும் இடையில் தூது போனேன்.

அப்போது பிரதமர் மொரார்ஜி தேசாய் நாடாளுமன்றத்தின் நிலை எப்படி என்பதை எனக்கு விளக்கினார். "தென்னகத்தில் இருந்து நிறைய காங்கிரஸார் நாடாளுமன்றத்துக்கு வந்துள்ளார்கள். ரெட்டியார் ஏற்கனவே காங்கிரஸ் தலைவராக இருந்தவர். அவருக்குத் தென்னக நாடாளுமன்ற உறுப்பினர்களைத் தெரியும். அவர் சபாநாயகராக ஓராண்டு காலம் இருந்து சபையை நடத்திக் கொடுக்கட்டும். பின்னர் அவரை அமைச்சரவையில் சேர்த்துக்கொள்ளலாம்" என்றார்.

பிரதமரின் இந்த வாதத்தை ரெட்டியார் அரை மனதுடன் ஏற்றார். காரணம் அவர் ஏற்கனவே சபாநாயகராகத் திறம்பட பணியாற்றியவர். ஒருவர் எந்தத் துறையிலாவது திறம்பட பணியாற்றினால் அவருக்கு அந்த வேலையை சுற்றிச் சுற்றி வரும். அது ரெட்டியார் வரையில் உண்மையாயிற்று.

27

அணைந்தது அன்பு தீபம்!

தமிழ் நாட்டிலிருந்து மூன்று பேர் ஜனதா கட்சி சார்பில் நாடாளுமன்றத்துக்குத் தேர்ந்தெடுக்கப்பட்டிருந்தார் கள். தற்போது சட்டமன்ற உறுப்பினராக உள்ள தண்டாயுத பாணியும் அவர்களுடன் இருந்தார். தமிழ்நாட்டிலிருந்து மத்திய அமைச்சர் பதவி யாருக்கும் கிடைக்காதென்ற நிலை... பா. ராமச்சந்திரனும் குமரி அனந்தனும் அப்போது நாடாளுமன்ற உறுப்பினர்கள். எனக்குத் தமிழ்நாட்டுக்கு அமைச்சர் பதவி வாங்கவேண்டும் என்ற வேகம் வந்தது. நண்பர் வாஜ்பாயின் வீட்டுக்குப் போய், நிலையை விளக்கி னேன். 'மூத்தவர் பா. ராமச்சந்திரன்... அவருக்குச் சிபாரிசு செய்கிறேன்' என்றார் அவர். காலை ஆறு மணிக்குப் பதவிபிர மாணம்... இரவு பத்து மணிக்கு வாஜ்பாய் தொலைபேசியில் பா.ராமச்சந்திரன் அமைச்சராக நியமிக்கப்பட்டார் என்ற சேதியை எனக்குத் தெரிவித்தார். "காலையில் ராஷ்டிரபதி பவனுக்கு அவரை வரச்சொல்லி ஏற்பாடு செய்துவிடு" என்றார். பா. ராமச்சந்திரனுக்கு இந்த மகிழ்ச்சியான சேதியைச் சொன்னேன். இதிலென்ன விசேஷம் என்றால் அவர்கள் யாரும் என்னை சிபாரிசு செய்யும்படி கேட்கவில்லை என்பதுதான்! தற்போது காங்கிரஸ் கட்சியின் செயலாளர் தண்டாயுதபாணி எம்.எல்.ஏ-வுக்கு இதெல்லாம் தெரியும். ஆனால் அவரே, என்னைத் தற்போது, "அரசியல்

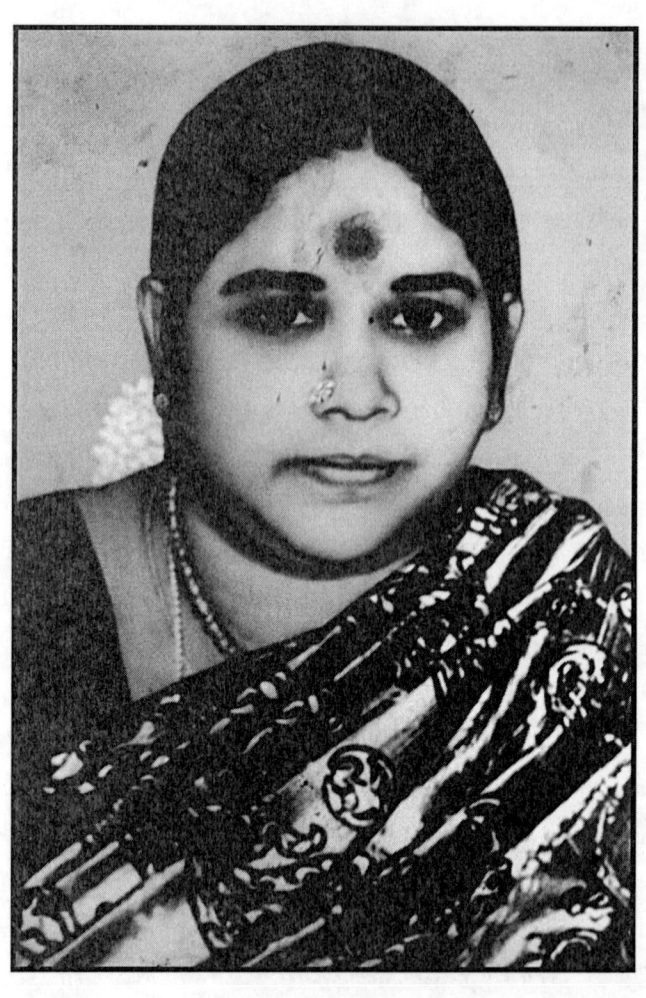

துணைவியார் சாந்தகுமாரி

விதவை" என்று வர்ணித்துக் கொண்டிருக்கிறார். காலத்தின் கோலமடா சாமி!

அமைச்சரவை உருவாயிற்று... அவர்களில் பலரைச் சந்தித்து வாழ்த்தினேன். உடன் வந்த சாவி, இதையெல்லாம் புகைப்பட மெடுத்து, 'தினமணி கதிரில்' வெளியிட்டார்! இதை வைத்து சென்னையில் யாரோ சில வெடிகளைக் கொளுத்திப் போட்டு விட்டார்கள்!

அமைச்சர்கள் ஆனபிறகு நான், கலைஞர் மீதுள்ள வழக்குகளைப் பற்றி, சஞ்சீவரெட்டியார், பிரதமர் மொரார்ஜி தேசாய், பாபுஜி ஜெகஜீவன்ராம் முதலியவர்களூடன் பேசினேன். அவர்கள் அனைவரும் ஒரே கருத்தைச் சொன்னார்கள். ''கழகத் தலைமைப் பொறுப்பிலிருந்து கலைஞர் சற்று விலகி, அவருக்கே வேண்டிய ஒருவரிடம் அந்தத் தலைமைப் பொறுப்பைத் தரட்டும் வழக்குகளை வாபஸ் பெற்றபின் மீண்டும் அவரே தலைமைப் பொறுப்பை ஏற்கட்டும்'' என்றார்கள்.

முரசொலி மாறன் டெல்லிக்கு வந்து என்னைச் சந்தித்தார். நான் நடந்ததை அவரிடம் சொன்னேன். ''ஜார்ஜ் பெர்னாண்டஸ் போன்றவர்களின் வழக்குகளை நிபந்தனையின்றி திரும்பப் பெற்றவர்கள், கலைஞரின் வழக்குகளை ஏன் வாபஸ் பெற மறுக்கிறார்கள்?'' என்றார் அவர். அந்த வாதத்தை எடுத்து டெல்லியில் உள்ள தலைவர்களிடம் வாதாடினேன். இதில், சர்க்காரியா கமிஷனில் வழக்கறிஞராக வாதாடிய சாந்திபூஷண் சட்ட அமைச்சராகவும் ஆனார். அவரிடமும் கேட்டேன். இரா. செழியனும் வாதாடினார். ''இது ஒரு தற்காலிக ஏற்பாடுதான்'' என்றார்கள். அது பல்வேறு பிரச்சினைகளை என் வாழ்வில் உருவாக்கியது!

இந்தச் சேதியைப் புலவர் கோவிந்தன் மற்றும் நண்பர்களிடமும் கூறினேன். கலைஞர் பெருந்தலைவர் போல் பின்னால் இருந்து தனக்கு வேண்டியவர்களைப் போட்டு, கழகத்தை நடத்துவது என்பதுதான் நான் வெளியிட்ட எண்ணம். அந்த எண்ணத்தை வெளியிட்டவுடன், எதிர்ப்புக் கிளப்பப்பட்டது. புலவர் கோவிந்தன் பலரிடம் விவாதித்தார். சேலத்தில் நடைபெற்ற மாவட்டக் கழகக் கூட்டத்தில் கலந்து கொள்ள சேலத்துக்குப் போனேன். நான் ஏதாவது தீர்மானம்

கொண்டுவந்துவிடப் போகிறேன் என்று சி.வி.எம். அண்ணா மலையைச் சேலத்துக்கே அனுப்பிவிட்டார்கள்!

மேலிடத் தலைவர்கள் கூடி முடிவெடுக்க வேண்டிய பிரச்சினையை, மாவட்ட அளவில் நான் விவாதிக்கமாட் டேன் என்ற நம்பிக்கையும் என்மீது போய்விட்டது. போதாதற்கு, என் வீட்டின்முன் சிலர் வந்து பலவாறாகத் திட்டிச் சத்தம் போட்டார்கள் என்ற சேதியும், சென்னை ரயிலடியில் என்னைத் தாக்கப் போகிறார்கள் என்ற சேதியும் சேலத்துக்கு வந்து சேர்ந்தது. 'எமர்ஜென்ஸியில் எல்லோரையும் பாதுகாத்துப் பணிபுரிந்த என்னை யார் அடிக்கிறார்கள்? அதுவும் மொரார்ஜி தேசாய் பிரதமராக இருக்கும்போது?' என்று கூறிவிட்டு ரயில் ஏறினேன். கடற்கரையில் வழக்கம் போல் நடந்தேன். உடனடியாக நாவலர், நண்பர் மாதவன் ஆகியோரின் வீடுகளுக்குச் சென்றேன். நிலைமை கட்டுக்கு மீறியதாக இருந்தது. வீட்டுக்குத் திரும்பி நான் கழகத்திலிருந்து ராஜினாமாச் செய்வதாக அறிவித்தேன். நாவலரும் என்னுடன் இணைவதாக நண்பர் செழியன் அறிவித்தார். நண்பர்கள் மாதவன், அரங்கண்ணல், மறைந்த காஞ்சி கல்யாணசுந்தரம் மற்றும் பலர் வெளியேறினார்கள். நான் அதுவரை புரட்சித் தலைவரைப் பார்க்கவில்லை. நேரடியாகப் புரட்சித் தலைவருடன் சேருவதுதான் என் முடிவு. ஆனால், நாவலரும் மற்றவர்களும் தங்களுக்குச் சரியான மரியாதை கிடைக்குமா என யோசித்தார்கள். காரணம், புரட்சித் தலைவரை நீக்கியதில் முக்கியப் பங்கு நாவலருக்கு இருந்தது. சரி என்று 'மக்கள் தி.மு.க'வை உருவாக்கினோம். இவ்வளவும் செய்துவிட்டு தான் மட்டும் ஜனதாவில் சேர்ந்து கொண்டார் இரா.செழியன். 'மக்கள் தி.மு.க'வை முழுவதுமாகச் சுமக்க

வேண்டிய பொறுப்பு என் தலையில்! புரட்சித் தலைவரைச் சந்தித்தேன். தந்தை பெரியார் சிலை திறப்பு விழாவில் மணியம்மையார் முன்னிலையில் மக்கள் தி.மு.க-வை அ.தி.மு.க.வுடன் இணைத்தேன்.

புரட்சித் தலைவர், "நீ ஏதாவது பொறுப்பை எடுத்துக் கொள்" என்றார். "எனக்கு எதுவும் வேண்டாம். நாவலர் என்னை நம்பி வந்தார். அவருக்கு ஏதாவது பொறுப்புத் தாருங்கள். அது போதும்... மக்கள் தி.மு.கழகப் பொதுக்குழு உறுப்பினர்களை அப்படியே உங்கள் பொதுக் குழுவில் இணைத்துக் கொள்ளுங்கள்" என்றேன். புரட்சித் தலைவர் எனது வேண்டுகோளை அப்படியே ஏற்றார். சத்யா ஸ்டூடியோவில் பொதுக் குழுவைக் கூட்டி இரண்டையும் இணைத்து, நாவலரையே பொதுச் செயலாளராகவும் அறிவித்தார்.

நான் பொது நிகழ்ச்சிகளுக்குப் போய்க் கொண்டிருந் தேன். ஒரு நாள் மாலையில் என் நண்பர்களுடன் பேசிக் கொண்டிருந்தேன். எதிர் வீட்டிலிருந்த லேடி டாக்டர் தர்ம புரியில் என்னுடன் படித்தவர். என் மனைவி சாந்தாவைப் பார்க்க வந்தார். அடுத்த அறையில் பேசிக்கொண்டிருந்த அவர், திடீரென என்னிடம் வந்து, "சாந்தாவின் உடலில் நீலம் பரவியிருக்கிறது. நீ பார்க்கவில்லையா?" என்றார். காலையிலிருந்து வந்தவர்களை உபசரித்துக்கொண்டிருந் தாள். "என்னிடம் எதுவும் கூறவில்லையே" என்றேன். உடனே டாக்டர் செந்தில்நாதனுக்குத் தொலைபேசியில் சொன்னேன். அவர் உடனே வந்தார். காலிலே ஏற்பட்ட புண்ணுக்கு ஏதோ மருந்தைத் தடவ, அது விஷமாக மாறிற்று என்று டாக்டர் கூறினார். அவரே ஆம்புலன்ஸுக்கு ஏற்பாடு செய்தார். நான் எந்தப் பதவியில் இல்லாவிட்டாலும் எனக்கு நிறைய

டாக்டர்கள் நண்பர்களாக இருந்தார்கள். டாக்டர் செந்தில் நாதனும் அவரது இளவல் லட்சுமிகாந்தனும் பெரிய முயற்சி எடுத்தார்கள். பல டாக்டர்கள் குழுமினர். எந்த முயற்சியும் பலன்தரவில்லை. என்னோடு இருபத்திரண்டாண்டு காலம் இனிமையான வாழ்க்கையை நடத்திய என் அன்பு மனைவி சாந்தா, எனக்குக் கூறவேண்டியவற்றைச் சொல்லிக் கொண்டே கண்ணை மூடினாள். டாக்டர்கள் எனக்கு ஆறுதல் கூறினார்கள். நான் ஒண்டிக்கட்டையானேன். ஏராளமான நண்பர்கள் இருப்பதை நான் புரிந்துகொள்ள முடிந்தது.

புரட்சித் தலைவர் எனது மனைவியின் படத்தைத் திறந்து வைத்தார். அன்று, "நான் இராசாராமைச் சும்மா உட்காரவைப்பதாக இல்லை. அவரைப் பயன்படுத்துவேன்" என்றார். இந்த நேரத்தில் சேலத்தில் என் தந்தையார் நோய்வாய்ப்பட்டார். நான் சேலத்துக்குப் போய்விட்டேன். பொதுவாழ்வில் ஈடுபட்ட எனக்கு இப்படி ஒரு சோதனை வந்ததே என்ற கவலை, என் தந்தையாரை வாட்டிவிட்டதை உணர்ந்தேன். நண்பர்கள் மறுமணம் செய்துகொள்ளச் சொன்னார்கள். 'எனக்கு ஒரு மகன் இருக்கிறான். அதுபோதும்... பொதுவாழ்வில் முழுதாக ஈடுபடுவதன் மூலம் துக்கத்தை மறக்கலாம்' என முடிவெடுத்தேன்.

சாந்தாவுடன் எனது மணவாழ்க்கை கடைசி வரை மிக அமைதியாகவும் இன்பமாகவுமே இருந்தது. வீட்டுக்கு வருபவர்களிடம் மனம் கோணாமல் நடக்க வேண்டுமே என்ற எண்ணம் தான் எனக்கு. அதை அவள் நன்குணர்ந்தே தன் இல்லத்தை நடத்தினாள். ஏறக்குறைய இருபத்திரண்டு ஆண்டுகள்... அவளுடைய வேண்டுகோளை ஏற்று முதன் முதல் திருத்தணி மலைக்குச் சென்றேன். அவள் நினைவாக எதையாவது விட்டுவிட எண்ணினேன். நானும் அவளும்

கடைசி நாள் மீன் சாப்பிட்டோம். அவள் நினைவாக மீன் சாப்பிடுவதை விட்டுவிட்டேன். எனது டாக்டர்களான தம்பிமார்கள், 'சர்க்கரை வியாதிக்காரருக்கு மீன் நல்லது. வேறெதாவது விடுங்கள்" என்றார்கள். ஆனாலும் நான் அன்று முதல் மீன் சாப்பிடுவதையே நிறுத்திவிட்டேன். நான் தனிமையில் வாடக்கூடாது என்று எண்ணியோ என்னவோ, புரட்சித் தலைவர் எனக்கு என்றே ஒரு வேலையை உருவாக்கி வருகிறார் என்ற சேதி சேலத்துக்கு வந்தது!

நான் ஜனதா கட்சியினருடன் நல்ல நட்புள்ளவன் என்பது அவருக்குத் தெரியும். தனது அரசுடன் மத்திய அரசுக்கு நல்ல தொடர்பு ஏற்படுத்த முடிவெடுத்தார் போலும். 'தமிழக அரசின் விசேஷப் பிரதிநிதி' என்ற பதவியை உருவாக்கி, டெல்லிக்குத் தூதராக என்னை அனுப்பினார்! இந்தச் சேதி அறிந்த பின்பே என் தந்தை இந்த உலகை விட்டுப் பிரிந்தார்.

என் தந்தை கஸ்தூரி நீதிக்கட்சியின் துணைத் தலைவராக இருந்தார். தென்னிந்தியக் கூட்டுறவு ஆயுள் காப்பீட்டுக் கழகத்தின் தலைவராக இருந்தார். சேலத்தில் வீடு கட்டும் கூட்டுறவுச் சங்கத்தை உருவாக்கி, அதன் தலைவராக சுமார் முப்பதாண்டுகள் பணியாற்றினார். மாவட்டத்துக்கு ஒரே ஒரு அநாதை இல்லம். அதற்குச் செயலாளராக முப்பதாண்டுகள் தொண்டு செய்தார். இப்படி அவர் சேலம், தர்மபுரி மாவட்டங்களில் தொண்டுகள் பல செய்தது, என் வாழ்வில் பெரிதும் உதவியதை நான் என்றும் மறக்க முடியாது, அறிஞர் அண்ணாவும் அவரும் உலக இலக்கியங்களைப் பற்றியும் உலக சரித்திரத்தைப் பற்றியும் அடிக்கடி அளவளாவுவார்கள். கழகத்தை நடத்துவதைப் பற்றியும் பேசுவார்கள். என் தந்தையாரின் நூல் நிலையத்திலி

ருந்து பல நூல்களை எடுத்துப் படிப்பது அண்ணாவுக்கு வாடிக்கை எனக்குப் பொதுவாழ்வில் வழிகாட்டியாக இருந்த என் தந்தையின் பிரிவும் என்னை வாட்டியது. புரட்சித் தலைவர் என்னை, "டெல்லியில் ஒரு வீடு எடுத்துக்கொள்" என்றார். "எனக்குத் தமிழ்நாடு இல்லத்தில் ஒரு அறையே போதும்" என்றேன். "சம்பளமாவது கூட இருக்கட்டும்" என்றார். "தமிழக அமைச்சர்களது சம்பளத்துக்குமேல் இருக்கக்கூடாது" என்றேன். "ஏன்? என்றார். "வீடு, வாசல் என்று டெல்லியில் புது வாழ்க்கைத் தொடங்கினால் அப்புறம் சந்நியாசி, பூனை வளர்த்த கதைதான்" என்றேன். சிரித்தார் புரட்சித்தலைவர்.

பதவிப்பிரமாணத்தைப் புரட்சித் தலைவரின் முன் எடுத்துக் கொண்டு டெல்லிக்குப் போன மறுநாளே, பிரதமர் மொரார்ஜி தேசாயைச் சந்தித்தேன். அவர் எல்லாவற்றையும் பார்த்துவிட்டு, தனது உதவியாளரை அழைத்து, "இராசாராம் எப்போது வந்தாலும் என்னைப் பார்க்க அனுமதி" என்றார். ஆம், அவரது பதவிக்காலம் முழுவதும் அதன்படியே என்னை நடத்தினார். அவர் என்பால் காட்டிய அன்பை நான் என்றைக்கும் மறக்க முடியாது!

28
தந்தை பெரியாரின் சீடனானேன்!

ஜெயப்பிரகாஷ் நாராயணன்

முதல்வர் எம்.ஜி.ஆர், மாநிலப் பிரச்சினைகள் தொடர்பாக முடிந்த அளவு என்னையே டெல்லித் தலைவர்களுடன் தொடர்பு கொள்ள அனுப்புவார். மாநில முதல்வர்கள் மாநாட்டிலும் என்னைப் பங்கேற்க வைத்தார் புரட்சித் தலைவர். பல மாநில முதல்வர்கள் நன்கு பழக்கமானார்கள்.

எதிரிலேயே கர்நாடக பவன். முதல்வர் தேவராஜ் அர்ஸ். பக்கத்தில் பீகார் பவன். கர்ப்பூரிதாகுர் முதல்வர். காஷ்மீரத்துச் சிங்கம் ஜனாப் ஷேக் அப்துல்லா... மூவரும் நல்ல நண்பர்களானார்கள்.

புரட்சித் தலைவர் பெங்களூரில் தங்கிப் பல படங்களில் நடித்துக்கொண்டிருந்தார். தலைவரிடம் அப்போது அர்ஸுக்கு மிகுந்த நட்பு ஏற்பட்டது. அர்ஸ் கன்னடத்திலும் ஆங்கிலத்திலும் அற்புதமாகப் பேசக்கூடியவர். முதல்வர்கள் மாநாட்டில் கலந்துகொண்டு பேசும்போது அவர் எதிர்கட்சி. ஆளுங்கட்சியைக் கிண்டல் செய்வதில் வல்லவர். சிரிக்கவே யோசிக்கும் பிரதமர் மொரார்ஜியையே அடிக்கடி சிரிக்க வைத்துவிடுவார் வல்லவர்.

அவர் எப்போது கர்நாடக பவனுக்கு வந்தாலும், எனக்குச் சேதி வரும். பெங்களூரில் வெளிநாட்டு மது உற்பத்தியாளர் - பசுவராஜ், காங்கிரஸ் கட்சியின் ராஜ்யசபை உறுப்பினர். மூவரும் மாலை நேரங்களில் தேநீருடன் சந்தித்து உரையாடுவது வாடிக்கை. பலவற்றை மனந்திறந்து பேசுவார் அர்ஸ். அகில இந்தியப் பிரச்சினைகளில் அப்போது அதிகக் கவனத்தைச் செலுத்தினார் அவர். அவரைச் சுற்றி இருந்தவர்கள், அவருக்குப் பிரதமராகும் எண்ணத்தை ஊட்டிக்கொண்டே இருந்தார்கள். அப்போது இந்திரா காந்தி இருந்தார். அர்ஸை காங்கிரஸின் தலைமைப்

பொறுப்பை ஏற்கும்படி இந்திரா காந்தி வற்புறுத்தினார். அதுபற்றி என்னிடம் விவாதித்தார் அர்ஸ். பசுவராஜ் எம்.பி.யும் உடன் இருந்தார். “பெருந்தலைவர் காமராஜ், பெரியவர் நிஜலிங்கப்பா முதலியவர்கள் தங்கள் முதல்வர் பதவியை உதறிவிட்டு காங்கிரஸ் தலைவர் ஆனார்கள். அதனால் மாநிலத்தில் காங்கிரஸ் ஓரளவு செல்வாக்குக் குறைந்தது. இருவரில் யாராவது ஒருவர் பிரதமராவார் என்று என் தலைவர் அண்ணா எதிர்பார்த்தார். தென்னாட்டுக்காரர் கள் பிரதமராவது அவ்வளவு எளிதல்ல என்று சொல்லிக் கொண்டே அண்ணா மறைந்தார். தங்களுக்குத் தற்போது கர்நாடகத்தில் நல்ல செல்வாக்கு இருக்கிறது.

“நான் வேண்டுமானால் கர்நாடக முதல்வர் பதவியை வைத்துக்கொண்டே இந்தியக் காங்கிரஸ் பதவியை வகிக்கிறேன் என்று கேட்டுப் பார்க்கிறேன். அதில் உன் எண்ணம் என்ன?” என்று கேட்டார்.

“அகில இந்தியக் காங்கிரஸ் தலைவர் பதவி என்பது முழுநேர வேலை. கர்நாடக முதல்வர் பதவியும் அது போன்றதே. இரண்டையும் ஒருசேர எடுத்துக்கொண்டால், இரண்டிலும் முழுதாகக் கவனம் செலுத்த முடியாமல் தோல்வி ஏற்பட்டுவிடுமே!” என்றேன்.

அருகில் இருந்த பசுவராஜ் எம்.பி. எனது எண்ணத்தைக் கேட்டு, சற்று ஆடிப்போய்விட்டார்.

“இல்லை... கர்நாடகத்தில் மூன்று நாட்கள், டெல்லியில் நான்கு நாட்கள் எனத் திட்டம் வகுத்துச் செயல்பட்டு வெற்றி பெறலாம் என இருக்கிறேன்” என்றார். “தாங்கள் அப்படி முடிவெடுத்தால், நான் என்ன சொல்ல முடியும்... எனக்கு என்னவோ கர்நாடகத்தில் பிற்பட்டோருக்குச் செய்யும் சேவைக்குக் குந்தகம் வந்துவிடுமோ என்ற பயம் இருக்கிறது”

என்றேன்.

பெருந்தலைவரும் நிஜலிங்கப்பாவும் சாதிக்க முடியாததைத் தான் சாதிக்க முடியும் என எண்ணினார் தேவராஜ் அர்ஸ். ஆனால், நிலைமை வேறு விதமாகவே முடிந்தது. நான் சொன்ன என் அனுபவப் பாடமே பலித்தது! நான் எதிர்பார்த்தது போலவே, கர்நாடகத்தில் காங்கிரஸில் பிளவு ஏற்பட்டது. குண்டுராவின் கை ஓங்கியது.

தேவராஜ் அர்ஸ் வெகு விரைவில் எதிர்க்கட்சித் தலைவரானார். அப்போதும் அவரைப் பெங்களூருக்குச் சென்று சந்தித்தேன். அகில இந்தியத் தலைமைக்கு எல்லாத் தகுதிகளும் பெற்றவர் அவர். ஏழைகளுக்கும் விவசாயிகளுக்கும் ஏதாவது செய்யவேண்டும் என்ற ஆர்வமுள்ளவர். குடும்பத்தில் தனது ஒரே மகள் எதிர்பாராத வகையில் மரணமடைந்ததால், அவர் மனமுடைந்து இறந்தார்.

அதுபோல் பீகார் மாநில முதல்வர் கர்ப்பூரிதாகுர் எளிமையின் மொத்த வடிவம். சோஷலிசச் சித்தாந்தத்தில் முழுநம்பிக்கை கொண்டவர். நாவிதர் வகுப்பைச் சார்ந்தவர். இவர் முதல்வரான பின்பும் தாகுரின் தந்தை கிராமத்தில் நாவிதர் தொழில் நடத்தி வந்தார் என்றால் அவர் எப்படிப் பட்டவர் என்பதை அனைவரும் அறியலாம்.

தந்தை பெரியார் செய்த சீர்திருத்தங்களைப் பற்றி அறிய அவருக்கு ஆவல். தன் மாநிலத்தில் பல முன்னோடித் திட்டங்களைச் செய்ய வேண்டும் என்ற வேகம். எல்லா கனிமவளங்களும் மிகுந்த மாநிலமாக இருந்ததும், தனது மாநிலம் முன்னேற்றமடையவில்லையே என்ற ஆதங்கம். பலவற்றை மனம்விட்டுப் பேசுவார். ஜனதா கட்சி டெல்லியில் நல்லபடி நடக்க வேண்டும் என்பதில் மிகுந்த அக்கறை கொண்டவர். கிராமங்களை முன்னேற்ற என்ன செய்ய

வேண்டும் என்பதில் அதிகமாகக் கவனம் செலுத்தியவர்.

காஷ்மீரத்துச் சிங்கம் ஜனாப் ஷேக் அப்துல்லா, மறைந்த பிரதமர் பண்டித நேருவின் நெருங்கிய நண்பர். எப்போது டெல்லிக்கு வந்தாலும் பண்டிதரின் இல்லத்தில்தான் தங்குவார். நாஞ்சில் மனோகரனும் நானும் அவரை அடிக்கடி சந்தித்துள்ளோம். அவர் இடையில் சில ஆண்டுகள் சிறையில் இருந்தார். பின்னர் மீண்டும் காஷ்மீரத்து முதல்வரானார். அவருக்குத் தன் மாநிலப் பற்று அதிகம். தனது மாநிலத்தை ஸ்விட்சர்லாந்து போன்ற தனிநாடாக்க விரும்பினார். பண்டிதரின் நட்பாலும் பிரதமர் இந்திரா காந்தியுடன் இருந்த அன்பினாலும் இந்தியாவுடன் இருந்து வந்தார். மாநில முதல்வர்கள் மாநாட்டில் கலந்துகொள்வார். ஒரு பிரச்சினைக்காக, பாபுஜி ஜெகஜீவன் ராமின் தலைமையில் குழு ஒன்றைப் பிரதமர் மொரார்ஜி அமைத்தார். அதில் புரட்சித் தலைவரும் உறுப்பினர். எந்தக் குழுவுக்குச் சென்றாலும் தலைவர் என்னை அழைப்பார். அந்தக் குழுவில் ஜனாப் ஷேக் அப்துல்லாவும் உறுப்பினர். புரட்சித் தலைவர் நிறைய படங்களில் காஷ்மீர் சென்று நடித்தவர். அந்த இயற்கைக் காட்சிகளை மிகவும் ரசிப்பவர். காஷ்மீருக்கு அரசியல் சட்டப்படி சில தனிப்பட்ட உரிமைகள் இருக்கின்றன. அதன்படி வெளியார் யாரும் காஷ்மீரில் நிலம் வாங்க முடியாது. 'அந்த உரிமை பறிக்கப்பட வேண்டும்' என்று புரட்சித் தலைவர் குழுவிலே பேசிவிட்டார். முதல்வர் ஷேக் அப்துல்லா அதுபற்றிப் பேசாமல் மற்றவற்றைப் பேசி முடித்தார்.

கூட்டம் முடிந்ததும் என்னை காஷ்மீர் முதல்வர் அழைத்து, "அடுத்த அறையில் தனியாக சிறிது நேரம் புரட்சித் தலைவரிடம் பேசவேண்டும்" என்றார். புரட்சித் தலைவரும் அவரும் சந்தித்தனர். ஷேக் அப்துல்லா

சொன்னார்: "எங்களது மாநிலம் சிறிய நிலப்பரப்புடையது. ஏறக்குறைய நடுத்தர மக்களும் ஏழைகளும் நிரம்பிய மாநிலம். சிறு சிறு நிலப்பகுதிகளைச் சொந்தமாகக் கொண்டவர்கள் தான் எங்கள் மக்கள். இயற்கை அழகு கொண்ட மாநிலமே தவிர, பெரும் பண வசதியுள்ளவர்கள் வாழும் மாநிலமல்ல. இயற்கையை ரசிக்க உலகமே அங்கு வருகிறது. உலகில் உள்ளவர்கள் பலர் எங்கள் மாநிலத்தில் நிலத்தை வாங்கிப் பங்களாக்களைக் கட்டிக்கொள்ள விரும்புகிறார்கள். எங்கள் மக்கள் தங்கள் நிலங்களையெல்லாம் விற்றுவிடுவார்கள். சொந்த ஊர்க்காரனுக்கு நிலமற்ற தன்மை ஏற்பட்டுவிடும். எனவேதான் இந்தப் பாதுகாப்பு ஏற்பாட்டை நான் வற்புறுத்திப் பெற்றேன். நான் எனது மாநில மக்களைப் பாதுகாக்கின்ற கடமையைச் செய்யட்டுமா... வேண்டாமா? நீங்களே சொல்லுங்கள்" என்றார்.

புரட்சித் தலைவருக்கு அவரது உள்ளம் புரிந்தது. இதன் விளைவு - இருவரும் நெருங்கிய நண்பர்களானார்கள். கொடைக்கானலில் ஜனாப் ஷேக் அப்துல்லா சிறை வைக்கப் பட்ட மாளிகையை அவரது மகன் டாக்டர் பரூக் அப்துல்லா வைக் கொண்டே என் தலைமையில் திறந்து வைத்தார் புரட்சித் தலைவர். அந்த மாளிகைக்கு 'ஜனாப் ஷேக் அப்துல்லா'வின் திருப்பெயரையே சூட்டி மகிழ்ந்தார். இதற்கெல்லாம் காரணம் என்ன என்பதை நான் இன்றைக்கு எண்ணிப் பார்க்கிறேன். காஷ்மீர் முதல்வர் ஷேக் அப்துல்லா கையாண்ட அணுகுமுறை, அவ்வளவு அருமையாக இருந்தது. குழுக் கூட்டத்திலேயே பதில் சொல்லியிருந்தால், வெறும் வாக்குவாதம்தான் நடந்திருக்கும். ஷேக் அப்துல்லாவுக்குத் தன் மாநில மக்களின் மீது உள்ள பற்றையும் பாசத்தையும் புரட்சித் தலைவர் கண்டு மகிழ்ச்சி அடைந்தார். அதுமட்டு மல்ல, காஷ்மீரில் நிலம்

விற்கப்பட்டால் எல்லாவற்றையும் வெளிநாட்டினரே வாங்கி விடுவார்கள். இந்தியர்களுக்கேகூட அங்கு நிலம் கிடைக்காது என்பதையும் உணர்ந்தார் புரட்சித் தலைவர்.

புரட்சித் தலைவரிடத்தில் ஒரு குணம் உண்டு. சரியான காரணத்தைத் தன்னை எதிர்ப்பவர் சொன்னால்கூட அதை உடனே ஏற்கும் அற்புதமான குணம் அவரிடம் இயல்பாகவே அமைந்திருந்தது. தமிழக அரசின் விசேஷப் பிரதிநிதியாகப் பணியாற்றியபோது, பல வெளிநாட்டுத் தூதர்கள் எனக்கு நண்பர்களானார்கள். எனவே ஒவ்வொரு நாட்டினரும் நம் நாட்டோடு எந்தெந்தத் துறைகளில் தொடர்புகொள்ள விழைகிறார்கள் என்பதை என்னால் தெரிந்துகொள்ள முடிந்தது. நமது நாட்டில் நடக்கும் முன்னேற்றம் எது, எதில் பின்தங்கியுள்ளோம் என்பதை அவர்கள் துல்லியமாக நமக்குச் சொல்லிவிடுவார்கள்.

ஜனதா அரசின் பிரதமர் மொரார்ஜி, நிதி அமைச்சர் மற்றும் பெரிய ஐ.சி.எஸ். அதிகாரியாக இருந்தவர். விலைவாசியைக் கட்டுப்படுத்துவதில் நல்ல கவனத்தைச் செலுத்தினார். அவர் காலத்தில் விஞ்ஞானக்கல்வி பரவத் தகுந்த வகையில் 12-வது வகுப்பு வரை கிராமப் பள்ளிக்கூடங்களில் வைக்க ஏற்பாடு செய்தார். புரட்சித் தலைவர் அதை அப்படியே ஏற்றார். பத்தாவதற்குமேல் கல்லூரியில் சேர்ந்து படிக்க, தர்மபுரியிலிருந்து சேலத்துக்குப் போன எனக்கல்லவா தெரியும், இது எப்பேர்ப்பட்ட கல்விப்புரட்சி என்று! தமிழகம் இதனால் அற்புதமாக முன்னேறி வருவதை உலகம் காண்கிறது.

ஜனதா கட்சியில் அமைச்சர்களுக்குத் தனியாக இயங்கும் சுதந்திரத்தை அளித்திருந்தார் மொரார்ஜி. ஒவ்வொருவருக்கும் தான் ஏன் பிரதமர் ஆகக்கூடாது என்ற ஆசை துளிர்விட

ஆரம்பித்தது. முன்னாள் பிரதமர் இந்திரா காந்தி இருக்கிறார் என்ற நினைப்பே பலருக்கு இல்லை. இந்திரா காந்தியை நாடாளுமன்றத்தில் பணியாற்ற மொரார்ஜி அனுமதித் திருந்தால், அவர் இருப்பதைப் பார்த்து ஜனதா ஒன்றாக இருந்திருக்கக் கூடும். அத்துடன், ஜெயப்பிரகாஷ் நாராயண் நோய்வாய்ப்பட்டார். அசோக் மேத்தாவால் கட்சியைக் கட்டுப்படுத்துவது கடினமாகிக் கொண்டு வந்தது. வாஜ் பாயோ வெளிநாட்டு உறவுத்துறை அமைச்சர் பொறுப்பை ஏற்றுக்கொண்டு, உலகம் சுற்றுவதிலேயே இருந்தார்.

ஜனாதிபதியாக இருந்த ஜனாப் பக்ருதீன் அலி அகமது எதிர்பாராத வகையில் இறந்தார். ஜனாதிபதி பதவிக்கு கலாட்சேத்ரா ருக்மணிதேவி பொருத்தமானவர் என்று வெளிப்படையாகக் கூறிவிட்டார் மொரார்ஜி தேசாய். இது நாட்டின் பல இடங்களிலேயும் பிரச்சினையை உருவாக்கிற்று. ருக்மணிதேவி அப்போது வெளிநாட்டில் இருந்தார். அவரும் தனக்கு ஜனாதிபதி பதவி வேண்டாம் என அறிக்கை விடுத்தார். சபாநாயகராக இருந்த சஞ்சீவரெட்டி பிறகு ஜனாதிபதியானார்.

இந்த நேரத்தில் மக்கள் நல்வாழ்வுத்துறை அமைச்சராக இருந்த ராஜ்நாராயணைப் பிரதமர் பதவிநீக்கம் செய்தார். பிரச் சினைகள் உருவாயின. சரண்சிங் பிரச்சினைகளை உருவாக்கி னார். அமைச்சரவையில் பேதங்கள் மலர்ந்தன. நோய் வாய்ப்பட்டிருந்த ஜெயப்பிரகாஷ் நாராயண் பாட்னாவில் இறந்தார். அவருக்கு அஞ்சலி செலுத்தத் தனி விமானம் ஏற்பாடாயிற்று. அதில் புரட்சித் தலைவருடன் நானும் போய் அஞ்சலி செலுத்தினேன். திடீரென முன்னாள் பிரதமர் இந்திராகாந்தியும் தனது மகன் சஞ்சய் காந்தியுடன் வந்து அஞ்சலி செலுத்தினார். அவரைக் கண்டதும் ஒரே பரபரப்பு!

29

மொரார்ஜி எனக்கு சொன்ன தத்துவம்!

ஜனதா கட்சியில் விரிசல்கள் தோன்றத் தொடங்கின. ராஜ்நாராயணை சஞ்சய் காந்தி சந்தித்த தகவல் எனக்கு கிட்டியது. ஜார்ஜ் ஃபெர்னாண்டஸ் ராஜினாமா கடிதத்தை நீட்டினார். சரண்சிங்கை பிரதமராகும்படி ஒரு பிரிவினர் தூண்டுதல் வேலையைத் தொடங்கினர். வெளியில் இந்திராகாந்தியின் கை ஓங்கியது. ஏறக்குறைய ஜனாதிபதி மாளிகையும் ஒரு பக்கம் சாய்ந்தது.

நண்பர் சோவுக்கு பல சேதிகள் கிடைத்ததால் அவரும் டெல்லிக்கு வந்தார். இந்தியன் எக்ஸ்பிரஸ் நிருபர் சீனிவாசன் மூலம் அவருக்கு பல சேதிகள் கிடைத்து வந்தன. நாங்கள் மொரார்ஜியை சந்தித்து பல சேதிகளைச் சொன்னோம். வழக்கப்படி அதிகாரத்தில் உள்ள எல்லோரும் செய்த தவறையே அவரும் செய்தார். அதாவது தனது உளவுத்துறை சொன்னதையே நம்பினார். நான் வெளியில் நடைபெறும் சம்பவங்களை விவரித்த போது, "நீ யாரிடம் பேசுகிறோம் என்று தெரிந்து தான் பேசுகிறாயா?" என்றார். "ஆம், இந்தியப் பிரதமரிடம் பேசுவதை உணர்ந்து தான் பேசுகிறேன்" என்றேன்.

ஜனதா கட்சி பிளவுபட்டது. புரட்சித் தலைவரை பா.ராமச்சந்திரன் சந்தித்தார். புரட்சித் தலைவர் கடைசி வரை மொரார்ஜி தேசாய்க்கே தன்னுடைய ஆதரவைத் தந்தார். ஜனதா கட்சி ஆட்சி வீழ்ந்ததும் மறைந்த சவானும், பாபுஜி ஜெகஜீவன் ராமும், சரண்சிங்கும் பிரதமராக

அன்றைய பிரதமர் மொரார்ஜி தேசாய் அவர்களை தி.மு.கவின் சார்பில் ராசாராம் வாழ்த்தியபோது - உடன் ஆசிரியர் சாவி, வழக்கறிஞர் ராமலிங்கம்

முயன்றார்கள். ராஷ்டிரபதி பவன் சுறுசுறுப்பானது. புரட்சித் தலைவருக்கு எல்லா திசைகளிலும் இருந்து அழைப்பு. அவரிடம் பதினாறு ஓட்டுகள் இருந்தன. தினமும் தமிழ்நாடு இல்லத்துக்கு பத்திரிகை நிருபர்கள் வந்து என்னையும் சந்திப்பார்கள். நான், "பதினாறு வயது நிரம்பிய மணப்பெண் போல் எங்களிடம் பதினாறு பேர் இருக்கிறார்கள், கையில் மாலையோடு. ஆனால் மணமகனைத் தான் காணவில்லை" என்றேன்.

கடைசியாக காங்கிரசின் ஆதரவைப் பெற்று சரண்சிங் பிரதமரானார். அவரை ஆதரிக்காத காரணத்தால் புரட்சித் தலைவர் உடனடியாக சென்னைக்கு புறப்பட்டார். விமான நிலையத்தில், "நீ வரவில்லையா?" என்றார். நான் "நாளை சவுத்ரி சாப்பை பார்க்கப் போறேன்" என்றேன்.

டெல்லி கமிஷனராக இருந்த அஞ்சனி தயானந்துடன்

மறுநாள் காலை பிரதமர் சரண்சிங் வீட்டுக்குச் சென்றேன். ஹாலில் பெரிய வரிசை. நாங்கள் கடைசியில் மாலையுடன் நின்றோம். பிரதமர் சரண்சிங் ஒவ்வொருவரிடமும் மாலையை வாங்கிக் கொண்டு வந்தார். ஒவ்வொருவருக்கும் அவரது துணைவியார் லட்டு கொடுத்துக் கொண்டே வந்தார்.

நான் மாலையைப் போடப்போனதும், "எப்போது வந்தீர்கள்? எனக்கு யாரும் சொல்லவில்லையே?" என்று என் கைகளைப் பிடித்து இழுத்துக் கொண்டு போய் தனது அறையில் இருந்த பாயில் உட்கார்ந்தார். உத்தரப் பிரதேச முதல்வராக சரண்சிங் இருந்தபோது, அறிஞர் அண்ணா என்னை அவருக்கு அறிமுகப்படுத்தியிருந்தார். சரண்சிங் சரளமான இந்தியில்தான் பெரும்பாலும் பேசுவார். ராமநாதன் என்பவர் மொழிபெயர்ப்பாளராகப் பணியாற்றினார். (அவர் தற்போது தமிழ்நாட்டில் நிருபராகப் பணியாற்றி வருகிறார்). தான் ஆறு மாதங்கள்தான் பதவி வகிக்க முடியும் என்று உணர்ந்திருந்ததைப் பிரதமர் விளக்கினார். "இந்த அமைச்சரவையில் நீங்களும் சேர்ந்து கொண்டு பணியாற்ற வேண்டும்..." என்றார். நான், "மத்திய அமைச்சரவையில் சேர விருப்பமில்லை..." என்றேன்.

"நானே தமிழக முதல்வர் எம்.ஜி.ஆரிடம் பேசுகிறேன்..." என்றார் சரண்சிங். "வேண்டாம்... தாங்கள் அமைச்சரவையில் ஒருவரைச் சேர்த்துக்கொள்ள இசைவு தந்ததை முதல்வரிடம் தெரிவிக்கிறேன். அவர் யாரைச் சொல்கிறாரோ, அவரைத் தாங்கள் அமைச்சரவையில் சேர்த்துக்கொள்ளுங்கள்" என்றேன்.

தமிழ்நாடு இல்லத்துக்குத் திரும்பியவுடன் சென்னைக்குத் தொடர்புகொண்டு, பிரதமரின் விருப்பத்தைத் தெரிவித்தேன். புரட்சித் தலைவர், "இரண்டு இடங்கள் கிடைக்குமா? முயற்சி செய்ய இயலுமா?" என்றார். மீண்டும்

ஓடினேன். பிரதமர் சரண்சிங் "உன் நிலைமையைச் சொல்" என்றார். "நான் கட்சிக்காகத்தான் கேட்கிறேன். தாங்கள் தர வேண்டும்" என்றேன்.

இதற்குள் நான் அமைச்சரவையில் சேர விரும்பாமல் இருக்கிறேன் என்பதை ஒய்.பி. சவாணிடமும், சி. சுப்பிர மணியத்திடமும் கூறிவிட்டார் சரண்சிங். இருவரும் என் னைத் தொடர்புகொண்டு பதவியை ஏற்றுக்கொள்ளச் சொன் னார்கள். நாடாளுமன்றத்தையே சந்திக்காமல் ஆறு மாதங் கள் மத்திய அமைச்சரவையில் பணியாற்றுவது ஜனநாயகத் துக்கு ஏற்றதாக எனக்குத் தெரியவில்லை. புரட்சித் தலைவரது எண்ணப்படி சரண்சிங்கிடம் மன்றாடி இரண்டு இடங் களைப் பெற்றேன். பாலாப்பழனூரையும், சத்தியவாணி முத்து அம்மையாரையும் மத்திய அமைச்சரவையில் இடம் பெறச் செய்யும்படி புரட்சித் தலைவர் சொன்னார். "தாங் களே பிரதமரிடம் பேசுங்கள்" என்று தொலைபேசியை அவரி டம் கொடுத்தேன். பின்னர் இருவரும் மத்திய அமைச் சரவையில் இடம்பெற்றார்கள்.

அன்று பிரதமர் சரண்சிங் எனக்கு ஒரு வேலையைத் தந்தார். "முன்னாள் பிரதமர் மொரார்ஜி தேசாய் தன் வீட்டைப் புதிய பிரதமருக்குத் தருவதற்காக வேகமாகக் காலி செய்து கொண்டிருக்கிறார். நீங்கள் அவருக்கு நல்ல நண்பர். என் சார்பாக அவரிடம் போய் 'வீட்டைக் காலி செய்ய வேண்டியது இல்லை' என்று சொல்லுங்கள். காரணம் -எனக் குள்ள இந்தப் பழைய வீட்டிலேயே நான் இருக்கப் போகி றேன். நான் பிரதமராக இருக்கப்போவது ஆறு மாதங்கள் தான்... மொரார்ஜி டெல்லியிலேயே தங்கித் தனது அரசி யலைத் தொடர்ந்து நடத்தட்டும். இதை என் வேண்டு கோளாக அவரிடம் நீங்கள்தான் சொல்லிச் சரிசெய்ய

வேண்டும்" என்றார்.

பழைய பிரதமரின் இல்லத்தில் நுழைந்தேன். லாரியில் அவரது மகன் சாமான்களை ஏற்றிக்கொண்டிருந்தார். எந்தச் சலனமும் இல்லாமல் மொரார்ஜி உட்கார்ந்திருந்தார். என்னைக் கண்டதும், "ராஜாராம், உன்னிடம் முதலில் மன்னிப்புக் கேட்டுக்கொள்கிறேன்" என்றார். நான் திடுக்கிட்டேன். "என்ன... மிகப்பெரிய வார்த்தையைச் சொல்லி விட்டீர்களே... நீங்கள் எவ்வளவு பெரியவர்... இப்படி ஒரு வார்த்தையைச் சொல்லலாமா?..." என்றேன். "இல்லை, இல்லை. நீங்கள் சொன்னதை நான் நம்பாமல் போய்விட்டேன். நீங்கள் என்மீதுள்ள அன்பினால் ஏதோ சொல்கிறீர்கள் என இருந்துவிட்டேன்" என்றார் அவர். வயதிலும் அறிவிலும் பல மடங்கு உயர்ந்த பெரியவர் அவர்... முன்னாள் பிரதமர் மொரார்ஜி தேசாய் கூறிய வார்த்தைகள் என்னால் என்றும் மறக்க முடியாதவை. நான் பிரதமர் சரண்சிங் கூறியவற்றை அவரிடம் கூறி, "வீட்டைக் காலிசெய்ய வேண்டாம்" என்றேன்.

"இல்லை. பம்பாயில் உள்ள வீட்டுக்குத் திரும்புகிறேன். எனது தொண்டு தேவை என்று யாரேனும் அழைத்தால்தான் இனி டெல்லிக்கு வருவேன். அவருக்கு (சரண்சிங்) என் நன்றியைக் கூறு" என்றார் அவர். இன்றைக்கும் பம்பாய்க்குப் போனால் மொரார்ஜி தேசாயை நான் பார்க்காமல் இருப்பதில்லை. அவரைப் பற்றி என்னென்னவோ கூறினார்கள். அவர் குடியிருந்தது வாடகை வீடு. அந்த வீட்டுக்காரர் அவரைக் காலி செய்ய வைத்தார். தற்போது மராட்டிய அரசு அவருக்கு ஒரு வீடு தந்து உதவியுள்ளது. வயது நிரம்பிய அவர் இன்னமும் சுறுசுறுப்பாக இருப்பது கண்டு வியப்படைவது எனக்கு வாடிக்கை. அவர் ஒரு தத்துவத்தை எனக்குச் சொன்னார். "யாராவது உன்னிடம் வந்து கேட்டாலொழிய

வலியச் சென்று ஆலோசனை வழங்காதே... ஏனெனில் எவ்வளவு உயர்ந்த ஆலோசனையாக இருந்தாலும் அதற்கு உரிய மரியாதை கிடைக்காது'' என்பதுதான் அது!

பிரதமர் சரண்சிங் நல்ல விவசாயி. கிராமங்களை முன்னேற்ற வேண்டும் என்ற பெரும் விருப்பமுள்ளவர். நான் தென்னாட்டைப் பார்க்கவில்லை என்று அடிக்கடி குறை பட்டுக் கொண்டார். நாட்டில் எத்தனையோ கட்சிகள் தேர்தல் நேரத்தில் மக்கள் முன் அறிக்கை வைக்கும். இவரது கட்சிதான் கிராமத்து மக்களுக்கு கழிப்பறை கட்ட வேண்டும் என்று தெரிவித்திருந்தது. பின்னர் புரட்சித் தலைவரிடம் இதை எடுத்துக் கூறி, அ.தி.மு.க. தேர்தல் அறிக் கையிலும் இதை சேர்த்தேன். அதை நடைமுறைப்படுத்து வதிலும் பின்னர் கவனம் செலுத்தினேன். பிரதமரை சேலத்துக்கு அழைத்தேன். அவரும் விவசாய சங்கத் தலைவர் பாலசுப்பிரமணியத்தின் வேண்டுகோளை ஏற்று சேலத்துக்கு வந்தார். அவர் தென்னாட்டில் காலடி எடுத்து வைத்த ஊர்கள் இரண்டு. ஒன்று சென்னை, மற்றொன்று சேலம்.

மத்தியப் பேரரசில் இரண்டு அமைச்சர் பெருமக்களை அமர்த்தியவுடன், சென்னையில் புரட்சித் தலைவரிடம் சென்று எனது ராஜினாமாவைத் தந்தேன். "ஏன் ராஜி னாமா?'' என்றார். இதுவரை நமக்கு மத்தியில் பிரதிநிதித்துவம் இல்லை. தற்போது இரண்டு அமைச்சர்கள் இருக்கிறார்கள். எனவே பிரதிநிதியாக இருப்பது முறையல்ல என்றேன்.

"நீ சும்மா இருக்கக்கூடாதே'' என்றார். "சேலம் பனை மரத்துப்பட்டியில் எனது நண்பர் சுப்பராயன் இறந்து விட்டார். அந்த சட்டமன்றத் தொகுதிக்கு நிற்கிறேன்'' என்றேன். "சரி'' என்றார். நின்றேன். வென்றேன். ஆனால் இரண்டே மாதத்தில் பொதுத் தேர்தலை சந்திக்க வேண்டி வந்தது.

30

எப்படி வந்தது இலவச வேட்டி-சேலைத் திட்டம்?

பனைமரத்துப்பட்டியின் சட்டமன்ற உறுப்பினராக மீண்டும் தேர்ந்தெடுக்கப்பட்டேன். சட்டமன்றத்தில் புரட்சித் தலைவருக்குப் பெரும்பான்மை பலம் கிடைத்திருந்தாலும் காங்கிரஸ் எதிர்க்கட்சியாகும் பலத்துடன் சட்டமன்றத் தினுள் நுழைந்தது. தி.மு.கழகத்தின் மூத்த தலைவர்கள் கலைஞரும், பேராசிரியரும் எதிர் வரிசையில் வந்தனர். அத்துடன் துரைமுருகன், ரகுமான்கான் போன்ற பேச்சாற்றல் மிக்கவர்களும் வந்தனர். ப.நெடுமாறன், குமரி அனந்தன், உமாநாத், சங்கரய்யா, ரமணி போன்றவர்களும் எதிர் வரிசையில்.

புதிய அமைச்சரவை அமைய ஏற்பாடுகள் நடைபெற்றன. சினிமா இயக்குநர் ப. நீலகண்டன் என்னிடம் வந்து, புரட்சித்தலைவரின் எண்ணத்தைச் சொன்னார் - "இராசாராம் சட்டப் பேரவைத் தலைவர் பொறுப்பை ஓராண்டு காலம் ஏற்று நடத்தித் தரவேண்டும்" என்ற புரட்சித் தலைவர், "எதிர்க்கட்சியில் உள்ளவர்கள் உன்னிடம் அன்போடு பழகுவார்கள். அதனால்தான் இது..." என்றார். டெல்லியில் சஞ்சீவ ரெட்டியிடம் பிரதமர் மொரார்ஜி தேசாய் கூறும்படி சொன்ன வாதம்தான் என் காதில் எதிரொலித்தது.

"ஓராண்டு காலம்தான்" என்று புரட்சித் தலைவர் என்னிடம் கூறியதை என் தொகுதி நண்பர்களிடம் கூறினேன். அனைவரும் "வேண்டாம்" என்றனர். எனக்கென்னவோ 'அந்தப் பொறுப்பையும் ஏற்றுச் செவ்வனே நடத்தினால் என்ன' என்ற எண்ணம் வந்தது.

சபாநாயகர் பொறுப்புக்கு ஆளுங்கட்சியினர்தான் ஒருவரை நிறுத்துகிறார்கள். அவருக்கு இரண்டு பெரும் பொறுப்புகள் உள்ளன. ஆளுங்கட்சியை வரம்பு மீறாமல் சுட்டிக் காப்பாற்றுவது. ஆட்சியைத் தொடர நன்கு வழிகாட்டுவது மற்றும் எதிர்க்கட்சிகளுக்குரிய மரியாதை தந்து, அவர்களது எண்ணங்களை ஜனநாயக நெறி தவறாமல் வெளிப்படுத்த வழிவகை செய்வது!

சபாநாயகர் பொறுப்பில் என்னை அமர முன்மொழிந்தது - அ.தி.மு.க! எல்லா எதிர்க்கட்சிகளும் ஏகமனதாக என்னைத் தேர்ந்தெடுத்தன. நாவலரும் பேராசிரியரும் என்னைச் சபாநாயகர் ஆசனத்தில் அமர வைத்தனர். ஆசனத்தருகே சென்றதும் முதன்முதலாக ஒரு திருக்குறளைச் சொல்லி, அதன் பொழிப்புரையையும் கூறிவிட்டு எனது உரையைத் தொடங்கினேன். 'சட்டமன்றத்தில் குறள் ஒலித்தால் நல்லது' என்று நம்பியே செய்தேன். மேலவைத் தலைவர் ம.பொ.சி. என்னை மனமாரப் பாராட்டி, "நான் செய்யாததை நீங்கள் செய்துவிட்டீர்கள்..." என்று மகிழ்ச்சி பொங்கக் கூறினார்.

எல்லாக் கட்சிக்காரர்களும் நிகழ்ச்சிகளுக்கு அழைக்கத் தொடங்கினார்கள். 'அரசு நிகழ்ச்சிகளிலெல்லாம் சபாநாயகர் தான் தலைமை' என்று எழுதாத சட்டம் ஒன்றையே போட்டுவிட்டார் புரட்சித் தலைவர்! ஜனநாயகத்தில் சட்ட மன்றத்துக்கு முக்கிய பங்கு உண்டு. 'பல மாநிலங்களின் சட்ட

மன்றம் எப்படி இயங்குகிறது... எத்தனை நாட்கள் இயங்கு கின்றன?' என்ற பட்டியலைப் பார்த்தேன். சட்டமன்றச் செயலாளர் அழகர்சாமி மேலவையிலும் பணியாற்றி அனுபவம் பெற்றவர். 'ஜனநாயகம் தழைக்க மற்ற மாநிலங்களைக் காட்டிலும் தமிழகத்தில் அதிக நாட்கள் சட்டப்பேரவை கூடவேண்டும்' என்ற ஏற்பாட்டைச் செய்தேன். சட்டமன்ற உறுப்பினர்கள் நிறையப் பேர் பேசவேண்டும் என விருப்பம் தெரிவித்ததால், மாலையில் சட்டமன்றத்தைக் கூட்டி இரவு ஒன்பது மணி வரையில் அனைவரும் பேசுவதற்கு வாய்ப்பளித்தேன்.

சட்டப்பேரவைத் தலைவர்களாக - எல்லாக் கட்சியிலும் தற்காலிகத் தலைவர்களைத் தேர்வு செய்தேன். இது எல்லாச் சட்டமன்றங்களிலும் உள்ள நடைமுறைதான் என்றாலும் சில சட்டப்பேரவைத் தலைவர்கள், துணை சபாநாயகருக்கே சபையில் அமர இடங்கொடுக்காமல் அமர்ந்து கொள்வார்கள். நாடாளுமன்றச் சபாநாயகர்கள் கடைப்பிடித்த வழியை நான் கடைப்பிடித்தேன். கேள்வி நேரம் முடிந்ததும் தங்களுடைய எண்ணங்களை வெளியிடும் நேரம் வரும். இருதரப்பினரும் மோதுவார்கள். அதை ஒழுங்குபடுத்திவிட்டு என் அறைக்கு வந்துவிடுவேன். ஏதேனும் சபையில் கூச்சல், குழப்பம் என்றால்தான் உள்ளே ஓடுவேன். சீர்செய்துவிட்டுத் திரும்புவேன்.

கேள்வி நேரம் முடிந்து நான் என் அறைக்கு வரும்போது தமிழக முதல்வர் புரட்சித் தலைவர் என் அறைக்கு வருவார். தன்னைச் சுற்றி நடந்தவற்றை என்னிடம் கூறி அலசுவார். சபை நடவடிக்கையில் இலாகாக்களுக்கு நேரம் ஒதுக்கும் கூட்டங்களில் கலந்துகொள்வார். நாவலர் எனக்கு முழு ஒத்துழைப்புக் கொடுத்தார். கலைஞரும் மற்ற எதிர்க்கட்சித்

தலைவர்களும் எல்லாக் கூட்டங்களிலும் கலந்து ஒத்துழைத் தார்கள். தினமும் ஏதாவது விழாக்கள்... அனைவரையும் மனந்திறந்து பாராட்டுகிற வாய்ப்பு... எல்லோரும் என்னிடம் காட்டிய அன்பு... இவையனைத்தும் எனக்குப் பிடித்துப்போயிற்று.

அ.தி.மு.க-வின் உறுப்பினராகத் தேர்ந்தெடுக்கப்பட் டிருந்தாலும் அனைவருக்கும் பொதுவாக நடந்து காட்ட வேண்டியிருந்ததால், நான் கட்சியின் செயற்குழுவிலோ, பொதுக் குழுவிலோ, பொதுக்கூட்டங்களிலோ கலந்து கொள்வதைத் தவிர்த்தேன். சட்டப்பேரவைத் தலைவரின் மரியாதையைக் காப்பாற்றுவதில் முழுக்கவனம் செலுத்தி னேன். 'ஓராண்டு சபையை நடத்திக் கொடு' என்பதுதான் புரட்சித் தலைவர் சொன்னது. ஐந்து ஆண்டுக் காலமும் அந்தப் பணியையே பெரும் பணியாகத் தொடர்ந்து செய்தேன். அந்த ஐந்து ஆண்டு காலத்தில் - ஒரே ஒரு நாள்தான் சபையை ஒத்திவைத்தேன். 'தமிழகத்துக்கு மத்திய அரசு அரிசி அனுப்பவில்லை' என்று புரட்சித் தலைவர் உண்ணாவிரதம் இருந்த நாள் அது!

கேள்வி நேரம் முடிந்ததும் எல்லா உறுப்பினர்களும் தங்கள் பிரச்சினைகளை மனம்விட்டுக் கூறுவார்கள். எல் லோரது குடும்பத்திலும் நான் ஒருவனானேன். சபாநாயகராக இருப்பவர், நீதிபதிக்குச் சமம். ஆனால், வழக்கறிஞர்களின் இருதரப்பு வாதங்களையும் கேட்ட பின்பே தங்களது தீர்ப்பைக் கூறும் வாய்ப்புப் பெரும்பாலும் நீதிபதிகளுக்கு உண்டு. சபாநாயகர் பல நேரங்களில் நிலைமைகளைச் சரிபார்த்து உடனடியாகத் தீர்ப்புத் தரவேண்டிய சூழல் உண்டு. இதற்குப் பரந்த மனப்பான்மை, உடனடியாகத் தீர்ப்புக் கூறும் நுண்ணறிவு, மனிதாபிமானம் அத்தனையும்

வேண்டும். கேள்வி- பதில் நேரத்தில், அமைச்சர்களைக் காப்பாற்ற வேண்டியதும் உண்டு. எல்லாவற்றையும் பெரும்பாலும் சமாளித்தேன்.

அப்போது துணை சபாநாயகராக பி.ஹெச். பாண்டியன் இருந்தார். பேரவையில் தற்காலிகச் சபாநாயகராக - எல்லாக் கட்சிக்காரர்களையும் உட்கார வைப்பேன். எவ்வளவோ ஜாக்கிரதையாக இருந்தும், கலைஞரைப் பற்றி ஒரு குற்றச் சாட்டை அமைச்சர் குழந்தைவேலு கூறிவிட்டார். "மதுரை முத்துத்தேவன்பட்டியில் கலைஞர் தன் மகன் அழகிரியின் பேரால் நூற்று இருபது ஏக்கர் நிலம் வாங்கியுள்ளார்..." என்பது அவரது குற்றச்சாட்டு!

உடனடியாகக் கலைஞர், "அதை நிரூபிக்க முடியுமா? நிரூபிக்காவிட்டால் அமைச்சரவையிலிருந்து வெளியேறத் தயாரா?" என்று கேட்டுவிட்டார். அமைச்சரும், "நான் நிரூபிக்கிறேன்... நிரூபித்தால், எம்.எல்.ஏ. பதவியை கலைஞர் ராஜினாமாச் செய்யத் தயாரா?" என்றார். கலைஞரும் "சரி..." என்றார். நான் என் அறையில் இருந்தேன். ஓரிரு நிமிடங்களில் சவால்கள் முடிந்து, குறிப்பேட்டிலும் ஏற்றப்பட்டு விட்டது! சபையில் நான் இருந்திருந்தால், "சவால்களுக்கு இங்கு இடமில்லை" என்று கூறி நிலைமையைச் சமாளித்திருக்க முடியும். நிலைமையோ எக்கச்சக்கமாய்விட்டது. தீர்ப்புச் சொல்லும் வேலை என் தலையில்.

ஆதாரங்களைக் கொண்டுவந்து தரும்படி அமைச்சரைக் கேட்டேன். அவருக்கு என்மீது கோபம். அவரால் சரியான ஆதாரங்களைத் தர முடியவில்லை. போலியான சிலவற்றை என்னிடம் தந்தார். மதுரை ஆட்சித் தலைவரிடம் "அழகிரியின் பெயரில் நிலம் உள்ளதா?" என்று விசாரிக்கச் சொன்னேன் "இல்லை" என்ற பதில் வந்தது, "அமைச்சரின்

குற்றச்சாட்டு ஆதாரமற்றது" என்று தீர்ப்பளித்தேன். நல்லவேளையாக, "அமைச்சர் ராஜினாமாச் செய்ய வேண்டும்" என்று கலைஞர் வற்புறுத்தவில்லை. எனது தீர்ப்பைச் சட்டமன்றம் ஏற்றுப் பாராட்டியது.

ஒரு முறை ஆளுங்கட்சி உறுப்பினர் ஒருவர், எதிர்க்கட்சி உறுப்பினர் இடத்துக்கு நடுவில் உள்ள மேஜைமேல் ஏறித் தாண்டி, அவரது சட்டையைப் பிடித்துவிட்டார். ஆளுங் கட்சி என்றும் பாராமல் ஒருநாள் முழுவதும் அவரைச் சபையிலிருந்து நீக்கிவிட வேண்டி வந்தது. இதிலெல்லாம் தமிழக முதல்வர் என்னுடன் முழுதாக ஒத்துழைத்தார். "என்ன இப்படித் தீர்ப்பு வழங்கிவிட்டீர்களே?" என்று என்னை ஒரு முறைகூடக் கேட்டதில்லை!

கழக விவகாரங்களை என்னிடம் அடிக்கடி பகிர்ந்து கொள்வது அவருக்கு வாடிக்கை. அரசுத் தரப்பில் யார் யார், எப்படி என்பதையும் கூறுவார். அரசுத் தரப்பில் என்னென்ன செய்யலாம் என்பதையும் மனம்விட்டுப் பேசுவார். தமிழ்நாட்டில் வறட்சி ஏற்பட்டது. இந்திரா காந்தி எண்பத்து நான்கு கோடி ரூபாயை வறட்சி நிதியாகத் தந்தார். காலையில் மகாத்மா காந்தி - மூதறிஞர் ராஜாஜி ஆகியோரின் பேரனான கோபால கிருஷ்ண காந்தி ஐ.ஏ.எஸ். எனது அறைக்கு வந்தார். அடிக்கடி அவர் என்னைச் சந்திப்பது உண்டு. அவரது முகம் வாடியிருந்தது!

"என்ன பிரச்சினை?" என்றேன். அவரிடம் இருந்த கைத்தறி இலாகாவில் ஏராளமாக - சுமார் எண்பது கோடி ரூபாய்க்குத் துணி தேங்கியிருந்தது. நாட்டிலே விவசாயம் இல்லை. விவசாயக் கூலியிடம் துணி வாங்கும் சக்தியில்லை. எனவே, மார்க்கெட்டில் ஆள் நடமாட்டமில்லை. கைத்தறித் துணி இவ்வளவு தேங்கியிருப்பதால் நெசவாளர்களுக்கு

வேலை கொடுக்க முடியவில்லை. குறைந்த விலைத் துணியான - ஜனதா ரகம் மட்டும் சுமார் பதினான்கு கோடி ரூபாய்க்குத் தேங்கியிருந்தது. அதுபற்றி என்னிடம் விவாதிக்க வந்ததாகக் கூறினார்.

நிலைமை இவ்வளவு பூதாகாரமாக இருக்கும் என்று அப்போதுதான் புரிந்தது. "என்ன செய்யலாம்?" என்றேன். "விவசாயக் கூலிகளிடம் வாங்கும் சக்தி இல்லை. எனவே, இதை இனாமாகக் கொடுத்துவிடலாம். அப்படிக் கொடுத்தால் நெசவாளர்களுக்குப் புதிதாக வேலை கொடுக்கலாம்..." என்றார்.

உடனடியாக-மத்திய அரசின் நிதித்துறைச் செயலாளரை தொலைபேசி மூலம் தொடர்பு கொண்டேன். "பதினான்கு கோடி ரூபாயைக் கூட்டுறவுக் கைத்தறிக் கடைகளில் துணி வாங்க ஒதுக்கலாமா?" என்றேன். தமிழ்நாட்டின் நிலைமையை விளக்கினேன். "புதுமையான எண்ணம்... நீங்கள் ஒதுக்கலாம்..." என்றார்.

வசந்த மண்டபத்துக்கு ஓடினேன் - புரட்சித் தலைவரைப் பார்க்க. கைத்தறித்துறையின் நிலையைப் பற்றி கோபாலகிருஷ்ணன் கூறியதைச் சொன்னேன். "மத்திய அரசு இதை ஏற்குமா?" என்றார். "வறட்சி நிதியில் பணத்தை ஒதுக்கச் சம்மதம் வாங்கிவிட்டேன்..." என்றேன்.

"உடனே செய்!" என்றார்.

இலவச வேட்டி - சேலைத் திட்டம், காந்தியின் பேரனால் உருவானது. தூண்டுகோலாக நான் இருந்தேன். ஏழைகள்பால் மனிதாபிமானமிக்கத் தலைவர் எம்.ஜி.ஆர். அதை உடனடியாக நிறைவேற்றினார். அகில இந்தியாவே இதைக் கண்டு அதிசயித்தது. அ.தி.மு.க. அரசின் மணிமகுடத்தில் இந்தத் திட்டம் ஒரு வைரக்கல்!

31

திருத்தப்பட்ட விதி!
தப்பித்த ஜெயலலிதா!

நான் தமிழக சட்டப்பேரவை சபாநாயகராக இருந்த போது சட்டமன்ற விதிமுறைகள் சிலவற்றை மாற்றவும், சட்டமன்ற உறுப்பினர்கள் பதவிக்கு ஆபத்து வராமல் தடுக்கவும் சில புதிய விதிமுறைகளை உருவாக்க எண்ணினேன். காரணம், தி.மு.க. ஆட்சிக் காலத்தில் ஒரு சட்டமன்ற உறுப்பினர் தனது முதலமைச்சரிடம் ஏற்பட்ட கருத்து வேறுபாட்டால், கோபத்தில் தனது சட்டமன்ற உறுப்பினர் பதவியை ராஜினாமாச் செய்தார். அதை அவர் நேராக சபா நாயகருக்கு அனுப்பினார். சபாநாயகரும் உடனே ஏற்றார். சட்டமன்ற உறுப்பினர் பதவியை அவர் உடனடியாக இழந்தார்.

பொதுமக்களால் தேர்ந்தெடுக்கப்பட்ட ஒருவருக்கு இந்தக் கதி ஏற்படக்கூடாது என்று நினைத்தேன். சட்ட மன்றச் செயலாளர் அழகர்சாமியுடன் கலந்து புதிய சட்டப் பிரிவு ஒன்றைச் சேர்த்தேன். அதன்படி எந்த ஒரு உறுப்பினர் தம் பதவியை ராஜினாமாச் செய்தாலும் சபாநாயகர் அவரை நேரில் அழைத்து விசாரிக்க வேண்டும். யாருடைய வற்புறுத்தலின் பேரிலாவது அவர் ராஜினாமாச் செய்கிறாரா அல்லது அரசியல் காரணங்களினால் செய்கிறாரா என்று கேட்க வேண்டும். ராஜினாமாக் கடிதத்தை அவரே

எழுதியுள்ளாரா என்பதையும் பரிசீலிக்க வேண்டும் என்று எழுதி வைத்தேன்.

பிறகு 1989-இல் இந்தச் சட்டத்தைப் பற்றித் தெரியாமல், செல்வி ஜெயலலிதாவின் திடீர் ராஜினாமாக் கடிதத்தை உடனடியாக புதிய சபாநாயகர் ஏற்றார். ராஜினாமாக் கடிதத்தை எழுதிய செல்வி ஜெயலலிதாவுக்கும் இந்தச் சட்டம் பற்றித் தெரியாது. நான் பத்திரிகை நிருபர்களிடம் இப்படி ஒரு சட்டம் இயற்றியிருப்பதை எடுத்துக்காட்டி, இந்த அம்மையாரின் எம்.எல்.ஏ. பதவியைக் காப்பாற்றினேன். இன்றைக்கும் செல்வி ஜெயலலிதா பல சட்டமன்ற உறுப்பினர்களைப் பந்தாட முடியாமல் இருப்பதற்கும் நான் எழுதி வைத்த இந்தச் சட்டமே காரணம்.

சபாநாயகராக இருந்த காரணத்தால், காமன்வெல்த் நாடாளுமன்றக் குழுவுக்கும் தலைவராக இருந்தேன். நான் பல நாடுகளைச் சுற்றியிருந்தேன். மற்ற மாநிலங்களைப் போல் அல்லாமல், நமது சட்டமன்ற உறுப்பினர்களையும் வெளிநாடுகளைச் சுற்றிப் பார்த்து வர அனுப்பலாமே என எண்ணினேன். புரட்சித் தலைவரிடம் என் எண்ணத்தை வெளியிட்டு, "அவர்கள் வெளிநாடு செல்லும் டிக்கெட் செலவில் ஒரு பகுதி உதவ வேண்டும்" என்றேன். "மூன்றிலொரு பங்குச் செலவை அரசு ஏற்கும்" என்றார். நான் சபாநாயகராக இருந்த ஆண்டுகளுக்குள் மூன்று குழுக்களை - அதாவது தொண்ணூறு சட்டமன்ற உறுப்பினர்களை - ஜப்பான் மற்றும் ஐரோப்பா, இங்கிலாந்து போன்ற நாடுகளுக்கு அனுப்பினேன் - கட்சிப் பாகுபாடு ஏதுமில்லாமல்!

காமன்வெல்த் மாநாடுகளுக்கு எனக்கு அழைப்பு வந்தது. முதலில் ஜாம்பியாவில் நடைபெற்ற மாநாடு... அதுவரை நான் ஆப்பிரிக்க நாடுகளுக்குப் போனதில்லை. ஆனால், நண்பர்

மதியழகன் ஆசிரியராக இருந்த 'தென்னக'த்தில் 'விடுதலை பெற்ற சின்ன நாடுகள்' என்ற தலைப்பில் உலகில் பல விடுதலைப் போராட்டங்களைப் பற்றி எழுதியிருந்தேன். அதில் பல ஆப்பிரிக்க நாடுகள், அறிஞர் அண்ணா இரவு நேரங்களில், "வாய்யா, விடுதலை பெற்ற சின்ன நாடுகள்!" என்று அழைப்பார். அப்போது எங்கள் உரையாடலின் தலைப்பு அதுவாகத்தான் அமையும்!

செனகல் நாட்டின் அதிபரும், அந்த நாட்டுக்கு விடுதலை வாங்கித் தந்தவரும், பிரெஞ்சு மொழிக் கவிஞருமான செங்கார் ஒரு முறை சென்னைக்கு வந்திருந்தார். அவர் மொழி ஆராய்ச்சியாளர். தமிழில் உள்ள சொற்கள், ஆப்பிரிக்க மொழியில் வழங்கி வருவதையும், திராவிட இனத்தின் ஒரு பிரிவே ஆப்பிரிக்க இனம் என்பதையும் பெரிய ஆராய்ச்சியாகவே செய்து புத்தகம் எழுதியவர். தமிழுக்குத் தனது நாட்டுப் பல்கலைக்கழகத்தில் ஓர் ஆசனம் அமைத்துத் தனது நாட்டு மாணவர்களுக்குத் தமிழின் பெருமையையும் தொன்மையையும் உணரச் செய்தவர். தற்போது புதுவைப் பல்கலைக்கழகத்தில் இருக்கும் டாக்டர் க.ப. அறவாணன் செனகலில் தங்கித் தமிழ்ப் பணியாற்றினார். எனவே, செங்காரைச் சந்திக்க, குவைத் நாட்டின் மூலமாகப் பாரிஸுக்குச் சென்றேன். பாரிஸில் அவரை நண்பர் ஜமாலுடன் சந்தித்தேன். அவரின் விருந்தாளியாக செனகல் நாட்டின் தலைநகர் டாகாருக்குச் சென்றேன். இருபதாண்டு கள் செனகல் நாட்டின் முன்னேற்றத்துக்கு எல்லா வழிகளி லும் பாடுபட்டு, ஓர் அழகிய நாடாக அதை உருவாக்கி யிருந்தார். பல்கலைக்கழகத்துக்குச் சென்று சுற்றிப் பார்த் தேன். மூன்று நாட்கள் அங்கு தங்கினேன். தமிழுக்கு ஆசனம் அமைத்த அந்தப் பெருமகன் தானே பதவி விலகி, நாடு

எப்படி நடத்தப்படுகிறது என்பதைப் பார்த்துக் கொண்டிருக் கிறார்! அவரை அழைத்து நமது பல்கலைக்கழகம் ஒரு டாக்டர் பட்டத்தைத் தந்திருக்கலாம்! ஆனால், இங்குள்ள துணைவேந்தர்களால் இன்றுள்ள சூழ்நிலையில் அவருக்கு டாக்டர் பட்டம் கொடுக்க முடியுமோ என்னவோ?!

செனகல், நைஜீரியா, கென்யா, ஜாம்பியா, ஜிம்பாப்வே முதலிய நாடுகளைப் பார்த்தேன். கென்யா நாட்டுத் தலைநகர் நைரோபியில் என்னை குஜராத் நண்பர்கள் வரவேற்றார்கள். அங்குள்ள கடைத்தெரு பெரும்பாலும் குஜராத் நண்பர் களின் கைவசம் இருந்தது. ஏதோ அகமதாபாத்தில் நடப்பது போன்ற உணர்வு. நான் "நீங்கள் இங்கு வருவதற்குக் காரண மானவர் யார்?" என்றேன். "அவர் கிருஷ்ணருக்குக் கோயில் கட்டிக் கொண்டிருக்கிறார்" என்று என்னை அவரிடம் அழைத்துச் சென்றார்கள்.

"அகமதாபாத்தில் மழையின்றி வியாபாரம் வறட்சியால் படுத்துவிட்டது. எங்காவது போய் வியாபாரம் செய்வோம் என்று ஒரு துணி மூட்டையுடன் கென்யாவின் தலைநகர் நைரோபிக்கு வந்தேன். சுற்றுப்புறங்களில் ஆப்பிரிக்கர்கள் இலை தழைகளைக் கட்டிக்கொண்டு இருந்தார்கள். நான் கொண்டுவந்த துணியை அவர்களுக்கு அணிவித்தேன். நல்ல லாபம் கிடைத்தது. பிரிட்டனின் ஆட்சி, தபால் ஆபீஸுக்குச் சென்று நூறு கார்டுகளை வாங்கி, 'அனைவரும் துணி மூட்டையுடன் வாருங்கள். பிழைத்துக் கொள்ளலாம்' என்று எழுதினேன். நூறு குடும்பங்கள் புறப்பட்டு வந்தன. தற்போது கென்யா நாட்டின் வியாபாரத்தில் தொண்ணூறு சதவிகிதம் எங்கள் கையில்" என்று அவர் தன் வரலாற்றை விளக்கினார். 'தான் பெற்ற இன்பம் பெறுக இவ்வையகம்' என்று பழ மொழி நிலவுவது தமிழ்நாட்டில். ஆனால், நடைமுறைப்

படுத்துவது குஜராத்தில்!

தமிழர்களும்தான் வெளிநாடுகளுக்குச் சென்றார்கள். வெளிநாட்டிலிருந்து இங்கு வருவார்கள். தாங்கள் ஏதோ பெருந்தனக்காரர்கள் போல், பரிசுகளை இங்குள்ளோருக்குத் தருவார்கள். 'நான் வாழ்வதைப் போல் நீயும் வாழலாம் வா' என்று அழைத்ததாக வரலாறே இல்லை. எல்லோரும் வாழவேண்டும் என்றெண்ணும் குஜராத் மக்களைக் கண்டேன் கென்யாவில்.

பல எண்ணங்களைச் சுமந்துகொண்டு, ஜாம்பியாவின் தலைநகர் லுசாகா போய்ச் சேர்ந்தேன். நான் அந்த நாட்டு விடுதலை வரலாற்றையும் அதன் குடியரசுத் தலைவர் கென்னத் கவுண்டாவைப் பற்றியும் எழுதியிருந்தேன். இந்தியாவிலிருந்து வந்திருந்தவர்களில் என்னை அழைத்தார். தன் நாட்டில் எதிர்கால வேலைகள், என்னென்ன செய்யலாம் என்பது பற்றி விவாதித்தார். அத்தனையையும் அந்த நாட்டுத் தொலைக்காட்சியில் முழுதாக ஒளிபரப்பினார். மாநாட்டுக்கு வந்த எல்லா நாட்டுச் சபாநாயகர்களுக்கும் ஒரே நாளில் அறிமுகமானேன்.

இந்தியாவிலிருந்து அப்போதுதான் தன் தாய்நாடு திரும்பியிருந்தார். என்னிடத்தில் நண்பர் என்கிற முறையில் ஒரு குறையை வெளியிட்டார். "ஆப்பிரிக்காவிலுள்ள நாங்கள் எல்லாம் இந்தியாவுக்கு அடிக்கடி செல்கிறோம். ஆனால், இந்தியக் குடியரசுத் தலைவரோ, பிரதமரோ, ஆங்கிலேயர்கள் வாழும் நாட்டை மதித்துப் போவதைப் போல் இங்கு வருவதில்லையே!" என்றார்.

நான் தாய்நாடு திரும்பியதும் இந்த எண்ணத்தை அப்படியே பிரதமர் இந்திரா காந்தியிடம் சொன்னேன். "அவர்களது எண்ணம் சரிதான்" என்று கூறி உடனடியாக

ஆப்பிரிக்க நாடுகளுக்குக் குடியரசுத் தலைவர் சஞ்சீவரெட்டியை அனுப்பி வைத்தார். அந்த நாடுகள் மகிழ்ந்தன. கறுப்பர்களைக் கறுப்பர்கள் மதிக்கும் காலம் பிரதமர் இந்திரா காந்தியால்தான் மலர்ந்தது.

மாநாட்டிலிருந்து திரும்பும்போது, தமிழர்கள் வாழும் நாடுகள் வழியாகப் பயணம் செய்யத் திட்டம் வகுத்தேன். என்னுடன் உத்தரப் பிரதேச சபாநாயகர் ஸ்ரீபத் மிஸ்ராவும் கலந்துகொண்டார். முதலில் மொரீஷியஸ் நாட்டுக்குச் சென்றேன். மாண்புமிகு ராம்கூலம்தான் அந்த நாட்டுக்கு விடுதலையை வாங்கித் தந்தவர். அந்த மண் விடுதலை பெற்ற விழாவுக்குப் புரட்சி நடிகரையே அழைத்தவர். எனக்கு அவர் அறிமுகமானவர். தனது விருந்தாளியாக அழைத்து, நாட்டைச் சுற்றிப் பார்க்க ஏற்பாடு செய்திருந்தார். அது சிறிய தீவு. முப்பது மைல் நீளம், இருபத்தொன்பது மைல் அகலம். மக்கள்தொகை பத்து லட்சம் அதில் தமிழர்கள் ஒண்ணே கால் லட்சம். தமிழினத்துக்குப் பெருமை என்னவென்றால், முதலில் தாய் மொழியை மறப்பார்கள். ராம்கூலத்துக்குச் சுதந்திர தாகத்தை ஊட்டியவர்கள் தமிழர்கள். நான் தாய்மொழியை மறந்துவிட்ட தமிழர்களுக்கு, தமிழ்மொழியில் படிக்க ஆவன செய்ய வேண்டுமே என்றபோது, அந்த நாட்டுக் கல்வி அமைச்சரிடம் பேச ஏற்பாடு செய்தார். அங்கு பள்ளியில் படிக்கும் பதினோராயிரம் மாணவர்களுக்குத் தமிழில் கற்க, அரிச்சுவடிப் புத்தகம் வேண்டுமே என்றார் கல்வி அமைச்சர். எனது சிவகாசி நண்பர்களிடம் கூறினேன். திருவள்ளுவர் படத்துடன் அரிச்சுவடி நூல்கள் தயாராயிற்று. தமிழ்நாட்டில் உள்ள நூல்களைத் தரும்படி வேண்டினேன். ஏறக்குறைய பத்தாயிரம் நூல்கள் கிடைத்தன. தமிழில் ஒரு தட்டச்சுப் பொறி, இவ்வளவும் ஹாஜா ஷெரீப் உதவியால்

கப்பலில் ஏற்றி அனுப்பினேன். தமிழ்நாடு ஒருவேளை லெமூரியாக் கண்டம் போல் கடலில் மூழ்கினாலும் தமிழ் நூல்கள் மொரீஷியஸில் இருக்கும் என்ற திருப்தி எனக்கு உண்டு.

அங்கிருந்து சீசெல்ஸ் தீவு... அங்குள்ள அறுபதாயிரம் பேரில் ஐயாயிரம் பேர் தமிழர்கள். எல்லோரும் உழைக்கிறார் கள். நன்கு வாழ்கிறார்கள். சுற்றுலாவால் வாழும் தீவு. உலகிலேயே அழகான தீவு. அங்குதான் சமீபத்தில் ஒரு கோயில் கட்டிக் குடமுழுக்குச் செய்தார்கள். என்னை அழைத்தார்கள். நானும் மொரீஷியஸ் கல்வி அமைச்சர் பரசுராமன் ஆறுமுகமும் சென்று நடத்தி வைத்தோம். பின்னர், இலங்கைக்கு வந்தேன். எனது அருமை நண்பர் அமிர்தலிங்கம் என்னை வரவேற்று, ஜனாதிபதி ஜெயவர்த்தனாவுடன் தமிழர் பிரச்சினை பற்றிப் பேச வைத்தார். பின்னர் அவரை அகதியாக வரவேற்கும் நிலை எனக்கு ஏற்பட்டது. காமன்வெல்த் நாடாளுமன்றத்தின் சார்பில் அவருக்கு ஒரு கூட்டம் ஏற்பாடு செய்து 'இலங்கை யின் நிலை' பற்றிப் பேச வைத்தேன். அதை ஆங்கிலத்தில் மொழிபெயர்த்து, உலக நாடுகளுக்கெல்லாம் அனுப்பினேன். அச்சிறு தீவில் தமிழர்களுக்கு ஏற்பட்ட இன்னலை விளக்க அச்சிறு நூல் உதவியது என்று கருதுகிறேன்.

32

சபாநாயகராக எனது பணி!

புரட்சித் தலைவருக்கு எத்தனையோ பல்கலைக்கழகங்கள் டாக்டர் பட்டம் அளிக்க முன்வந்தன. அதை ஏற்கப் பலமுறை மறுத்தார். கடைசியாக சென்னைப் பல்கலைக் கழகத்துக்கு இசைவு தந்தார். தன்னோடு பலரும் டாக்டர் பட்டம் பெறுகிறார்கள் என்று அறிந்த பிறகே அதைப் பெற்றார்.

சேலத்தில் புரட்சித் தலைவருக்கு ஒரு விழா எடுக்க ஏற்பாடு செய்தேன். மத்திய சர்க்கார், மாநில அரசுகள், கலை உலகம் அனைத்தும் கலந்துகொள்ளும்படி ஏற்பாடு செய்தேன்.

கர்நாடக மாநில முதல்வர் ராமகிருஷ்ண ஹேக்டே, ஆந்திர மாநில முதல்வர் என்.டி. ராமராவ் முதல் நாடாளுமன்றச் சபாநாயகர் பலராம் ஜாக்கர், தமிழ்நாடு காங்கிரஸ் தலைவர் பழனியாண்டி எம்.பி. வரை கலந்துகொள்ள அழைத்தேன்.

எம்.ஏ.எம். இராமசாமி தலைமை வகித்தார். லட்சக்கணக்கான மக்கள் திரண்டு புரட்சித் தலைவரை வாழ்த்தினர். விழாவுக்கு வர இலவசக் கார்கள், பஸ்களை ஏற்பாடு செய்யாமலேயே மக்களைத் திரட்டினேன். அன்று புரட்சித் தலைவர் பேசிய பேச்சு என்னால் மறக்க முடியாத ஒன்று. அவர் பேசியதாவது: ''நேற்றைய தினம் பெரியவர்கள்

எல்லாம் என்னைப் பாராட்டியிருக்கிறார்கள். அறிஞர் பெருமக்கள் எல்லாம் என்னைப் பாராட்டியிருக்கிறார்கள். எட்டு எட்டரை மணிவரை இங்கே கவியரங்கம் நடைபெற்றிருக்கிறது; கவிஞர்கள் போற்றியிருக்கிறார்கள்; பாடியிருக்கிறார்கள். அவர்கள் அத்தனை பேரும் எங்கள் கட்சியல்ல.

ஆகவேதான் இந்த நிலையை உருவாக்கிய ராஜாராமைக் கண்டு- இதுவரை நான் பயந்ததில்லை - இன்று முதல் நான் பயப்படப்போகிறேன்.

இத்தனை பேரையும் சேர்க்கிற சக்தி ஒரு மனிதருக்கு இருக்கிறதென்றால், அவர் அத்தனை பேரிடமும் பழகுகின்ற முறைதான் காரணம். அவர் திராவிட இயக்கத்தினுடைய கொள்கையை விட்டுக் கொடுப்பதில்லை. உண்மையான சுயமரியாதைக்காரராக வாழ்கிறார்.

ஆனால், எல்லோரையும் அரவணைக்கிறார். பேரவைக் குள் தேவைக்குத்தான் மணியடித்து உட்கார வைக்கிறாரே தவிர, ரகுமான்கான் போன்றவர்களையெல்லாம் பேசும்வரைக்கும் விட்டுவிடுகிறார்.

கண்டிக்க வேண்டியதை அச்சுறுத்தியும் அன்போடும் அரவணைத்துக்கொள்கிற பேரவைத் தலைவர், அத்தனை பேரையும் இங்கே கூட்டி வந்து விழா எடுக்கிறார் என்றால், இதற்கு நான் வரமாட்டேன் என்று சொல்லியிருந்தால், என்னைவிட கர்வமுள்ளவன் வேறு யாரும் இருக்க முடியாது" என்றார்.

புரட்சித் தலைவருக்கு எடுக்கப்பட்ட மிகப்பெரிய விழா இதுதான்.

சேலத்தில் நடந்த விழாவில் சுமார் இருபத்தையாயிரம் ரூபாய் மீதப்பட்டது. அப்போது சென்னைப் பல்கலைக் கழகத் துணை வேந்தராக இருந்த சாந்தப்பாவிடம் கலந்து

பேசி, 'புரட்சித் தலைவர் டாக்டர் எம்.ஜி. ராமச்சந்திரன் நினைவு அறக்கட்டளை' ஒன்றை உருவாக்கினேன். அதை அப்போது குடியரசுத் துணை தலைவராக இருந்த ஆர்.வெங்கட்ராமனைக் கொண்டு துவக்க வைத்தேன்.

அதன்மூலம் ஆண்டுதோறும் சென்னைப் பல்கலைக் கழகம் உள்ளவரை புரட்சித் தலைவர் பேரால் ஒரு அறிஞரின் சொற்பொழிவு நடைபெறும்! புரட்சித் தலைவரின் புகழைப் பரப்ப, தமிழ் கூறும் நல்லுலகம் உள்ளவரை ஏற்பாடு செய்த மகிழ்ச்சி எனக்கு என்றைக்கும் உண்டு.

அத்துடன், புரட்சித் தலைவரின் சத்துணவுத் திட்டத் தைப் பாராட்ட, வள்ளுவர் கோட்டத்தில் விழா ஏற்பாடு செய்து, அன்னை தெரசாவை அழைத்து வந்து பாராட்டச் செய்தேன். அன்னை தெரசா, புரட்சித் தலைவர் ஆகியோர் புகழைப் பாடல்களாக, மறைந்த இசையமைப்பாளர் எம்.பி. சீனிவாசன் மூலம் ஆயிரம் பெண் குழந்தைகள் பாடினார்கள். இருவரும் நெகிழ்ந்தனர். பின்னர் நடைபெற்ற பஹாமாஸ் காமன்வெல்த் மாநாட்டுக்குச் சட்டமன்றச் செயலாளர் அழகர்சாமியுடன் சென்றேன். இரண்டு மாதங்கள் முழு அமெரிக்காவைச் சுற்றினோம். எல்லா 'வால்ட் டிஸ்னி லாண்டு'களையும் பார்த்தோம். ஜப்பான், ஹாங்காங், கோலாலம்பூர், பாங்காக், சிங்கப்பூர் வழியாக சென்னைக்கு வந்து சேர்ந்தோம். கோலாலம்பூரில் டத்தோ சாமிவேலு அமைச்சராகவும், இந்தியர்களின் தலைவராகவும் உள்ளார். அவர் ஒரு எண்ணத்தை வெளியிட்டார். "மலேசியாவில் உள்ள தமிழ் மாணவர்கள், டாக்டர் படிப்புப் படிக்க லண்டனுக்குப் போக வேண்டியுள்ளது. செலவும் அதிகம். பலர் அங்கே தங்கிவிடுகிறார்கள். மற்றபடி அங்கேயே பலர் திருமணமும் செய்து கொண்டுவிடுகிறார்கள். இதனால்

தமிழ்நாட்டில் தனியார் மருத்துவக் கல்லூரி ஒன்று உருவாக்க ஏற்பாடு செய்யுங்கள். நாங்கள் இரண்டு கோடி ரூபாய் வரை தருகிறோம்" என்றார்.

நான் சென்னைக்கு வந்ததும், ராஜா சர் முத்தையா செட்டியாரிடம் இதைக் கூறினேன். அவர் அண்ணாமலைப் பல்கலைக்கழகத் துணைவேந்தர் சிட்டிபாபுவை அழைத்துப் பேசினார். அண்ணாமலையில் மருத்துவக் கல்லூரி உருவாயிற்று. நான் "டத்தோ சாமிவேலு மூலம் இரண்டு கோடி ரூபாய் பெற்றுத் தருகிறேன்" என்றேன்.

"வெளிநாட்டில் வாழப்போன தமிழர்களிடம் இதற்குப் பணம் கேட்பது நமக்குப் பெருமையாக இராது" என்றார் ராஜா சர்! பட்டத்துக்கேற்ற பெரிய மனிதர்.

சபாநாயகர் பதவியில் இருந்தபோது புரட்சித் தலை வரின் உதவியால் நான் வாழ்நாளில் என்றும் மறக்கமுடியாத காரியம் ஒன்று நடந்தது, என்னை ஆளாக்கிய தந்தை பெரியார், காலமெல்லாம் பழகிய ஜனாப் காயிதே மில்லத் இஸ்மாயில், அரசியல் சட்டத்தை எழுதியவரும் என்பால் அன்பு கொண்டவருமான டாக்டர் பாபாசாகிப் அம்பேத் கர், சிங்கமென வாழ்ந்த முத்துராமலிங்கத் தேவர் ஆகி யோரது திருவுருவப் படங்கள், சட்டமன்ற வளாகத்தில் திறந்து வைக்கப்பட்டன. திறந்து வைத்தவர், கேரள ஆளுநர் ஜோதி வெங்கடாசலம் அம்மையார். முதல்வர்களாக இருந்த பெருமகன்களுக்கே படங்களை வைத்துக்கொண்டிருந்த அந்த மாமன்றம், நாட்டின் நல்வழிகாட்டிகளுக்கும் இடமளித்த பெருமை பெற்றது.

சபாநாயகராக முதன்முதலில் பதவியேற்றவர் சிவசண்முகம் பிள்ளை... அடுத்து கோபாலமேனன், டாக்டர் யு. கிருஷ்ணாராவ், செல்லப்பாண்டியன், சி.பா. ஆதித்தனார்,

புலவர் கே. கோவிந்தன், கே.ஏ. மதியழகன், முனு ஆதி, க. இராசாராம்.

மேற்கண்ட சபாநாயகர்களில் செல்லப்பாண்டியனும், யு.கிருஷ்ணாராவும், நானும்தான் முழுதாக சபையை நடத்தியவர்கள், நான் சபாநாயகராக இருந்த சபையில் சுயேச்சைகளுடன் சேர்ந்து பதின்மூன்று கட்சிகள் இருந்தன. அனைவரையும் பெருமையோடுதான் நடத்தினேன். அதன் காரணமாகவோ, என்னவோ சபாநாயகர்களைப் பற்றிக் குறிப்பிடும் சில எதிர்க்கட்சித் தலைவர்கள் ஏனோ என் பெயரைக் குறிப்பிடுவதேயில்லை. ஒருவேளை, நான் வாங்கி வந்த வரம் அப்படியோ, என்னவோ!

சட்டமன்றத்துக்குப் புதிதாக ஒரு கட்டடம் கட்ட வேண்டும் என்பது என் எண்ணம். தமிழக முதல்வர் டாக்டர் எம்.ஜி.ஆரிடம் தெரிவித்தேன். பஹாமாஸில் நடைபெற்ற காமன்வெல்த் மாநாட்டுக்குச் சட்டமன்றச் செயலாளர் அழகர்சாமியுடன் சென்றபோது உலக நாடுகளில் உள்ள நாடாளுமன்ற அமைப்புகளைப் பார்வையிட்டேன். ரோம், பாரிஸ், லண்டன், வாஷிங்டன், டோக்கியோ, கோலாலம்பூர், சிங்கப்பூர் ஆகிய தலைநகரங்களில் இருந்த நாடாளுமன்ற சபாநாயகர், செயலாளர் ஆகியோரைச் சந்தித்துக் கட்ட டங்களைப் பார்த்தபின் விவாதித்தோம். உறுப்பினர்களுக்கு என்ன வசதி, அமைச்சர்களுக்குப் பணிபுரியும் அறை, பார்வையாளர்கள் உட்காருமிடத்தில் உள்ள ஏற்பாடு, சட்டமன்ற உறுப்பினர்கள் பேசுவதை ஒளிப்பதிவு நாடாவில் பதித்தலுக்கு ஏற்பாடு, உறுப்பினர்களும் மற்றவர்களும் வரும் வழியில் டெலிவிஷன் காமிரா மூலம் பாதுகாப்பு, சட்டப் பேரவைத் தலைவருக்கு அறை எங்கு இருக்க வேண்டும், எதிர்க்கட்சித் தலைவரின் அறை, பிரதம கொறடாவின்

அறை, மசோதாக்களை உடனடியாக உறுப்பினர்களுக்குத் தட்டச்சு செய்து வழங்க ஏற்பாடு, உறுப்பினர்களுக்கும் அமைச்சர்களுக்கும் கார்கள் நிறுத்த ஏற்பாடு, சபை நடக்கும் நேரத்தில் உறுப்பினர்கள் அலுவல் பார்க்க அறைகள், நூலகத்தில் உறுப்பினர் எந்த நூலைக் கேட்டாலும் எடுத்துத் தரும் வகையில் கம்ப்யூட்டர் ஏற்பாடு, உறுப்பினர்களுக்குத் தொலைபேசி வசதி, நிருபர்களுக்குத் தொலைபேசி, டெலக்ஸ், ஃபாக்ஸ் வசதிகள், நிருபர்கள் அமர்ந்து செயலாற்றத் தனி அறைகள், செயலாளர்கள் அமர, செயலாற்ற வசதிகள், அவர்களுக்கான தொலைபேசிகள்... இப்படி மக்களாட்சி நாடுகளில் உள்ள எல்லாவற்றையும் பார்த்தோம். தமிழகம் திரும்பியதும் முதல்வரிடம் கூறி, புதிய சட்டமன்றத்தைக் கோட்டைக்கு எதிரில் உள்ள பூங்காவில் அமைக்க முடிவு செய்தோம். அகில இந்தியாவிலும் உள்ள கட்டடக்கலை நிபுணர்கள் மத்தியில் ஒரு போட்டியே நடத்தினேன். முதற்பரிசு ஒரு லட்ச ரூபாய் என்று அறிவித்தோம். இந்தியாவின் பல நிபுணர்கள் கலந்துகொண்டனர். புரட்சித் தலைவர் மூன்று வரைபடங்களைத் தேர்ந்தெடுத்தார். மூன்று பரிசுகளும் தந்து அவற்றைப் பெற்று, சபாநாயகரின் செயலாளரது அறையில் வைக்கப்பட்டுள்ளன. என்றைக்கு அதற்கு விமோசனம் கிடைக்குமோ தெரியவில்லை.

33

ராஜ்பவன் ரகசியங்கள்!

வளர்ந்துள்ள நாடுகளில் பணியாற்றுவதைப்போல் இங்கும் சட்டமன்ற உறுப்பினர்கள் பணியாற்ற வேண்டும். அப்போதுதான் பாமர மக்களுக்கு மக்களாட்சியின் பயன் சென்றடையும் என்பது என் நம்பிக்கை. என்னை ஆளாக்கிய அறிஞர் அண்ணா, மக்களாட்சித் தத்துவத்தைப் பாமரனும் உணர்ந்துகொள்ள வேண்டும் என்பதில் உறுதியாக இருந் தார். இரவெல்லாம் கண்விழித்துப் படித்தார். கைவலிக்க வலி க்க எழுதினார். தமிழகத்திலுள்ள சட்டமன்ற உறுப்பினர்கள் என்றால் மற்ற மாநிலத்தாரெல்லாம் மதிக்க வேண்டும் என எண்ணினேன். சட்டப்பேரவைத் தலைவர் பதவியில் இருந்த எனக்கு அதற்கான வாய்ப்புக் கிடைத்தது. என்னுடைய துரதிர்ஷ்டமோ, தமிழகத்தின் துரதிர்ஷ்டமோ, புரட்சித் தலைவர் திடீரென நோய்வாய்ப்பட்டார். நான் எடுத்துக் கொண்ட முயற்சி செயல்வடிவம் பெறாமலேயே நின்று போயுள்ளது. எனக்கு இன்னமும் நம்பிக்கை இருக்கிறது. 'யாராவது திறமையானவர்கள் தமிழகத்தை ஆள வருவார் கள். நான் பட்ட கஷ்டங்களுக்கு வடிவம் தருவார்கள். அறிஞர் அண்ணா கண்ட கனவான மக்களாட்சி தமிழகத்தில் மலர வழி வகுப்பார்கள்' என்று உறுதியாக நம்புகிறேன்.

சட்டப்பேரவைத் தலைவராகப் பணியாற்றியபோது,

நான் கழகக் கூட்டங்களிலும் பொதுக்குழுவிலும் கலந்து கொள்வதில்லை. சபாநாயகர் என்ற மரபை நான் காத்து வந்தேன். அரசு விழாக்களில் புரட்சித் தலைவர் என்னையே பெரும்பாலும் தலைவராகப் போடச் சொல்வார். அப்போது சட்டமன்றத்தில் பதினோரு கட்சிகள். அரசு விழாக்களில் முதலமைச்சரும், மேலவைத் தலைவரும், எதிர்க்கட்சித் தலைவர்களும் கலந்து கொள்வது வாடிக்கை. சிலர் அதில் கட்சிச் சண்டையை உருவாக்கி விடுவார்கள். அது ஒருமுறை சட்டமன்றத்தில் பிரச்சினையாயிற்று. "தலைமைதாங்கிய நீங்கள் அதைத் தவிர்த்திருக்க வேண்டும்" என்றார்கள். "அரசு விழாக்களுக்குச் செல்லும்போது, நான் அங்கும் சபாநாயகர் தொழிலைச் செய்வது கடினம். அரசியல் கட்சிகள் அதற்குப் பொது மேடைகளில் பதில் சொல்லிக் கொள்ளலாம். அங்கேயும் நான் எனது மணியை எடுத்துக் கொண்டு போய் அடித்துக் கொண்டிருக்க முடியாது" என்றேன். இதையெல் லாம் என்னிடம் கேட்ட எதிர்க்கட்சியினர் தாங்கள் ஆட் சிக்கு வந்தவுடன், சபாநாயகரைத் தேர்தல் பிரசாரம் வரை அனுமதித்தார்கள். தற்போது கேட்க வேண்டியதேயில்லை!

சபாநாயகராகப் பணியாற்றியபோது, மூன்று கவர்னர் களுடன் பழகவும் ஒத்துழைக்கவும் வேண்டிய நிலை ஏற்பட்டது. முதலில் பிரபுதாஸ் பட்வாரி... பிடிவாதமான காந்தியவாதி. தான் வாழ்ந்த ராஜ்பவன் வட்டாரத்திலேயே அசைவம், சிகரெட் முதலியவற்றை வராதபடி செய்துவிட்ட வர். மத்திய மாநில அரசுகளுக்கு விருந்தோம்பலில் பல பிரச்சினைகள்... வெளிநாட்டினர் எவர் வந்தாலும் ராஜ் பவனில் தங்கமுடியாத சூழல். குடியரசுத் தலைவர், பாபுஜி ஜெகஜீவன்ராம் போன்றவர்களுக்கு உணவுப் பழக்கங்களில் சங்கடமே ஏற்பட்டுவிட்டது.

கவர்னர் குரானா மற்றும் புரட்சித் தலைவருடன்...

நிகழ்ச்சிகளுக்குத் திறந்த சிறிய காரில் சென்றார் பட்வாரி. காங்கிரஸ் பேரியக்கத்தின் தலைவராக இருந்த ஆச்சார்ய கிருபளானியை ராஜ்பவனில் சில காலம் தங்கவைத்து, அவருக்குத் தக்க பணிவிடை செய்தார். தமிழக அரசைப் பொறுத்தவரை நன்றாக ஒத்துழைத்தார். அவரைப் பிரதமர் இந்திரா காந்தி பதவியிலிருந்து நீக்கமே செய்ய வேண்டியதாயிற்று. வழியனுப்பு விழா செய்ய வேண்டிய கடமை மாநில அரசுக்கு. ராஜாஜி ஹாலில் எந்தச் சொற்பொழிவும் இன்றி, மாலை அணிவித்து நினைவுப் பரிசை முதல்வர் தந்ததும், தேசியகீதத்தை உடனே இசைக்க வைத்து, விழாவை முடித்தோம். இந்த விழா மூலம் மத்திய-மாநில அரசின் நட்புக் கெடாமல் பார்த்துக் கொள்ளப்பட்டது.

பிரபுதாஸ் பட்வாரி பதவியிலிருந்து விலக்கப்பட்ட வுடன், அப்போது உயர்நீதிமன்றத் தலைமை நீதிபதியாக இருந்த எம்.எம். இஸ்மாயில் தற்காலிகக் கவர்னராக ஒரு

வாரம் இருந்தார். சட்டமேதையாக மட்டுமல்லாமல், ஆங்கிலத்திலும் தமிழிலும் மிகப்பெரிய மேதை. கம்பனைக் கரைத்துக் குடித்தவர். பழைய காலத்துக் காங்கிரஸ்காரர். எந்தத் தலைப்புக் கொடுத்தாலும் பேசக்கூடிய ஆற்றல் மிக்கவர். கதரையே உடுத்துபவர். எளிமைக்குச் சொந்தக் காரர். மாளிகை வாசம் கிடைத்ததே தவிர, அவர் கவர்னர் அலுவல் முடிந்ததும் வீட்டுக்குத் திரும்பிவிடுவார். தலைமை நீதிபதியாக இருந்தபோது, அவரை மாநிலத்தைவிட்டு மாற்றினார்கள். அதை அவர் கொள்கையளவில் ஏற்கவில்லை. பதவியை ராஜினாமாச் செய்தார்.

தற்போது கம்பன் கழகத்தைத் திறம்பட நடத்தி வருகிறார். எம்.எஸ். சுப்புலட்சுமியைப் பாடவைத்து, கம்பன் பாடல்களைத் தமிழ்கூறும் நல்லுலகம் உள்ளவரை நிலை நிறுத்திய பெருமை இவருக்கு உண்டு. மத்திய-மாநில அரசுகள் இவரைப் பயன்படுத்திக் கொள்ளவில்லையே என்ற கவலை எனக்கு உண்டு. அயோத்தி போன்ற பிரச்சினைகளில் இவரை அரசுப் பயன்படுத்தியிருந்தால் இன்று ஏற்பட்டுள்ள பூதாகாரமான பிரச்சினை ஏற்பட்டிருக்காது என்ற நல்ல நம்பிக்கை எனக்குண்டு.

காங்கிரஸ் பேரியக்கத்தின் பொதுச்செயலாளராகப் பல ஆண்டுகள் இருந்த சாதிக் அலி கவர்னரானார். காசியைச் சேர்ந்த சாந்தி அம்மையாரை அவர் மணந்து கொண்டார். ஆப்பிரிக்கா நாடுகளைப் பற்றி சாந்தி சாதிக் அலி நன்கு ஆராய்ந்தவர். சாதிக் அலி மென்மையான ஒரு காந்தியவாதி. சத்தம் போட்டுக்கூடப் பேசமாட்டார். நாட்டின் கிராமங்கள் வளர்ச்சி அடையவில்லையே என்ற கவலை கொண்டவர். புரட்சித் தலைவர் தமிழகத்தில் கிராமங்களுக்கானத் தன்னி றைவுத் திட்டம் போட்டு நன்கு நிறைவேற்றி வருவதைக்

கண்டு, உள்ளபடியே மகிழ்ச்சி கொண்டவர் சாதிக் அலி. அவர் காங்கிரஸ் பேரியக்கத்தின் பொதுச்செயலாளராகப் பல ஆண்டுகள் இருந்ததால், உலகெங்கும் நிறைய நண்பர்கள். இரண்டாண்டுகள் கவர்னராகப் பணியாற்றியபின், டெல்லியில் குடியிருக்கிறார். அவருக்குக் குழந்தை இல்லை. வெளிநாடுகளிலிருந்து பலர் வந்து அவர் வீட்டில் தங்குகிறார்கள். அன்றாடம் விருந்தோம்பல்தான். காந்தி ஃபவுண்டேஷனில் ஒரு வேலை தந்துள்ளார்கள். நான் போனபோது அவர் பஸ்ஸில் பயணம் செய்து வீட்டுக்கு வந்து சேர்ந்தார். நான் அவரிடம் சண்டை போட்டேன். "பஸ் மிகவும் வசதியாக இருக்கிறது" என்றார். அப்படி ஒரு காந்தியவாதி அவர்!

சாதிக் அலிக்குப் பிறகு, மத்திய அரசின் உள்துறைச் செயலாளராகவும், டெல்லியின் கவர்னராகவும் பணிபுரிந்த எஸ்.எல். குரானா தமிழகக் கவர்னரானார். சிறந்த நிர்வாகி. எந்தப் பிரச்சினைக்கும் பரிகாரம் காணக்கூடிய திறமை வாய்ந்தவர். உள்துறைச் செயலாளராக இருந்த காரணத்தால், நாட்டிலுள்ள அரசியல்வாதிகளின் ஜாதகங்களையெல்லாம் தன் கையில் வைத்திருந்தவர். அவருக்குத் தமிழக முதல்வர் புரட்சித் தலைவரை நன்கு பிடித்துப் போயிற்று. மற்ற கவர்னர்களைப் போலல்லாமல், தொலைபேசியிலும் பேசுவார். மத்திய-மாநில உறவைச் சரிசெய்வதில் அதிக அக்கறை காட்டினார் குரானா. பிரதமர் இந்திரா காந்திக்கும் எம்.ஜி.ஆருக்கும் மீண்டும் நல்ல நட்பு உண்டானது. மதுரையில் உலகத் தமிழ் மாநாட்டை குரானா கவர்னராக இருந்தபோதுதான் கூட்டினார் எம்.ஜி.ஆர்! அதற்குப் பிரதமர் இந்திரா காந்தியே வந்து கலந்துகொண்டு சிறப்புச் செய்தார். மத்திய அரசுடன் வாதாடி நிறைய நிதியைப் பெற்றுத் தரவும் துணை நின்றவர் எஸ்.எல். குரானா.

புரட்சித் தலைவர் நோய்வாய்ப்பட்டபோது, அவருக்கு உடனுக்குடன் மருத்துவ வசதிகளைச் செய்யும் வகையில் எல்லா ஏற்பாடுகளையும் செய்தார். தினமும் மருத்துவ மனைக்கு வருவார். மனந்திறந்து பேசுவார். சிகிச்சைக்காகப் புரட்சித் தலைவர் அமெரிக்காவுக்குச் சென்றபோது, தமிழக அரசு ஒழுங்காக நடைபெற உதவினார். புரட்சித் தலைவரின் மறைவுக்குப் பின் ஜானகி அம்மையார் ஆட்சியையும் ஒழுங்காக நடத்தித் தந்தார். ராஜ்பவனில் அவர் இருந்த போது நடைபெற்றவற்றை ஒரு நூலாக எழுதித் தரும்படிக் கேட்டுள்ளேன். அவர் புத்தகம் எழுதினால் பல ரகசியங்கள், அன்றைக்கு ஏற்பட்ட அரசியல் சூழ்ச்சிகள் அனைத்தும் நாட்டுக்குத் தெரிந்துவிடும்! அமெரிக்காவிலிருந்து புரட்சித் தலைவர் திரும்பியபின், அவரது ஆட்சியை வாழ்நாள் முடியும்வரை ஒத்துழைத்து நடத்தியதை நான் என்றைக்கும் மறந்துவிட முடியாது.

நாடாளுமன்ற உறுப்பினராக இருந்த செல்வி ஜெயலலிதா, புரட்சித் தலைவர் அமெரிக்காவுக்குப் போனபிறகு சேலம் கண்ணன் எம்.பி.யுடன் டெல்லிக்குச் சென்றார். 'ஜெயலலிதாவுக்கு டெல்லி தமிழ்நாடு இல்லத்தில் இடம் கொடுக்க வேண்டாம்' என்று இங்கிருந்து உத்தரவு போடப்பட்டது. இரவிலே போய் இறங்கிய அவர்கள், அசோகா ஓட்டலுக்குச் சென்று தங்கினார்கள். நான் இதை யறிந்ததும் சங்கடப்பட்டுச் சமாதானம் சொல்ல ஓட்டலுக்கே போனேன். அப்படிப் போனதற்காக ஆர்.எம்.வீ.யிடம் வாங்கிக் கட்டிக்கொண்டேன். இன்றைக்கு எனக்கு என்ன நிலை தெரியுமா? டெல்லிக்குச் சென்றால், தமிழ்நாடு இல்லத்தில் எனக்கு இடம் கொடுக்க வேண்டாம் என்று உத்தரவு! நான் இன்றும் சட்டமன்ற உறுப்பினர். எனக்கு

எல்லா உரிமையும் உண்டு - அங்கு தங்க! இருந்தாலும், புதிய அம்மையாரின் உத்தரவு! இது எப்படி இருக்கு! 'அதிகாரம் வந்தால் தலைகால் தெரியாது' என்று கேள்விப் பட்டிருக்கிறேன். இப்போதுதான் அதைப் பார்க்கிறேன். நான் சபாநாயகராக இருந்ததால், கவர்னர்களுடன் பல நிகழ்ச்சி களில் கலந்துகொள்ள வேண்டியிருந்தது. ஒவ்வொரு கவர்ன ரும் ஒரு துறையில் வல்லுநர். அத்துடன் நாட்டுப்பற்று மிக்கவர்கள்.

மகாத்மா காந்தி - மூதறிஞர் ராஜாஜி ஆகியோரின் பேரனும், தேவதாஸ் காந்தியின் மகனுமான கோபால கிருஷ்ண காந்தி ஐ.ஏ.எஸ்-ஸின் திறமையை கவர்னர் எஸ்.எல்.குரானாவிடம் ஒருமுறை நான் சொன்னேன். அவரைத் தனது செயலாளராக ஆக்கிக்கொண்டார் எஸ்.எல்.குரானா.

கோபாலகிருஷ்ண காந்தி போன்றவர்களைத் திட்டக் குழுவில் பணியாற்ற வைத்தால் நாடு பலன் பெறும். மத்திய அரசு அப்படிப்பட்டவர்களைப் பயன்படுத்தலாம்.

நமது நாட்டில் மற்றொரு குறை... பலபேர் அகில இந்தியக் கட்சிகளுக்குத் தலைவர்கள்... எனக்குத் தெரிய பல தலைவர்கள் - அகில இந்தியா முழுவதையும் பார்த்ததே கிடை யாது. ஆனால் பத்திரிகையாளர்கள் தங்கள் பேனா முனை யால், அவர்களை இந்திரன் சந்திரன் என்று தூக்கி விட்டு விடுவார்கள். நான் முதன்முறையாக தைவான் நாட்டுக்குச் சென்றபோது, சீனர்கள் நடத்திய விருந்தில் மங்குஸ்தான் பழத்தை வைத்திருந்தார்கள். அதன் தோலை உரித்து, வெள்ளை யாக சுளைகளை எடுத்துக் காட்டினார்கள். எங்களோடு வந்த அகில இந்தியத் தலைவர் ஒருவர் "அடடா... இப்படி ஒரு பழம் எங்கள் நாட்டிலேயே இல்லை" என்றார். நான் அவரி டம் காதோடு "இந்தப் பழம் தமிழ்நாட்டிலும் கேரளாவிலும் இருக்கிறது" என்றேன். ஏன் காதோடு சொன்னேன் என்றால்,

வெளிநாட்டில் நம்முடைய அகில இந்தியத் தலைவரைக் காட்டிக் கொடுக்கக் கூடாது அல்லவா?

ஜாம்பியா நாட்டின் தலைநகரில் - நாடாளுமன்ற மண்டபத்தில் காமன்வெல்த் மாநாடு நடந்தது. நாங்கள் பலர் அங்கு பஸ்ஸில் சென்றோம். அது தாமிரம் விளையும் நாடு. எனவே நாடாளுமன்ற மேற்கூரை முழுவதும் தாமிரத் தகட்டினால் வேயப்பட்டிருந்தது. அதைப் பார்த்ததும் நம்முடைய தலைவர்களுக்கு ஒரே அதிசயம். "தாமிரம் எவ்வளவு விலை! அந்தத் தகட்டில் கூரையை வேய்ந்திருக்கிறார்கள். நம்முடைய நாட்டில் இவ்வளவு விலை உயர்ந்த கூரையைப் பார்க்க முடியுமா?" என்றார்கள். எனக்கு வேர்த்தே போயிற்று!

"ஐயா, எங்கள் சிதம்பரம் நடராஜர் கோயிலின் கூரையைத் தங்கத்தாலேயே வேய்ந்திருக்கிறார்கள். அதன் விலை இதைவிடப் பல மடங்கு உயர்ந்தது" என்றேன். இதிலென்ன அதிசயம் என்றால், நம்முடைய அகில இந்தியத் தலைவர்கள் உள்நாட்டில் சுற்றுகிறார்களோ இல்லையோ, வெளிநாட்டில் அதிகம் சுற்ற ஆசைப்படுகிறார்கள். அங்கு போய், நம் நாட்டில் அது இல்லை. இது இல்லை என்று வேறு கொட்டி முழக்கிவிட்டு வந்துவிடுகிறார்கள்.

தமிழகக் கவர்னர்களிடம் பழகியதில் நான் நல்ல பல பாடங்களைக் கற்றேன். அனுபவ அறிவை எனக்கு அவர்கள் மறைமுக ஆசானாக இருந்து கற்பித்தார்கள். அரசியலில் டெல்லி எப்படிக் காய் நகர்த்துகிறது என்பதையும் அறிந்து கொள்ள இந்த கவர்னர்களின் நட்பு எனக்குப் பெரிதும் பயன்பட்டது. கவர்னர்களில் புரட்சித் தலைவரையும் பிரதமர் இந்திரா காந்தியையும் நண்பர்கள் ஆக்குவதில் குரானா உதவினார். அன்று மலர்ந்த அ.தி.மு.க - காங்கிரஸ் கூட்டணி, இந்தப் புது அம்மையாரால் போட்டு உடைக்கும் வரை நீடித்தது.

34

குன்றக்குடி அடிகளாரின் தொண்டுள்ளம்!

புரட்சித் தலைவர் எம்.ஜி.ஆர். முதல்வரானவுடன் கிராமங்களை வளப்படுத்துவதில் கவனம் செலுத்தினார். காரணம், புரட்சி நடிகராக இருந்தபோதே தமிழகத்தின் கிராமங்களுக்குப் பிரசாரத்துக்குச் சென்றிருக்கிறார். சேலம் மற்றும் தர்மபுரி மாவட்டங்களில் என்னுடன் நிறைய சுற்றியுள்ளார். அவர் பிரசார வேன் ஒன்று வைத்திருந்தார். அதில் நின்றுகொண்டு பலமுறை பயணம் செய்தார். கிராமங்களின் பாதைகளில் உள்ள குண்டுகுழிகள் அவருக்கு நன்கு தெரியும். 67 பொதுத்தேர்தலின்போது, சேலம் மாவட்டத்தின் எல்லையான குமாரபாளையத்தில் அவரை நான் வரவேற்றேன். குமாரபாளையம், பள்ளிப்பாளையம், திருச்செங்கோடு, ஆட்டையாம்பட்டி, சேலம் வரை நின்றுகொண்டே வந்தோம், காரணம் - வழியெங்கும் மக்கள். பாதை எங்களைப் படாதபாடு படுத்தியது. அவர் முதல்வராக வந்ததும் கிராமங்களை அவர் வளப்படுத்த எண்ணினார்.

எந்த முன்னேற்றத் திட்டத்துக்கும் சில அதிகாரிகள் முட்டுக்கட்டை போடுவார்கள். கிராமங்களுக்குத் தன்னிறைவுத் திட்டம் என்ற ஒரு திட்டம் போடப்பட்டது. கிராமங்களில் பள்ளிக்கூடக் கட்டடம் (பள்ளிகள் பெருந்தலைவர் காமராஜர் காலத்தில் உருவாயின). நல்ல

ஒரு விழாவில் அய்யாவும்
குன்றக்குடி அடிகளாரும்...

சாலைகள், பாதுகாக்கப்பட்ட குடிநீர் தர மேல்நிலை நீர்த்தேக்கத் தொட்டிகள், நகர்ப்புறத்திலிருந்து கிராமங்களுக்குப் பேருந்துகள், மின்சாரம் உள்ள இடங்களில் பல்புகளை நீக்கிவிட்டுக் குழல் விளக்குகள்... என்று திட்டமிடப்பட்டது.

1971-ஆம் ஆண்டு, இங்கிலாந்து நாட்டின் அழைப்பைப் பெற்று மூன்று வாரகாலம் இங்கிலாந்து, ஸ்காட்லாந்து முதலிய பகுதிகளைச் சுற்றினேன். ஏற்கனவே லண்டனில் படித்துப் பாரிஸ்டரான சி.பா. ஆதித்தனாரிடம் எனது பயணம் பற்றிக் குறிப்பிட்டேன். அப்போது நான் நாடாளுமன்ற உறுப்பினர். சி.பா. ஆதித்தனார் தமிழக விவசாய அமைச்சர்.

“இங்கிலாந்து நாட்டில் குடிதண்ணீர்க் கிணறுகளை அமைக்க, பூமியில் துளையிடும் கருவிகளை உற்பத்தி செய்கிறார்கள். அடிக்கடி தமிழ்நாட்டில் மழை பொய்த்துப் போவதால், அந்த இயந்திரங்கள் நமக்குப் பயன்படலாம்.

எனவே, அந்த நிறுவனத்தைப் பார்த்து வாருங்கள்..." என்றார்.

இங்கிலாந்து அரசு எனது சுற்றுப் பயணத்தில் "என் னென்ன பார்க்க விரும்புகிறீர்கள்?" எனக் கேட்டபோது, இது பற்றியும் கூறியிருந்தேன். எனவே, அங்குள்ள நிறுவனத்தினர் என்னை லிவர்பூல் நகருக்குத் தனி விமானத்தில் அழைத்துச் சென்று, தங்களது தொழிற்சாலையைக் காட்டினார்கள். அங்கு நான் கண்ட ஒரு இயந்திரம் ஆஸ்திரேலியாவுக்காக வடிவமைக்கப்பட்டிருந்தது. ஆஸ்திரேலியாவின் பெரும்பகுதி மலைப்பாங்கானது. அவர்கள் தண்ணீர் கிடைக்கும் வரை பூமியைத் துளைபோட்டுக்கொண்டே இருக்கும். நான் இங்கிலாந்தில் கண்டவற்றைத் தமிழக அரசுக்குக் கொண்டு வந்து சேர்த்தேன்.

சி.பா. ஆதித்தனார் கண்ட கனவை நிறைவேற்றும் பொறுப்பு புரட்சித் தலைவரிடம் வந்தது. புரட்சித் தலைவர் காலத்தில் கிராமங்களுக்குப் பாதுகாக்கப்பட்ட குடிதண்ணீர் தருவதற்காக மேல்நிலை நீர்த்தேக்கத் தொட்டிகளும், ஆழ்குழாய்க் கிணறுகளும் வெகுவேகமாக அமைக்கப்பட் டன. எந்தக் கிராமத்திலும் பெண்கள் குடிதண்ணீர் இல்லா மல் சிரமப்படக்கூடாது என்பதில் மிகுந்த கவனத்தைச் செலுத்தினார். இதில் வேகமாகக் கவனம் செலுத்தியதற்குக் காரணம், தேர்தல் பிரசாரத்தின்போது ராமநாதபுரம் மாவட்டத்தில் தாய்மார்கள் குடங்களுடன் தண்ணீருக்கு அலைந்ததைக் கண்டதுதான்.

பெருந்தலைவர் காமராஜர் தான் ஆட்சிக் கட்டிலில் ஏறியதும் முதலில் செய்த காரியம் - கிராமங்களில் பள்ளி களை நிறுவியதுதான். அதற்கான மாடிக்கட்டடங்களை மின் வசதியுடன் கிராமங்களில் கட்டிய பெருமை புரட்சித் தலைவரையே சாரும். நான் சபாநாயகராகப் பணியாற்றிய

போது, ஏராளமான பள்ளிகளைத் திறக்கும் வாய்ப்புக் கிடைத்துக் கொண்டே இருந்தது. அத்துடன் ஜனதா கட்சித் தலைவர் மொரார்ஜி தேசாய் கொண்டுவந்த ப்ளஸ்டூ பள்ளிகளையும் ஏராளமாகத் திறக்க ஏற்பாடு செய்தார். தான் சிறுவயதில் படிக்க முடியாமல் போய்விட்டதே என்ற ஆதங்கம் அவர் உள்ளத்தை வாட்டிக் கொண்டிருந்ததை அவரே வாய்விட்டுச் சொல்லியதைப் பலமுறை நான் மட்டுமல்ல, நாடே கேட்டிருக்கிறது.

பெரியாரிடத்திலும் புரட்சித் தலைவரிடத்திலும் ஓர் ஒற்றுமையைக் கண்டுள்ளேன். தந்தை பெரியார் திருச்சியிலும் சென்னையிலும் இரண்டு 'பிரிட்டானிகா உலகக் கலைக் களஞ்சியத்தை' வாங்கி வைத்திருந்தார். அதேபோல், புரட்சித் தலைவர் தனது ஆற்காடு ரோடு இல்லத்திலும் ராமாவரத் தோட்ட இல்லத்திலும் உலகக் கலைக்களஞ்சியத்தை வாங்கி வைத்திருந்தார். அதிகாலை நேரத்திலும், ஓய்வு கிடைக்கும் போதும் இருவரும் இந்த நூல்களைப் புரட்டிக்கொண்டே இருப்பார்கள். அதிலுள்ளவற்றை விவாதிப்பதில் இருவருக்கும் அலாதியான பிரியம் உண்டு. புரட்சித் தலைவருக்கு நாடகத்தில் நடித்த பழக்கம் இருந்ததால், மனப்பாடம் செய்யும் திறமை அவரிடம் நிறையவே இருந்தது. தமிழில் தனக்கு அதிக ஆர்வம் இருந்ததால், தமிழாசிரியரை வைத்துத் தொல்காப்பியம் பயின்றவர் அவர் என்பது பலருக்குத் தெரியாது.

கம்பன் கழகம் ஆண்டுதோறும் ஏ.வி.எம். ராஜேஸ்வரி கல்யாண மண்டபத்தில் விழா நடத்துவது அனைவருக்கும் தெரியும். ஆண்டுவிழாவைத் தொடங்கி வைக்க, அதன் தலைவர் தலைமை நீதிபதி எம்.எம். இஸ்மாயில் இவரை அழைத்திருந்தார். புரட்சித் தலைவர் பேசினார். நாங்கள்

கேட்கப் போயிருந்தோம். கம்பன் கழகம் நடத்தும் போட்டி களில் வெற்றி பெற்றவர்களுக்குப் பரிசளிப்பதற்கு முன்பு, அவர்கள் அந்த மேடையில் பேசுவது வழக்கம். அதன்படி சில இளைஞர்கள் பேசினார்கள்.

தமிழ் இலக்கியத்தில் மெய்ப்பாடு என்று ஒன்று உண்டு. தொல்காப்பியத்தில் மெய்ப்பாட்டு இயல் என்ற ஓர் இயலே இருக்கிறது.

அந்த மெய்ப்பாடு இயலின்படி, மெய்ப்பாடுகள் எட்டு என்பதே தொல்காப்பியருடைய கருத்து.

நகை, அழுகை, இளிவரல், மருட்கை, அச்சம், பெருமிதம், வெகுளி, உவகை என்பன எட்டும் மெய்ப்பாடு கள் என்று தொல்காப்பியர் கூறுவார்.

மாணவர்கள் பேசும்போது, இந்த எட்டையும் பேசி விட்டு, சமநிலை என்ற ஒன்றையும் சேர்த்து ஒன்பதாக்கி னார்கள்.

பின்னால் புரட்சித் தலைவர் பேசினார். அந்த மாணவர்கள் சொன்னதைக் குறிப்பிட்டு, "தமிழ் இலக்கண மரபுப்படி உள்ள மெய்ப்பாடு எட்டுதான். சமநிலை என்பது வடமொழி இலக்கியத்திலிருந்து வந்து பின்னால் சேர்ந்தது..." என்றார்.

கேட்ட எங்களுக்கு ஒரே ஆச்சரியம்! எங்களைப் போன்றே விழாத் தலைவர் நீதிபதிக்கும் ஆச்சரியம். ஒரு நடிகர் நாடாள வந்திருக்கிறார். அவர் தொல்காப்பியம் பற்றிப் பேசுகிறார் என்றால் யாருக்குத்தான் வியப்பு மேலி டாது. பின்னர் நீதிபதியிடம் பேசிக்கொண்டிருந்தபோது, இதை அவர் புரட்சித் தலைவரிடமே கேட்டதைக் கூறினார். அப்போதுதான் தமிழாசிரியரிடம் புரட்சித் தலைவர் பாடம் கற்ற சேதி எனக்குத் தெரிந்தது. எனக்கு என்ன வியப்பு

என்றால், சிறுசிறு நூல்களாகத் தொல்காப்பியம் போன்றவை தமிழ் மக்களிடையே பரப்பப்பட வேண்டும் என்று அறிஞர் அண்ணா இலக்கிய மேடையில் பேசியது என் நினைவுக்கு வந்தது.

இலங்கைப் பிரச்சினை கொழுந்துவிட்டு எரிந்த காலம்... தமிழர் தலைவரான அமிர்தலிங்கம் தலைமறைவாகச் சென்னைக்கு வருகிறார் என்று சேதி வந்தது. புரட்சித் தலைவர் அவரது வருகையைப் பற்றி இரவு கூறினார். காரணம், அவர் கொழும்பில் விமானம் ஏறிய பின்பே தலைவருக்கு மத்திய அரசு சேதி அனுப்பிற்று. நானும் அமைச்சர்கள் பொன்னையன், ராஜா முகம்மது, சட்டமன்ற மேலவை உறுப்பினர் ஜனார்த்தனம் ஆகியோரும் விமானநிலையத்துக்குச் சென்று அமிர்தலிங்கத்தை வரவேற்றோம். அவருக்கு ஒரே ஆச்சரியம்! நேராகப் புரட்சித் தலைவரின் இல்லத்துக்கு அழைத்துச் சென்றோம்.

புரட்சித் தலைவருடன் அவர் தனியாக ஆலோசனை நடத்தினார். பின்னர், அரசு விருந்தினர் மாளிகையில் இரவெல்லாம் இலங்கையின் நிலையை எடுத்து விளக்கினார். காலை டெல்லிக்குப் புறப்பட்டு, பிரதமர் இந்திரா காந்தியைச் சந்தித்தார். டெல்லியிலிருந்து திரும்பியபின், எனது தலைமையில் இருந்த காமன்வெல்த் சங்கத்தின் சார்பில் ஒரு கூட்டத்தை ஏற்பாடு செய்தேன். கலைவாணர் அரங்கில் நடந்த அந்தக் கூட்டத்தில் சட்டமன்ற மேலவைத் தலைவர் ம.பொ.சி.யும் கலந்துகொண்டார்.

'இலங்கையில் தமிழர் பிரச்சினை' என்பது பற்றி அமிர்தலிங்கம் சுமார் இரண்டு மணி நேரம் அற்புதமாகப் பேசினார். அந்தச் சொற்பொழிவை ஆங்கிலத்தில் மொழி பெயர்த்து, உலகிலுள்ள காமன்வெல்த் நாடுகளுக்கெல்லாம்

அனுப்பினேன்.

பின்னர், அமிர்தலிங்கம் குடும்பத்துக்குப் புரட்சித் தலைவர் எம்.ஜி.ஆர். தக்க பாதுகாப்புக் கொடுத்து அரசு விருந்தினராகவே நடத்தினார். சில ஆண்டுகளுக்குப் பின் அமிர்தலிங்கமும், துடிப்புள்ள நாடாளுமன்ற உறுப்பினர் யோகீஸ்வரனும் தங்கள் மக்களுடன் வாழ்வது என்று முடிவெடுத்தார்கள். நான் தடுத்தேன். யோகீஸ்வரன் பெரிதும் வாதாடினார். வேறு வழியின்றிக் கண்களில் நீர்மல்க விடைகொடுத்தேன். பின்னர் அவர்கள் கொலையுண்ட சேதிதான் வந்தது. அங்குள்ள அரசுடன் பேசி, சிங்களவர்களும் தமிழர்களும் அமைதியாக வாழ ஏற்பாடு செய்வதில் மிகுந்த அக்கறையுள்ளவர்களாக இருந்தார்கள். உலக நாடுகளின் விடுதலைப் போராட்டங்கள் பற்றியெல்லாம் அறிந்தவர் அமிர்தலிங்கம். ஆங்கிலத்திலும் தமிழிலும் மிகவும் சிறப்பாகப் பேசும் ஆற்றலுள்ளவர். நான் இலங்கையில் பயணம் செய்தபோது, யாழ்ப்பாணத்துக்கு விமானத்தில் அழைத்துச் சென்றார். தமிழர்கள் வாழும் பல பகுதிகளைச் சுற்றிப் பார்த்தேன். பொதுமக்கள் வரவேற்பு ஒன்றையும் ஏற்பாடு செய்து, பலரைச் சந்திக்கச் செய்தார். இலங்கைத் தமிழர் நலனில் மட்டுமல்லாமல், உலகெங்கிலும் வாழும் தமிழர்கள் நலனில் மிகுந்த அக்கறை கொண்டவர் அவர். தன்னலம் கருதாமல், தமிழர்களின் நலனுக்கு உழைத்த ஒப்பற்ற நண்பர் இன்றில்லை எனும்போது, நெஞ்சம் கனக்கிறது. அமிர்தலிங்கமும் பிரபாகரனும் சேர்ந்து இலங்கைத் தமிழர்களுக்கு நல்வழி காட்டுவார்கள் என முழுதாக நம்பினார் புரட்சித் தலைவர். ஆனால், காலம் வேறு மாதிரி அமைந்துவிட்டது.

நான் சட்டமன்றப் பணியில் இல்லாத நிலையிலும், பல

பிரச்சினைகளில் ஈடுபட வைத்தார் புரட்சித் தலைவர். அவர் மூகாம்பிகை கோயிலுக்குச் சென்று வருபவர் என்பது அனைவருக்கும் தெரியும். மதுரை முத்தண்ணன் அளித்த தங்க வாளை, அவர் அந்தக் கோயிலுக்கே அளித்தார். அத்துடன், தமிழகத் திருக்கோயில்கள் எப்படி நிர்வகிக்கப்பட வேண்டும் என்பதைக் காஞ்சிப் பெரியவரிடமும், குன்றக்குடி அடிகளாரிடமும், கிருபானந்தவாரியாரிடமும் அறிந்து கொள்வதில் அவருக்கு மிகுந்த ஆர்வமிருந்தது. குன்றக்குடி அடிகளாரை புரட்சித் தலைவரின் ஆற்காடு ரோடு இல்லத்துக்கு அழைத்துச் சென்றேன். இருவரும் சுமார் இரண்டு மணி நேரம் விவாதித்தார்கள். அது ஒருவகையில் அறநிலையத்துறையில் காரியங்கள் செய்யப் பயன்பட்டது.

தமிழகத்தில் உள்ள, மடாதிபதிகளில் சற்று வேறுபட்டவர் குன்றக்குடி அடிகளார். சைவப்பெரியார்களில் திருநாவுக்கரசு அடிகளாரைப் பின்பற்றி வருபவர். 'மக்கள் சேவையே மகேசன் சேவை' என்றெண்ணும் பெரும் மனம் படைத்தவர். குன்றக்குடி கிராமத்தைச் சுற்றி வேலையில்லாத் திண்டாட்டத்தைப் போக்குவது என்று முடிவெடுத்தார்.

'இதனை இதனால் இவன்முடிக்கும் என்றாய்ந்து
அதனை அவன்கண் விடல்...'

என்ற குறளுக்கேற்ப, ஓய்வுபெற்ற பல அதிகாரிகளை அப்பணியில் அமர்த்தினார். ஏனெனில் அரசுத்துறை அனுமதி, வங்கிக்கடன், கூட்டுறவு, தொழில்துறைகளின் ஒத்துழைப்பைப் பெறுவது அவ்வளவு எளிதல்ல... மடாதிபதியாக உள்ள ஒருவர் அரசுத்துறைப் படிக்கட்டுகளில் ஏறி இறங்கத் தொடங்கினால், அவரது திருமடம் ஏற்றுள்ள தெய்வப்பணியை யாரும் செய்திட இயலாது. அதிலும் கிராமத்திலுள்ள மக்களைக் கூட்டி, தான்

எடுத்துள்ள முடிவுகளுக்கு வடிவம் கொடுப்பதும் எளிதான தல்ல... தனது தன்னலமற்ற தொண்டாலும், திறமையான பேச்சாலும் மக்களைக் கவர்ந்து, ஒவ்வொரு தொழிலாகத் தொடங்கினார். இன்று குன்றக்குடியைச் சுற்றிலும் தொழில்கள்... 'வேலைக்கு ஆள் தேவை' என்ற போர்டுகள்... ஊரருகே ஒரு பழத்தோட்டம். நேரம் கிடைத்தபோது தானே சென்று செடி நடுதல் போன்ற காரியங்களில் ஈடுபடுவார். ஆதிதிராவிடர்களுக்குப் பால் பண்ணைகள்... அவர்களுக்குச் சமுதாயத்தில் பொருளாதாரம், மற்ற நிலைகளில் சம அந்தஸ்து... 'ஒன்றே குலம், ஒருவனே தேவன்' என்ற திருமூலர் வாக்கின் எதிரொலி சுற்றிலும் கேட்கிறது.

இன்று தமிழகத்தில் 'வேலைக்கு ஆட்கள் தேவை' என்று அறிவிப்புப் பலகைகள் தொங்கும் ஊர்கள் மூன்று இருக்கின்றன. ஒன்று - சிவகாசி, இரண்டு - திருப்பூர், மூன்று - குன்றக்குடி. தற்போது 'குன்றக்குடித் திட்டம்' என்பது இந்தியா முழுவதும் பேசப்படும் திட்டமாகும். கோயில்களைச் சுற்றி எப்படிப் பணிகள் நடைபெற வேண்டும் என்பதை விரிவாக அடிகளாரிடம் விவாதித்தார் புரட்சித் தலைவர். சட்டமன்ற மேலவையில் கருத்தாழமிக்கச் சொற்பொழிவுகளைச் செய்துள்ளார். அவரது தொண்டும் தமிழும் எனக்கு நிரம்பப் பிடிக்கும். எனவே, அடிகளாரின் திருவுருவப்படத்தைச் சேலம் தமிழ்ச் சங்கத்தில் திறந்து வைத்தோம்.

35

நெகிழ்ச்சியில் அன்னை தெரசா!

திருமுருக கிருபானந்தவாரியாரின் ஆலோசனைகளை அடிக்கடி கேட்பார் புரட்சித் தலைவர். காரணம் - வாரியார் சுற்றாத ஊர் கிடையாது. பழகாத தமிழர்கள் கிடையாது. எந்தத் திருக்கோயில், என்ன நிலையில் உள்ளது என்பதை அப்படியே சொல்லிவிடுவார். 'என் கடன் பணிசெய்து கிடப்பதே' என்ற நிலையில் வாழ்பவர். அரசுகள் பற்றிக் கவலைப்படாதவர். வடலூர் போன்ற பல்வேறு திருத்தலங் களில் பல சிரமங்களுக்கிடையில் அற்புதமாகத் திருப்பணி யாற்றியவர். அறநிலையத்துறையில் வேலைவாங்குவது சுலபமல்ல! அமைச்சர் பதவி போன பிறகு எனக்கே அதில் நல்ல அனுபவம் கிடைத்தது. வாரியார் போன்றவர்கள் பட்டபாடு கொஞ்சமல்ல என்பதை நான் அறிவேன். அதை யெல்லாம் புரட்சித் தலைவர் நன்கறிந்தவர். எனவே வாரியார் எந்த நிகழ்ச்சியில் கலந்துகொண்டாலும் அருகில் இருந்து அவரை வழியனுப்பிவிட்டே செல்வார். பெரியவர்களிடத்தில் அவருக்கு அவ்வளவு மதிப்பிருந்தது. எனக்கு வாரியாரின் தமிழ் தேனாக இனிக்கும்! எங்கள் வீட்டுத் திருமணங்களை அவர் முன்னின்று நடத்தியுள்ளார். வாரியாரின் ஆழ்ந்த அறிவைப் பற்றி அறிஞர் அண்ணா குறிப்பிடும்போது, "தமிழ்நாட்டில் தனது அறிவு, ஆற்றல், திறமையால் ஐந்து மணி நேரம் மக்களை அப்படியே உட்காரச் செய்து கதை

கேட்க வைக்கிறாரே, அந்தத் திறமை வேறு யாருக்கேனும் உண்டா? நமக்கும் அவருக்கும் சில கருத்து வேறுபாடுகள் இருக்கலாம். அவரது ஆற்றல் பாராட்டுக்குரியது'' என்பார். அவரிடம் எனக்கு நல்ல தொடர்பு ஏற்பட்டது. அவர் பிறந்த காங்கேயநல்லூரில் மக்கள் அவருக்கு ஒரு சிலை நிறுவினார் கள். அடியேன்தான் அதைத் திறக்கும் பேறு பெற்றேன்!

காஞ்சித் திருமடம் - இந்தியா முழுவதிலும் உள்ளவர்கள் வந்து அருள் பெற்றுச் செல்லும் இடம். அரசுகளைப் பற்றிக் கவலைப்படாத மடம். தெய்வத்தொண்டு தவிர, மற்றதை அறியாத பெரியவர்கள் வாழும் திருமடம். புரட்சித் தலைவர் அங்கு பலமுறை போய் மூன்று பெரியவர்களையும் சந்தித்துப் பேசி வணங்கி வருவார்.

இன்றைக்கு ஏறக்குறைய இருபதாண்டுகளுக்குமுன் காஞ்சி மாமுனிவர் கோவைப் பகுதியிலிருந்து பாதயாத்திரை யாகச் சேலத்துக்கு வந்தார். சேலத்துக்கு நான்கு மைல் தொலைவில் உத்தமசோழபுரம் என்ற சிற்றூர் உள்ளது. அதில் புராதனமான சிவன் கோயில். அதிகம் கவனிப்பார் அற்ற நிலை! பெரியவரைப் பாதயாத்திரையில் சந்தித்து, பூரண கும்ப மரியாதையுடன் கோயிலுக்கு வரும்படி அழைத்தார் குருக்கள். கோயிலைப் பார்த்தார் பெரியவர். ‘‘முதலில் கோயிலுக்குக் கோபுரத்தைக் கட்டுங்கள். பின்னர் வருகிறேன்'' என்று கூறிவிட்டு வந்துவிட்டார். இந்தச் சேதியைப் பல ஆண்டுகளுக்குப் பிறகு குருக்கள் என்னிடம் சொன்னார்.

பெரியவரை ஐந்து ஆண்டுகளுக்குமுன் சந்தித்தபோது, ‘‘தாங்கள் ஏன் உத்தமசோழபுரம் கோயிலுக்குச் செல்ல வில்லை?'' என்று கேட்டேன்.

“ஓ, அதுவா! அந்தக் கோயிலுக்குக் கோபுரம் இல்லை. அந்தத் திருப்பணியை நீதான் செய்யேன்'' என்றார். நான்

அவரது ஞாபகசக்தியைக் கண்டு வியந்து போனேன். அவர் சொன்ன வார்த்தைகளைக் கட்டளையாகக் கொண்டு உத்தமசோழபுரம் கோயில் திருப்பணியை, சேலம் சுவர்ணாம்பிகை பஸ் அதிபர் ஆர். ஜெயக்குமார் தலைமையில் ஒரு குழுவைப் போட்டுத் தொடங்கினேன். காஞ்சி மாமுனிவரிடம் நான் பேசியவற்றையும், அந்தப் பெரியவரின் கருத்துகளையும் அப்படியே புரட்சித் தலைவர் எம்.ஜி.ஆரிடம் வந்து கூறுவேன். அவர் தமிழக முதல்வராக இருந்த ஆண்டுகளில் அறநிலையத் துறையின் வளர்ச்சியில் மிகுந்த ஈடுபாடு கொண்டு செய்தார்.

சுதந்திரம் பெற்ற தினமான ஆகஸ்ட் 15-ஆம் தேதி எல்லாத் திருக்கோயில்களிலும் 'சமபந்தி போஜனத்தை' அறிவித்தார் புரட்சித்தலைவர். இதன் மூலம் பல வெற்றிகள். ஆகஸ்ட் 15 அன்று அனைவரும் கோயிலுக்குப் போகிறார்கள். சாதி பேதம் பாராமல் அனைவரும் சமமாக உட்கார்ந்து சாப்பிடுகிறார்கள்.

இந்தியாவிலேயே சுதந்திரக் காற்றை அனைவரும் அனுபவிக்கும் புரட்சியைத் தமிழகத்தில்தான் செய்தார். பல மாநிலங்களில் தலைவர் பேசுகிறார்கள். ஆனால், புரட்சித் தலைவர்தான் இன்றுவரை செயலில் தனிமையாக நிற்கிறார்.

தனது காலத்தில் பல பல்கலைக்கழகங்களை உருவாக்கினார். ஒரே நேரத்தில் தேசியக் கவி பாரதியாருக்கும், பாவேந்தர் பாரதிதாசனுக்கும் இரண்டு பல்கலைக்கழகங்களை உருவாக்கினார். திருச்சியில் என் தலைமையில் விழா. மேடைக்கு வந்த அவர், என்னிடத்திலும் நாவலரிடத்திலும் பேசிக்கொண்டிருந்தார். அப்போது ஒவ்வோர் ஊராட்சியிலும் நல்ல பள்ளிக்கூடக் கட்டடங்கள் கட்டப்பட்டன. எங்கள் பேச்சில் கிராமப் பள்ளிகளுக்குப் பெயர் வைக்கும்

பிரச்சினை வந்தது. ஒவ்வோர் ஊராட்சி ஒன்றியத்திலும் இரண்டு பள்ளிகளுக்குப் பாரதியார் பெயரையும், மற்றவற்றுக்குத் தமிழ்நாட்டுக்கும் இந்தியாவுக்கும் பாடுபட்ட தலைவர்களின் பெயர்களைச் சூட்டலாம் என்று முடிவெடுத்தார். 'இனி ஒரு விதி செய்வோம். அதை எந்த நாளும் காப்போம்' என்று கூறி, திருச்சியில் பாரதிதாசன் பல்கலைக்கழக விழாவில் அறிவித்தார்.

பெண்களுக்கான பல்கலைக்கழகம்... அதைக் கொடைக்கானலில் நிறுவினார். கல்கத்தாவிலிருந்து அன்னை தெரசாவை அழைத்து வந்து பல்கலைக்கழகத்தைத் திறக்கலாம் என்றார். சட்டமன்ற உறுப்பினர் ஜெகத்ரட்சகனின் மாமனார் கல்கத்தாவில் இருந்தார். அவர் மூலம் ஏற்பாடு செய்தோம். நோபல் பரிசு பெற்றவர் அன்னை தெரசா. அந்தப் பணம் முழுவதையும் தொழுநோயாளிகளின் திருப்பணிக்கே அர்ப்பணித்தவர் அவர். உலகம் போற்றிப் புகழும் சமுதாயத் தொண்டர். ஐரோப்பாக் கண்டத்தில் பிறந்து, கல்கத்தாவின் ஏழைகள் - அதுவும் தொழுநோயாளிகளுக்குத் தொண்டு செய்து வாழ்பவர். பெண்களுக்கான பல்கலைக்கழகம் என்றதும் வர ஒப்புதல் தந்தார் அவர். காலையில் விமானம் மூலம் மதுரைக்குச் சென்று, பின்னர் கார் மூலம் கொடைக்கானலுக்குச் சென்றோம். காஷ்மீர் முதல்வர் டாக்டர் ஃபரூக் அப்துல்லாவையும் விழாவில் பங்குகொள்ள அழைத்திருந்தார் புரட்சித் தலைவர். வழக்கப்படி விழா என் தலைமையில்! என் பக்கத்தில் இருந்த புரட்சித் தலைவர் "பல்கலைக்கழகத்துக்கு என்ன பெயர் வைக்கப்போகிறேன் தெரியுமா?" என்றார். "தெரியாதே" என்றேன். "அன்னை தெரசாவின் பெயரை வைக்கப் போகிறேன்" என்றார். நான் வாயடைத்துப் போனேன்.

புரட்சித் தலைவர் அதை வெளியிட்டபோது பல்லாயிரக் கணக்கில் கூடியிருந்த மக்களின் கரகோஷத்தின் எதிரொலி மலைமுகடெல்லாம் பட்டுத் தெறித்தது.

அருகிலிருந்த அன்னை தெரசா அப்படியே நெகிழ்ந்து போனார். காஷ்மீர் முதல்வர் டாக்டர் ஃபரூக் அப்துல்லா அப்படியே எழுந்து புரட்சித் தலைவரை ஆரத்தழுவினார். மேடையில் மதங்கள் மறைந்தன... மனித நேயமே எங்களுக்குத் தெரிந்தது. புரட்சித் தலைவர் கொடைக்கானல் மலைக்கும்மேல் பலமடங்கு விஸ்வரூபம் கொண்டு நிற்பது என் கண்களில் தெரிந்தது.

நாகை சட்டமன்றத் தொகுதி உறுப்பினர் நண்பர் உமாநாத் ஒரு மருத்துவ விடுதியைத் திறக்கப் புரட்சித் தலைவரை அழைத்தார். விழாத் தலைமையை எனக்களித் திருந்தார். அந்தக் கூட்டம் நாகூர் தர்காவுக்கு அருகில் நடந்தது. அதில் புரட்சித் தலைவர் பேசும்போது, "நான் கைலி கட்டாத முஸ்லிம், சிலுவை அணியாத கிறிஸ்தவன், திருநீறு அணியாத இந்து" என்று அறிவித்து "எல்லோருக்கும் பொதுவானவன் நான்" என்றார்.

அந்தப் பெரிய உள்ளம் இருந்ததால்தான் அவரால் சத்துணவுத் திட்டத்தைக் கொண்டுவர முடிந்தது. நான் சட்டப்பேரவைத் தலைவராக இருந்தபோது, பல மாநில முதல்வர்கள் தமிழகத்துக்கு வந்தார்கள். அவர்களையெல்லாம் சென்னையைச் சுற்றியுள்ள கிராமப் பள்ளிக்கூடங்களுக்கு அழைத்துச் சென்று காட்டினேன். ஒவ்வொருவரும் வியந்தார் கள். ஆனால், ஒருவராவது தங்கள் மாநிலத்தில் சத்துணவைப் போட ஆரம்பித்தார்களா என்றால் ஊஹூம். ஒருவரும் அந்தப் பக்கம் தலைவைத்தே படுக்கவில்லை. அங்குதான் இன்றளவும் புரட்சித் தலைவர் உயர்ந்து நிற்கிறார்!

நான் சபாநாயகர் பணி செய்தபோது, பல நல்ல காரியங் களைச் செய்யும் வாய்ப்பு எனக்குக் கிடைத்தது. அப்போது தலைமை நீதிபதியாக நண்பர் பி.ஆர். கோகுலகிருஷ்ணன் நியமிக்கப்பட்டார். கோகுலகிருஷ்ணன் அறிஞர் அண்ணா வின் பேரன்புக்குப் பாத்திரமானவர். நல்ல வழக்கறிஞர். தமிழகத்தில் தனது அண்ணன்மார்கள் இருவருடனும் ஒன்றாக வாழ்ந்து வரும் சிறந்த கூட்டுக்குடும்பத்தின் சொந்தக்காரர். அவர்கள் குடும்பத்துடன் பழகும் நல்வாய்ப்பு அறிஞர் அண்ணாவாலும் நண்பர் கே.ஏ. மதியழகனாலும் எனக்கு ஏற்பட்டது. கோகுலகிருஷ்ணனுக்குத் தமிழில் நல்ல புலமையுண்டு. குறிப்பாக, திரு.வி.க.வின் தமிழ் மீது காதலே உண்டு. எனவே, தமிழ் இலக்கியத் தொண்டு செய்ய, மணவழகர் மன்றம் என்பதைத் தொடங்கி நடத்தி வருகிறார்.

இவரது தமிழ் ஆர்வத்தையும் புலமையையும் அறிந்த ராஜா சர் முத்தையா, இவரைத் தமிழ் இசைச் சங்கத் தலைவராகத் தேர்ந்தெடுத்து, தமிழ் இசையைப் பேணி வளர்க்கும் பொறுப்பைக் கொடுத்தார். இவரது தமிழ் இசைச் சங்க வரவேற்பும், பண் ஆராய்ச்சிச் சொற்பொழிவும் இசைமேதையாக ஆக விரும்பும் எவருக்கும் வழிகாட்டி யாகும். சிறந்த ஆராய்ச்சியாளர். இவரது காலத்தில், சென்னைப் பல்கலைக்கழகத்தின் நூற்று இருபத்தைந்தாவது ஆண்டு விழா நடைபெற்றது. இப்படிப்பட்ட விழாக்களை நடத்தும் பொறுப்பு, தலைமை நீதிபதிகளுக்குத்தான் தரப்படுவது வழக்கம். பல்கலைக் கழகத் துணைவேந்தரான டாக்டர் சாந்தப்பா, கோகுல கிருஷ்ணனிடம் தலைமை யேற்று விழாவை நடத்தித் தரும்படிக் கேட்டுக்கொண்டார்.

கோகுலகிருஷ்ணன் தன் காலத்தில், பல்கலைக்கழகத்தில் நிரந்தரமாக மாணவர்களுக்குப் பயன்படும் காரியங்களைச்

செய்ய எண்ணினார். என்னைக் கலந்தாலோசித்தார். ஒரு குழுவை உருவாக்கினார். அதில், ராஜா சர் முத்தையா, அமைச்சர் ஆர். எம். வீரப்பன் முதலியோரை உறுப்பினராக்கினார். அந்தக் குழுவில் தனது ஆலோசனையை வெளியிட்டார்.

பல சமயங்களும் ஒன்றாக இருந்து தன்னுள் சண்டை சச்சரவுகள் ஏதுமின்றி இயங்கி வரும் மாநிலம் தமிழகம். பல மதங்களின் தத்துவங்கள் பூத்துக் குலுங்கும் பூமி. ஆனால், அவை எந்தப் பல்கலைக்கழகத்திலும் பாடங்களாகப் போதிக்கப்படுவதில்லை. அவை பற்றி ஆராய்ச்சிகள் ஏதுமில்லை! எனவே, எல்லா மதத் தத்துவங்களையும் ஆராயும் மையங்களை ஏற்படுத்தி, இந்தியாவிலேயே இதுவரை யாரும் செய்யாத காரியத்தைச் சென்னைப் பல்கலைக்கழகத்தின் மூலம் செய்யலாம் எனத் திட்டம் வகுத்தார்.

சைவ சமயம், வைணவ சமயம், ஜைன சமயம், புத்த சமயம், இஸ்லாம் ஆகியவற்றைக் கற்றுத்தரவும் ஆராய்ச்சி செய்யவும் ஒரு துறைக்கு இருபத்தைந்து லட்ச ரூபாய் பொதுமக்களிடம் வசூலிக்க வேண்டும் என முடிவெடுக்கப் பட்டது. பல்கலைக் கழகத்தின் நூற்று இருபத்தைந்தாவது ஆண்டு விழாவுக்கு நூற்று இருபத்தைந்து லட்ச ரூபாய் சேர்த்த பெருமை தலைமை நீதிபதி கோகுலகிருஷ்ணனையே சாரும். இதற்காக நாங்கள் அடிக்கடி சந்தித்துக் கொண்டிருந்தபோது, எதிர்பாராமல் இருபத்தைந்து லட்ச ரூபாய் கோகுலகிருஷ்ணனை நாடி வந்தது. தன்னை அரசியலில் ஆளாக்கிய அறிஞர் அண்ணாவின் தத்துவங்களைக் காலங் காலமாகப் பல்கலைக்கழகத்தில் நிலைநிறுத்தி ஆராயும் வகையில் புரட்சித் தலைவர் எம்.ஜி.ஆர். அண்ணாயிசம் என்ற மையத்தைத் தொடங்க தனது கழகத்தின் மூலம்

இருபத்தைந்து லட்ச ரூபாய் நன்கொடையை அனுப்பி, எங்கள் குழுவையே வியப்பில் ஆழ்த்தினார்.

இவ்வளவு நல்ல காரியங்களைச் செய்த கோகுலகிருஷ்ணனுக்குச் சென்னைப் பல்கலைக்கழகம் ஒரு டாக்டர் பட்டத்தைக் கொடுத்துப் பாராட்டியதா என்றால் இல்லை.

அது மட்டுமல்ல, 'இஸ்லாம்' பற்றி ஆராய, எஸ்.ஐ.இ.டி. பெண்கள் கல்லூரி நிறுவனர் நீதிபதி சையத் பஷீர் அகமது ஒரே காசோலையில் இருபத்தைந்து லட்சத்தை அனுப்பி வைத்தார். நீதிபதி பஷீர் அகமது சற்றுக் கண்டிப்பானவர். 'இஸ்லாம்' ஆராய்ச்சிக்கான எந்த வேலையையும் சென்னைப் பல்கலைக்கழகம் ஓராண்டுக் காலம் வரை செய்யாததால், தான் அறக்கட்டளை சார்பில் கொடுத்த காசோலையைத் திரும்பப் பெற்றுக்கொண்டார் என்பதை கோகுலகிருஷ்ணன் என்னிடம் கூறி வருத்தப்பட்டார்.

36

மறைந்தார் எனது தமிழ் ஆசான்!

நான் சேலம் நகராட்சிக் கல்லூரியின் மாணவன். கல்லூரி முதல்வராக இருந்தவர் அ. இராமசாமிக் கவுண்டர். அவர் கணிதமேதை, தமிழிலும் பெரும் புலமைமிக்கவர். எல்லா மொழிகளையும் தமிழில் எழுதிக்காட்ட முடியும் என்ற அற்புதமான சாதனையை நிகழ்த்தியவர். காற்று வாங்க கல்லூரி விளையாட்டு மைதானத்துக்கு எங்கள் கல்லூரி முதல்வர் வருவார். தமிழ்ப் புலவர்கள் உலக ஊழியனார், நடேச உடையார், தேவநேயப்பாவாணர் ஆகிய மூவரும் உடன் வருவார்கள். புல்தரையில் அமர்வார்கள். இருட்டும்வரை ஒரே ஆராய்ச்சி உரையாடல் நடக்கும். நாங்கள் சுற்றி அமர்ந்து கேட்போம். தேவநேயப்பாவாணர் மிகப்பெரும் ஆராய்ச்சியாளர். பல மொழிகள் கற்றவர். உலகின் பல மொழிகளுக்கு வேர்ச்சொல் தமிழே என்பதை நிரூபித்தவர். ஆனால், அவருக்குப் பிறரைப் புகழ்ந்து பேசத் தெரியாது! அவரிடமிருந்த ஆராய்ச்சியை எல்லாம் நூலாக்கி வைத்துவிட வேண்டும் என்பது என் ஆசை. என்னைப் போலவே முன்னாள் சட்டமன்ற உறுப்பினர் கோவை தி.மு ராமநாதனுக்கும் ஆசை. காட்பாடிக்கே சென்று பாவாணரை அழைத்து வந்தார் சிலம்பொலி செல்லப்பன். பாவாண ருக்கெனத் தனித்துறையையே உருவாக்கினார் தமிழக முதல்வர் கலைஞர். ‘அகரமுதலி’ தொகுக்கும் வேலையைப்

பாவாணர் 1976-ஆம் ஆண்டு தொடங்கினார். முதற்பதிப்பு வந்துள்ளது.

பாவாணரை அறிந்தவர் புரட்சித் தலைவர். அவர் நடத்திய மதுரை உலகத் தமிழ் மாநாட்டில், பாவாணரின் உரையைக் கேட்க எதிரில் உட்கார்ந்தார். உலகிலுள்ள எத்தனை மொழிகளுக்குத் தமிழ் மூலமொழியாகவும், எத்தனை மொழிச் சொற்களுக்கு வேர்ச்சொல்லாகவும் இருந்தது என்பதை ஆணித்தரமான மேற்கோள்களுடன் சுவைபடப் பேசிக்கொண்டே போனார் பாவாணர். சாப் பாட்டு நேரம் தாண்டிவிட்டது. சபை ஒரே ஆரவாரத்துடன் கேட்டுக்கொண்டிருந்தது. புரட்சித் தலைவர் இவரது ஆழ்ந்த புலமையைக் கண்டு, மகிழ்ந்தவண்ணம் கேட்டார். உரை முடிந்தது. சமார் ஒண்ணேமுக்கால் மணி நேரத்துக்குப் பிறகு சாப்பாட்டுக்குக் கலைந்தோம். சிறிது நேரத்தில், பாவாணர் இதயநோயால் தாக்குண்டு மருத்துவமனையில் சேர்க்கப்பட் டார் என்ற சேதி வந்தது. புரட்சித் தலைவர் உட்படப் பலர் மருத்துவமனைக்கு ஓடினோம். கடைசி மூச்சு உள்ளவரை, 'தமிழ் தமிழ்' என்றே ஒலித்த பாவாணரின் குரல், மதுரை மருத்துவமனையில் ஓய்ந்தது. அது புரட்சித் தலைவரையும் எங்களையும் உலுக்கிவிட்டது. எனக்குத் தமிழ் சொல்லிக் கொடுத்த ஆசான் மறைந்தார். புரட்சித் தலைவர் தமிழகத்தில் உள்ள மாவட்ட நூலகங்களுக்கெல்லாம் தேவநேயப்பாவா ணரது பெயரைச் சூட்டினார். "தமிழுக்குத் தொண்டு செய்வோர் சாவதில்லை" என்றார் பாவேந்தர் பாரதிதாசன் அந்த வரிகளுக்கு வடிவம் தந்தார் புரட்சித் தலைவர்.

அதேபோல மற்றொரு தமிழ்ப் பேராசிரியர்... சென்னைப் பல்கலைக்கழகத் துணைவேந்தராக இருந்த நெ.து.சுந்தரவடிவேலு; நான் திருக்குறளின்பால் கொண்டி

ருந்த பற்றை அறிந்தவர். திருக்குறள் சம்பந்தமான ஆராய்ச்சி நூல்கள் சிலவற்றை அதை எழுதிய பேராசிரியர் க.திருநாவுக் கரசு மூலம் எனக்கு அனுப்பியிருந்தார். நான் க. திருநாவுக் கரசுவிடம் தொடர்பு கொண்டேன். அவரது சொற்பொழிவு கள் எங்கு நடந்தாலும் அதைக் கேட்பேன். எங்களுக்குள் நல்ல நட்பு வளர்ந்தது. படித்துப் படித்து, அவருக்குக் கண் பார்வையே மங்கியிருந்தது. அவருக்கு அரசியலில் யாரையும் தெரியாது. அவருண்டு, ஆராய்ச்சி உண்டு! ஒருநாள் காலை யில் என்னிடம் வந்தார். "எனது மகள் மருத்துவக் கல்லூரி யில் சேர விரும்புகிறாள். ஆனால், தேவையான மார்க்கைவிட ஒன்றிரண்டு குறைவாக உள்ளது. என் மகளுக்கு எப்படி யாவது மருத்துவக் கல்லூரியில் முதல்வரிடம் கூறி ஏற்பாடு செய்யவேண்டும்" என்றார்.

'இவ்வளவு பெரிய தமிழ்த்தொண்டு செய்த பேராசிரியர் குடும்பத்திலேயே இந்த நிலையா?' என வருத்தத்துடன் ராமாவரம் தோட்டத்துக்குச் சென்றேன். பேராசிரியர் க. திருநாவுக்கரசுவின் நூல்களையும் முதல்வரிடம் கொடுத்தேன். அவருக்கு ஏற்பட்டுள்ள இக்கட்டான நிலையையும் எடுத்துக் கூறினேன். "எப்படியாவது மருத்துவக்கல்லூரியில் ஒரு இடம் தர ஏற்பாடு செய்யவேண்டும்'' என்றேன். ஒரு கணம் யோசித்துவிட்டு, "சரி... செய்துவிடலாம்" என்றார்.

''என்ன செய்யப்போகிறீர்கள்?'' என ஆவலோடு வினவினேன்.

"தமிழ்த்தொண்டு செய்த குடும்பங்களுக்கு மருத்துவக் கல்லூரியில் இரண்டு இடங்கள் ஒதுக்கப்பட வேண்டும் என்ற நிபந்தனையை இந்த ஆண்டிலிருந்து உருவாக்கிவிட்டால் சரிதானே" என்றார் சிரித்துக்கொண்டே.

சேலத்தில் தமிழ்ச்சங்கம் உருவாக்கிய பிறகு, அதன்

மூலம் தமிழ்த்தொண்டு செய்தவர்களைக் கட்சி பேதம் பார்க்காமல் பாராட்ட வேண்டும் என்பது என் எண்ணம்.

அன்றைய சென்னை ராஜ்யத்தில் 1938-ஆம் ஆண்டு இந்தி எதிர்ப்புப் போராட்டம் பெருமளவில் நடைபெற்றது. அப்போது தளபதியாக விளங்கியவர், கி.ஆ.பெ. விசுவநாதம். அவரை அழைத்து தர்மபுரியில் கூட்டம் நடத்தியுள்ளேன். அப்போது முதல் அவரிடம் எனக்குத் தொடர்பு இருந்தது. பொதுவாழ்வில் எளிமைக்கு இலக்கணம் வகுத்தவர். ரெயிலில் பெரும்பாலும் இரண்டாம் வகுப்புப் பயணம்... இல்லையென்றால், இருக்கவே இருக்கிறது பேருந்து! சொந்தத்தில் வியாபாரம் உண்டு. தமிழ்த் திருமண முறை ஒன்றை நாடு பூராவும் நடத்தி வருபவர். எல்லாவற்றிலும் ஒழுங்கான கணக்கு வைத்திருப்பவர். திருச்சி மின்நிலைய கம்பெனி ஒன்றின் தலைவராக இருந்தார். அதை அரசுடைமையாக்கினார்கள். அதற்கு இவர் தலைவர். கணக்கு முழுவதையுமே அரசு அதிகாரியிடம் ஒப்படைத்தார். வெளியே வந்தார். ஒரு சைக்கிள் ரிக்ஷாவைக் கூப்பிட்டார். அதைப் பார்த்த அதிகாரிகள் “கம்பெனி காரில் போய் வீட்டில் இறங்கிக் கொள்ளுங்கள்” என்றனர். “இது இனி அரசுக்குச் சொந்தமானது, அதை நான் பயன்படுத்தக் கூடாது” என்று மறுத்துவிட்டு, சைக்கிள் ரிக்ஷாவில் வீடு திரும்பியவர் என்றால், பார்த்துக் கொள்ளுங்களேன். நான் நடத்திய பல்வேறு நிகழ்ச்சிகளில் தவறாமல் கலந்து கொண்டவர். அத்துடன் அறிஞர் அண்ணா முதலமைச்சராக இருந்து நடத்திய உலகத் தமிழ் மாநாடு சம்பந்தப்பட்ட பல்வேறு அலுவல்களிலும் பொறுப்பேற்று பாடுபட்டவர். தமிழில் சித்த வைத்தியத் துறையை பேணிக்காத்து வருபவர். தமிழுக்கு ஒரு பல்கலைக்கழகம் உருவாக்க வேண்டும் என்று

அவருக்குப் பல ஆண்டுகளாக ஆசை. அதை நிறைவேற்ற எவரும் கிடைக்கவில்லை. இந்த வேண்டுகோளைப் புரட்சித் தலைவரிடம் வைத்தார். புரட்சித் தலைவர் உடனடியாக இசைவு தந்து இவரையே அதற்கான திட்டங்களைத் தயாரிக்கும்படியும் கூறிவிட்டார்.

தமிழ்ப் பல்கலைக்கழகத்தைத் தஞ்சாவூரில் நிறுவலாம் என்றும் புரட்சித் தலைவர் ஆலோசனை நல்கினார். முத்தமிழ்க் காவலரின் குழு, 'தஞ்சையில் எழுநூறு ஏக்கர் நிலத்தில் பல்கலைக்கழகத்தை நிறுவலாம்' என்றது. தமிழுக்கு ஒரு பல்கலைக்கழகம். அது மற்ற பல்கலைக்கழகங்களைவிடப் பெரிதாகவும் எல்லா வசதிகளும் கொண்டதாகவும் இருக்க வேண்டும். கட்டடங்கள், தமிழகத்தின் கட்டடச் சிறப்புக் களைக் கொண்டதாக இருக்கவேண்டும் என்று, "ஆயிரம் ஏக்கர் நிலத்தை ஒதுக்குகிறேன்" என்றார் புரட்சித் தலைவர். பல்கலைக்கழகத் துவக்க விழாவைப் பெரிய அளவில் நடத்தி மகிழ்ந்தார்.

நாற்பத்தொன்பது பேர் கொண்ட 'தமிழகப் புலவர் குழு' ஒன்றையும் தலைமையேற்று நடத்தி வந்தார் கி.ஆ.பெ. விசுவநாதம். நீதிக்கட்சியின் செயலாளராகவும் பணியாற்றி யவர். அந்தக் காலத்தில் மருத்துவக்கல்லூரியில் சேர்ந்து படிக்க வேண்டும் என்றால், அம்மாணவன் சமஸ்கிருதம் படித்திருக்க வேண்டும் என்பது சட்டம். பனகல் அரசர் நீதிக் கட்சியின் சார்பாக பழைய சென்னை ராஜதானியின் முதல்வர். அப்போது தற்போதுள்ள காஸ்மாபாலிடன் கிளப் பில் முதல்வரே வந்து தன் நண்பர்களைச் சந்திப்பது சர்வ சாதாரணமான நடைமுறை. பனகல் ராஜாவை அங்கு கி.ஆ.பெ. விசுவநாதம் சந்தித்து, "ஆங்கிலமும் தமிழும் படித் தவர்களுக்கு மருத்துவக் கல்லூரியில் இடம் தரவேண்டும்"

என்று வாதாடி வெற்றி பெற்றார். அதன் பிறகுதான் பிற்பட் டோர், தாழ்த்தப்பட்டோர் ஆகியோர் மருத்துவக்கல்லூரி வாயிலை மிதிக்க முடிந்தது.

இவ்வளவு தொண்டுகளைச் செய்த அந்தப் பெரிய வருக்கு, 85-ஆம் ஆண்டு பிறக்கப்போவதை அறிந்தேன். சேலம் தமிழ்ச் சங்கத்தின் மூலம் விழாவை ஏற்பாடு செய் தேன். தமிழகப் புலவர் குழுவையே அழைத்து விழாவுக்குப் பெருமை சேர்க்க வேண்டினேன். புலவர்கள் அனைவரும் மகிழ்வுடன் வந்தனர். நெசவுக்காரர்கள் நிறைந்த ஊர் சேலம். 'தமிழ் வாழ்க' என்ற கரையுடன் பட்டாடைகளைத் தயாரித்துப் புலவர்களுக்கு மாலையாக அணிவித்து மகிழ்ந்தேன்.

விளம்பரம் இல்லாமல், தனக்கென ஒரு கட்சி இல்லா மல், தனிமனிதராக அவர் செய்யும் தொண்டு சாதாரண மானதல்ல. இன்று அவருக்கு வயது 95.

அவரது வாழ்வில் நான் ரசிக்கும் ஒரு வேடிக்கை! காவேரிக் கரையில் பல ஆண்டுகளுக்கு முன்பே சமாதிக்கான ஒரு இடத்தைத் தேர்ந்தெடுத்து, பூச்செடிகளை நட்டார். அந்தச் செடிகள் இன்று மரமாகியுள்ளன. திருச்சியில் ஓய்வாக இருக்கும் மாலைவேளைகளில் தனது பேரக்குழந்தை களுடன் சென்று காற்று வாங்கி, மகிழ்ந்து வருதல் வழக்கம்! 'நான் மறைந்தால் இங்கு அடக்கம் செய்யுங்கள்' என்று கூறி வாழ்ந்து வரும் ஓர் அதிசயமான தமிழர் தலைவர்.

37

ஏ.வி.எம்.ஸ்டுடியோவை காப்பாற்றிய கதை!

சி.பா.ஆதித்தனார்...

தந்தை பெரியார் என்னைப் போன்றவர்களுக்கு ஒரு பாலபாடத்தைச் சொல்வார்.

'சமுதாயத் தொண்டு செய்ய ஆட்கள் கிடைப்பது கடினம். அப்படித் தன்னலமற்றுப் பொதுத்தொண்டு செய்ய

ஏ.வி.எம்.சரவணன்

வருகிறவர்களை நாம் பாராட்டிக் கொண்டிருக்க வேண்டும்' என்பதுதான் அது.

அந்த எண்ணம் மாறி, பொதுவாழ்வில் சட்டமன்ற, நாடாளுமன்ற உறுப்பினர்களையே, அமைச்சர் போன்ற பொறுப்புகளுக்கு வருகிறவர்களையே போற்றுவது, பாராட்டுவது என்ற சம்பிரதாயம் படிப்படியாக வளர்ந்து வெறியாகவே மாறிவிட்டது எனலாம்.

எனக்கென்னவோ தந்தை பெரியார் சொன்ன அந்த எண்ணம் சற்று ஆழமாகவே பதிந்திருந்தது. எனவே சந்தர்ப்பம் கிடைக்கும்போதெல்லாம் பதவிப் பொறுப்பில் இல்லாத பலரை பதவியில் அமர்ந்துள்ள நாம் பாராட்டிக் கொண்டிருக்கவேண்டும் என்ற எண்ணமே எனக்கு

மேலோங்கி வளர்ந்த வண்ணம் இருந்தது. அதிலும் பதவிப் பொறுப்பில் உள்ள சிலருக்குத் தங்களை யாராவது புகழ்ந்துகொண்டே இருக்கவேண்டும் என்ற ஆசை வளர்ந்து வருவதைப் பார்க்கிறேன். அதன் விளைவு, புகழத் தெரியாத அறிஞர் குடத்திலிட்ட விளக்காகிப் போகிறார். புரட்சித் தலைவர் இதற்குச் சற்று நேர்மாறானவர். காரில் அவருடன் பயணம் செய்யும் நேரங்களிலெல்லாம் யார் யார் எந்தெந்தத் துறைகளில் சிறந்து விளங்குகிறார்கள் என்பதை விசாரிப்பார். சென்னை நகர ஷெரீஃப் என்ற நியமனம் ஒன்று உண்டு. அதில் யார் யாரைப் போடலாம் என்பதையும் பல முறை விசாரித்துள்ளார். ஒவ்வொரு சமுதாயத்திலும் பொது மக்களுக்குப் பழக்கமானவர்களையும், பொதுவாழ்வில் அக்கறையுள்ளவர்கள் பட்டியலையும் வைத்து ஒருவரைத் தேர்ந்தெடுப்பார். ஷெரீஃப் நியமனத்தில் எனது ஆலோசனைகளைப் பெரிதும் ஏற்றார்.

சர்.ஏ.இராமசாமி முதலியாரிடம் புரட்சித் தலைவர் பேரன்பு கொண்டவர். தற்போதுள்ள அண்ணாசாலையில் அறிஞர் அண்ணாவின் சிலையைத் திறந்து வைக்க சர்.ஏ. இராமசாமி முதலியாரைத்தான் அழைத்தார். அறிஞர் அண்ணா அப்போது உயிருடன் இருந்தார். தான் நடிகராக இருந்துகொண்டே, தன் தலைவருக்குச் சிலை எடுத்து மகிழ்ந்தவர் புரட்சித் தலைவர்.

சர்.ஏ. இராமசாமி முதலியார் சிறந்த ஆங்கிலப் புலமை பெற்றவர். அன்றைய அவரது பேச்சு, என்னைப் போன்றவர்களால் மறக்கமுடியாத ஒன்று.

ஷெரீஃப் பதவி காலியானபோது சர்.ஏ. இராமசாமி முதலியாரின் குடும்பத்தில் யாரையாவது நியமிக்கலாம் என்று எண்ணி அவரது மருமகன் அனந்தகிருஷ்ணனை

ஷெரீஃப்பாக நியமித்தார் புரட்சித் தலைவர். ஷெரீஃப்பாக வருகிறவர்களுக்குப் பெரும்பாலும் இரங்கல் கூட்டம் நடத்துவதுதான் வேலை என்ற நிலை. "இதை மாற்றினால் என்ன?" என்ற எண்ணம் தோன்றியது. அனந்தகிருஷ்ணன் "என்ன செய்யலாம்?" என்றார்.

"பொங்கல் விழா! அது தமிழர் திருநாள்! அதைப் புதுமையாகக் கொண்டாடலாமே..." என்றேன். சரி என்றார் அனந்தகிருஷ்ணன். உடனடியாகப் பத்தாயிரம் பொங்கல் பொட்டலங்கள் தயாராயின. பொங்கலன்று காலை 7.30 மணிக்கெல்லாம் ராஜாஜி ஹாலின் முன்னுள்ள மைதானத் துக்குப் புரட்சித் தலைவரே வந்துவிட்டார். மக்களின் மகிழ்ச்சிக்குக் கேட்கவா வேண்டும்! சுமார் இரண்டு மணி நேரம் தனது திருக்கரங்களாலேயே அனைவருக்கும் பொங்கலைக் கொடுத்து, மட்டற்ற மகிழ்ச்சி அடைந்தார். அந்த விழாவில் அமைச்சரவையே கலந்து மகிழ்ந்தது.

இந்த ஷெரீஃப் பதவியைத் தருவதன் மூலம், பல தரப் பட்ட சமுதாயத்தினரையும் திருப்திப்படுத்த எண்ணினார். எனவே, கிறிஸ்தவ சமுதாயத்தில் தொண்டு செய்த டாக்டர் ரெக்ஸையும், சினிமா உலகில் தனக்கு மிகவும் பிடித்த ஏ.வி.எம். சரவணனையும், நாடார் மற்றும் மறைந்த சி.பா. ஆதித்தனாரின் புதல்வர் என்கிற முறையில் சிவந்தி ஆதித் தனையும், வன்னியர் சமுதாயத்தைச் சார்ந்தவர் என்கிற முறையில் மறைந்த பாலகிருஷ்ணனையும் ஷெரீஃப்பாக நியமித்து மகிழ்ந்தார்.

இவர்களையெல்லாம் சமுதாயத்தில் உயர்த்திக் காட்டி யதில் எனக்கு மட்டற்ற மகிழ்ச்சி, ஏனெனில் ஒவ்வொருவரும் நல்ல தொண்டுள்ளம் கொண்டவர்கள். சமுதாயத்துக்கு ஏதேனும் ஒருவகையில் பாடுபட வேண்டும் என்ற ஆர்வம்

உள்ளவர்கள்.

மறைந்த நண்பர் ஏ.எல். சீனிவாசனால் ஏ.வி.எம். சரவணன் எனக்கு நன்கு அறிமுகப்படுத்தப்பட்டவர். நான் தொழிலாளர் நலத்துறை அமைச்சராக இருந்தபோது, ஏ.வி. மெய்யப்பச் செட்டியார் தனது ஏ.வி.எம்.ஸ்டுடியோவை மூடிவிட வேண்டும் என்று உறுதியான முடிவுக்கு வந்துவிட்டார். தந்தையாரின் எண்ணத்தை சரவணன் தனது நிர்வாகியுடன் வந்து உறுதியாகச் சொல்லிவிட்டுப் போய்விட்டார்.

ஏ.வி.எம். நிறுவனம் இந்தியா முழுவதும் புகழ்பெற்றது. அங்கு தொழிலாளர்கள் பிரச்சினை... ஏ.வி. மெய்யப்பச் செட்டியார், தொழிலாளர்கள் எழுப்பிய கோஷங்களால் மனம் வெதும்பி, தான் ஸ்டுடியோவில் கட்டியிருந்த பங்களாவையே காலிசெய்யும் முடிவுக்கு வந்துவிட்டார். பிரச்சினை பூதாகரமான நிலை அடைந்துவிட்டது. நான் தொழிலாளர் நல அமைச்சராக இருக்கும் நேரத்தில், அகில இந்திய அளவில் புகழ்பெற்ற ஒரு நிறுவனம் மூடப்பட்டால் எனது இலாகாவுக்கே கெட்ட பெயர் வந்துவிடுமே என்ற ஆதங்கம்!

சட்டரீதியாகப் போனால் நாட்கள் நகருமே தவிர, பிரச்சினையைத் தீர்க்க முடியாது. ஒருபுறம் தொழிலாளர்கள் வேலையின்றி பட்டினி கிடக்கக்கூடும். அதன் விளைவு - போராட்டம் பெருகும். மூன்றாவது நபர் யாராவது உள்ளே நுழைந்து குட்டையைக் குழப்புவார். இதற்கு உடனடியாகத் தீர்வு காணவேண்டுமானால், கிராமப் பஞ்சாயத்து முறைதான் நல்லது என்று முடிவெடுத்தேன். மறைந்த நண்பர் ஏ.எல். சீனிவாசன் என்னிடம் பேரன்பு கொண்டவர். தென்னிந்திய ஃபிலிம் சேம்பரில் சுமார் பதினான்கு ஆண்டு காலம் தலைவராக இருந்தவர். நான் அவர் வீட்டுக்கு ஓடினேன். சரவணனை அவர் வீட்டுக்கு அழைக்கும்படிக்

கூறினேன். எதற்காகவோ தன்னை அழைக்கிறார் என்று கருதி அவரும் உடனே புறப்பட்டு வந்தார். என்னை அங்கு கண்டதும் ஒரே அதிர்ச்சி! நாங்கள் இருவரும் தொழிலாளர் பிரச்சினைக்குப் பரிகாரம் கிடைக்கும் வகையில் ஒரு திட்டத்தையும், அவரது தந்தையாரின் கோபத்தை மாற்றவேண்டிய பொறுப்பையும் அவரது தலையிலேயே சுமத்தினோம். சில மணி நேரங்கள் வாதாடியபின், எப்படியோ தந்தையாரை மனம் மாற்றும் பணியில் வெற்றி பெற்றார். ஏ.வி.எம். நிறுவனம் மீண்டும் திறக்கப்பட்டது. ஏ.எல். சீனிவாசன் இதில் எடுத்துக்கொண்ட முயற்சி பாராட்டத் தகுந்தது. கோடம்பாக்கத்தில் இருந்த பங்களாவைக் கோபத்தால் காலிசெய்த ஏ.வி.எம்., உடனடியாக ராதாகிருஷ்ணன் சாலையில் பங்களா வைக் கட்டினார். அது ஒருவகையில் நல்லதாகப் போயிற்று என்றே எண்ணுகிறேன். ராதாகிருஷ்ணன் சாலையின் நிலத்தின் மதிப்பு, கோடம்பாக்கத்தைவிட பல மடங்கு அதிகம். ஏன் இதை எழுதுகிறேன் என்றால் ஏ.வி.எம். எதிலும் தீர்க்க தரிசியாகவே விளங்கினார் என்பதை எடுத்துக்காட்டவே!

சரவணன் எந்தப் படத்தைத் தயாரித்தாலும் வெளியிடுவதற்கு முன்பு போட்டுக் காட்டுவார். நானும் மறுநாள் காலை எனது விமரிசனத்தை அவருக்குத் தெரிவிப்பேன். எனவே, சரவணன் ஷெரீஃப்பாக நியமிக்கப்பட்டதில் எனக்கு மட்டற்ற மகிழ்ச்சி, 'முயற்சி திருவினையாக்கும்' என்ற பொன்மொழிக்கு இலக்கணம் வகுத்தவர் ஏ.வி.மெய்யப்பன் என்றால் 'உழைப்பே உயர்வுதரும்' என்ற பொன்மொழிக்கு இலக்கணம் வகுத்தவர் 'தினத்தந்தி' நிறுவனர், மறைந்த சி.பா. ஆதித்தனார். கையினால் காகிதத்தைச் செய்து, 'தமிழன்' வார இதழைத் தயாரித்தவர். உலகம் பூராவும் காலைப் பத்திரிகைகள்தான் அதிகம் படிக்கப்படும். மாலைப் பத்திரிகைகள்

சற்றுக் குறைவாகவே போகும். மாலைப் பத்திரிகையை மாவட்டம் தோறும் தொடங்கலாம் என முதன்முதலில் எண்ணியவர் சி.பா. ஆதித்தனார்தான். சேலத்தில் தனது இதழைத் தொடங்கும்போதே எனது தந்தையார் கஸ்தூரியைக் காண வருவார். ஆனால் 1952-இல் ஈரோட்டில் நடைபெற்ற புத்தப் பிரசார மாநாட்டின் செயலாளராக இருந்த என்னை, தந்தை பெரியார் இவரிடம் அறிமுகப்படுத்திய பின்பே எங்கள் நட்பு வேகமாக வளர்ந்தது. நான் நாடாளுமன்ற உறுப்பினராக இருந்தபோது, 'திருவிளக்கு' வார ஏட்டைத் துவங்கினேன். ஆயிரம்விளக்குப் பகுதியில் மவுண்ட்ரோட்டில் எனது அச்சகம். முன் பகுதியில் சிறிய அலுவலக அறை. இவ்வளவு பெரியவர் சாதாரணமாக அங்கு வந்து சிறிது நேரம் அமர்ந்து உரையாடுவார். நான் அறிஞர் அண்ணாவுடன் அமெரிக்காவில் இருந்தபோது, அடிக்கடி தொலைபேசியில் பேசுவார். நான் கருத்து வேறுபாடு கொண்டு திராவிட முன்னேற்றக் கழகத்திலிருந்து பிரிந்தபோது, எனது எண்ணத்தை ஏற்று என்னுடனேயே இருந்துவிட்டார்.

புரட்சித் தலைவர் எம்.ஜி.ஆருக்கும் இவருக்கும் சில கருத்து வேறுபாடுகள் ஏற்பட்டுவிட்டன. பின்னர் இருவரையும் ஆற்காடு ரோட்டில் இருக்கும் எம்.ஜி.ஆர். வீட்டில் சந்திக்க ஏற்பாடு செய்தேன். இருவரும் மனம்விட்டுப் பேசினார்கள். பின்னர் புரட்சித் தலைவரைத் தனது பத்திரிகைகள் மூலம் நன்கு ஆதரித்தார்.

தினமும் காலையில் கடற்கரையில் உலாவ வருவார். வீடு திரும்பும்போது சுமார் அரை மணி நேரம் என் வீட்டுக்கு வந்து தங்கி, பல பத்திரிகைகளில் உள்ள சேதிகளைப் பற்றி என் தம்பி டாக்டர் காந்தராஜிடமும் என்னிடமும் பேசுவார். இந்தியாவில் உள்ள எல்லா ஆங்கில நாளேடுகளையும்

தினமும் இவர் படித்துவிடுவார். பக்கவாட்டில் நிறையக் குறித்து வைப்பார். முக்கியமானவற்றை அடியில் கோடிட்டு வைப்பார். அவர் வாழ்ந்தபோது தினத்தந்தியில் வரும் எட்டுக் காலத் தலைப்புகள், கருத்துப் படங்கள் ஆகியவற்றுக்கு ஆசான் அவரே!

ஆங்கில தினசரிகளுக்கு மட்டுமே முக்கியத்துவம் இருந்த நாட்களில் ஆங்கில தினசரிகளைவிட அதிகமாகத் தன் நாளிதழைப் படிக்க வைக்க முடியும் என்ற சாதனையைச் செய்துகாட்டியவர் அவர்.

38

உழைக்கும் வர்க்கத்துக்கு உதவிக் கரம்!

எனது நாடாளுமன்ற நாட்களில் அறிஞர் அண்ணா வுக்குச் சிலை வைக்கும் நல்வாய்ப்பைப் பெற்றேன். கல்லூரியில் மாணவர் பேரவைச் செயலாளராக இருந்த போது மூதறிஞர் ராஜாஜியை அழைத்துக் கல்லூரியில் பேசவைத்துள்ளேன். சேலம் நகருக்குக் குடிதண்ணீர் கிடைக்கத் திட்டம் தீட்டியவர் அவர். வெள்ளையனை எதிர்த்து தனது வக்கீல் தொழிலையே உதறிவிட்டு, காந்தியாரின் தேசிய இயக்கத்தில் தன்னை அர்ப்பணித்துக் கொண்டவர் அவர். வழக்கறிஞராக இருந்தபோதே நகர் மன்றத் தலைவராகத் தேர்ந்தெடுக்கப்பட்டவர். நகர்மன்றத் தலைவராக இருந்துகொண்டே எல்லா சாதியினரையும் அழைத்து, ஆதிதிராவிடத் தலைவர் சுவாமி சகஜானந்தா வுடன் அமர வைத்துச் சமபந்தி போஜனம் நடத்தியவர் அவர். தென்னாட்டுக் காந்தியாக திருச்செங்கோட்டில் ஆசிரமத்தை உருவாக்கி, நாடே போற்றும்படி வாழ்ந்த மூதறிஞர்.

அவருக்குச் சேலத்தில் சிறந்த ஒரு நினைவுச் சின்னம் இல்லையே என்ற கவலை எனக்கு. நகர் மன்றத்துக்கு முன்பே அவரது சிலையை நிறுவுவது என்று தீர்மானித்தேன். புரட்சித் தலைவரையே சிலையைத் திறக்கும்படி அழைத்தேன். புரட்சித் தலைவர் தொடங்கிய போராட்டத்தை மனமார வாழ்த்தியவர் அவர். மூதறிஞர் ராஜாஜி சில பாடல்களை

எழுதி இசைவாணி எம்.எஸ். சுப்புலட்சுமியிடம் தந்து, ஐக்கிய நாடுகள் சபையில் பாட வைத்திருந்தார். அத்துடன் எம்.எஸ். சுப்புலட்சுமியின் பாடல்கள் சிலவற்றை விரும்பிக் கேட்பது உண்டு. எனவே சேலத்தில் மூதறிஞர் ராஜாஜியின் சிலை திறப்பு விழாவில் அவருக்குப் பிடித்த பாடல்களைப் பாடவேண்டும் என்றேன். சுப்புலட்சுமியும் சதாசிவமும் வர இசைவு தந்தார்கள்.

மேடையில் முதல்வரும், தலைவர்களும், அமைச்சர்களும் ஆசனங்களில் அமர்ந்துவிட்டார்கள். தரையில் விரித்திருந்த ஜமக்காளத்தில் சுருதிப் பெட்டியுடன் அமர்ந்தார் எம்.எஸ். சுப்புலட்சுமி.

இதைக் கண்டதும் புரட்சித் தலைவர் தனது ஆசனத்தை விட்டு இறங்கி, கீழேயுள்ள ஜமக்காளத்தில் அமர்ந்தார். பின்னர் என்ன... மேடையிலிருந்த அனைவரும் தரைக்கு வந்துவிட்டார்கள்! உலகப் புகழ்பெற்ற இசைமேதைக்கு ஒரு முதல்வர் காட்டிய மரியாதையாக அகில இந்தியாவே பாராட்டி எழுதியது. நான் சபாநாயகராக இருந்தபோது எடுத்த சிலை திறப்பு விழாவில் நடந்த இந்த நிகழ்ச்சி, சங்கீத உலகுக்கே பெருமை சேர்ப்பதாக அமைந்திருந்தது. என் வாழ்நாளில் மறக்க முடியாத நிகழ்ச்சி இது!

சேலம்- மழை பொய்த்துபோன மாவட்டம். விவசாயிகளுக்குக் குறைந்த வருமானம்தான். தண்ணீர் குறைவாகக் கொள்ளும் பயிர்களையே வளர்க்க வேண்டிய நிலை... வரப் பிரசாதமாக குச்சிவள்ளிக் கிழங்கு மகசூல் அமைந்தது. சேலம், தர்மபுரி மாவட்ட விவசாயிகள் கடின உழைப்பாளிகள். மறைந்த ராஜ்யசபை உறுப்பினர் சேலம் பெரியார் ஜி.பி. சோமசுந்தரம் தனது வயலில் ஒரு பிளாஸ்டிக் பக்கெட்டில் தண்ணீரை எடுத்துக்கொண்டு சிறு தம்ளரால்

எம்.எஸ்.சுப்புலட்சுமி

ஒவ்வொரு செடியின் வேரிலும் ஊற்றிச் செடியைக் காப்பாற்றிவிடுவார். குச்சிவள்ளிக் கிழங்கிலிருந்து, குடிசைத் தொழிலாக ஜவ்வரிசித் தொழில் வளர்ந்தது. ஜவ்வரிசி - வங்காளத்தில் உள்ள மக்களுக்கு உணவு. இதற்கு வரி போட்டுவிட்டார் மொரார்ஜி தேசாய். சேலத்திலிருந்து டெல்லிக்கு அங்கமுத்து தலைமையில் வந்தார்கள். ஜவ்வரிசித் தொழிற்சாலைகளின் புகைப்படங்களையும் அவர்கள் கொண்டுவந்திருந்தார்கள். அந்த வரியின் மூலம் மத்திய அரசுக்குக் கிடைக்கக்கூடிய தொகை சுமார் முப்பத்தைந்து லட்ச ரூபாய்.

க.இராசாராம்

நான் புகைப்படங்களுடன் பிரதமர் இந்திரா காந்தியிடம் நிலையை விளக்கினேன். அவர் குடிசைத் தொழிலைக் காப்பாற்றும் வகையில் வரியை ரத்துசெய்தார். தொழில் நல்லபடி நடந்தது. சுமார் லட்சம் தொழிலாளர்கள் அதன் மூலம் வாழ்கிறார்கள். இந்தத் தொழிற்சாலைகளின் மூலம் கிடைக்கவேண்டிய வருவாய், இடைத் தரகர்களுக்குப் போய்க்கொண்டிருந்தது. நான் சபாநாயகராக இருந்தபோது, புரட்சித் தலைவரிடம் இவற்றை விளக்கி, "குச்சிவள்ளிக் கிழங்கு சம்பந்தப்பட்ட தொழிலில் உற்பத்தியாகும் சரக்கை, ஒரு கூட்டுறவுச் சங்கத்தின் மூலம் விற்பதற்கும், நிறையக் கிடங்குகளை உருவாக்கி, நல்ல விலை கிடைக்கும்போது விற்கவும் ஏற்பாடு செய்யவேண்டும்" என்றேன்.

"அதற்கு என்ன வேண்டும்?" என்றார்.

"இரண்டு கோடி ரூபாய் தேவை" என்றேன். உடனடியாக அனுமதி வழங்கினார். அது ஆண்டுதோறும் சுமார் ஐம்பது கோடிக்குமேல் வியாபாரம் செய்கிறது. 'சேகோசர்வ்' என்ற வானோங்கிய நிறுவனமாக வளர்ந்துள்ளது. தற்போது ஒரு ஐ.ஏ.எஸ். அதிகாரியின்கீழ் இயங்கி வருகிறது. மாவட்டத்தில் சுமார் தொள்ளாயிரத்துக்கு மேற்பட்ட தொழிற்சாலைகள் வளர்ந்துள்ளன. கிராமத்தில் இன்று நல்ல பங்களாவும் காரும் லாரியும் இரண்டு மோட்டார் சைக்கிள்களும் இருந்தால், அது கட்டாயம் ஜவ்வரிசித் தொழிற்சாலையின் உரிமையாளருடையதாகத்தான் இருக்கும் என்ற நிலை வளர்ந்துள்ளது. விவசாயிகளை வாழவைக்க, கேட்டவுடன் பணம் ஒதுக்கி 'சேகோசர்வ்' என்ற நிறுவனத்தை உருவாக்க உதவிய புரட்சித் தலைவரை எண்ணி எண்ணி வியக்கிறேன். உழைக்கும் வர்க்கத்துக்கு உதவிக்கரம் நீட்டுவது எனில் அவருக்கு அளவு கடந்த ஆசை!

தந்தை பெரியார் வகுத்த சீர்திருத்தக் கருத்துகளின் மீது புரட்சித் தலைவருக்கு மிகுந்த ஆர்வமுண்டு. அவரது தொண்டினால்தான் தன்னைப் போன்றவர்கள் அரசியலில் அடியெடுத்து வைக்க முடிந்தது என்பதை உணர்ந்தவர் அவர். எனவே, அவர்தான் கோவை மாவட்டத்தை இரண்டாகப் பிரித்து, ஈரோடுப் பகுதிக்குப் பெரியார் மாவட்டம் என்று பெயர் சூட்டினார்.

பெரியாரின் பொன்மொழிகளைச் சிறுசிறு நூல்களாகத் தொகுத்து வெளியிட ஒரு குழுவை ஏற்பாடு செய்தார் புரட்சித் தலைவர். திருவாரூர் கே. தங்கராசு, நெ.து. சுந்தரவடிவேலு முதலியவர்கள் மிகவும் மகிழ்ச்சியுடன் பணியாற்றி, பெரியாரின் பொன்மொழிகளைப் பல பாகங்களாகக் கொண்டுவந்தார்கள். அதுமட்டுமல்லாமல், சட்டமன்றத்துக்குப் போவதையே விரும்பாத தந்தை பெரியாரின் திருவுருவப் படத்தைச் சட்டமன்றத்திலேயே திறந்து வைத்துச் சிறப்புச் செய்தார் புரட்சித் தலைவர்.

பெரியாரின் கருத்துகளில் பத்தைத் தேர்ந்தெடுத்து, ஒவ்வொரு மாவட்டத் தலைநகரிலும் கல்தூண் ஒன்றை நிறுவி, அதில் அந்தப் பொன்மொழிகளைக் கல்வெட்டு களாகச் செதுக்கச் சொன்னார். அந்தத் தூணின் மேற்புறத் தில் ஜோதி ஒன்றைத் தந்தை பெரியாரின் கை ஏந்தியி ருப்பதைப் போல் அமைக்க ஏற்பாடு செய்தார். மொத்தத்தில் தந்தை பெரியாரால் தமிழ்நாடு பண்படுத்தப்பட்ட பூமி என்பதை எக்காலமும் உணரும்வண்ணம் செய்தார். சென்னை அண்ணாசாலையில் வீட்டுவசதி வாரியத்தின் மூலம் நான் ஏற்பாடு செய்து கட்டிய பதினோரு மாடிக் கட்டடத்துக்கும், 'பெரியார் மாளிகை' என்று பெயர் சூட்டி மகிழ்ந்தார். ஆர்ப்பாட்டமில்லாமல், ஆரவாரமில்லாமல் செய்துமுடித்த

பெருமை புரட்சித் தலைவருக்கு உண்டு.

'இதிலென்ன பெருமை... திராவிட இயக்கத்தின் சார்பில் ஆட்சிக்கு வந்துவிட்டு, இதைக்கூடச் செய்யாமல் வேறென்ன வேலை?' என்று சிலர் கேட்கக்கூடும். இதெல்லாம் எவ்வளவு சிரமம் என்று எனக்கல்லவா தெரியும்!

செங்கற்பட்டு மாவட்டத்தின் நாட்டாண்மைக் கழகத் தலைவராக டி.சண்முகம்பிள்ளை இருந்தார். அவர் செங்கற்பட்டு நகரில் ஒரு பகுதிக்குப் 'பெரியார் நகர்' என்று பெயர் வைத்தார். அது தமிழ்நாடு முழுவதும் பெரிதாக, பரபரப்பாகப் பேசப்பட்டது. அந்த நகரைப் பார்க்க அந்தக் காலத்தில் மக்கள் அங்கேயே போனதைப் பார்த்திருக்கிறேன். 'அப்படியிருந்த மாநிலத்தில், மறைந்த ஒரு தலைவருக்கு இத்தனை பெயர் சூட்டல்களா' என்று வியந்தேன். அதுவும் திராவிடர் கழகம் புரட்சித் தலைவரை ஆதரிக்காமல் இருந்த நேரத்தில்!

39

கலைஞரின் ராஜினாமா!
தடுத்த எம்.ஜி.ஆர்.!

சட்டப்பேரவைத் தலைவராக இருந்தபோது, இலங்கைப் பிரச்சினை பெரிய அளவில் வளர்ந்திருந்தது. இலங்கைப் பிரச்சினை பற்றி ப. நெடுமாறன் ஒரு தீர்மானம் கொண்டுவந்தார். புரட்சித் தலைவரிடம் இதுபற்றிச் சொன்னபோது, "அதே தீர்மானத்தை அரசின் தீர்மானமாக முன்மொழியலாமே" என்றார். ஏனெனில், "இலங்கைப் பிரச்சினை பற்றி தமிழக மக்களின் பிரதிநிதிகள் என்ன

நினைக்கிறார்கள் என்பதை இந்தியத் திருநாடு முழுவதுமே அறியட்டுமே'' என்றார். விவாதத்துக்கு ஒரு நாளே ஒதுக்கப்பட்டது. காரணம், ஜனநாயகத்தில் எல்லாக் கட்சிகளின் எண்ணங்களையும் எடுத்துப் பேசுவதற்குச் சட்டமன்றத்தில் இடமளிக்க வேண்டும் என்ற பரந்த உள்ளம் அவருக்கு இருந்தது. பல்வேறு பிரச்சினைகளில் என்னோடு அற்புதமாக ஒத்துழைத்தார். காரணம், தன்னம்பிக்கை அவரிடம் மிகுந்து காணப்பட்டதுதான்.

இதே இலங்கைப் பிரச்சினைக்காக தி.மு. கழகத் தலைவர் கலைஞர் மு. கருணாநிதியும், பேராசிரியர் க. அன்பழகனும் தங்களது சட்டமன்ற உறுப்பினர் பதவியை ராஜினாமாச் செய்து விடுவது என்று முடிவெடுத்தார்கள். இது யாரும் எதிர்பாராத ஒன்று. தங்கள் ராஜினாமாக் கடிதத்தைச் சட்டப் பேரவைத் தலைவரான என்னிடம் நேரில் தர வந்தார்கள். அவர்களுடன் ஏராளமான சட்டமன்ற உறுப்பினர்கள்...!

"தற்போதுள்ள சூழ்நிலையில் ராஜினாமாத் தேவை தானா?" என அவர்கள் இருவரிடமும் விவாதிக்கத் தொடங்கினேன். "இலங்கையில் நடைபெறும் தமிழர்கள் படுகொலைகளை நிறுத்த இதுதான் ஏற்றது என்று முடிவு செய்துவிட்டோம்'' என்றார்கள். நாங்கள் விவாதித்துக் கொண்டிருந்த போது, எனது தொலைபேசி மணி அடித்தது. அதை எடுத்தேன். மறுபக்கத்திலிருந்து தமிழக முதல்வர் எம்.ஜி.ஆர். பேசினார். "என் சார்பாக கலைஞரையும் பேராசிரியரையும் ராஜினாமாச் செய்ய வேண்டாம் என்று கேட்டுக்கொள். சட்டம்ன்றத்தின் மூலம் மத்திய அரசிடம் சொல்லி, தக்க நடவடிக்கை எடுக்க முயல்வோம்'' என்றார்.

புரட்சித் தலைவரும் கலைஞரும் எப்படிப்பட்ட எதிரிகளாக இருந்தார்கள் என்பதை நாடு அறியும். ஆனால்,

பிரச்சினை என்று வந்துவிட்டபோது, தன்னை எதிர்ப் பவர்கள் சட்டமன்றத்தை விட்டுப்போவதை விரும்பாமல் அவர்களிடம் கேட்டுக்கொள்ளும் படி சொன்னது, எனக்குப் பெரிய ஆச்சரியத்தைத் தந்தது. புரட்சித் தலைவரின் எண் ணத்தை தி.மு. கழகத் தலைவர்களிடம் எடுத்துக் கூறினேன். கலைஞரும் பேராசிரியரும் இலங்கைப் பிரச்சினைக்காகத் தாங்கள் ராஜினாமாச் செய்வதாக வெளியுலகுக்கு அறி வித்துவிட்டு வந்துவிட்டார்கள். நாங்கள் எடுத்த முயற்சிகள் பயனற்றுப் போயின. தமிழக சட்டமன்றத்தில் ஜனநாயகம் தழைத்து வளர வேண்டும் என்பதில் புரட்சித் தலைவருக்கு ஆர்வமிருந்தது. தனது சக அமைச்சர்களும் கலைஞர், பேராசிரியர் போன்ற நிர்வாக அனுபவமுள்ளவர்களும் அவ்வப்போது குறைகளைச் சுட்டிக் காட்டினால் நல்லது என்றே எண்ணினார் அவர். காரணம் - மக்களுக்குத் தொடர்ந்து தொண்டு செய்துகொண்டே இருந்தால், மக்கள் நம்மை விட்டுவிடுவதில்லை என்பதை அவர் உணர்ந்திருந் தார். அதனால்தான் அறிஞர் அண்ணா வின் பொன்மொழி யான 'மக்களிடம் போ' என்பதைத் தன் 'முதலமைச்சர் மேஜை' மீதே வைத்திருந்தார்!

இலங்கைத் தமிழர்களின் பிரச்சினைகள் தலைதூக்கி நின்றபோது மறைந்த செல்வநாயகத்தின் நோக்கங்களே மக்கள் மத்தியில் செல்வாக்குப் பெற்றன. தமிழர்கள் வாழும் பகுதிகளிலெல்லாம் தமிழ்க் கொடிகள் பறக்கவிடப்பட்டன. தமிழர்கள் எங்கு பார்த்தாலும் உணர்ச்சிப்பிழம்பாக மாறிக் காட்சியளித்தார்கள். ஆங்கிலேயர்கள் ஆண்டபோதே தமிழ்நாட்டில் வாழ்ந்த வீரபாண்டிய கட்டபொம்மனைப் போல், தமிழ் ஈழப் பகுதியில் 'பண்டார வன்னியன்' என்ற மன்னன் வாழ்ந்தான். அவனது சிலை திறப்புவிழாவில்

கலந்துகொண்டு சிறப்புரையாற்ற நாடாளுமன்ற உறுப்பினர் சிவசிதம்பரத்திட மிருந்து அழைப்பு வந்தது.

அந்தச் சிலையை வவுனியா நகரில் திறந்து வைக்க கொழும்புக்குச் சென்றேன். பிறகு படுகொலை செய்யப்பட்ட எனது நண்பர் யோகீஸ்வரன் எம்.பி. என்னை விமான நிலையத்திலிருந்து நேரே வவுனியாவுக்கு காரில் அழைத்துச் சென்றார். ஊரே திரண்டிருந்தது. அப்போதுதான் மாபெரும் வன்னிய சமுதாய வீரன் ஒருவனைப் பற்றி என்னால் தெரிந்து கொள்ள முடிந்தது. எத்தனை பேர் இப்படி குடத்திலிட்ட விளக்காகத் தமிழ்ச் சமுதாயத்தில் திகழ்கிறார்களோ தெரியவில்லை.

ஈழ நாட்டிலே பிரிட்டானியரின் ஆட்சி ஏற்படுவதற்கு முன் பல நூற்றாண்டுகளாக நிலைபெற்ற குறுநில அரசர்களே 'வன்னிமை' என்ற சிற்றரசர்களாவார்கள். இவர்கள் அன்றைய தமிழ்நாட்டிலிருந்து வந்து,

'எல்லை வடக்கில் எழில்யாழ் பரவுகடல்
பல்லோர் புகழருவி தெற்கெல்லை - நல்லதிரு
கோணமலை கீழ்பால்கேதீச்சுரம் மேற்கில்
மாண திகழ் வன்னி நாடு'

எனப்படும் தமிழ் மக்கள் வாழும் வடபகுதியை ஆண்டனர். எனது இளமைப் பருவத்தில் தர்மபுரியில் வாழ்ந்த வன்னியப் பெருமக்கள் தங்களை வன்னியகுல க்ஷத்திரியர்கள் என்றுதான் அழைப்பார்கள். மூவேந்தர்களில் பெருவாழ்வு வாழ்ந்தவன், ராசராச சோழன்தான். அவனது வீரத்திருமகன் ராசேந்திரன். அவனது படையில் சிறப்பிடம் பெற்றிருந்தவர்கள் வன்னியர்கள்.

இவர்கள் இலங்கையின் மீது படையெடுத்தபோது, வன்னியர் படைப்பிரிவுகள் உடன் சென்றன. பல இடங்களை வென்றன.

அதேபோல் பிற்காலத்தில் பாண்டிய மன்னர்கள் மாற

அமிர்தலிங்கம்

வர்மன் சுந்தரபாண்டியன், ஜடாவர்மன் சுந்தரபாண்டியன், வீரபாண்டியன் ஆகியோர் நடத்திய போர்களில் பங்கு கொண்ட பெரும்பகுதியினர் வன்னியர்களே! இலங்கையிலுள்ள வன்னிமைகள் யாழ்ப்பாண ராஜ்யத்தில் அடங்கியிருந்தன. பதினேழாம் நூற்றாண்டில் பனங்காமம், மேல்பற்று, முள்ளியவனை, கருநாவல்பற்று, தென்னமரவடி, கரிக்கட்டுமூலை, செட்டிகுளம் என்ற ஏழு வன்னிமைகள் இருந்ததாக வரலாறு நமக்கு எடுத்துச் சொல்கிறது.

போர்த்துக்கீசியர்கள் பின்னர் யாழ்ப்பாண ராஜ்யத்தைக் கைப்பற்றினர். ஆனால், அவர்களாலேயே குறுநில வன்னிய

ராஜ்யங்களைப் பிடிக்க முடியவில்லை. போர்த்துக்கீசியரை விரட்டிவிட்டு ஹாலந்துக்காரர்கள் யாழ்ப்பாண ராஜ்யத்தைக் கைப்பற்றினார்கள். இவர்களாலும் மேற்குறிப்பிட்ட ஏழு வன்னிமைகளையும் பிடிக்க முடியவில்லை. வன்னியர்கள் பெரும் வீரர்களாகத் திகழ்ந்ததனால், தங்கள் மீது படையெடுத்த போர்த்துக்கீசியர்களையும், ஹாலந்துக்காரர்களையும் போரிலே தோற்கடித்திருக்கிறார்கள். வன்னிய நாட்டை ஆண்ட மன்னர்கள் வன்னியர் அல்லது வன்னியனார் என்றும், அரசிகள் வன்னிச்சிகள் என்றும் அழைக்கப்பட்டனர். பலர் புகழ்பெற்று விளங்கினர்.

பனங்காமம் பகுதியை ஆண்டவர்களில் குலசேகர வன்னியன், கைலை வன்னியன், நல்லநாச்சியார், நல்ல மாப்பாணன் முதலியோர் சிறந்த குறுநில மன்னர்கள்.

ஹாலந்துநாட்டுக்காரர்களுக்குச் சிம்மசொப்பனமாக விளங்கிய வீராங்கனை நல்லநாச்சியார் வன்னிச்சியாவார்.

பனங்காமத்துக் கைலை வன்னியன் ஹாலந்துக்காரர்களின் மேலாணையை அவமதித்துப் பன்னிரண்டு ஆண்டுகள் அவர்களின் தர்பாருக்குப் போகாது விட்டான். வன்னியர்கள் குறுநில மன்னர்களாக இருந்தபோதிலும் வடக்கே யாழ்ப்பாண மன்னருக்கோ, தெற்கே அனுராதபுர மன்னருக்கோ அடிபணியவுமில்லை. திறை செலுத்தவுமில்லை.

16-ஆம் நூற்றாண்டு தொடங்கி, போர்த்துக்கீசியரும், ஹாலந்துக்காரர்களும், ஆங்கிலேயரும் ஒருவர் பின் ஒருவராக யாழ்ப்பாணத்தை ஆண்டனர். 1803-ஆம் ஆண்டுவரை வன்னியர்கள் யாருக்கும் அடிபணியவில்லை. யாருக்கும் அடிபணியாமல் ஏழு வன்னியப் பகுதிகள் இருந்ததால் இந்தப் பகுதிக்கு, 'அடங்காப் பற்று' என்று பெயர். வன்னி நாட்டின் இறுதிப் பெருமன்னன் குலசேகர வைரமுத்துப் பண்டார

வன்னியன். பண்டார வன்னியன், ஹாலந்துக்காரர் ஆட்சியின் இறுதியிலும், ஆங்கிலேயர் ஆட்சிக் காலத்தின் முற்பகுதியிலும் வாழ்ந்தான். ஹாலந்துநாட்டுக்காரர்கள் இவனிடம் கப்பம் கட்டச் சொன்னபோது "முடியாது" என்று மறுத்தான்.

1803-ஆம் ஆண்டில் யாழ்ப்பாணம் உட்பட இலங்கைக் கடலோரப் பகுதிகள் ஆங்கிலேயர் ஆட்சிக்குட்பட்டு இருந்தன. முல்லைத்தீவில் ஆங்கிலேயத் தளபதியான ஹென்றி பேக்கின் தலைமையில் ஆங்கிலேயரது படை அரசாங்க இல்லம் ஒன்றில் தங்கியிருந்தது. எப்படியும் ஆங்கிலேய ஆதிக்கத்தைப் பூண்டோடு அகற்ற எண்ணிய பண்டார வன்னியன், 1803-ஆம் ஆண்டு ஆகஸ்ட் 25-ஆம் தேதி, ஆங்கிலேயர் வாழ்ந்த இல்லத்தை நோக்கிப் படை நடத்தினான். எதிர்பாராத தாக்குதலில் சிக்கிய ஆங்கிலேயப்படை, சிதறிப் பின்வாங்கி ஓடியது.

இந்தச் சேதி திரிகோணமலையில் இருந்த எட்வேட் மெட்சின் என்ற படைத்தளபதிக்கு எட்டியது. முல்லைத்தீவை நோக்கித் தன் படையை நடத்தி அதைக் கைப்பற்றினான். இதற்குள் பண்டார வன்னியன், முல்லைத்தீவிலிருந்த மூன்று பீரங்கிகளைக் கைப்பற்றிச் சென்றான். பீரங்கிகளைக் கடத்துவது என்பது அவ்வளவு சுலபமானதல்ல. 'பண்டார வன்னியனை எப்படியும் தோற்கடித்தே தீரவேண்டும்... இல்லையெனில் தங்களது ஆட்சிக்கே முடிவு வந்துவிடும்' என்றுணர்ந்த ஆங்கிலேயர்கள், எதிர்பாராத வகையில் இருமுனைத் தாக்குதல்களைத் தொடங்கினர்.

தளபதி ஜோன்யூவெலின் தலைமையில் படைப்பிரிவு ஒன்று யாழ்ப்பாணத்திலிருந்து வன்னிய நாடு நோக்கி அனுப்பப்பட்டது. மற்றொரு படைப்பிரிவு, தளபதி ஹென்றி பேக்கின் தலைமையில் புறப்பட்டது. இந்தப் படைகள்

கற்சிலைமடு என்ற இடத்தில் பண்டார வன்னியனின் படைகளை எதிர்பாராத விதத்தில் இருமுனைகளிலிருந்தும் தாக்கின. 1803-ஆம் ஆண்டு அக்டோபர் 31-ஆம் நாள் அதிகாலை ஐந்து மணிக்கு இந்த யுத்தம் நடைபெற்றது. விடியற்காலை இருட்டுவேளையில் நடைபெற்ற யுத்தத்தில், பண்டார வன்னியன் தோற்கடிக்கப்பட்டான்.

பண்டார வன்னியன் தளர்ந்துவிடவில்லை. மீண்டும் தனது மண்ணை அந்நிய நாட்டினரிடமிருந்து கைப்பற்றியே தீரவேண்டும் என்று திட்டமிட்டான். அவன் காடுகளில் வாழ்ந்தான். வீர வன்னிய இளைஞர்களைத் திரட்டினான். அவனுக்குக் கிடைத்த வீரர்கள் பதினாலே பேர்தான். தன்னை எதிர்பாராது தாக்கிய ஆங்கிலேயர்களைக் கொரில்லாப் போர் மூலம் பல இடங்களிலும், படை தங்கியிருந்த முகாம் களையும் தாக்கத் தொடங்கினான். இந்தச் செயல்களை அவன் உடனடியாகச் செய்துவிடவில்லை. பண்டார வன்னியனின் தாக்குதலைச் சமாளிக்க, கண்டியின் எல்லைப் பகுதிகளிலும் வவுனியாவிலும் தங்கள் பாதுகாப்புப் படைகளைக் கொண்டுவந்து குவித்தனர்.

1811-ஆம் ஆண்டில் உடையாவூரில் நடைபெற்ற போரில் பண்டார வன்னியன் படுகாயமடைந்தான். இவனது படை வீரர்கள் இவனைப் பனங்காமத்துக்கு எடுத்துச் சென்றனர். அங்கே பனங்காமத்தில் தனது வீரர்கள் சூழ்ந்திருக்க உயிர் துறந்தான். இலங்கையில் ஆங்கில ஏகாதிபத்தியத்தை எதிர்த்து நின்ற கடைசி வீரன், பண்டார வன்னியன்தான். பண்டார வன்னியனின் கொடி - வீரவாள் கொடி. வன்னியரின் சின்னம் - வில், வன்னியர்கள் தென்னிந்தியாவில் இருந்து இலங்கைக்கு வந்தவர்கள் என்று தோனேசர் கல்வெட்டு நமக்குச் சேதி சொல்கிறது!

அந்த மாவீரனின் சிலையைத் திறந்து வைக்கும் பேறு எனக்குக் கிடைத்ததை இன்றைக்கும் எண்ணிப் பார்க்கிறேன். பண்டார வன்னியனின் சிலை திறப்பு விழாவில் பேசுவதற்காகப் படித்த குறிப்பைத்தான் மேலே வரைந்துள்ளேன்!

வவுனியாவில் நடந்த விழா, உணர்ச்சி பொங்கிய பெருவிழா! ஊரே திரண்டு ஊர்வலம். நிகழ்ச்சியில் தமிழ்க் கொடி ஏற்றினேன். இலங்கை நாடாளுமன்றச் சபாநாயகரும் மறைந்த தமிழர் தலைவர் அமிர்தலிங்கமும் கலந்துகொண்ட விழா அது. அன்று இரவு நாடாளுமன்ற உறுப்பினர் சிவசிதம்பரம் வீட்டிலேயே தங்கினேன்.

மறுநாள் காலை என் நண்பர் வழக்கறிஞர் நமச்சிவாயத்துடன் திருக்கேத்தீச்சுரம் எனும் ஊருக்குச் சென்று அங்குள்ள கோயிலுக்குப் போனேன். அது பாடல் பெற்ற ஒரு ஸ்தலம். ஆம் நமது நாயன்மார்கள் ராமேசுவரம் கடற்கரையில் இருந்து திருக்கேத்தீச்சுரம் கோயிலின் கோபுரத்தைக் கண்டு பாடல்களைப் பாடியுள்ளார்கள்.

வவுனியாவில் பண்டார வன்னியன் கையில் ஈட்டியுடன் குதிரை மீது அமர்ந்துள்ளது போன்ற பெரிய சிலை! பார்ப்பவர்களுக்கு வீரத்தை ஊட்டக்கூடிய சிலை! பின்னர் வவுனியாவில் ஏற்பட்ட பிரச்சினைகள் காரணமாக, சிவசிதம்பரம் எம்.பி. தமிழகத்துக்கு உயிர்தப்பி ஓடிவந்தார். புரட்சித் தலைவர் அவருக்குப் பாதுகாப்பு அளித்தார். பின்னர் அமெரிக்காவுக்குச் சென்று அங்கு மறைந்தார். என்னுடன் நெருங்கிப் பழகிய இளைஞர் யோகீஸ்வரன் எம்.பி., அமிர்தலிங்கம் எம்.பி-யுடன் சேர்த்துக் கொல்லப்பட்டார். பண்டார வன்னியன் சிலை இன்று இருக்கிறதோ அல்லது சிங்கள வெறியர்களால் அடித்து உடைக்கப்பட்டுவிட்டதோ எனக்குத் தெரியவில்லை.

40

வில்லுப்பாட்டால் எண்ணப்பாட்டு!

சட்டப்பேரவைத் தலைவராக இருந்தபோது, எல்லாக் கட்சியினரும் எனது அலுவலக அறைக்கு வருவார்கள். தமிழக முதல்வர் எம்.ஜி.ஆர். சில வேளைகளில் காலையிலேயே வந்து விடுவார். சபை தொடங்கும்போது எல்லோரையும் போலவே எழுந்து நின்று சபைத்தலைவர் தன் ஆசனத்தில் அமர்ந்த பின்பே அமர்வார். நேரங்கழித்து உள்ளே நுழைந்தால், யாரும் எழமாட்டார்கள். சபையின் மரபும் கண்ணியமும் காப்பாற்றப்படவேண்டும் என்பதில் மிகுந்த அக்கறை எடுத்துக்கொள்வார். எதிர்க்கட்சித் தலைவர்கள் பேசும்போது சபையில் முழு நேரமும் இருப்பார். எதிர்க்கட்சியினரின் விண்ணப்பங்கள் தவிர, ஆளுங்கட்சியினரின் மனுக்களைப் பெரும்பாலும் அவையை அடுத்துள்ள மண்டபத்திலேயே பெற்றுக்கொள்வார். ஆளுங்கட்சிக் கொறடா - எனது நண்பர் மணிமாறன் அவருக்கு உறுதுணையாக சேலம் ஆறுமுகம், சட்டமன்றம் கூடுவதற்கான எண்ணிக்கை இருக்கிறதா என்பதை அறிவிப்பார். ஓர் ஆச்சரியம் என்னவென்றால், எனது பதவிக் காலத்தில் ஒருமுறைகூட சட்டமன்றம் கூடுவதற்கு எண்ணிக்கை போதாமல் மணியடித்ததில்லை. குறிப்பாக - கேள்வி கேட்டவர்கள் அனைவரும் ஆஜராகிவிடுவார்கள். கேள்வி சம்பந்தப்பட்ட அமைச்சர்கள் இருக்கைகளில்

வில்லிசை கலைஞர் சுப்பு ஆறுமுகம்

இருப்பார்கள். காரணம், புரட்சித் தலைவரிடம் தங்களைப் பற்றி நான் ஏதும் கூறிவிடக்கூடாதே என்ற கவலைதான்.

நான் பல தலைவர்களிடமும் பழகியவன். சமுதாயத் துக்கும் நாட்டுக்கும் நல்ல தொண்டு செய்பவர்களைக் கண்டு பிடித்து நாட்டு மக்களுக்கு அடையாளம் காட்டவேண்டும்

என்ற கண்ணோட்டத்துடனேயே பார்க்கும் எண்ணத்தை உள்ளத்தில் வளர்த்துக் கொண்டவன். யாரேனும் கேள்விகளைக் கேட்டுவிட்டுச் சபைக்கு வராமல் போனால், என் அறைக்குக் கூப்பிட்டுக் கண்டிப்பேனே தவிர, சபையில் அவர்களைக் கண்டித்தது கிடையாது. காரணம், ஒவ்வொரு சட்டமன்ற உறுப்பினரும் ஒரு லட்சம் வாக்காளர்களுக்குத் தொண்டு செய்யும் தலைவர்கள். எனவே, அவர்களது பெருமைகள் மன்றத்தில் நிலைநாட்டப்பட வேண்டும் என்ற எண்ணத்தோடு செயல்பட்டேன். ஆனால், புரட்சித் தலைவர், ஒவ்வொருவரும் என்ன செய்கிறார்கள் என்பதை உன்னிப்பாகப் பார்த்து வைத்துவிடுவார். பெரிய தவறுகள் ஏதேனும் நடைபெற்று விட்டால், என்னிடம் அதைச் சொல்லிவிடுவார். யார், யார் பொதுத் தேர்தலில் தனது செல் வாக்கால் வெற்றிபெறுவார்கள் என்பது வரை கணித்துக் கொண்டே இருப்பார். பேரவையில் யார் யார் நன்றாகக் கேள்வி கேட்கிறார்கள், யார் நன்றாகப் பேசுகிறார்கள் என்பதையும் அடிக்கடி தெரிந்துகொள்வார். எல்லாக் கட்சித் தோழர்களிடமும் முடிந்தவரை அன்புடன் பழகியதால், பலரும் என் அறையில் கூடுவார்கள். பலவற்றை மனம்விட்டுப் பேசுவார்கள். சட்டமன்றத்தில் பேச வாய்ப்புத் தரவில்லை என்ற குற்றச்சாட்டே வராமல் பார்த்துக்கொண்டேன். எனவே, உறுப்பினர்கள் மனக்குறையின்றி மன்றத்தில் நடைபோட்டனர்.

சட்டப்பேரவைத் தலைவராக இருந்ததால், வேறு பல அலுவல்களைப் பார்க்க முடிந்தது. காரணம், சபை நடக்கும் போதெல்லாம் தமிழக முதல்வர் எனது அறைக்கு வந்ததுதான்!

தமிழர்களுக்குப் பெருமை தரும் நூலான திருக்குறளைப்

பாமர மக்களும் புரிந்துகொள்ளும் வண்ணம் எடுத்துச் சொல்வதில், திருக்குறள் முனுசாமி ஈடு இணையற்றவர். எனது மாணவப் பருவத்தில் சேலம் நகரசபைப் பள்ளியில் வாரந்தோறும் திருக்குறள் வகுப்புகள் நடைபெறும். நகரத்தில் உள்ள பல வியாபாரப் பிரமுகர்களும் கலந்துகொண்டு பாடம் கேட்பார்கள். சேலம் நகர்மன்றத் தலைவராக இருந்த ராவ்சாகிப் பி. ரத்தினசாமி பிள்ளை தலைவராகவும், என் தந்தை கஸ்தூரி செயலாளராகவும் இருந்து, திருக்குறளாருக்கு ஒரு விழா எடுத்தார்கள். திருக்குறள் முனுசாமி சேலத்தில் அரசு அலுவல் பார்த்தவர். பின்னர், விழுப்புரத்தில் போய் குடியிருந்தார். அவர் திருக்குறளுக்குச் செய்த தொண்டைப் பாராட்டி, தமிழவேள் சர்.பி.டி இராசன் தலைமையில், கலைவாணர் என்.எஸ். கிருஷ்ணன் முன்னிலையில் ‘திருக்குறளார்’ என்ற சிறப்புப் பட்டத்தைத் தந்தார்கள். மாணவர்களாகிய நாங்கள் அனைவரும் மகிழ்ந்த நிகழ்ச்சி அது.

என் தந்தையாரிடம் பழகிய நண்பரான அவர், என்னிடமும் சிறந்த தோழமை பூண்டிருந்தார். வட இந்தியர்கள் நம்மைப் பற்றித் தெரிந்துகொள்ள வேண்டும் என்பதற்காக, டெல்லித் தமிழ்ச் சங்கத்தின் முன் திருவள்ளுவருக்கு மிகப் பெரிய சிலை ஒன்றை நிறுவினேன். அதை அப்போதிருந்த குடியரசுத் தலைவர் பக்ருதீன் அலி அகமது திறந்து வைத்தார். டெல்லியில் இரண்டு நாட்கள் விழா - இரண்டு நாட்களும் திருக்குறளார் என்னுடன் இருந்து திருக்குறள் பற்றிப் பேசினார்.

அவர் திருக்குறளுக்கு நல்லதொரு விளக்கவுரை நூலை அற்புதமாக எழுதியிருந்தார். அந்த நூலுக்கு முன்னுரை எழுதும்படி கட்டளையிட்டார். திருக்குறளை நாடெங்கும் பரப்பும் பணியில் அவர் ஈடுபட்டிருந்தாலும் அரசுத்துறையின் மூலம் அந்தக் காரியத்தைச் செய்தால் என்ன என்று

அவரிடம் விவாதம் நடத்தினேன். 'திருக்குறள் நெறிபரப்பும் மையம்' என்ற அமைப்பை உருவாக்கலாம் என்ற கருத்து உருவானது. சென்னையில் கலைஞர் மு. கருணாநிதி வள்ளுவர் கோட்டத்தைக் கட்டினாரே தவிர, திருக்குறள் நெறிபரப்பும் உயிரோட்டமுள்ள செயல்கள் ஏதும் அங்கு நடைபெறவில்லை. திருக்குறளாரைப் பல அரசு நிகழ்ச்சிகளுக்கு அழைப்பதும் அவரது பேச்சைக் கேட்டு இன்புறுவதும்தான் அதுவரையில் நடைபெற்றது.

எங்களுக்குள் ஏற்பட்ட விவாதத்தைப் புரட்சித் தலைவரிடம் சொன்னேன். அவருக்கு இந்த எண்ணம் பிடித்தது. வள்ளுவர் கோட்டத்தில் 'திருக்குறள் நெறிபரப்பும் மையம்' உருவாயிற்று. வகுப்புகள் தொடங்கின. நாடு பூராவிலும் குறள் பற்றிய நிகழ்ச்சிகளில் கலந்துகொள்ள அரசுத்துறைகள் மூலம் கார் மற்றும் போக்குவரத்து ஏற்பாடுகள் செய்யப்பட்டன.

நான் இளைஞனாகத் தர்மபுரியில் படித்தபோது, சில தெருக்களில் ராமாயணம், மகாபாரதம் போன்றவற்றைப் பத்துநாள், பதினெட்டு நாள் என்று படிப்பார்கள். கோவலன் - கண்ணகி, வள்ளி திருமணம் போன்றவற்றைக் கூத்துக்களாக நடிப்பார்கள். இன்று பல துறைகள் மங்கி வருகின்றன.

1952-ஆம் ஆண்டு பர்மாவில் தந்தை பெரியாருடன் பயணம் செய்யும் வாய்ப்புக் கிடைத்தது. பர்மாவில் மோல் மீன் என்ற பகுதிக்குச் சென்றோம். பர்மியர்கள் புத்த மதத்தைச் சார்ந்தவர்கள். கிராமங்களில் திறந்தவெளி அரங்கங்களைக் கட்டியுள்ளது அரசு. வெள்ளிதோறும் அரங்கில் நாடகங்கள் நடக்கின்றன. நாடகம் இலவசம். செலவு அரசுடையது. நாடகத்தைப் பார்க்க அக்கம்பக்கத்துக் கிராமங்களிலிருந்து வருகிறார்கள்.

அதேபோல் அரசுத்துறையின் மூலமே மக்கள் மத்தியில் பல நல்ல காரியங்களைச் செய்ய முடியுமே என்பது என் எண்ணம். நாட்டில் மங்கிப்போகும் ஒழுக்க நெறிகளையும் நமது கலாசாரம், பண்பாடு முதலியவற்றையும் தக்கவர்களைக் கொண்டு வளர்த்து வந்தால் என்ன! இதற்குத் திருக்குறள் ஏற்ற நூலாயிற்றே... திருக்குறளாரது தொண்டு பாமரனும் விரும்பும் தொண்டாயிற்றே என்பதையெல்லாம் எண்ணிப் பாராமல் அந்தத் தொண்டு நிறுத்தப்பட்டது. திருக்குறளாரைப் பிடிக்காவிட்டாலும் வேறு எவரையாவது அந்தப் பணியில் தொடர்ந்து நியமித்துக் காரியம் செய்திருக்க வேண்டும். உள்ளபடியே சொல்கிறேன். அவர் 1952-ஆம் ஆண்டு பொதுத் தேர்தலில் ராம்நாத் கோயங்காவை எதிர்த்து நிற்கிற வரை, அவரது சாதி எனக்குத் தெரியாது. அவரும் சாதி மனப்பான்மையோடு எங்களிடம் பழகவில்லை. புரட்சித் தலைவரும் அவரது அறிவு, பேச்சாற்றல், நகைச்சுவை இவற்றைப் பார்த்துத்தான் மையத்தின் தலைவராக நியமித்தாரே தவிர, தேர்தலில் அவரது சாதி வோட்டுக்களைப் பெறலாம் என்பதற்கல்ல. திருக்குறளாரின் நூலுக்குரிய மரியாதை தந்து, தமிழக நூல்நிலையங்களில் எல்லாம் வைக்கும்படி ஏற்பாடும் செய்தார் புரட்சித் தலைவர். எனவே திருக்குறளாரை நாடு முழுதும் பயன்படுத்த, எனக்கு நல்வாய்ப்புக் கிடைத்ததை இன்றும் எண்ணிப் பூரிக்கிறேன்.

சென்னை கே.கே. நகரில் தமிழவேள் சர்.பி.டி. இராசன் பெயரால் சாலை ஒன்றை அமைத்திருந்தேன். பிள்ளையார் கோயில் ஒன்றை நகர நண்பர்கள் அங்கு கட்டியிருந்தார்கள். அங்கு சுப்பு ஆறுமுகம் வில்லுப்பாட்டில் கம்ப ராமாயணத்தைப் பதினெட்டு நாட்கள் சொன்னார். விழாவின் கடைசி நாளில் என்னைத் தலைமைதாங்க அழைத்தார்கள்.

வில்லுப்பாட்டு அற்புதமான ஒரு கிராமியக் கலை. நாகரிகம் முற்ற முற்ற அந்தக் கலை நாட்டில் மறைந்து கொண்டே வந்தது. வில்லடித்துப் பாடி ஒரு கதையைச் சொல்ல வேண்டுமென்றால், முதலில் கதையைச் சொல்ல நல்ல பாடல்கள் வேண்டும். பாடல்களைக் கவிஞர்களாக இருந்தாலொழிய இயற்ற முடியாது. கதையைச் சுவைபட உரைநடையில் கூறவேண்டும். இடையில் நகைச்சுவை மிளிர வேண்டும். கலைவாணர் என்.எஸ். கிருஷ்ணன் இந்தக் கலைக்குப் புத்துயிர் அளித்தார். இதற்கான பாடல்களையும் கதையையும் உருவாக்க அவரிடம் சேர்ந்தவர்தான் கவிஞர் சுப்பு ஆறுமுகம். கலைவாணர் மறைவுக்குப் பின், கவிஞரை நான் சந்திக்கும் வாய்ப்பைப் பெறவில்லை. கம்ப ராமாயணக் கதையில் அவரைச் சந்தித்தேன். நாடகம், சினிமா, கூட்டம் எந்த நிகழ்ச்சியாக இருந்தாலும் நான் ஆரம்பத்திலேயே போய் அமர்ந்துவிடுவேன். வில்லுப்பாட்டு நிகழ்ச்சி முழுவதும் கேட்டேன். உடன் உடுக்கை அடித்த வாலிபர் அவரது மகன் காந்தி. அவர் ஒரு எம்.ஏ. பட்டதாரி. பாடல்களை அற்புதமாகப் பாடியவர், அவரது மகள் பாரதி, ஒரு பி.ஏ. பட்டதாரி. குடும்பமே கலைக்குடும்பம்.

நான் தலைமை வகித்ததற்காக நன்றி கூற, கவிஞரும் காந்தியும் மறுநாள் என் இல்லத்துக்கு வந்தனர். கலைவாணர் காலத்தை இருவரும் நினைவுகூர்ந்தோம். பல சம்பவங்கள், தந்தை பெரியார், அறிஞர் அண்ணா இவர்களுடன் கலை வாணர் கொண்ட தொடர்பு பற்றியெல்லாம் பேசினோம். பேச்சுவாக்கில் "மாதம் எத்தனை நிகழ்ச்சிகள்?" என்றேன். பதில் சுவையாக இல்லை. 'சரி... இவர்களை அரசுத்துறையின் மூலமாகப் பயன்படுத்தினால் என்ன?' என்ற எண்ணம் உதித்தது.

மத்தியிலும் மாநிலத்திலும் ஏராளமான இலாகாக்கள் இருக்கின்றன. செய்தித்துறை, சமூகநலம் - குடும்பக்கட்டுப் பாடு போன்ற பல்வேறு துறைகளுக்கு ஏராளமாகப் பணம் ஒதுக்கப்படுகிறது. எல்லாப் பணமும் செலவு செய்யப் பட்டுவிடுவதில்லை. சில சமயம் வீணாவதும் உண்டு. "கிராமங்களுக்குச் சென்று வில்லுப்பாட்டில் குடும்பக்கட்டுப் பாடு பற்றிப் பாட முடியுமா?" என்றேன்.

"ஓ முடியுமே! பேஷாகச் செய்யலாமே" என்ற கவிஞர் சுப்பு ஆறுமுகம், "கிராமங்களில் வில்லுப்பாட்டு நடத்தினால், குடும்பக்கட்டுப்பாடு, தீண்டாமை, சிறுசேமிப்பு, மதுவிலக்கு பற்றியும் பிரசாரம் செய்ய இயலும்" என்றும் கூறினார்.

புரட்சித் தலைவரிடம் இதுபற்றிப் பேசினேன். கலையின் மூலம் நாட்டின் நிலையை விளக்குவதும் அரசின் எண்ணங் களை மக்கள்முன் வைப்பதும் புரட்சித் தலைவருக்கு மிகவும் பிடிக்கும். குறைந்த செலவு, நிறைந்த பயன். கவிஞர் சுப்பு ஆறுமுகத்தின் பிரசாரத்தால் நாடு சிறந்த பயனைப் பெற்றது.

புரட்சித் தலைவர் மறைந்தார். வில்லின் ஓசை அரசுத்துறை மூலம் ஒலிப்பது நின்றே போய்விட்டது! கவிஞர் சுப்பு ஆறுமுகத்தை அரசு பயன்படுத்திக் கொள்ளவில்லையே தவிர, நாடு அவரை அழைத்தவண்ணம்தான் இருக்கிறது!

41

சாண்டோ சின்னப்ப தேவரின் அதிரடி!

புரட்சித் தலைவரின் மைத்துனர் நாராயணன், எம்.ஜி.ஆர். பெயரில் ஒரு பள்ளியை நடத்தி வந்தார். அது சென்னை கோடம்பாக்கத்தில் இருந்தது. பெரும்பாலும் அதில் சினிமாத் துறையில் ஈடுபட்டுள்ள துணை நடிகர்களின் பிள்ளைகளே படித்து வந்தார்கள். நாராயணன் என்னிடம் நன்கு பழகினார். பள்ளி விழாக்களுக்கு அழைத்தார். பல பகுதிகள் கூரைக்குள் இருந்தன. கலை உலகம், வெளிச்சமான உலகம். துணை நடிகர்களின் வாழ்வோ பெரும்பாலும் இருள் சூழ்ந்ததுதான். அத்துடன் சமுதாயத்தில் பிற்பட்டவர்கள் அண்ணா காலத்தில் ஏற்பட்ட விழிப்பு உணர்ச்சியின் காரணமாகத் தங்கள் குழந்தைகளை படிக்கவைக்க ஆர்வம் கொண்டனர். பிள்ளைகளுக்கோ படிப்பு அவ்வளவு சுலபத்தில் ஏறாது.

எம்.ஜி.ஆர். பள்ளியின் தலைமையாசிரியர், குறைவாக மார்க் வாங்கும் மாணவர்களுக்கு மாலை ஆறு மணிக்குமேல் தக்க ஆசிரியர்களைக் கொண்டு தனியாக வகுப்பு நடத்துவார். நாராயணனுக்கு நல்ல கட்டடங்களைக் கட்டி, மின் விளக்குகளைப் போட்டு மாணவ - மாணவிகளைப் படிக்க வைக்க வேண்டும் என்ற கவலை... பள்ளியில் சேருவதற்கு ஏராளமான விண்ணப்பங்கள்... இடம் போதவில்லை. தக்கக் கட்டடங்களும் இல்லை. நாராயணன் தன் நிலையை

எம்.கே.தியாகராஜ பாகவதர்

என்னிடம் விளக்கினார். பள்ளிக்கூடத்துக்கு அருகில் புரட்சித் தலைவர் இருபத்தைந்து கிரவுண்ட் நிலம் வைத்திருந்தார். அதில் தென்னை மரங்கள் வளர்ந்திருந்தன. என்னை நாராயணன் அந்த நிலத்துக்கு அழைத்துப் போய்க் காட்டி, எம்.ஜி.ஆரிடமிருந்து அதைப் பள்ளிக்கூடத்துக்குப் பெற்றுத்தரச் சொன்னார்.

புரட்சித் தலைவரிடம் பேசினேன்.

''பள்ளிக்கூடத்தை அந்த நிலத்தில் கட்டினால் ஏராளமான பிள்ளைகள் படிக்குமே... அதிலும் எல்லா மொழிகளிலும் நடிக்கும் துணை நடிகர்களின் பிள்ளைகள்

சின்னப்பா தேவர்

படிப்பார்களே... நிலத்தைக் கொடுத்தால் மக்களிடம் வசூல் செய்து கட்டடம் கட்டி விடலாம்..." என்றேன்.

"நீயே அந்தப் பள்ளியின் தலைவராக இருந்து செயல்படுகிறாயா?" என்றார். "சரி" என்றேன். நிலத்தைப் பள்ளிக்குத் தானமாகத் தந்தார்!

சேலம், திருச்சி, தஞ்சை, சென்னை ஆகிய இடங்களில் இசையமைப்பாளர்கள் எம்.எஸ். விஸ்வநாதன், இளையராஜா, சங்கர் -கணேஷ், கங்கை அமரன் முதலி

யவர்களைக் கொண்டு இன்னிசை நிகழ்ச்சிகள் மூலம் பத்து லட்ச ரூபாய் வசூலித்துப் பள்ளியின் நிர்வாகியான நாராயணனிடம் அளித்தேன். நல்ல பள்ளிக் கட்டடங்கள் எழுந்தன. புரட்சித் தலைவர் ஒருநாள் காலை பள்ளிக் கட்டடத்தைச் சுற்றிப் பார்த்து மகிழ்ந்தார். தற்போது சுமார் இரண்டாயிரம் பிள்ளைகளுக்குமேல் படிக்கிறார்கள். ஜானகி அம்மையாரின் தம்பிதான் நாராயணன். புரட்சித் தலைவரின் பெயரில் பள்ளியின் விரிவாக்கமும், அதில் நடுத்தர - ஏழை மாணவ -மாணவிகள் படிப்பதும் கண்டு நான் மகிழ்வது வாடிக்கை.

சட்டப்பேரவைத் தலைவர் காலத்தில் நான் எந்தக் காரியத்தைச் சொன்னாலும் உடனடியாக அதற்கு ஒப்புதலைத் தந்துவிடுவார் புரட்சித் தலைவர். அப்படித்தான் ஐந்து நிமிடத்தில் உருவானது. 'திருச்சி தியாகராஜ பாகவதர் மன்றம்!'

தியாகராஜ பாகவதர் தர்மபுரியில் சிறிது காலம் அவரது இளமைப் பருவத்தில் வாழ்ந்தார். நன்றாகப் பாடும் இளைஞர். சிறந்த குரல்வளம் பெற்றவர். எனது தந்தையார் எங்கு இருந்தாலும், அங்கு டென்னிஸ் கிளப் ஒன்றை உருவாக்கி விடுவார். தர்மபுரியில், 'யங்மென்ஸ் கிளப்' என்ற விளையாட்டு அரங்கை உருவாக்கினார். அதில் நூல்நிலையம் வைக்கக் கட்டடம் ஒன்றை உருவாக்கினார். அதற்கு 1932-ஆம் ஆண்டில் இளைஞராக இருந்த தியாகராஜ பாகவதரின் இசை நிகழ்ச்சியை வைத்துப் பணம் வசூலித்தார். அதனால் நல்ல கட்டடம் ஒன்று எழுந்தது. மத்திய அரசின் நாடாளுமன்றத் தலைவராக இருந்த சர்.ஆர்.கே. சண்முகம் செட்டியார் அந்தக் கட்டடத்தைத் திறந்து வைத்தார்.

அப்போதிருந்து என் தந்தையாருக்குப் பாகவதர்

பழக்கம். அவர் சினிமா நடிகராகி பெரும் புகழ் பெற்றார். அவரைப் பார்க்க ஏராளமாகக் கூட்டம் கூடும். 'சிந்தாமணி', 'ஹரிதாஸ்' போன்ற படங்கள் ஆண்டுக்கணக்கில் கொட்டகையை ஆக்கிரமித்துக் கொண்டிருந்தன! அவரது வளர்ச்சி கண்டு ஏற்பட்ட விவகாரங்கள், அவரை ஒரு கொலை வழக்கில் மாட்டிவிட்டது. கலைவாணரையும் அவரையும் விடுதலை செய்யக்கோரி நாடெங்கிலும் தந்தை பெரியாரும் அறிஞர் அண்ணாவும் கூட்டங்களை நடத்தினர். விடுதலையான பின் 'சிவகவி' போன்ற படங்கள் ஓடாமல், தியாகராஜ பாகவதரின் கடைசிக் காலம் சங்கடத்தில் மூழ்கியது. கண் பார்வை மங்கிற்று. சேலத்தில் கோட்டை மாரியம்மன் கோயிலுக்குச் செல்வதற்காக ஒரு மாதம் தங்கியிருந்தார். ரத்னா ஸ்டுடியோவில் தங்கியிருந்த அவருக்குத் தினமும் காலையில் கோயிலுக்குச் செல்ல என் தந்தையார் கார் அனுப்புவார். இப்படிப் பாகவதருடன் எங்கள் குடும்பம் மிக நெருக்கமானதாகவே இருந்தது. அவர் மறைவுக்குப்பின், அவர்களது குடும்பம் என்ன ஆனது என்பது எவருக்கும் தெரியாது! கலை உலகம் புதியவர்கள் பின்னால் ஜே ஜே என்று ஓடிக்கொண்டிருந்தது!

நான் சென்னையில் குடியேறியபின் என் நண்பர் எஸ்.கே. ராஜவேலுவின் மூலம் முருகபூஷணத்துடன் எனக்குத் தொடர்பு ஏற்பட்டது. மறைந்த தியாகராஜ பாகதவரின் ஒரே மைத்துனர் முருகபூஷணம்; காஞ்சிப் பெரியவரின் அருளாசி பெற்றவர். அவரது மகன் ஹரிராமின் திருமணத்தை எளிய முறையில் வடலூரில் நடத்தினார். திருமணத்தை எனது தலைமையில் திருமுருக கிருபானந்தவாரியார் நடத்தி வைத்தார். திருமணம் முடிந்தபின் குடும்பத்தினருடன் உட்கார்ந்து பேசிக்கொண்டிருந்தோம். நான் பாகவதரின்

மனைவியைப் பார்த்துப் பல வருடங்கள் ஆகியிருந்தது. அப்போது கை, கழுத்து நிறைய தங்கமும் வைரமும் இருக்கும். அவரைப் பார்க்க எண்ணினேன்.

அவரையும் எனக்கு அறிமுகப்படுத்தினார். அவரது மகன் அம்பத்தூரில் தொழிற்பேட்டையில் அலுவல். அதற்கு அருகிலேயே வீடு... வாடகை 600 ரூபாய்... முருகபூஷணத்தின் உதவி... இவற்றால் வாழ்க்கை என்பதைப் புரிந்துகொண்டேன். என் மனக்கண்முன் திருச்சி பாகவதர் மாளிகை, தியாகராயநகர் பங்களா, கார்கள், பாகவதரின் வசீகரத் தோற்றம்... இவ்வளவும் வந்து நிழலாடத் தொடங்கின. திருமணம் காலை ஆறு மணிக்கு... ஏழு மணிக்கெல்லாம் வடலூரைவிட்டுப் புறப்பட்டேன். காரை நேரே ராமாவரம் தோட்டத்துக்கு ஓட்டச் சொன்னேன்.

புரட்சித் தலைவரின் இல்லம் வழக்கம்போல் கூட்டம் நிரம்பி வழிந்தது. போனதும் உள்ளே வரச்சொன்னார். வடலூர் பயணத்தையும் பாகவதரின் குடும்பத்தைச் சந்தித்த தையும் எடுத்துச் சொன்னேன். பாகவதர் கொடிகட்டிப் பறந்த காலம், புரட்சித் தலைவருக்கு நன்கு தெரியும். தன்னைப் போன்ற கதாநாயகர் ஒருவரின் குடும்பநிலையை அறிந்ததும், அவரது மனம் மிகவும் பேதலித்துவிட்டது.

"நாளை மறுநாள் திருச்சியில் ஒரு கட்டடத் திறப்பு... கழகப் பொதுச்செயலாளர் ப.உ. சண்முகத்திடம் கூறி, நாளை இரவே முருகபூஷணத்துடன் நான்கு முதல் வகுப்பு டிக்கெட் வாங்கி, அவர்களைத் திருச்சிக்குக் கூட்டிவர ஏற்பாடு செய்துவிடுங்கள். கழகத்தின் சார்பில் தியாகராஜ பாகவதர் குடும்ப நிதியாக ஒரு லட்ச ரூபாய் தந்துவிடலாம். அத்துடன் திருச்சியில் அரசுத் துறையின் சார்பாக குளுகுளு வசதி செய்யப்பட்ட புதிய அரங்குக்கு, 'தியாகராஜ பாகவதர்

மன்றம்' என்று பெயர் சூட்டிவிடலாம்..." என்றார்.

நான் கேட்டதோ உதவி மட்டும்... அவரோ பாகவதரின் பெயரையே என்றென்றும் நிலைநாட்டும் வகையில் காரியத்தையும் செய்து, இரண்டு செயலைச் செய்தார். அதில் விசேஷம் என்னவென்றால், நான் சேதி சொன்னதோ வெள்ளிக்கிழமை... இரண்டாவது நாளான ஞாயிற்றுக்கிழமையே எல்லாம் முடிந்தது. எம்.ஜி.ஆரின் கலையுலகப் பாசத்தைச் சொல்வதா...? தாராளமான மனத்தைச் சொல்வதா...?

எனக்குத் தெரிய, கலை உலகத்தில் மிகவும் தாராளமாக இருந்தவர் கலைவாணர். அதேபோல் எம்.ஜி.ஆர்! கோயில், கலை இரண்டுக்கும் ஒரே ஒரு சின்னப்ப தேவர்.

சின்னப்ப தேவர் என்றதும் பல சம்பவங்கள் எனக்கு நினைவுக்கு வருகின்றன. நான் கடற்கரையில் வாக்கிங் போக, காலை ஐந்து மணிக்கே சென்று காரை நிறுத்துவேன். சின்னப்பதேவர் காலை நாலு மணிக்கே வந்து நடந்துவிட்டு, மகாத்மா காந்தி சிலை அருகில் தேகப்பயிற்சி செய்து கொண்டிருப்பார். என்னைப் பார்த்ததும் தற்கால அரசியல் பற்றி விசாரிப்பார். சுருக்கமாக ஐந்து நிமிடத்தில் சொல்ல வேண்டும். எதிலும் வேகம், வயதுக்கு மீறிய சுறுசுறுப்பு!

அப்போது நடிப்பிசைப் புலவர் கே.ஆர். ராமசாமி மறைந்தார். கலைஞர் மு. கருணாநிதி, நடிப்பிசைப் புலவர் குடும்பத்துக்கு வீடு ஒன்று ஏற்பாடு செய்து தரச்சொன்னார். நான் அப்போது வீட்டு வசதித்துறை அமைச்சர். நந்தனத்தில் மொஸைக் தரை உள்ள ஐம்பதாயிரம் ரூபாயில் நல்ல தனிவீடு ஒன்றை- ஏற்பாடு செய்தேன். வீட்டுக்கான நிதியை வசூலிக்க நண்பர் - ஃபிலிம் சேம்பரின் தலைவர் - ஏ.எல். சீனிவாசனையும் அழைத்துக்கொண்டு கலை உலகப் பிரமுகர்களைச் சந்தித்தேன்.

காலையில் மகாத்மா காந்தி சிலை அருகில் சின்னப்ப தேவரிடம் முதல் நாள் நடந்த வசூலைச் சொன்னேன். “அப்படியா...?” என்று கேட்டுக்கொண்டு போய்விட்டார். நான் எனது நடைப்பயணத்தை முடித்துக்கொண்டு இல்லத்துக்குத் திரும்பி, பத்திரிகைகளைப் படித்துக் கொண்டிருந்தேன். வெளியில் தேவர் குரல்போல் என் காதில் பட்டது. எனது மனைவி சாந்தாவைப் பெயர் சொல்லிக் கூப்பிட்டுக் கொண்டே, தேவர் தன் உடல்மீது சில்க் துண்டைப் போர்த்தியபடி சிவப்பழமாக உள்ளே நுழைந்தார். தேவரை எனது மனைவி தரையில் விழுந்து வணங்கினாள். தன் கையிலிருந்த பழநி திருநீற்றை நெற்றியிலிட்டு விட்டு வாழ்த்தினார்.

“என்னங்க தேவர்... காலையில் கடற்கரையில்தானே பார்த்தேன். நான்தான் உங்கள் வீட்டுக்கு ஏ.எல். சீனிவாசனுடன் வருவதாகச் சொன்னேனே...” என்றேன்.

தேவர் சிரித்துக்கொண்டே, தனது உடலில் போர்த்தியிருந்த சில்க் துண்டை நீக்கினார். பழைய பேப்பர் ஒன்றில் கட்டியிருந்த பொட்டலத்தை என் முன் நீட்டினார்.

“நீ எவ்வளவு தொகை இதுவரை வசூலித்தாய் என்பதை காலையில் என்னிடம் சொன்னாய்... மீதியுள்ள தேவையான தொகை பொட்டலத்தில் இருக்கிறது. உடனடியாக வீட்டை கே.ஆர். ராமசாமியின் மனைவிக்குக் கிரயம் செய்துவிடு...” என்றார்.

திக்பிரமை பிடித்தவன் போலானேன்.

தேவர் சிரித்தார்! உடல் குலுங்கக் குலுங்கச் சிரிப்பார் தேவர். கள்ளங்கபடமற்ற சிரிப்பு அது!

42

பாவேந்தருக்கு அண்ணா செய்த மரியாதை!

தந்தை பெரியார் தலைமையில் நீதிக்கட்சி இருந்து வந்த நேரம்... புரட்சிக் கவிஞர் பாரதிதாசன் சேலத்தில் மாடர்ன் தியேட்டர்ஸ் படங்களுக்குக் கதை, வசனம், பாடல் எழுதிக் கொண்டு இருந்தார். அப்போது சேலம் மாடர்ன் கேப் அறையில் வாசம். தற்போது போல் போக்குவரத்து அதிகமில்லாத காலம். மாலை வேளையில் பாவேந்தர் காலார நடந்து பேருந்து நிலையத்துக்கு அருகில் இருந்த சித்தையன் கடைக்கு வந்து அமர்வார். நீதிக்கட்சி, சுயமரியாதை இயக்கங்கள் வேகமாக வளர்ந்துவந்த வேளை. மாவட்டத் தலைவர்கள் பலர் வந்து கவிஞரிடம் உரையாடி மகிழ்வார்கள். பல நல்ல கருத்துகள் வந்து மோதும். உலக அரங்கில் நடைபெறும் நிகழ்ச்சிகள் வரை பேசுவார்கள். பாவேந்தரது பாடல்களை எனது மாமா முருகேசன் பாடுவார். எனவே, பாவேந்தருக்கு எனது மாமாவின் மீது மிகுந்த பற்று. அவர் என்னை அழைத்துக்கொண்டு சித்தையன் கடைக்கு வருவார்.

அப்போது ஜலகண்டபுரம் எனும் ஊரில் வசித்துவந்த ப. கண்ணன் 'பகுத்தறிவு' எனும் மாத இதழை நடத்தினார். நாமக்கல் நிலச்சுவான்தார் செல்லப்பரெட்டியார் நல்ல தமிழ்ப் பற்றாளர். நாமக்கல்லிலிருந்து பாரதிதாசனைச்

மு.வரதராசனார்

சந்திக்க வருவார். 'பாரதிதாசன் கவிதைகள்' என்ற நூல், மாணவர்கள் மத்தியில் மிகுந்த பரபரப்பை ஏற்படுத்தியது. அந்த நூலை குஞ்சிதம் அம்மையாரும் குருசாமியும் சேர்ந்து வெளியிட்டனர். விலை எட்டணாதான். தந்தை பெரியார் பேசும் பொதுக் கூட்டங்களிலெல்லாம் விற்பார்கள்.

கவிஞர் சுரதா

'புரட்சிக் கவிஞருக்கு ஒரு பொற்கிழி தந்தால் என்ன?' என்ற எண்ணம் செல்லப்ப ரெட்டியார் உள்ளத்தில் ஏற்பட்டது. ஜலகண்டபுரம் ப. கண்ணனும் இவரும் சேர்ந்து ஒரு நிதிக் குழுவை ஏற்படுத்தினார்கள். கவிஞருக்கு இருபத்தையாயிரம் ரூபாய் பணமுடிப்புக் கொடுப்பது என்பது ஏற்பாடு. ஓராண்டாகியும் நிதி சரிவரச் சேரவில்லை. இந்தச் சேதியை அறிஞர் அண்ணாவின் காதில் போட்டார்கள். தனது திராவிட நாடு இதழின் மூலம் நிதியைச் சேர்க்கும் பொறுப்பை அண்ணா ஏற்றார். தந்தை

பெரியாருக்கு இதில் சற்று உடன்பாடில்லை. எனவே, தமிழறிஞர் சோமசுந்தர பாரதியார் தலைமையில் பல்லாயிரக்கணக்கானோர் கூடிய கூட்டத்தில் சென்னை பச்சையப்பன் திடலில் அறிஞர் அண்ணா பொற்கிழியைத் தந்தார். அப்போது ஒரு சம்பவம் நடைபெற்றது. பொற்கிழியை அறிஞர் அண்ணா தனது சுரங்களால் கொடுப்பது போலவும் புரட்சிக் கவிஞர் அதைப் பெற்றுக்கொள்ள வேண்டும் என்றும் சொன்னார்கள். அறிஞர் அண்ணா "அது சரியல்ல" என்றார். "மாபெரும் ஒரு கவிஞருக்குத் தான் பொற்கிழியைத் தருவது போல் இருக்கக்கூடாது. இது தமிழர்கள் அனைவரும் தந்தது. நான் வெறும் கருவி. நான் கையில் வைத்துக் கொள்கிறேன். கவிஞர் எடுத்துக்கொள்ள வேண்டும்" என்றார். விழாவில் அப்படியே செய்து, திராவிட நாடு வார இதழின் முன்பக்கத்தில் படம் போட்டுச் சிறிது விளக்கவுரையும் எழுதினார். ஒரு கவிஞரை எப்படி மதிக்க வேண்டும் என்பதைத் தனது செய்கையின் மூலம் எங்களுக்குப் பாடம் போதித்தார் அண்ணா.

பாவேந்தருடன் பல்லாண்டுகள் பழகும் வாய்ப்பு எனக்கு இருந்தது. தர்மபுரி மாவட்டத்தில் பென்னாகரம் எனும் சிற்றூர். அங்கு எம்.என். நஞ்சையா என்பவர் வசித்தார். தர்மபுரி மாவட்ட நாட்டாண்மைக் கழகத்தின் துணைத் தலைவர். அந்தக் காலத்து மிட்டாதார். எனது சிறிய தந்தையாரான பொன்னுசாமியுடன் சேர்ந்து, மோகினி பிக்சர்ஸ் என்ற நிறுவனத்தை நிறுவி நாகஸ்வரச் சக்கரவர்த்தி திருவாவடுதுறை டி.என்.ராஜரத்தினம் பிள்ளையைக் கதாநாயகனாகப் போட்டு 'கவிகாளமேகம்' என்ற படத்தை எல்லிஸ் ஆர். டங்கன் டைரக்ஷனில் எடுத்தார். அதற்கான பாடல் முழுவதையும் பாவேந்தர் பாரதிதாசனே எழுதினார்.

எம்.என். நஞ்சையா புரட்சிக் கவிஞரையும் எங்களையும் ஒகேனக்கல்லுக்கு அழைத்துச் சென்றார். பென்னாகரத்திலிருந்து மலைவளம் கண்டுகொண்டு, மாட்டுவண்டியில் பயணம்... கவிஞர் அங்கு தங்கிய நாட்கள் அற்புதமானவை. மலை, ஆறு, காடு, தென்றல் போன்ற பாடல்கள் அடங்கிய, 'அழகின் சிரிப்பு' எனும் கவிதைகள் உருவாயின.

'முல்லை', 'குயில்' போன்ற இதழ்களையும் நடத்தினார் அவர். 'குயில்' இதழில்தான் எங்களது வேண்டுகோளுக்கு இணங்க, 'திருக்குறளுக்கு' புது உரைகளை எழுதினார் அவர்.

பாவேந்தர் எழுபத்திரண்டு ஆண்டுகள் வாழ்ந்தாரே தவிர, ஒருமுறைகூட விமானப் பயணம் செய்ததில்லை. அவர் மட்டும் சினிமா படம் எடுக்கும் முயற்சியில் இறங்காமல், உலகைச் சுற்றி வந்திருப்பாரேயானால், தமிழகம் ஏராளமான கவிதைகளைப் பெற்றிருக்கும். அமெரிக்க நாட்டு இயற்கைக் கவிஞர் வால்ட் விட்மனுடன் பாரதிதாசனை ஒப்பிட்டு அறிஞர் அண்ணா அற்புதமான கட்டுரையை 'திராவிட நாடு' இதழில் தீட்டினார்.

சேலத்தில் பாவேந்தர் இருந்தபோது, கவிஞர் வேல்சாமி 'சண்டமாருதம்' என்ற ஒரு வார ஏட்டைத் துவக்கினார். அவர் ஒரு படத்தையும் இயக்கினார். 'பாரதிதாசன் ஒன்றும் உயர்வான கவிஞரல்ல' என்று கலைத்துறை நண்பர்களிடம் பேசிவிட்டார். மாணவர்களாகிய எங்கள் காதுகளில் இந்தச் சேதி வந்து விழுந்தது. ஆத்திரப்பட்டுப் பாவேந்தரிடமே இதுபற்றிப் பேசினோம். புரட்சிக் கவி மௌனம் சாதித்தார். சண்டமாருதம் பத்திரிகைக்கு முன்னட்டையில் பிரசுரிக்க ஒரு கவிதை வேண்டும் என்ற வேண்டுகோள் வந்தது. தனது கவிதைகளை ஏற்றுக்கொள்ளாத ஒரு கவிஞர் தன்னிடம் ஒரு கவிதை கேட்டதும், இலக்கிய நயம் பொருந்திய 'அவள்மேற்

பழி' என்ற கவிதையை எழுதி அனுப்பினார்.

சங்க இலக்கியம் போல் ஒரு கவிதையைத் தன்னால் தர முடியும் என்பதைப் பாவேந்தர் எழுத்தில் வடித்தார். கவிதையைக் கண்ட கவிஞர் வேல்சாமி, 'பாரதிதாசனே ஒப்புயர்வற்ற கவிஞர்' என எழுதி, 'சண்டமாருதம்' முதல் இதழில் முதல் பக்கத்தில் வெளியிட்டு மகிழ்ந்தார். பாவேந்தர் உள்ளத்தில் ஏற்பட்ட கோபத்தில், ஒருவரும் மறக்கமுடியாத கவிதையைத் தமிழகம் பெற்றது. சேலம் கல்லூரி வளாகத்தில் மாணவர்கள் பாடும் பாடலாக மலர்ந்தது இந்தப் பாடல்.

பாவேந்தருக்கு ஓர் ஆசை முகிழ்த்தது. ஒரே மேடையில் இயல், இசை, நாடகம் மூன்றையும் ஒருசேர அரங்கேற்ற வேண்டும் என்பதே அது. அதற்குப் பேர் 'இன்ப இரவு' என்பதாகும். முதலில் பாவேந்தரது பாட்டின் பொருளை வசன நடையில் ஒருவர் சொல்வார். பின்னர் வாத்தியக் கருவிகளுடன் பாடல் இசைக்கப்படும். ஆண்களும் பெண்களும் சேர்ந்து அதற்கேற்ற நாட்டியம் ஆடுவார்கள்.

'இன்ப இரவு' ஐந்து நாட்கள்தான் நடந்தது. அதற்கு ஒத்திகை - ஏறக்குறைய பதினைந்து நாட்கள். கவிஞர் புதிது புதிதாக ஏதாவது கட்டளை பிறப்பித்துக்கொண்டே இருப்பார். ஒரு மாணவப் பட்டாளமே அவருடன் இருந்தது. நினைவை விட்டகலாத நிகழ்ச்சி அது. அதில்தான் ராசகோபாலன் என்ற இளைஞர், நாட்டியமாடவும் 'புரட்சிக் கவி' நாடகத்தில் அமைச்சராகவும் நடிக்க தன் துணைவி யாருடன் வந்து சேர்ந்தார். இவர் பாவேந்தரது கவிதை யாலும் திராவிடர் இயக்கக் கருத்துகளாலும் ஈர்க்கப்பட்டார். கன்னலும் செந்நெல்லும் விளையும் சோழ மண்டலத்தில் உள்ள 'சிக்கல்' என்ற ஊரில் பிறந்த அந்த இளைஞர்தான் பிற்காலத்தில் 'சுரதா' என்ற சிறந்த கவிஞரானார்.

கவிஞர் கண்ணதாசனுக்கு எனது நண்பர்கள் பத்மநாபன், நாகராசன் மூலம் 'தென்றல்' பத்திரிகையைத் தொடங்கி வைத்தேன். நண்பர் கே.ஏ. மதியழகனின் 'தென்னகம்' வார இதழை, நானே பதிப்பாசிரியராக இருந்து வெளியிட்டேன். பின்னர் நானே, 'திருவிளக்கு' எனும் வார இதழைத் தொடங்கினேன். இந்த இதழ்கள் மூலம் கவிஞர்கள், எழுத்தாளர்கள் தொடர்புகள் வளரத் தொடங்கின. கவிஞர் சுரதாவின் தொடர்பு அதிகரித்தது.

கவிஞர் சுரதாவின் கவிதைகளில் அவருக்கென்று சில தனி முத்திரைகள் உண்டு. எனவே அவரை, 'உவமைக் கவிஞர்' என்று நாடே பாராட்டுகிறது.

சுரதாவின் கவிதைகளில் ஆளும் சொற்கள் நன்கு தெரிவு செய்யப்பட்டவையாக இருப்பதைக் காணலாம். 'பட்டத்தரசி' முதல் 'தேன் மழை' ஈறாக பல்வேறு கவிதை நூல்களைத் தமிழுக்குத் தந்துள்ளார். மங்கையர்க்கரசி, ஜெனோவா ஆகிய திரைப்படங்களுக்கு வசனம் எழுதியுள்ளார்.

'அமுதும் தேனும் எதற்கு – நீ
அருகினில் இருக்கையிலே எனக்கு'

எனும் திரைப்படப் பாடல், நம் உள்ளங்களில் இன்றும் பசுமையாகக் கொலு வீற்றிருக்கிறது.

நான் நடத்திய 'திருவிளக்கு' வார இதழில் கவிஞர் சுரதாவிடம் வற்புறுத்தி கவிதைகளை வாங்கி வெளியிடுவேன். ஒருமுறை ஆனந்த விகடனுக்கு ஒரு கவிதையைக் கவிஞர் சுரதா எழுதி அனுப்பினார். ஆனந்த விகடன் அதைப் பிரசுரித்தது மட்டுமல்லாமல், ஐம்பது ரூபாய் சன்மானமும் அனுப்பியது. கவிஞரின் கவிதை பிரசுரமானதையும் அதற்குச் சன்மானம் கிடைத்ததையும் பெரிதாக எண்ணி எனது அலுவலகத்தில் விழாவே கொண்டாடினோம்.

நான் சபாநாயகராக இருந்தபோது - கவிஞர் சுரதாவின் மகன் கல்லாடன் தனது தந்தையாருக்கு அறுபது ஆண்டு நிறைவு வருவதைக் கூறினார். கவிஞருக்கு நல்ல முறையில் விழா எடுக்க எண்ணினேன். விழாவை ராஜாஜி ஹாலில் ஏற்பாடு செய்தேன். நண்பர், அமைச்சர் எஸ்.டி. சோமசுந்தரத் திடம் கலந்தேன். புரட்சித் தலைவரிடமும் கூறினேன். அனைவரும் சரி என்றனர். எஸ்.டி. சோமசுந்தரத்தின் உறுதுணையுடன் கவிஞருக்கு அறுபதாயிரம் ரூபாய்க்கான பொற்கிழியைத் தந்து மகிழ்ந்தேன்.

கவிஞர் சுரதா நன்கு வாழ்வதற்கு கே.கே. நகரில் வீடு ஒன்றை வீட்டுவசதி வாரியத்தின் மூலம் ஒதுக்க ஏற்பாடு செய்தேன். தமிழுக்கும் தமிழ்நாட்டுக்கும் புகழைப் பெற்றுத் தந்த இரண்டு கவிஞர்களின் பெயரையும் பல்கலைக்கழகங் களுக்குச் சூட்டி மகிழ்ந்தார் புரட்சித் தலைவர்.

மகாகவி பாரதி இறந்தபோது அவரது இறுதி ஊர்வலத் தில் கலந்து கொண்டவர்கள் மொத்தம் இருபத்திரண்டு பேர். எதிர்காலத்தில் இவரது பெயரால் பல்கலைக்கழகம் உருவாகுமென்று அப்போது யாராவது எண்ணியிருப் பார்களா?! சினிமாப் படம் எடுக்கிறேன் என்று சொல்லி, தன் கையிலிருந்த காசில் பெரும்பகுதியைத் தன் கடைசிக் காலத்தில் செலவழித்து, மனமொடிந்து மாண்டவர் புரட்சிக் கவி.

திருச்சியில் பாவேந்தர் பாரதிதாசன் பல்கலைக்கழக அடிக்கல் நாட்டு விழா, மாபெரும் மாநாடு போல் நடந்தது. என் தலைமையில் நடந்த அந்த விழாவில், புரட்சித் தலைவர், "மகாகவி பாரதியின் பெயரை, தமிழகத்தில் உள்ள எல்லா ஊராட்சி ஒன்றியங்களிலும் இரண்டு பள்ளிகளுக்குச் சூட்டவேண்டும்" என்று மேடையில் அறிவித்தது எங்களுக்கெல்லாம் புல்லரித்தது.

43

சேலமும் நானும்!

சேலம் நாடாளுமன்றத் தொகுதியிலும், பின்னர் சேலம் இரண்டாவது தொகுதியிலும், அதன் பின்னர் பனை மரத்துப்பட்டி சட்டமன்றத் தொகுதியிலும் உறுப்பினராகப் பணியாற்றும் வாய்ப்பு அந்த மக்களாலே எனக்கு வழங்கப்பட்டது.

எனவே, சேலம் மாவட்டத்து மக்களுக்கு ஏதாவது செய்து கொண்டேயிருக்க வேண்டும் என்ற எண்ணம் சற்று மேலோங்கியே இருந்தது.

புரட்சித் தலைவர் எம்.ஜி.ஆரிடம் பலமுறை முன்கூட்டி அவரைக் கேளாமலேயே மேடையில் கோரிக்கைகளை வைத்துவிடுவேன்.

அவரும், "தமிழ்நாடு முழுமைக்கும் இவர் சபாநாயகர். ஆனால், இந்த மாவட்டத்துக்கு வரும்போதெல்லாம் திடீரென ஏதாவது கோரிக்கையை வைத்துவிடுகிறார்... என்னாலும் தட்ட முடிவதில்லை" என்றார்.

சேலத்தில் செங்குந்தர்கள் எல்லோரும் சேர்ந்து வழக்கறிஞர் அ. சங்கர முதலியாரைத் தலைவராகக் கொண்டு ஒரு தொழிற்பள்ளியைக் கேட்டார்கள். புரட்சித் தலைவரும் அனுமதி வழங்கினார். 'சேலம் பாலிடெக்னிக்' என்ற தொழிற்பள்ளியின் துவக்க விழா என் தலைமையில் நடந்தது. எனது தொகுதியில் உள்ள அயோத்தியா பட்டணத்தில் உடையார்கள் சங்கத் தலைவர் டி.எம். ஜீவரத்தினம்

உடையார் வாழ்ந்து வந்தார். அவரை விழாவுக்கு அழைத்து, உடையார் சமுதாயத்துக்கு ஒரு பொறியியல் கல்லூரிக்கு மனுத் தரச்சொன்னேன். அதைப் புரட்சித் தலைவரிடம் தந்து "ஒரு பொறியியற் கல்லூரியை அந்தச் சமுதாயத்துக்குத் தரவேண்டும்" என்றேன். புரட்சித் தலைவரும் சம்மதித்தார். பிராமண இளைஞர் சங்கத்தினர் என்னைச் சந்தித்தார்கள்; தங்களுக்கும் ஒரு தொழிற்பள்ளி வாங்கித் தந்தால், அதைச் சிறப்பாக நடத்துவதாகக் கூறினார்கள். அதைத் தற்போது 'மூதறிஞர் ராஜாஜி தொழிற்பள்ளி' என்ற பேரால் நடத்தி வருகிறார்கள்.

அப்போது நாமக்கல் அருணாசலம் சிறுதொழில் அமைச்சரானார். நாமக்கல்லில் அவரது திருமணத்தை என் தலைமையில் புரட்சித் தலைவர் நடத்தி வைத்தார்.

நாமக்கல் பலவகைகளிலும் வளர்ந்த தாலுகா. முதலில் லாரிகளுக்கான பாடி பில்டிங்கில் இந்தியாவிலேயே தலைசிறந்து விளங்கினார்கள். டாங்கர் லாரிகள் செய்வதிலும் புகழ் பெற்றிருந்தார்கள். எனவே, சேலம் மாவட்டத்தில் நிலத்தின் விலை இங்குதான் உச்சகட்டம்!

பின்னர், கோழிவளர்ப்பில் அந்த மக்களின் கவனம் திரும்பியது. 1956-ஆம் ஆண்டு என் நண்பர் ஈ.வி.கே. சம்பத் கோழிவளர்ப்பில் மிகுந்த அக்கறை காட்டினார். அப்போது உத்தரப் பிரதேசத்தில் பெய்ரலி என்ற நகரம் கோழிவளர்ப்பில் சிறந்திருந்தது. அதைப் பார்க்க எங்களது அகில இந்தியச் சுற்றுப்பயணத்தில் கார் மூலம் பெய்ரலிக்குப் போய், கோழி வளர்ப்புப் பற்றிப் பலவற்றைத் தெரிந்து வந்தோம். தற்போது நாமக்கல் அகில இந்தியாவுக்கே வழிகாட்டும் நிலையை அடைந்துள்ளது.

மணவிழாவில் புதுமாப்பிள்ளையாக இருந்த

அருணாசலம், "இவ்வளவு கோழிப்பண்ணைகள் வளர்ந்துள்ள நாமக்கல்லுக்குக் கால்நடைக் கல்லூரி ஒன்றைத் தலைவரிடம் கூறிப் பெற்றுத் தாருங்கள்" என்றார். நான் மேடையிலேயே கோரிக்கையை வைத்தேன். புரட்சித் தலைவர் அதை உடனடியாக ஏற்று, நாமக்கல் கால்நடைக் கல்லூரியை உருவாக்க அனுமதித்தார்.

சட்டமன்றத்தில் மக்கள் நல்வாழ்வுத்துறை மானியக் கோரிக்கை நாள். ராசிபுரம் சட்டமன்றத் தொகுதி உறுப்பினர் கே.பி. ராமலிங்கமும், ஓமலூர் சிவபெருமாளும், மற்றவர்களும் "மற்ற மாவட்டங்களில் எல்லாம் மருத்துவக் கல்லூரிகள் உள்ளன. நமது மாவட்டத்தில் மருத்துவக் கல்லூரி இல்லை. இதைத் தலைவரிடம் எடுத்துச் சொல்லிப் பெறவேண்டும்" என்றார்கள்.

இதற்கு ஒரு நீண்ட வரலாறே உண்டு. இரண்டாம் உலக யுத்த காலத்தில் மொரப்பூரிலிருந்து ஓசூர் வரை ஒரு ரயில் ஓடிக்கொண்டிருந்தது. அதேபோல் கிருஷ்ணகிரியில் இருந்து திருப்பத்தூருக்கு ஒரு ரயில் ஓடியது. இந்த இரண்டு ரயில் களையும் தண்டவாளங்கள் உட்பட பிரிட்டிஷ் அரசு எடுத்துச்சென்று, எங்கோ பயன்படுத்தியது. பிரிட்டிஷ்காரர் கள், நாணயமானவர்கள். தாங்கள் எடுத்துச் சென்ற ரயிலுக் கான தொகையை மாவட்ட நாட்டாண்மைக் கழகத்துக்குத் தந்தார்கள். நான் நாடாளுமன்ற உறுப்பினராகப் பணியாற் றியபோது, மாவட்ட வளர்ச்சிக்குழுக் கூட்டத்துக்குச் செல்வேன். அந்த ரயில்வே செஸ் நிதியை எதற்காவது பயன் படுத்திவிட வேண்டும் என்ற விவாதம் வரும். எப்படியோ அந்தப் பணம் ஏதாவது நல்ல காரியத்துக்குப் பயன்படட்டும். வட்டி சேர்ந்துகொண்டே வரட்டும் என்று அதைச் செல வழிக்க விடாமல் தடுத்து வந்தேன். கோடி ரூபாய்க்குமேல்

அந்த நிதி வளர்ந்திருந்தது.

மக்கள் நல்வாழ்வுத்துறை அமைச்சர் எச்.வி. ஹண்டே மானியக் கோரிக்கையை அவையின்முன் வைத்தார். தலைவர் தனது இல்லத்தில் யாரையோ சந்தித்துக்கொண்டிருந்தார். நான் அவரிடம் தொலைபேசியில் தொடர்பு கொண்டேன். "சேலத்துக்கு மருத்துவக் கல்லூரி தருவதாக மன்றத்தில் அறிவிக்க வேண்டும்" என்றேன். "நிதி நிலை என்ன?" என்றார் புரட்சித் தலைவர். ரயில்வே செஸ் நிதியைப் பற்றி விளக்கினேன். அமைச்சரை மன்றத்திலிருந்து அழைக்கச் சொன்னார். ஹண்டேயிடம் நிலைமையைக் கேட்டார். ஹண்டே "செய்ய முடியும்" என்று எங்களுக்கு ஆதரவாகப் பேசினார். "சரி, சேலத்துக்கு மருத்துவக் கல்லூரி தரப்படும் என்று மன்றத்தில் அறிவித்து விடுங்கள்" என்றார்.

ஏறக்குறைய இருபதாண்டுகளாகக் கேட்டு வந்த கோரிக்கை இது. பதினைந்தே நிமிடங்களில் புரட்சித் தலைவரால் நிறைவேற்றப்பட்டது. புரட்சித் தலைவர் மறைந்த பிறகு, கவர்னர் பி.சி. அலெக்சாந்தர் காலத்தில் அந்தக் கல்லூரிக்கு, 'மோகன் குமாரமங்கலம் மருத்துவக் கல்லூரி' என்று பெயர் சூட்டினார். இன்றைக்கு அது மிகவும் நல்லமுறையில் நடைபெற்று வருகிறது.

1962-ஆம் ஆண்டுத் தேர்தலில் கிருஷ்ணகிரி நாடாளுமன்றத் தொகுதியில் நான் வெற்றி பெற்றேன். சேலம் நாடாளுமன்றத் தொகுதியில் எஸ்.வி. ராமசாமி வெற்றி பெற்றார். அவர் ரயில்வே துணை அமைச்சரானார். அவர் வாழ்ந்த இல்லம், எங்கள் தெருவுக்கு அடுத்து இருந்தது. அது ஒரு பெரிய மாளிகை. அவருக்குக் குழந்தை எதுவும் இல்லை. அவ்வளவு பெரிய மாளிகையையும் அதன் சுற்றுப்புறத் தோட்டத்தையும் ஏதாவது நல்ல காரியத்துக்குப்

பயன்படுத்தலாமே என்ற எண்ணத்தில், குழந்தைகள் பள்ளி ஒன்றை நிறுவினார் சீதாலட்சுமி ராமசாமி. முதலில் இரண்டு பெண் குழந்தைகளுடன் தொடங்கியது இது. சிறிது சிறிதாக நல்ல பெண்கள் பள்ளியாக மாறியது. ராமகிருஷ்ண மடத்தின் தலைவர் சுவாமி சித்பவானந்தாவின் அருளாசி இந்த அம்மையாருக்குக் கிடைத்தது. பெண்கள் பள்ளியை பெண்கள் கல்லூரியாக மாற்ற முடிவெடுத்தார். இந்தியக் குடியரசுத் துணைத் தலைவர்கள் சர்.எஸ். ராதாகிருஷ்ணன்தான் அதற்கு அடிக்கல் நாட்டினார்.

1971-ல் நான் அமைச்சரானேன். சுவாமி சித்பவானந்தா சேலத்துக்கு வரும்போதெல்லாம் திருமதி எஸ்.வி. ராமசாமியுடன் சந்திப்பேன். பி.காம்., எம்.ஏ., பிடி.ஐ. என்று பல துறைகள் உருவாக்க எனக்குக் கட்டளையிட்டார். நான் கல்வி இலாகா மூலம் அவர் இடும் கட்டளைகளை நிறைவேற்றித் தந்தேன்.

எஸ்.வி. ராமசாமி எதிர்பாராமல் மறைந்தார். அவருக்கு நகரில் பரம்பரையான சொத்துக்கள் பல. திருமதி எஸ்.வி. ராமசாமியின் தந்தையார், திருப்பூர் தனலட்சுமி நூற்பு ஆலையின் அதிபதி ராவ்பகதூர் சிக்கண்ணச் செட்டியார். அவரும் தன் பெண்ணுக்கு நிறைய சொத்துக்களைக் கொடுத் திருந்தார். எஸ்.வி. ராமசாமிக்கு ஒரு அண்ணா உண்டு. அவருக்கும் குழந்தைகள் இருந்தன. தன் கணவர் இறந்ததும் இந்த அம்மையார் சந்நியாசம் மேற்கொண்டு, 'சாரதாப்ரியா' என்று தன் பெயரை மாற்றிக்கொண்டார். அத்துடன், தன் தந்தையாரும் தன் கணவரும் தனக்களித்த சொத்துக்கள் அனைத்தையும் சாரதா கல்லூரிக்கே உயில் எழுதினார்.

நான் உயிலைத் தயாரிப்பதற்குமுன், "சிறிது சொத்துக் களை எஸ்.வி. ராமசாமியின் அண்ணார் குடும்பத்துக்குத்

தாருங்கள்" என்றேன்.

கல்லூரி வளாகத்தில் நடமாடும் குழந்தைகளைக் காட்டி, "எனக்கு இவ்வளவு குழந்தைகள் இருக்கிறார்களே... மற்றவர்களுக்கு நான் எப்படி அந்தச் சொத்தைத் தர முடியும்?" என்றார். அன்றைக்கு அந்தச் சொத்தின் மதிப்பு சுமார் இருபத்தைந்து லட்சம். இன்றைக்கு அது சுமார் ஐந்து கோடி பெறும்!

கல்லூரி வளாகத்தில் ஏராளமான கட்டடங்கள்... ஒரே நாளில் என் தலைமையில் ஒன்பது கட்டடங்களை அன்றைய கல்வி அமைச்சர் அரங்கநாயகத்தைக் கொண்டு திறந்து வைத்தேன். கல்லூரி வளாகத்திலேயே சிறந்த உணவு விடுதி, பால்பண்ணை, தண்ணீரை ஒரு சொட்டும் வீணாக்காமல் மாடுகளுக்கான புல் வளர்ப்பு, அச்சுத் தொழிற்சாலை, டைப் ரைட்டிங், பிஸ்கட் செய்யும் தொழில், நர்ஸ் பயிற்சிப் பள்ளி, மாணவிகளுக்கு மருத்துவமனை, முதியோர் இல்லம், சுமார் ஐயாயிரம் பேர் அமரக்கூடிய 'நிவேதிதா ஹால்', உடற்பயிற்சிக் கூடம், பிரார்த்தனை மன்றம்... இப்படியாக, அதிகம் படிக்காத இந்த அம்மையாரால் ஒரு பல்கலைக்கழகமே சேலத்தில் உருவாக்கப்பட்டது.

விதவைகள் பலர் உணவுக்கூடத்தில் வேலை செய்கிறார்கள். சமையலறை அவ்வளவு தூய்மையாக வைக்கப்பட்டுள்ளது. அனைவருக்கும் அற்புதமான சாப்பாடு, மாணவிகள் என்ன சாப்பிடுகிறார்களோ, அதுதான் சாரதாப்ரியா அம்மையாருக்கும்.

உடற்பயிற்சிக்கூடம் ஒன்றைக் கூட்டி முடித்து என்னிடம் "யாரை வைத்துத் திறக்கலாம்?" என்றார். "தமிழக முதல்வர் புரட்சித் தலைவரை வைத்துத் திறக்கலாம்" என்றேன். ஏற்பாடு செய்தேன். சுவாமி சித்பவானந்தாவுக்குச்

சற்று உடல்நிலை சரியில்லை. இருந்தாலும் முதல்வர் வருகிறார் என்று விழாவுக்கு வந்துவிட்டார். அவர் உடல்நிலையைக் கண்டதும் எம்.ஜி.ஆர். ஓடோடிச் சென்று அவரைக் கைத்தாங்கலாக திறப்புவிழாக் கட்டடத்தின்முன் அழைத்து வந்தார்.

சாரதாப்ரியா அம்மையார் புரட்சித் தலைவரை முதியோர் இல்லத்துக்கு அழைத்துச் சென்றார். அங்கே, 93 வயது நிரம்பிய மூதாட்டி ஒருவரை நல்லபடி பாதுகாப்பதைக் கண்டார். கல்லூரி வளாகத்தை மிகுந்த ஆச்சரியத்துடன் பார்த்தார் புரட்சித் தலைவர். இவர்களது தன்னலமற்ற சேவையையும் கல்லூரியில் சேர்ப்பதற்கு நன்கொடையோ, சிபாரிசோ இல்லாத தன்மையையும் கண்ட அவரது மனம் நெகிழ்ந்து போயிற்று. நான் மேடையில் பேசிக்கொண்டிருக்கும்போது, அம்மையார் சென்னைக்கு வரும்போது தன் ராமாவரம் இல்லத்துக்கு வரவேண்டும் என்று கேட்டுக்கொண்டார் புரட்சித் தலைவர். அம்மையாரும் அவரது அழைப்பை ஏற்றார். ஒரு நல்ல தொகையை நன்கொடையாகக் கொடுத்து, தன் பெயர் சொல்லாமல் பயன்படுத்திக் கொள்ள வேண்டினார் புரட்சித் தலைவர்.

பின்னர் சாரதாப்ரியா அம்மையார், கரூரில் பெண்கள் கல்லூரி ஒன்றை நிறுவினார். ஆண்டுதோறும் நான் பெரும்பாலும் குற்றாலத்துக்குச் செல்வேன். ஐந்து நாட்கள் தங்குவேன். ஐந்து நாட்களில் ஒரு நாள், சுவாமி சித்பவானந்தாவுடன் காலைச் சிற்றுண்டி சாப்பிடுவேன். அப்போது திருநெல்வேலி - பாளையங்கோட்டை பெற்றோர்கள் என்னிடத்தில் சொன்ன சில சேதிகளை அவரிடம் கூறி ''சாரதா கல்லூரியின் கிளை ஒன்றைப் பாளையங்கோட்டையில் வைக்கவேண்டும்'' என்றேன்.

சாரதாப்ரியா அம்மையாரும் சரி என்றார். கல்லூரிக்கான நிலத்தைத் தளவாய் குடும்பத்திடமிருந்து குறைந்த விலைக்குப் பெற்றார்கள். பொட்டல்காடு. நான்கு இடங்களில் ஆழ்குழாய்க் கிணறுகளைத் தோண்டினார்கள். என்ன ஆச்சரியம்... அத்தனையிலும் தண்ணீர். பல ஏக்கரில் வாழையை வைத்தார்கள். வாழையை விற்றே ஓராண்டில் லட்ச ரூபாய்க்கு மேல் சேர்த்தார்கள். கல்லூரிக்குப் பதினையாயிரம் ரூபாய் நன்கொடை தருபவர்கள் பெயரால் அறை கட்டப்படும் என்று அறிவித்தார்கள். மளமளவென்று கட்டடங்கள். சேலத்தில் பல பெண்கள் தங்களை ராமகிருஷ்ணமடத்தில் ஒப்படைத்துக் கொண்டார்கள். அவர்கள் எல்லாம் சிறந்த கல்வி கற்றவர்கள். தன்னலமற்ற அந்தச் சந்நியாசினிகள்தான் ஆசிரியர்களாக இருந்து கரூரையும் பாளையங்கோட்டையையும் கவனித்துக் கொள்கிறார்கள். இரண்டு பெண் குழந்தைகளை வைத்துத் தொடங்கப்பட்ட பள்ளி, சேலத்தில் சாரதா கல்லூரியாக வளர்ந்து பதினாலாயிரம் பெண்களைப் படிக்க வைத்துக் கொண்டிருக்கிறது. கரூர், பாளையங்கோட்டை கல்லூரிகள் அனைத்தும் என் தலைமையிலேயே திறந்தார்கள். திருப்பூரில் பிறந்த அந்த அம்மையார் மட்டும் சேலத்துக்கு மருமகளாக வராமல் இருந்திருந்தால், பின்தங்கிய எங்கள் மாவட்டத்தில் இவ்வளவு பெண்கள் பி.ஏ., எம்.ஏ., பி.காம்., எம்.காம்., என்றெல்லாம் படித்தே இருக்கமாட்டார்கள்.

சாதாரண பதினொன்றாவது வகுப்புப் படித்த நான், ஒரு கல்லூரியைத் தேடி தர்மபுரியில் இருந்து நாற்பத்திரண்டு மைல் தூரமுள்ள சேலத்துக்கு வந்த காலத்தையும் நினைத்துக் கொண்டேன். இன்றைக்குத் தனியாக ஒரு பல்கலைக்கழகம் போல் வளர்ந்திருக்கும் சாரதா கல்லூரியையும் பார்க்கிறேன்.

'அடுப்பூதும் பெண்களுக்குப் படிப்பெதற்கு?' என்று கேட்ட நாட்டில், இத்தனை பெண்கள் படித்தவர்களா? அதுவும் ஐந்தாவது வகுப்புவரை மட்டும் படித்த ஒரு அம்மையாரின் சேவையினால்!

சாரதாப்ரியா அம்மையார் என்ன கடிதம் எழுதினாலும் பிரதமர் இந்திரா காந்தி உடனடியாக ஆணைகள் பிறப்பித்து உதவினார்.

நிவேதிதா மன்றத்தைத் திறக்க பிரதமர் ராஜீவ் காந்தியே வந்தார். தனது வாழ்நாளில் ஓய்வே இல்லாமல் உழைத்த அந்த அம்மையார், இரவு பன்னிரண்டு வரையில் வேலை செய்துவிட்டு ஒரு நாள் படுக்கப் போனவர், மீளாத் தூக்கத்தில் ஆழ்ந்து விட்டார்.

அவர் உயிருடன் இருக்கும்போதே அவரது தொண்டைப் பாராட்டும் வகையில் அவருக்குச் சிலை வைப்பதாக அறிவித்தேன். "வேண்டாம்... மடத்தில் ஒப்புக்கொள்ள மாட்டார்கள்" என்றார் சாரதாப்ரியா அம்மையார்.

"கல்லூரிக்குள் வைத்தால்தானே! வெளியில் வைத்தால் என்னை யார் கேட்க முடியும்?" என்றேன். "என்மீதுள்ள பற்றினால், என் தம்பி எதையெதையோ சொல்கிறான்" என்றார். பத்தாயிரம் ரூபாயை எனது நன்கொடையாகத் தந்து மணி நாகப்பாவிடம் சாரதாப்ரியா அம்மையாரின் சிலை வடிக்கும் ஏற்பாட்டைச் செய்துள்ளேன். சாரதாப்ரியாவின் உருவம். அந்தக் கல்லூரி யில் படிக்கும் பெண்களின் உள்ளத்தில் மட்டுமல்லாமல் - இந்தியாவில் உள்ள அத்தனை தாய்மார்களின் உள்ளத்திலும் இடம்பெற வேண்டும் என்பது என் ஆசை!

44

அப்பல்லோ மருத்துவமனையும் எம்.ஜி.ஆரும்!

அறிஞர் அண்ணா 1967-ஆம் ஆண்டு முதலமைச்சரானார். மாவட்டச் செயலாளர் இ.ஆர். கிருஷ்ணனுடன் சேர்ந்து சேலம் லண்டன் மிஷன் உயர்நிலைப்பள்ளி மைதானத்தில் ஒரு பெரும் வரவேற்பு... அன்றிரவு ஒரு மணிக்கு அறிஞர் அண்ணாவை ரயிலில் சென்னைக்கு அனுப்பினோம்.

எனது காரில் நண்பர், வழக்கறிஞர் பி. சச்சிதானந்தத்துடன் சென்று எனது வீட்டில் இறங்கிக்கொண்டேன்.

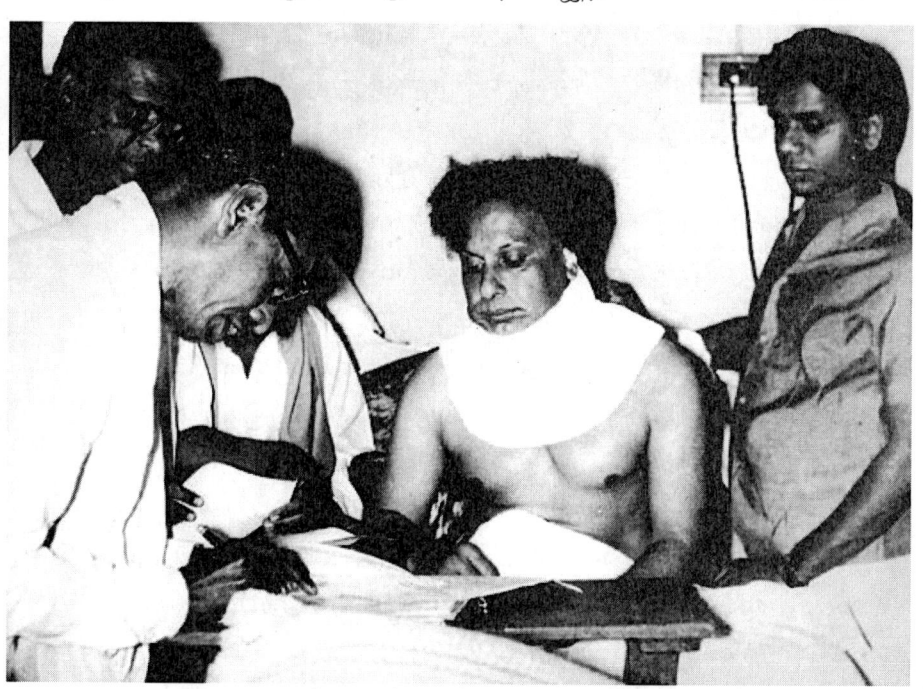

எம்.ஜி.ஆர். குண்டடி பட்டபோது...

சச்சிதானந்தம் அப்போது ஓமலூரில் வழக்கறிஞர் தொழிலை மேற்கொண்டிருந்தார். எனது காரை அவரே ஓட்டிக் கொண்டு ஓமலூருக்குப் புறப்பட்டார். சுமார் ஆறு மைல் கடந்ததும் அவருக்குக் கடுமையான நெஞ்சுவலி ஏற்பட்டு விட்டது. ஓமலூரில் இருந்த ஒரு டாக்டரையும் தன் குடும்பத் தையும் அழைத்துக்கொண்டு ஒரு டிரைவரின் உதவியுடன் என் வீட்டுக்கு அரை மணி நேரத்தில் வந்து சேர்ந்தார். உடனடி யாக அரசு மருத்துவமனையில் கொண்டு சேர்த்தேன். நான் அப்போது நாடாளுமன்ற உறுப்பினர். என்னோடு தேர்தல் களில் எல்லாம் பணியாற்றிய எனது தோழருக்கு நெஞ்சுவலி வந்துவிட்டதே என்ற கவலையில், மருத்துவமனையின் திண் ணைப் பகுதியில் நண்பர்களுடன் இரவு நேரங்களில் தொடர்ந்து பத்து நாட்கள் தங்கினேன். காலையில் வழக்கப்படி நடப் பேன். சேலம் அரசு மருத்துவமனையில் இதய நோய்க்கான தீவிர சிகிச்சைப் பகுதி எதுவும் இல்லை. தற்போதுள்ளதைப் போல் தனியார் மருத்துவமனைகளும் இல்லை.

என் வாழ்வில் ஏதேனும் சந்தர்ப்பம் வந்தால், அரசு மருத்துவமனைக்கு ஏதாவது செய்ய வேண்டும் என எண்ணினேன். அத்துடன் எனக்கு எதிர்பாராத வகையில் அமெரிக்க மெமோரியல் மருத்துவமனையில் சுமார் இரண்டு மாதங்கள் தங்கி, அறிஞர் அண்ணாவுக்குத் தொண்டுசெய்யும் வாய்ப்புக் கிடைத்தது. அதனால் மருத்துவமனையில் என் னென்ன வசதிகள், உயிர்காக்க என்னென்ன இயந்திரங்கள் இருக்கும் - இருக்கவேண்டும் என்பதைப் பார்க்கும் வாய்ப்பும் கிடைத்தது. ஏழைகளுக்கும், நடுத்தரக் குடும்பங்களுக்கும் சேலம் நகரில் உள்ள மாவட்ட மருத்துவமனையில் ஏதாவது செய்ய வேண்டும் என்ற எண்ணம் எனக்கு ஏற்பட்டது.

அந்தச் சந்தர்ப்பமும் 1971-ஆம் ஆண்டு வீட்டுவசதி

அமைச்சரான நேரத்தில் கிடைத்தது. சேலத்தில் ஏ.எஸ்.பன்னீர் செல்வம் என்ற இளைஞர் வீட்டுவசதிப் பொறியாளர். எனக்கு அவரை இளமைப் பருவத்திலிருந்தே தெரியும். "சேலம் மருத்துவமனையில் இருபது ஸ்பெஷல் வார்டுகள் கட்ட முடியுமா?" என்று பார்த்து வரச் சொன்னேன். "இடம் இருக்கிறது..." என்றார். சேலம் ஓரியண்டல் டாக்கீஸ் உரிமையாளரும் என் நண்பருமான வி.எஸ். மணியைத் தலைவராகப் போட்டு, ஒரு கட்டடக் குழுவை ஏற்பாடு செய்தேன். ஒரு அறை, அதில் ஒரு படுக்கை, மின்விசிறி, மொஸைக் தரை, குளியல் அறை, தண்ணீர் சுடவைக்க மின்கொதிகலன் உட்பட இருபதாயிரம் ரூபாய் என்று திட்டம் போட்டோம். யாராவது இருபதாயிரம் ரூபாய் நன்கொடை தந்தால், அவர்கள் கூறும் பெயரை ஒரு அறைக்கு வைப்பது என முடிவெடுத்தோம். வருமானவரி விலக்கு உண்டு என்று அறிவித்து, சேலத்தில் தொழில் செய்பவர்களிடம் அணுகினோம். இருபது பேர் மனமுவந்து நன்கொடை அளித்தார்கள். இருபது அறைகள் தயாராயின. தமிழகத்திலேயே இருபத்திரண்டு ஸ்பெஷல் வார்டுகள் உள்ள மாவட்ட மருத்துவமனை சேலத்தில்தான் இருக்கிறது என்ற பெருமை பெற்றது. நடுத்தரக் குடும்பங்கள் அதன் பயனை நல்லபடி பெறுகிறார்கள்.

அப்போது மக்கள் நல்வாழ்வுத்துறை அமைச்சராகப் பேராசிரியர் க. அன்பழகன் இருந்தார். அவரிடம் வாதாடி, இதய நோய்க்கான தீவிர சிகிச்சைப் பிரிவு ஒன்றை ஆறு படுக்கைகளுடன் பெற்றேன்.

இந்த நேரத்தில், சென்னை மாநகரப் பொது மருத்துவ மனையின் தலைவராக டாக்டர் சத்தியநாராயணா இருந்தார். அவர் சிறந்த காது, மூக்கு, தொண்டை மருத்துவர். மூதறிஞர்

ராஜாஜியின் அமெரிக்கப் பயணத்தில், அவரது டாக்டராக உடன் சென்றவர். யாரையும் நன்கு விசாரித்து, திறமை யானவர் என்றால்தான் ராஜாஜி ஏற்பார். ராஜாஜி வாயால் ஒருவர் பாராட்டப்பட்டால், அது வசிஷ்டர் வாயால் பிரம்மரிஷி பட்டம் பெற்றது போல்தான். அத்துடன், புரட்சி நடிகர் எம்.ஜி.ஆர். குண்டடிபட்டு, மருத்துவமனையில் இருந்தபோது அவரது தொண்டையில் இருந்த குண்டை அகற்றி, அவருக்கு மீண்டும் கலை உலகில் அடியெடுத்து வைக்க, அரும்பாடுபட்டவர் சத்தியநாராயணா. அவர் என்னை ஒரு நாள் மருத்துவமனைக்கு வரும்படி அழைத்தார்.

மருத்துவமனை கான்டூனை ஒட்டி பல சிறு சிறு கட்ட டங்கள்... அந்த இடத்துக்கு என்னை அழைத்துச் சென்று, "இந்தச் சிறு சிறு கட்டடங்களையெல்லாம் இடித்துவிட்டுப் பலமாடிக் கட்டடம் ஒன்றைக் கட்டினால்தான், சிதறிக் கிடக்கின்ற பலவற்றைப் பாமர மக்களுக்குப் பயன்படத்தக்க வகையில் செய்ய முடியும். நீ வீட்டுவசதி அமைச்சர்... இதை எப்படியாவது அமைச்சரவையில் சொல்லி, நிறைவேற்ற வேண்டும்...'' என்றார். பேராசிரியரிடம் நிலைமையை விளக்கினேன். பிரச்சினை அமைச்சரவைக்கு வந்தது. கலைஞரும் திட்டத்தை ஏற்றார். பொது மருத்துவமனைக்குச் சுமார் இரண்டு கோடி ரூபாயில் பலமாடிக் கட்டடம் ஒன்று கிடைத்தது. அதை உருவாக்குவதற்கான முயற்சி எடுத்த பெருமை, டாக்டர் சத்தியநாராயணாவையே சாரும்.

நான் அமைச்சராக இருந்தபோது டாக்டர் பி.சி.ரெட்டி, செயின்ட்மேரீஸ் ரோட்டில் ஹெச்.எம்.ஹாஸ்பிடலில் இருந் தார். என் தந்தையாரிடம் நல்ல நட்புக் கொண்டவர். அவரது உடல்நலத்தையும் அடிக்கடி பரிசோதித்துப் பார்த்து வந்தவர்.

நான் சட்டப்பேரவைத் தலைவராக இருந்தபோது, ஒரு

நாள் காலையில் டாக்டர் பி.சி. ரெட்டி என் வீட்டுக்குச் சோகமாக வந்தார். வேலையை விட்டுவிட்டுக் காலையில் டாக்டர் வந்திருக்கிறாரே என்ற கவலை எனக்கு.

டாக்டர் பி.சி. ரெட்டி அமெரிக்காவில் டாக்டராகப் பணியாற்றியவர். அவருக்கு நம் நாட்டில் அமெரிக்காவைப் போல், புதிய இயந்திரங்களையும், சிறந்த மருத்துவ நிபுணர்களையும் வைத்து ஒரு நல்ல மருத்துவமனை கட்ட வேண்டும் என்ற ஆசை. மருத்துவமனைக்கு இடமெல்லாம் பார்த்தாகிவிட்டது. அன்றைய மக்கள் நல்வாழ்வுத்துறை அமைச்சர் ப.உ.சண்முகமும் அதற்கு ஒப்புதல் அளித்துவிட் டார். மருத்துவமனைக்கு 'அப்போலோ மருத்துவமனை' என்று பெயரும் வைத்தாயிற்று. ராக்கெட் பெயர் வைத்த தனாலோ என்னவோ அது சம்பந்தப்பட்ட கோப்பு, முதல்வர் புரட்சித் தலைவர் அலுவலகத்தில் இருந்து மேலே கிளம்பா மல் கிடந்தது.

எந்த நல்ல காரியத்துக்கும் யாராவது இடைஞ்சலாக வந்து சேர்வார்கள். 'டாக்டர் பி.சி. ரெட்டி ஆரம்பிக்கும் மருத்துவமனை பணக்காரர்களுக்கு மட்டும்தான் பயன்படும். தாங்கள் அதை அனுமதித்தால், தங்கள் பெயரே கெட்டு விடும்' என்று எம்.ஜி.ஆரிடம் சொல்லிவிட்டார்கள். "யார் சொல்லியும் முதல்வர் கேட்க மறுக்கிறார். நீங்கள் இதற்கான முயற்சியை மேற்கொண்டு, மருத்துவமனைக்கு அனுமதி வாங்கித் தரவேண்டும்…" என்றார் டாக்டர் பி.சி. ரெட்டி.

புரட்சித் தலைவரிடம் போனேன். அப்போலோ மருத் துவமனை என்ற பெயரைச் சொன்னதும், "பணக்காரர் களுக்கு மட்டும் பயன்படும் மருத்துவமனைக்கு அனுமதி தந்தால், என் பெயர் கெடுமே… அதை யோசித்தாயா?" என்றார்.

"யோசித்தேன்… நம்முடைய அரசு மருத்துவமனைகளில்,

உலகில் தயாராகும் பல இயந்திரங்கள் இல்லை. உயிர்காக்கும் சாதனங்கள் இல்லை. டாக்டர் பி.சி. ரெட்டி அமெரிக்காவில் பெரும் பணம் சம்பாதிப்பதை விட்டுவிட்டு, இங்கு வந்து 'உயிர்காக்கும் பல சாதனங்களை இறக்குமதி செய்கிறேன்' என்கிறார். "அதெல்லாம்கூட இருக்கட்டும்... உங்களுக்கே உடல் நிலை ஏதாவது கெட்டால், எந்த மருத்துவமனையில் உடம்பைப் பார்ப்பது? உயிரைப் பாதுகாக்கும் கருவிகளைத் தனியார் துறையில் வாங்கி வைத்தால், மாநிலம் முழுவதும் பயன்படுமே?" என்றேன்.

புரட்சித் தலைவர் எது சொன்னாலும் கேட்பார். அவரது உடல்நிலையைப் பற்றி மட்டும் யார் பேசினாலும் கோபம் வரும். அதற்கு நான் மட்டும் சற்று விதிவிலக்கு. அன்று நான் சற்று வேகமாக அவரைப் பற்றியே பேசியது, அவருக்குச் சுருக்கெனப் பட்டுவிட்டது. அதற்கான அனுமதியை உடனடியாகத் தந்தார். "உங்களுக்கே ஏதேனும் உடல் நலிவு என்றால் என்ன செய்வது?" என்று நான் வாய்தவறி எந்த நேரத்தில் கேட்டேனோ தெரியாது... புரட்சித் தலைவரின் உடல்நிலை கெட்டதும் அவரை அப்போலோ மருத்துவமனையில் சேர்த்து, அவரது உயிரைக் காப்பாற்ற வேண்டியதாயிற்று.

சமீபத்தில்தான் ஒன்றைத் தெரிந்துகொண்டேன்.. புரட்சித் தலைவர் அப்போலோ மருத்துவமனையில் தங்கியிருந்த போது ஏற்பட்ட செலவுகளை டாக்டர் பி.சி.ரெட்டி பெற்றுக் கொள்ள மறுத்துவிட்டார் என்பதை! இந்த இடத்தில் என் நெஞ்சை நெகிழ வைத்த மருத்துவமனைச் சம்பவம் ஒன்றையும் எழுத வேண்டியுள்ளது.

நான் 1971-இல் வீட்டுவசதி அமைச்சர் பொறுப்பை ஏற்ற போது, ஓர் இளைஞர் என்னிடத்தில் தனியாகப் பேசவேண்

டும் என்றார். அலுவலகத்தில் என்னைக் காண வந்த அனைவரையும் அனுப்பிய பின், அந்த இளைஞரை அழைத்தேன்.

"என் பெயர் பத்மநாபன். நான் வீட்டுவசதி வங்கியின் செயலாளராக இருக்கிறேன். நான் முன்னாள் அமைச்சர் கக்கனின் மகன். அவர் காங்கிரஸ்காரர். நீங்களோ தி.மு.க-வில் புதிய அமைச்சர். உங்களுக்குக் காங்கிரஸ்காரர்களைப் பிடிக்குமோ என்னவோ தெரியாது. நான் இன்னார் மகன் என்று தெரிந்த பிறகு, என்னை இடமாற்றம் செய்ய வேண்டி வந்தாலும் வரும். நான் யாரென்று தெரிவித்துவிட வேண்டியது என் கடமை. தங்களுக்குப் பிடித்தால், தங்கள் இலாகாவில் பணியாற்றுகிறேன். இல்லையெனில் என்னை வேறு இலாகாவுக்கு மாற்றிவிடுங்கள்..." என்றார்.

"பத்தாண்டு காலம் உள்துறை அமைச்சராக இருந்த உன் தந்தையாரை நான் நன்கறிவேன். அவருக்கு என் அன்பு வணக்கங்களைக் கூறு!' என்றேன். என்னுடனேயே ஐந்தாண்டுகள் நன்றாகப் பணிபுரிந்தார் அவர். அவசர நிலைக் காலத்தில் எனக்குப் பதவி போனதில் துடித்துப்போனவர் அவர். எதிர்பாராதவகையில் இளம் வயதிலேயே மரண மடைந்தார். கக்கனுக்கு உறுதுணையாக இருந்த ஆதரவுக்கரம் வீழ்ந்தது. அப்போதெல்லாம் முன்னாள் எம்.எல்.ஏ-க்களுக்கு ஓய்வூதியம் கிடையாது. நான் சபாநாயகராக இருந்தபோது, என் அலுவலகத்தில் சோகமாகப் புரட்சித் தலைவர் அருகில் வந்து உட்கார்ந்தார். "என்ன நடந்தது?" என்றேன். வேதனையுடன் விவரித்தார்.

"நேற்று மதுரைக்குப் போயிருந்தேன். திடீரென ராஜாஜி மருத்துவமனையை ஒரு சுற்றுச் சுற்றிவர உள்ளே நுழைந்தேன். பல நோயாளிகளை உடல்நலம் விசாரித்துக்கொண்டே போனேன். பலருக்குக் கட்டில் இல்லை. தரையில் பாய் விரித்துப் படுக்க வைத்திருந்தார்கள். ஒரு நோயாளியைப்

பார்த்ததும் அவரது முகம், எனக்குத் தெரிந்த முகமாகப் பட்டது. உடல் மிகவும் இளைத்திருந்தது. டாக்டரிடம் 'யார் இவர்?' என்று கேட்க நான் திரும்பியபோது, டாக்டர், 'இவர் முன்னாள் அமைச்சர் கக்கன்...' என்றார். 'ஏன், அவருக்கு ஸ்பெஷல் வார்டு கொடுத்திருக்கலாமே?' என்றேன். 'அதற்குப் பணம் கட்ட வேண்டும். அவ்வளவு வசதி இல்லை' என்றார். நான் திகைத்துப் போனேன். ஓராண்டல்ல, இரண்டாண் டல்ல... பத்தாண்டுகள் உள்துறை அமைச்சர். காந்தியாரின் கட்டளைக்கிணங்கப் பலமுறை சிறை சென்றவர். அறிஞர் அண்ணா மதித்த தலைவர்களில் ஒருவர். அவரைக் கண்டு திகைத்துப் போனேன். உடனடியாக அவரைச் சென்னைப் பொதுமருத்துவமனைக்குக் கூட்டிச்செல்ல ஏற்பாடு செய்தேன். 'எல்லா மருத்துவ உதவிகளையும் அரசுப் பொறுப் பில் செய்ய வேண்டும். மாதா மாதம் ஓய்வூதியமாக ஐந்நூறு ரூபாய் தரவேண்டும். வாடகை ஏதுமின்றி வீடு ஒதுக்க வேண் டும்' என்று உத்தரவிட்டேன். அவருக்கு ஆதரவு தர, அவர் குடும்பத்தில் ஒருவருக்கு நல்ல வேலை தர எண்ணியுள் ளேன்..." என்றார் புரட்சித்தலைவர்.

கக்கன் குடும்பத்தில் படித்து வேலையில்லாமல் இருந் தவர் க. விசுவநாதன். அவரைக் காவல்துறையில் நியமித்தார். அவர் சமீபகாலம் வரை மதுரை மாவட்டக் காவல்துறை அதிகாரியாக இருந்தார். சமீபத்தில் சுப்பிரமணியம் சுவாமி மதுரைக்குச் சென்றபோது, அவருக்குத் தக்க பாதுகாப்பை, க. விசுவநாதன் அளித்தார் என்பதற்காக, முதலமைச்சர் ஜெயலலிதா அவரை உடனடியாக மாற்றிச் சாதாரண அலுவலலில் அமர்த்தி ஆனந்தம் கண்டுகொண்டுள்ளார். நல்லவேளை, இன்று இந்தக் கொடுமையெல்லாம் பார்க்க நம்மிடையே கக்கன் இல்லை.

45

நாட்டுப் பற்றாளர்களின் சிந்தனை!

என் இளமைப் பருவத்தில், டாக்டர் லிவிங்ஸ்டோன் ஆப்பிரிக்க நாடுகளில் பயணம் செய்து இருண்ட கண்டத்தை வெளியுலகுக்கு வெளிச்சம் போட்டுக் காட்டிய நூலைப் படித்ததிலிருந்து, ஆப்பிரிக்க நாடுகளைப் பார்க்க வேண்டும் என்ற அவா என் உள்ளத்தில் இருந்தது.

நண்பர் கே.ஏ. மதியழகனின் 'தென்னகம்' வார இதழை நான் வெளியீட்டாளராக இருந்து நடத்தினேன். அப்போது 'விடுதலை பெற்ற சின்ன நாடுகள்' என்ற தலைப்பில் பல ஆப்பிரிக்க நாடுகளின் விடுதலைப் போராட்டங்களையும் அதன் தலைவர்கள் வரலாற்றையும் எழுதினேன். அப்போதெல்லாம் அறிஞர் அண்ணாவைச் சந்திக்கச் சென்றால் "வாய்யா, விடுதலை பெற்ற சின்ன நாடுகள்..." என்று என்னை அழைப்பார். அதுதான் அன்றைய தலைப்பாக இருக்கும். ஒரு நாட்டின் விடுதலை பெற்ற வரலாறு, அதன் தலைவர்கள் பட்ட சிறைக் கொடுமைகள் அத்தனையும் அன்று அங்கு வந்திருக்கும் அனைவராலும் அலசப்படும். ஆப்பிரிக்க நாடுகளில் விடுதலைப்போரில் ஈடுபட்டவர்களில் பெரும்பாலோர் மகாத்மா காந்தியின் எண்ணங்களால் உணர்வு பெற்றவர்கள்.

1974-ஆம் ஆண்டு, ஆப்பிரிக்க நாட்டில் சிறிய நாடான செனகல் நாட்டின் குடியரசுத் தலைவர் டாக்டர் செங்கோர் சென்னைக்கு வந்தார். அவர் மூன்று நாட்கள் இங்கு தங்கி

யிருந்தார். ராஜாஜி ஹாலில் ஒரு வரவேற்பு... டாக்டர் செங்கோர் பதிலளிக்கையில், "திராவிட இயக்கத்துக்கும் ஆப்பிரிக்க இனத்துக்கும் பல ஒற்றுமைகள் இருக்கின்றன. எனவேதான் தமிழ்நாட்டைப் பார்க்கும் ஆர்வத்துடன் வந்துள்ளேன்..." என்றார்.

தமிழ்நாட்டில் அவர் தங்கியிருந்த மூன்று நாட்களிலும் நன்கு பழகும் வாய்ப்புக் கிடைத்தது. சென்னையைவிட்டு விடைபெறும்போது, "செனகல்நாட்டுக்கு வாருங்கள்..." என்றார். இதைச் சம்பிரதாய மொழியாகவே கருதினேன்.

நான் சபாநாயகராகப் பொறுப்பேற்ற இரண்டு ஆண்டுகளில் அப்படி ஒரு வாய்ப்புக் கிடைத்தது. ஆம்! உலக காமன்வெல்த் நாடுகளின் மாநாடு ஜாம்பியாவில் கூடியது. இந்தப் பயணத்தைப் பயன்படுத்தி, நாலைந்து ஆப்பிரிக்க நாடுகளைச் சுற்றிப் பார்த்துவிடுவது என்று முடிவெடுத்தேன். 1960 முதல் 1980 வரை நான்கு பொதுத்தேர்தல்களில் பங்குபெற்ற, தொடர்ச்சியாக இருபதாண்டு காலம் குடியரசுத் தலைவராக விளங்கிய டாக்டர் செங்கோர், தானாகவே ஓய்வுபெற்று பாரிஸ் நகரப் பல்கலைக்கழகத்தில் ஆராய்ச்சிப் பணியில் ஈடுபட்டிருந்தார்.

பாரிஸ் நண்பர் ஜமால் மூலம் 'ஆப்பிரிக்காவின் காந்தி' என்று அழைக்கப்பட்ட அவரைத் தொடர்புகொண்டேன். என்னைப் பாரிஸில் வந்து சந்திக்கும்படி கூறினார். செனகல் நாட்டுக்குச் செல்ல வேண்டும் என்றாலும் பாரிஸ் நகர் மூலமாகத்தான் செல்ல வேண்டும்.

டாக்டர் செங்கோரைப் பார்க்க வேண்டும் என்று நான் விரும்பியதற்குக் காரணம் - தமிழர்கள் வாழாத பகுதியான, நாற்பது லட்சம் மக்கள்தொகை கொண்ட செனகல் நாட்டின் அதிபராக இருந்து, இந்தியாவிலிருந்து குறிப்பிடத்தக்க

அரசியல், பொருளாதார உதவிகள் தன் நாட்டுக்கு இல்லா திருந்தும் உலகத் தமிழ் மாநாட்டை 1978-ஆம் ஆண்டு, தன் நாட்டின் தலைநகரான தாக்காரில் நடத்தலாம் என அன்பு அழைப்பைவிட்ட பெரும் தலைவர், டாக்டர் செங்கோர்!

நானும் நண்பர் ஜமாலும் டாக்டர் செங்கோர் வசித்த பல்கலைக்கழக வளாகத்துக்குச் செல்ல காரில் புறப்பட் டோம். காரில் இருந்த வானொலி பாடிக் கொண்டிருந்தது. மூன்று பாடல்களுக்கு ஒரு பாடல் கவிஞர் செங்கோர் இயற்றியதாக இருந்தது. அந்தப் பிரெஞ்சுப் பாடல்களின் கருத்தை நண்பர் ஜமால் விளக்கிக்கொண்டே வந்தார். மொழி வரம்புகளைக் கடந்து அந்த இசையை ரசித்துக் கொண்டே அவரது பங்களாவை அடைந்தோம்.

செனகல் ஒரு சின்ன நாடு... ஏராளமாக நிலக்கடலை விவசாயம்தான். டாக்டர் செங்கோரின் தந்தையும் ஒரு நிலக்கடலை வியாபாரியே! அவர் செனகலில் உள்ள செரேர் என்ற இனத்தைச் சார்ந்தவர். அந்தக் காலத்தில் பள்ளிக்குச் செல்வது அரிது. டாக்டர் செங்கோரின் தந்தை பெரிய நிலப்பிரபு. எனவே இவர் தன் ஏழாவது வயதிலேயே பள்ளியில் சேர்க்கப்பட்டார். இவரது தாய்மொழி ஓலப் பின்னர் பிரெஞ்சு, கிறிஸ்தவ மதக் கல்வி பயின்றார்.

கிராமப் படிப்பு முடிந்ததும் தலைநகரான தாக்காரில் கல்லூரிப் படிப்பை முடித்தார். பின்னர், பாரிஸ் நகருக்குச் சென்று, பிரெஞ்சு அக்ரிகாசியோன் என்ற உச்சப்படிப்பில் தேறினார். பிரெஞ்சுப் பல்கலைக்கழக வழி, அக்ரிக்கே தகுதி பெற்ற முதல் ஆப்பிரிக்கர் செங்கோரே!

படிப்பு முடிந்ததும் அங்குள்ள புறக் கல்லூரியில் ஆசிரியர் பணியில் சேர்ந்தார். அப்போது மொழி ஆராய்ச்சி யில் இறங்கினார். அதில், எகிப்திய மூலமொழிக்கும் ஆப்பி

ரிக்க மொழிகளுக்கும் தொடர்பு உண்டு என்பது பற்றியும், ஆப்பிரிக்க மொழிகளுக்கும் திராவிட மொழிகளுக்கும் தொடர்பு உண்டு என்பதையும் கற்றறிந்தார். இதன் தொடர்பாக, பிரெஞ்சு மொழியில் தான் எழுதிய நூல் ஒன்றை என்னிடம் தந்தார்.

பிரெஞ்சு நாட்டின் முறைப்படி செங்கோர் ஓராண்டு ராணுவப் பயிற்சியும் பெற்றார். ராணுவத்தில் பணியாற்றும் போதும் நூல்நிலையத்துக்கு அவர் செல்லத் தவறியதில்லை! பிரெஞ்சு நாட்டில் பேராசிரியராகவும், ராணுவ வீரராகவும், கவிஞராகவும் வாழத் தொடங்கிய அவருக்கு, ஆப்பிரிக்க நண்பர்கள் பலர் கிடைத்தார்கள்!

1932-இல் அவருடன் பாரிஸ் நகரத்தில் பயில்வதற்காக வந்த அம்செசேர், பிரெஞ்சு கயானாவிலிருந்து வந்த லியோன் தாமா என்ற இருவருடனும் சேர்ந்து 'கறுப்பர் உலகம்' என்ற இதழைத் தொடங்கினார். ஒரு காலத்தில் - இருண்ட கண்டம் என்றும், அடிமைகளை ஏற்றுமதி செய்யும் பூமி என்றும், உரிமைக்குரல் எழுப்ப முடியாத வாயில்லாதவர்கள் வாழும் பகுதி என்றும் கருதப்பட்ட பூமியின் விடுதலைக் குரலைக் 'கறுப்பர் உலகம்' எழுப்பத் தொடங்கியது! உலகம் இவர்களை உற்று நோக்கியது.

பிரான்ஸும் இங்கிலாந்தும் தங்களது காலனி ஆதிக்கத்தை உலகெங்கும் நிலைநாட்டிக் கொண்டிருந்த நேரம்... 'உலக மக்கள் சுதந்திரமாக வாழ்ந்து கொண்டிருக்கிறார்கள். நமது நாட்டு மக்கள் அடிமைத்தளையில் கட்டுண்டு கிடக்கின்றனரே...' என்ற வருத்தம் இந்த மூவரையும் பிடித்து வாட்டியது. 'உலகத்துடன் ஒத்துப்போவதா? நாமுண்டு நம் வீடு உண்டு என்று இருந்துவிட்டுப் போவதா? அல்லது உலகத்தாரிடமிருந்து ஒதுங்கி வாழ்வதா? அல்லது உலகைப்

புதுப் போக்கில் அழைத்துச் செல்ல எதிர்த்துப் போராடு வதா?' என்ற கேள்விகள் இவர்முன் எழுந்தன.

இதற்கு விடை காணுகின்ற நேரத்தில், 'இப்படித்தான் வாழவேண்டும்... இருக்க வேண்டும்' என்ற கொள்கையே வெற்றிபெற்றது! 'ஆப்பிரிக்க மண்ணில் விடுதலை வேட்கையை முழக்குவது' என்று முடிவெடுத்தார் டாக்டர் செங்கோர்.

டாக்டர் செங்கோர் தன்னை முழுமையாக இலக்கியத் துக்கே ஒப்படைக்க எண்ணினார். ஆனால் ஆய்வு ஒன்றைச் செய்வதற்காக செரேர் உழவர் குடிகளின் வாழ்வை ஆய்ந்தார். அவர்களின் வாழ்வில் படும் துன்பங்களையும் துயரங்களையும் கண்ட அவர், அரசியலில் தன்னை ஒப்படைத்துக் கொண்டார். டாக்டர் செங்கோரிடம் பேசும்போது, எனக்கு அறிஞர் அண்ணாவின் வாசகங்களே நினைவுக்கு வந்தன.

அஜந்தா ஓவியங்களையும் எல்லோரா குகைச் சிற்பங்களையும் இரண்டு நாட்கள் தங்கி அறிஞர் அண்ணாவுக்குச் சுற்றிக் காண்பித்தேன். அவற்றையெல்லாம் பார்த்த அறிஞர் அண்ணா, "நான் மட்டும் அரசியலுக்கு வராமல் இருந்திருந்தால், கல்கியின் 'சிவகாமியின் சபத'த்தைப் போல் ஒரு நாவலை உருவாக்கியிருப்பேன்..." என்றார். அவரும் தன்னைப் பெரியாரிடம் வலிய ஒப்படைத்துக் கொண்டதற்குக் காரணம் - அன்றையச் சமுதாயச் சூழலே!

1945-இல் செனகல் அரசியல் தலைவரும் செனகல் சமநெறியாளர் தம் கூட்டணி இயக்கத்தின் பொதுச் செயலாளருமான லமிங்கே, செங்கோரைச் சட்டமன்றத் தேர்தலில் நிற்கும்படிக் கேட்டார். டாக்டர் செங்கோரின் அரசியல் பிரவேசம் மலர்ந்தது. டாக்டர் செங்கோர் அரசியலில் அடியெடுத்து வைத்த நேரத்தில், பிரான்ஸ் புதுமையான - ஆனால், பெருந்தன்மையான - ஒரு கொள்கையைக் கொண்டு

வந்தது. அந்தக் கொள்கைக்குப் பெயர் 'தன்மயமாதல்'!

பிரெஞ்சு ஆட்சியின்கீழ் உள்ள ஆப்பிரிக்க நாடுகளை, பிரான்ஸ் தன் நாட்டு மாநிலங்களாக ஈர்த்துக் கொள்ளும். அம்மாநில மக்கள் அனைவரும் பிரெஞ்சு மக்களைப் போலச் சமஉரிமை பெற்ற குடிமக்கள் ஆவர் என்பது அது. ஆப்பிரிக்கர்கள், பிரெஞ்சுமயமாகி விடுவார்களேயானால் அவர்களது பண்பாடு, நாகரிகம் எல்லாம் போய்விடும். தங்கள் அழகை இழந்து கடனழகில் வாழ நேரிடும். இதைக் கலை மனம் வாய்ந்த செங்கோர் கண்டுகொண்டார். அவர் பிரெஞ்சு மேதை. ஆனால், ஆப்பிரிக்கக் குருதியினர். அவர் பிரெஞ்சை விரும்பினார். ஆனால், ஆப்பிரிக்காவைக் காதலித்தார்!

எனவே, தன் நண்பர் செசேருடன் சேர்ந்து 'நீக்ரோத்துவம்' என்ற புதிய சித்தாந்தத்தைப் பரப்பினார். நீக்ரோக்களின் மத்தியில் எழுச்சியை உருவாக்கியதைக் கண்டு, 'நீக்ரோத்துவத் தந்தை' என்று உலக மக்கள் அவரைப் போற்றுகின்றனர். 1947-ஆம் ஆண்டில் 'செனகல் குடியரசுக் கட்சி' என்ற கட்சியைத் தோற்றுவித்தார். தனது கட்சியின் நோக்கம் 'செனகல் தேசியம்' என்று முழங்கினார்.

1947-இல் இயக்கத்தைக் கண்ட அவர், ஏறக்குறைய பதின்மூன்று ஆண்டுகள் தன் நாட்டுச் சட்டமன்றத்திலும், பிரான்ஸ் நாட்டு நாடாளுமன்றத்திலும் தனது நாட்டுச் சுதந்திரத்துக்காக வாதாடியுள்ளார். காரணத்தை அவரே சொன்னார்:

"என்னைக் கவர்ந்த மனிதர்களுள், முதல் மனிதர் என்று சொல்லத்தக்கவர் மகாத்மா காந்தி! அவரே அறிவியலுக்கும் பொருளியலுக்கும் மேலான மதிப்பு ஆன்மீகத்துக்கு உண்டு என்று நிறுவியவர். அவரிடமிருந்தே வன்முறையற்ற மென்முறையின் மேன்மையை நான் கற்றுக்கொண்டேன். நாங்கள் சுதந்திரம் வாங்கும்போது வன்முறையைப் பயன்படுத்த

வில்லை. சமாதான வழியிலேயே பெறுவது என்ற முடிவுக்குக் காந்தியின் மென்முறை வழியே படிப்பினையாக இருந்தது.

அரசியல், உண்மையின் மீதும், பண்பின் மீதும், நம்பிக் கையின் மீதும், புறவீரத்தின் மீதும், அறவீரத்தின் மீதும் அமைதல் வேண்டும். இவற்றில் அறவீரமே மேலானது..."

சிறந்த கொள்கைகளுக்குச் சொந்தக்காரராகவும், குடி யாட்சியைத் திறம்பட நடத்தி 1960, 1965, 1970, 1975 ஆகிய பொதுத்தேர்தல்களில் தொடர்ந்து வெற்றிபெற்ற அவர், தானே பதவி விலகித் தனது நண்பர்களிடம் பொறுப்பை ஒப் படைத்துவிட்டு, பாரிஸ் பல்கலைக்கழகத்தில் தனது இலக் கியப் பணியான - கவிதைகள் இயற்றுவதில் ஈடுபட்டுள்ளார்!

"இருபதாண்டுகள் என் நாடு வளம்பெற உழைத்தேன்... என் நாடு மற்றவர்களால் எப்படி ஆளப்படப்போகிறது என்பதைக் கண்ணாரக் காணவே பதவியைத் துறந்தேன்..." என்றார் அவர்.

மறைந்த பெருந்தலைவர் காமராஜருடன் விமானப் பயணத்தில் நடந்த உரையாடல் என் நினைவுக்கு வந்தது.

"பண்டித நேருவுக்குப் பின் தாங்கள் பிரதமராக வர வாய்ப்பிருந்தும் லால்பகதூர் சாஸ்திரியைப் பிரதமராக்கினீர் கள். மறுபடியும் லால்பகதூர் மறைவுக்குப் பின் கிடைத்த சந்தர்ப்பத்தையும் இந்திரா காந்தியிடம் ஒப்படைத்து விட்டீர்களே... ஏன்?" என்றேன்.

பெருந்தலைவர் சொன்னார்: "நம்முடைய காலத்திலே யே மற்றவர்கள் இந்த நாட்டை எப்படி வழிநடத்திச் செல்கிறார்கள் என்று பார்க்க வேண்டாமா? அதனால்தான் இளைய தலைமுறையைச் சார்ந்த இந்திரா காந்தியைப் பிரதமராக்க முடிவு செய்தேன்..." என்றார்.

உலகில் நாட்டுப்பற்று உள்ள தலைவர்களின் சிந்தனை

ஒரே மாதிரி இருந்ததைக் கண்டு வியந்தேன்.

டாக்டர் செங்கோர் பிரான்ஸ் நாட்டில் இருந்தாலும், தான் பிறந்த கிராமமான 'ஜோல்' எனும் ஊரிலேயே தனது சடலம் புதைக்கப்பட வேண்டும் என்று எழுதி வைத்துள் ளார். அந்த மண்ணிலேயே மீண்டும் பிறக்கவும் விரும்புகிறார்.

சுமார் இரண்டு மணி நேரம் அவரது கவிதைகள், வாழ்வு, தன் நாட்டுக்குச் செய்த சேவை, அதனால் ஏற்பட்ட வளர்ச்சி முதலியவற்றை விவரித்தார் அவர். பிரெஞ்சு மொழியில் ஏராளமான கவிதைகளை எழுதி, உலக நாடுகளில் பல பரிசுகளைப் பெற்றுள்ளார்.

தன் நாட்டின் பல பகுதிகளைப் பார்க்கும்படியும் கூறினார். எண்பது சதவிகித முஸ்லிம்களும் இருபது சதவிகிதம் கிறிஸ்தவர்களும் கொண்ட சின்ன நாடு அது! மதக் கலவரமோ, இனக் கலவரமோ அங்கு கிடையாது. அந்த நாட்டில் மூன்று அரசியல் கட்சிகள் உள்ளன. தாக்கார் தலைநகரம், அழகான துறைமுகப் பட்டினம்.

நான் தங்கியிருந்தபோது காலை நேரத்தில் நீண்ட ஆடைகளை அணிந்துகொண்டு கிறிஸ்தவர்களும் முஸ்லிம் களும் தேவாலயங்களுக்குச் செல்வதைக் கண்டேன். ஒரே குடும்பத்தில் இரு மதத்தினரும் வாழ்வது இங்கு சகஜம்.

தாக்கார் நகரில் - சுமார் முந்நூறு பேர் உட்காரக்கூடிய திரையரங்குகள் முப்பது உள்ளன.

சிவாஜி கணேசன் நடித்த 'கர்ணன்' படம் பல மாதங்கள் ஓடியதை அறிந்தேன். மொழி தெரியவில்லை என்றாலும் சிவாஜியின் நடிப்பில் அந்த மக்கள் தங்கள் மனதைப் பறிகொடுத்திருக்கிறார்கள். குறிப்பாக, கர்ணன் சாகும்போது தியேட்டரே தேம்பித் தேம்பி அழுததாம்!

அந்நாட்டுத் தலைநகர் தாக்காரைக் காணவேண்டும்

என்று விரும்பியதற்கு மற்றொரு காரணம் - தமிழர்கள் வாழாத அந்தப் பகுதியில் பல்கலைக்கழகத்தை நிறுவிய டாக்டர் செங்கோர், அங்கு திராவிட மொழிகளில் மூலமொழியான தமிழைச் சொல்லித்தர ஆசனம் ஒன்றை அமைத்துள்ளாரே, அதைக் காணவேண்டும் என்பதுதான். பத்துப் பேர் அங்கு தமிழ் படிக்கிறார்கள். தற்போது புதுவைப் பல்கலைக்கழகப் பேராசிரியராக உள்ள சு.ப. அறவாணனும் அவரது துணைவியார் தாயம்மா அறவாணனும் அங்கு பல ஆண்டுகள் தங்கித் தமிழ் சொல்லித் தந்தார்கள்!

46

விடுதலை வீரன் லுமும்பா

தாக்கார் நகரத்தில் மூன்று நாட்கள் தங்கி, செனகல் நாட்டைச் சுற்றியபிறகு, நைஜீரியா நாட்டுக்குச் சென்றேன். நான் சென்ற விமானம், கானா, காங்கோ ஆகிய நாடுகளின் தலைநகரங்கள் வழியாகச் சென்றது.

காங்கோ நாட்டின் மீது பறந்தபோது, அந்த நாட்டுக்கு விடுதலையைத் தன் கவிதைகளின் மூலமாகவே பெற்றுத் தந்த இளைஞர் லுமும்பாவின் நினைவுதான் என் உள்ளத்தில் ஏற்பட்டது.

நைஜீரியாவின் தலைநகரான லாவோஸுக்குப் போய்ச் சேர்ந்தேன். அது எண்ணெய் வளத்தால் செல்வச் செழிப்புள்ள நாடு. இந்தியாவின் துணை கொண்டு, ரயில்வேயை அமைத்துள்ளார்கள். நான் அங்கு போனபோது, ரயிலை நம் தமிழ்நாட்டுக்காரர்கள் பலர் நிர்வகித்து வருவதைக் காணமுடிந்தது. நகரம் முழுவதும் ஏராளமான மேம்பாலங்கள்... எங்கு பார்த்தாலும் கார்களின் பவனி.

பெரிய நாடான நைஜீரியாவுக்கு அபூபக்கர் பலேவா என்பவர் விடுதலையைப் பெற்றுத் தந்தார். அவர் பிரதமராகி, ஆளும்போது சுட்டுக் கொல்லப்பட்டார். இது பல ஆப்பிரிக்க நாடுகளில் நடந்துவிட்ட விபரீதம். நிலையான

ஆட்சி சரிவர இல்லை என்றாலும், எண்ணெய் வளத்தால் பொருளாதார மேம்பாடு ஏராளம்... கார்கள் அதிகமானதால், யாரோ ஒரு வெளிநாட்டுக்காரன் இந்த நெருக்கடியைச் சமாளிக்க ஒரு வழியைச் சொல்லிக் கொடுத்தான். அதாவது, ஒருநாள் ஒற்றைப் படை எண்கள் உள்ள கார்கள்தான் செல்ல வேண்டும். மறுநாள் இரட்டைப்படை எண்கள் உள்ள கார்கள்தான் ரோட்டில் செல்ல வேண்டும். இப்படி விதி செய்தால் ரோட்டில் ஏற்படும் நெருக்கடியைக் குறைக்கலாம் என்றான். அந்த நாட்டுத் துரைத்தனம் உடனடியாக உத்தரவிட்டு விட்டது.

தற்போது என்ன நிலைமை தெரியுமா? ஒவ்வொரு வீட்டிலும் இரண்டு கார்கள்... ஒன்று ஒற்றைப்படை எண்ணுள்ள கார். மற்றது இரட்டைப்படை எண்ணுள்ள கார். இதனால் அமெரிக்கா, ஜெர்மனி ஆகிய நாடுகளுக்கு நல்ல வேட்டை!

நான் வந்ததோ, அந்த நாட்டுக்கு விடுதலை வாங்கித் தந்த தலைவரின் சமாதியைப் பார்க்க... அவர் குண்டடிபட்ட நேரத்தில் உபயோகித்த காரையும் அருகில் நிறுத்தி, நல்ல நினைவாலயம் ஒன்றை எழுப்பியிருந்தார்கள். அதைப் பார்த்த பிறகு, அந்தத் துறைமுகத்தில் நடைபெறும் நடவடிக்கை களையும் கண்டுவிட்டு, நாடாளுமன்ற உறுப்பினர்கள் சிலரைச் சந்தித்துவிட்டு விடைபெற்றேன். கென்யா நாட்டின் தலைநகரான நைரோபிக்குச் சென்றேன். அந்த நாட்டுக்கு விடுதலையைப் பெற்றுத் தந்த டாக்டர் ஜோமோ கென்யாட் டாவின் சமாதியையும் பார்த்தேன்.

ஏறக்குறைய பதினான்கு ஆண்டுகள் சிறைவாசம் அனுபவித்தவர் ஜோமோ கென்யாட்டா. அவர் பதவியில் இருந்தபோது, தனக்கென சொத்துக்களை ஏராளமாகச்

சேர்த்தார் என்பதால், நாட்டு மக்கள் அவரை வெறுத்தனர் என்பதை நான் அங்கு கண்டேன். சுதந்திரம் வாங்கித் தந்தவரேகூட, அதிகாரத்தைப் பயன்படுத்திச் சொத்துச் சேர்த்தால் மக்கள் அதை ஏற்பதில்லை என்கிற உண்மையை அங்கு கண்டேன்.

ஏராளமான குஜராத்தியர்கள் நைரோபியின் கடைத் தெருவையே ஆக்கிரமித்துள்ளார்கள்.

நகரின் மையப் பகுதியில், எல்லா விலங்குகளையும் இயற்கையாக உலவவிட்டுள்ளார்கள். பல மைல் பரப்புள்ள காடு அது. ஒரு பக்கம் மான்கள், ஒரு பக்கம் ஒட்டகச்சிவிங்கி, ஒரு பக்கம் யானைகள், ஒரு பக்கம் காண்டாமிருகம், ஒரு பக்கம் நீர் யானைகள், ஒரு பக்கம் காட்டெருமைகள் மந்தை மந்தையாக உலவுகின்றன. சிங்கம், புலி இவற்றை மட்டும் தனியாக முள் வேலிக்குள் விட்டிருக்கிறார்கள். அவற்றைப் பக்கத்தில் உள்ளேயே போய்ப் பார்க்கத் தனி வாகனங்கள்... இதேபோல், உப்பு ஏரி என்ற இடம் ஒன்றுள்ளது. உப்புக்காக மிருகங்கள் அங்கு கூட்டங்கூட்டமாக வருகின்றன. ஏரியின் ஒருபுறத்தில் ஓட்டல்... இரவில் மிருகங்கள் உப்பை நக்குவதற்காக நிறைய இடங்களில் உப்பைக் கொட்டி வைத்துவிடுகிறார்கள். மிருகங்கள் வந்ததும் ஓட்டலில் மணியை அடித்து, அனைவரையும் மாடியிலிருந்து மிருகங்களைக் காணச் செய்கிறார்கள். ஒளி விளக்குகளின் ஊடே, மிருகங்கள் மண்டியிட்டு உப்பை நக்குவதைக் காண்பதற்கு அவ்வளவு இன்பமாக இருக்கிறது. யானை தனது துதிக்கையால்தான் எல்லாவற்றையும் எடுத்து உண்ணும் என்று எண்ணியிருந்தேன். ஆனால், யானை மண்டியிட்டுத் தனது நாக்கால் உப்பை நக்குவதை அங்குதான் கண்டேன். ஒரே வியப்பாக இருந்தது. இங்கிலாந்து நாட்டு

ராணி முதல் அனைவரும் இங்கு வந்து மிருகங்களைக் கண்டு செல்கிறார்கள். இதன் மூலம் அந்நியச் செலாவணியை இந்த நாடு பெருமளவு பெருகிறது.

கென்யாவிலிருந்து ஜாம்பியா நாட்டுக்குப் பயணமானேன். இந்திய நாட்டின் எல்லா சட்டமன்ற சபாநாயகர்களும் வந்திருந்தார்கள். இலங்கை, மலேஷியா போன்ற காமன்வெல்த் நாடுகளின் நண்பர்களும் வந்திருந்தார்கள். வடக்கு ரொடீஷியா என்ற நாட்டை பிரிட்டிஷார் ஆண்டு வந்தனர். அந்த நாடு விடுதலை பெற்ற பின், முதல் குடியரசுத் தலைவரான டாக்டர் கென்னத் டேவிட் கவுண்டாதான் அந்த நாட்டுக்கு 'ஜாம்பியா' என்று பெயர் சூட்டினார். ஜாம்பியா நாடு, கடல் மட்டத்திலிருந்து 400 அடி உயரத்தில் உள்ள பீடபூமியாகும். நாட்டின் நடுவே ஜாம்பஜி என்ற ஆறு ஓடுகிறது. ஆப்பிரிக்க நாட்டில் நான்கு பெரிய நதிகள். நைல் நதி, நைஜர் நதி, காங்கோ நதி, ஜாம்பஜி நதி. இவற்றில் நான்காவது நீளமான நதி - ஜாம்பஜி நதி. இதன் நீளம் சுமார் 1600 மைல். இந்த நதியின் ஆரம்பத்தையும் முடிவையும் காண டேவிட் லிவிங்ஸ்டோன் என்ற ஆராய்ச்சியாளர் ஏறக்குறைய இருபதாண்டுகள் பயணம் செய்துள்ளார் என்றால் பார்த்துக்கொள்ளுங்கள்.

ஜாம்பஜி நதியில், விக்டோரியா என்ற நீர்வீழ்ச்சி உள்ளது. இது 355 அடி உயரத்திலிருந்து செங்குத்தாக விழுகிறது. அமெரிக்காவில் நியூயார்க் மாநிலத்தில் உள்ள நயாகரா நீர் வீழ்ச்சி 182 அடி உயரத்திலிருந்து பரவலாக விழுகிறது.

ஜாம்பியா நாட்டுக்காரர்கள், "விக்டோரியா நீர்வீழ்ச்சி யைப் பார்த்தீர்களா?" என்று வருகிற வெளிநாட்டினரிடம் கேட்பார்கள். அமெரிக்கர்கள் நயாகரா நீர்வீழ்ச்சிக்கு

வண்ணவிளக்கு, படகுச் சவாரி என்று என்னென்னவோ வைத்து, ஏராளமான ஓட்டல்களைக் கட்டி 'நயாகராவைப் பார்த்தீர்களா?' என்று கேட்டுத் துளைத்துவிடுவார்கள்.

நம் நாட்டில்...?

அதைவிடப் பெரிய நீர்வீழ்ச்சி உள்ளது.

ஜோக் நீர்வீழ்ச்சி! மற்றவற்றைக் காட்டிலும் பல மடங்கு உயரத்திலிருந்து விழுகிறது. ஆனால், யாரும் 'ஜோக் நீர்வீழ்ச்சியைப் பார்த்தீர்களா?' என்று கேட்பதே கிடையாது. 'நம் நாட்டில் ஒன்றுமேயில்லை... எல்லாம் வெளிநாட்டில் தான் உள்ளது' என்ற மனப்பான்மையும், நம் நாட்டில் உள்ளதை உயர்வாக எடுத்துப் பேசாத மனப்பான்மையும் தான் நாம் உயராததற்குக் காரணம்!

ஜாம்பஜி நதியில் விசைப்படகு ஒன்றில் எங்களை அழைத்துச் சென்றார்கள். கடல்போல் அந்த நதி காட்சியளித்தது. நாங்கள் நதியில் சிறிது தூரம் போனபோது, நிறையப் பாறைகள் எங்கள் எதிரில் மிதந்து வருவது தெரிந்தது. அனைவரும் பயந்தே போனோம். விசைப்படகின் தலைமை மாலுமி, ஒலிபெருக்கி மூலம் ஓர் அறிவிப்புச் செய்தார். "தண்ணீரில் மிதந்து வருவது பாறைகள் அல்ல... அவ்வளவும் நீர்மூழ்கி யானைகள்..." என்றார். விசைப்படகை அவற்றின் அருகில் நகர்த்தினார். அவை, நீரில் மூழ்கியும் எழுந்தும் வாயைத் திறந்து கொண்டு நீரில் நீந்திக்கொண் டிருந்தன. காணக் கண்கொள்ளாக் காட்சி அது!

லுசாகாவில் நான் தங்கியிருந்தபோது, ஃபோரோட்டைச் சார்ந்த, பொறியாளர் கிருஷ்ணன் என்னை வந்து சந்தித்தார்.

"ஜாம்பஜி நதியின் மீது ஒரு அணையை வெள்ளைக் காரர்கள் கட்டியுள்ளார்கள். அந்த அணை ஜாம்பியா, ஜிம்பாப்வே ஆகிய இரு நாடுகளுக்கும் பொதுவானது.

அங்குதான் இரு நாடுகளுக்கும் தேவையான மின்சாரம் உற்பத்தியாகிறது. நான்தான் அந்த அணையின் தலைமைப் பொறியாளர். தமிழ்நாட்டைச் சேர்ந்த நீங்கள் அதைப் பார்க்க வேண்டும்..." என்றார்.

ஒரு தமிழன், இரண்டு நாடுகளுக்கு மின்சாரம் சப்ளை செய்யும் நிர்வாகத்துக்குத் தலைவர். அதுவும் ஈரோட்டைச் சேர்ந்த இளைஞர். எனக்குப் பெருமை பிடிபடவில்லை. ஈரோடு தானே எனக்குப் பொதுவாழ்வின் அரிச்சுவடியைக் கற்றுத் தந்த இடம். இரண்டு மலைகளுக்கிடையில், குறுகலான இடத்தில் உயரமான கரீபா அணையைப் பார்த்தேன். உலகத்தில் நீரைப் பயன்படுத்தி, மிக அதிகமாக மின் உற்பத்தி செய்யும் அணைகளில் ஒன்று இது. அணையின் மேற்பரப்பில் நின்றேன். எதிரில் இரண்டாயிரம் சதுர மைலுக்குத் தண்ணீர் தேங்கியிருந்தது. கற்பனை செய்துபாருங்கள். ஓ...ஓ...! சென்னையில் வாழும் பலருக்கு இதைக் கற்பனை செய்துகூடப் பார்க்க முடியாது!

இந்தக் கரீபா அணையைப் பார்க்கப் போனபோது, வழியில் உள்ள கிராமங்களையும் அவர்களது வாழ்க்கையையும் பார்த்தேன்.

டாக்டர் கென்னத் டேவிட் கவுண்டா ஆசிரியராகப் பணியாற்றினார். பண்டித நேரு, மகாத்மா காந்தி போன்றோர் நடத்திய சாத்வீகப் போராட்டங்களை நன்கு தெரிந்து கொண்டார். தன் நாடான வடக்கு ரொடீஷியா வெள்ளை ஏகாதிபத்தியத்திடமிருந்து விடுதலை பெற ஓர் இயக்கத்தைத் தோற்றுவித்தார். இவரது சாத்வீகப் போராட்ட முறைகளால், பிரிட்டன் இந்த நாட்டை ஆள முடியாத சூழ்நிலை ஏற்பட்டது. பிரிட்டன், 1964-ஆம் ஆண்டு வடக்கு ரொடீஷியாவுக்கு விடுதலை அளித்தது. முதல் குடியரசுத் தலைவராக டாக்டர்

கென்னத் டேவிட் கவுண்டா தேர்ந்தெடுக்கப்பட்டார்.

'விடுதலை பெற்ற சின்ன நாடுகளின்' வரலாற்றை எழுதும்போது, கென்னத் கவுண்டாவின் வரலாற்றையும் எழுதியிருந்தேன். நான் தமிழ்நாட்டின் சபாநாயகராக காமன்வெல்த் மாநாட்டில் கலந்துகொள்ள வருவது பற்றி எழுதினேன். எல்லா நாட்டு சபாநாயகர்களையும் விட்டுவிட்டு, என்னை காலைச் சிற்றுண்டிக்கு அழைத்தார். "ஜாம்பியா நாட்டில் என்ன என்ன செய்யலாம்?" என்பது பற்றி உரையாடினார். எங்கள் உரையாடலைத் தொலைக் காட்சியிலும் பத்திரிகைகளிலும் படத்துடன் சேதியாக வெளியிட்டுக் கௌரவித்தார்கள். என் நண்பர்களுக்கெல்லாம் ஒரே ஆச்சரியம்!

''எத்தனையோ வெள்ளைக்காரச் சபாநாயகர்கள் எல்லாம் இருக்க, உன்னிடம் மட்டும் என்ன அவருக்கு ஆசை?'' என்றார்கள்.

"ஒன்றுமில்லை... அவர் தன் நாட்டு விடுதலைக்காகப் பாடுபட்டபோது, அவரைப் பற்றி யாரும் எண்ணவில்லை. எங்கோ ஒரு மூலையில் இருந்த நான், அவரது போராட்டம் பற்றித் தமிழில் எழுதியது தெரிந்ததனால் என்மேல் ஏற்பட்ட அன்பு இது... அவ்வளவுதான்..." என்றேன்.

47

மொரீஷியஸ் வரலாறு!

கென்யா நாட்டில், நைரோபியில் மிருகங்கள் சரணாலயத்தைக் காண நான் புறப்பட்டபோது, என்னுடன் ஓர் இளைஞரும் ஒரு பிரெஞ்சுப் பெண்ணும் காரில் வந்தனர். அந்த இளைஞரைப் பார்த்தால் தமிழரைப் போல் தெரிந்தது. "உங்கள் பெயர் என்ன?" என்று வினவினேன். "திருவேங்கடத்தான்..." என்றார். "எந்த நாட்டுக்காரர்?" என்றேன். "மொரீஷியஸ் நாட்டைச் சார்ந்தவன்..." என்றார். "உங்களுக்குத் தமிழ் தெரியுமா?" என்றேன். "என் தாய்- தந்தை, மூதாதையர்கள் அனைவரும் தமிழர்கள். ஆனால் எனக்குத் தமிழ் தெரியாது..." என்றார். "உங்கள் நாட்டின் நிலை எப்படி?" என்றேன். "தமிழர்கள் பெரும்பாலும் தாய்மொழியை மறந்துவிட்டார்கள்..." என்றார். அப்போதே தாய்மொழியை மறந்துவிட்ட தமிழர்களைப் பார்க்க வேண்டும் என்ற ஆவல் மேம்பட்டது! காமன்வெல்த் மாநாடு முடிந்தவுடன், எனது பயணத்தை மொரீஷியஸ் நாட்டின் திசையில் செல்வதற்கு ஏற்பாடு செய்திருந்தேன்.

மொரீஷியஸில் எங்களுக்கு அந்த நாட்டுச் சபாநாயகர் ஒரு வரவேற்பு அளித்தார். அன்றுதான் பிரதமர் ராம்கூலம் லண்டனிலிருந்து வந்திருந்தார். எனவே, அவர் வரவேற்பில் கலந்துகொள்வது கடினம் என்றார்கள். ஆனால், அந்நாட்

மொரீஷியஸ் தீவு

டின் துணைப் பிரதமராக இருந்த ஏ.வி. செட்டியார், நான் வந்திருப்பதை அவரிடம் கூறிவிட்டார். எதிர்பாராத வகையில் பிரதமரே அந்த வரவேற்பில் சில வரம்புகளை மீறிக் கலந்துகொண்டு சிறப்புச் செய்தார். அந்த விருந்தில், தற்போதுள்ள பிரதமர்- அன்றைக்கு எதிர்க்கட்சித் தலைவர்- அனூரின் ஜெகநாத்தும் கலந்து கொண்டார். அவரோடு பரசுராமன் ஆறுமுகம் என்ற இளைஞர் ஒருவரையும் அறிமுகப்படுத்தினார். அவர்தான் இன்றைய கல்வியமைச்சர்.

மொரீஷியஸ் மிகவும் அழகான தீவு. பவளப்பாறைகள் சமுத்திரக் கரையிலிருந்து ஒரு மைல் தூரத்தில் உள்ளன. எனவே, அலைகள் அங்கேயே நின்றுவிடுகின்றன. அலைகளற்ற, ஆழமற்ற நீலநிறமான கடல் நம்முன் காட்சியளிக்கிறது. தூய்மையான கரை. தரை தெரியத்தக்க பளிங்கு

போன்ற நீர்... பார்க்கும் எவருக்கும் கடலில் குளிக்க வேண்டும் என்கிற ஆர்வத்தைத் தூண்டும். இருநூற்றைம்பது ஆண்டுகளுக்குமுன் தமிழர்களை வெள்ளைக்காரர்கள் கொண்டுவந்து குடியேற்றினார்கள். தமிழர்கள் எங்கு போனாலும் கரும்பு பயிரிட்டு விடுவார்கள். முருகனுக்குக் கோயில் ஒன்றை எழுப்பி விடுவார்கள்.

விமானத்திலிருந்து கீழே பார்க்கும்போது, கரும்புக் காட்டுக்குள் விமானம் இறங்கியது தெரிந்தது. விமான நிலையத்திலிருந்து கியூர்பைப் என்ற நகரம் பத்து மைல் தொலைவில் இருக்கிறது. அங்குதான் முதன்முதலில் தங்கினேன். பத்து மைல் நீளமும் இரண்டு பக்கமும் கரும்புச் சோலைகள்... கண்கொள்ளாக் காட்சி. எங்கு பார்த்தாலும் பசுமை. எங்கு நோக்கினும் அழகின் சிரிப்பு!

பிரதமர் ராம்கூலம் ஒரு சிறந்த டாக்டர். லண்டனில் படித்தவர். அவரது மூதாதையர்கள் அவரை 'மொரீஷியஸ் காந்தி' என்று அழைத்தார்கள். முதலில் இந்தத் தீவு, கடலில் மூழ்கிப்போன லெமூரியாக் கண்டத்தின் ஒரு பகுதியாக இருந்திருக்க வேண்டும் என்று சரித்திர ஆராய்ச்சியாளர்கள் கூறுவார்கள். எனது தமிழாசிரியரான தேவநேயப்பாவாணர், வகுப்பறையில் பலமுறை லெமூரியாக் கண்டத்தைப் பற்றி கூறியது எனது நினைவுக்கு வந்தது. லெமூரியாக் கண்டம் இருந்தபோது, தமிழ் அங்கு தாய்மொழியாக விளங்கிற்று என்பார் அவர்.

மொரீஷியஸின் வரலாறு சற்று விசித்திரமானது. முதலில் கப்பல் கொள்ளைக்காரர்கள் தங்கும் தீவாகத்தான் அது இருந்தது. முதன்முதலாக 1510- ஆம் ஆண்டில் போர்த்துக்கீசிய கப்பற்படைத் தளபதி டாமினிகோஸ் பெர்னாண்டஸ் என்பவர்தான் இந்தத் தீவை ஆக்கிரமித்தார். அவர்கள்தான்

முதன்முதலில் இங்குக் கரும்பைப் பயிரிட்டனர். நாற்ப தாண்டுகளுக்குப் பிறகு சிறிது காலம் பிரெஞ்சுக்காரர்கள் வந்து தங்கி சென்றனர்.

ஆனால், 1558-ஆம் ஆண்டு செப்டம்பர் 20-ஆம் நாள் வைபிராண்ட்வான் வார்விக் என்ற டச்சுக்காரர் இந்தத் தீவில் இறங்கி, தனது மன்னர் கௌவுண்ட் மாரிஸ் ஆஃப் நாசா என்பவரின் நினைவாக 'மொரீஷியஸ்' என்ற பெயரைச் சூட்டினார். அந்தப் பெயரே இன்றளவும் அந்தத் தீவுக்கு நிலையான பெயராக அமைந்துவிட்டது.

பலமுறை இந்தத் தீவுக்குச் சென்று வந்துவிட்டேன். பல விழாக்களிலும் கலந்துகொள்ளும் நல்வாய்ப்பைப் பெற்றேன். அது- ஐரோப்பா, ஆப்பிரிக்கா, ஆசியா ஆகிய மூன்று கண்டங்களின் கலவையாகவே தோன்றியது. இருநூற் றைம்பது ஆண்டுகளுக்குமுன் பிரெஞ்சு நாடு இந்தத் தீவை ஆண்டது. சுமார் நூறு ஆண்டுகளாகப் பிரிட்டன் இந்தத் தீவை ஆண்டது. ஆனால், பிரெஞ்சு மொழியின் ஆதிக்கமே இங்கு மேலோங்கியுள்ளது.

இந்தியர்கள், முஸ்லிம்கள், சீனர்கள், வெள்ளையரும் உள்நாட்டவரும் சேர்ந்த கலப்பினத்தவர் என்று அனைவரும் ஒற்றுமையாக வாழ்கிறார்கள். இங்கு கலப்பு மணம் சர்வ சாதாரணம். பிரெஞ்சு, ஆங்கிலம், இந்தி முதலிய மூன்று மொழிகளும் கலந்த 'சிரியோல்' என்ற மொழியைப் பேசுகிறார்கள்.

பிரிட்டிஷ்காரர்கள் நாட்டை ஆண்டபோது, மகாத்மா காந்தியின் வழியைப் பின்பற்றி ராம்கூலம், அந்நாட்டின் விடுதலைக்காகப் போராடினார். ஏ.வி. செட்டியார் போன்ற வர்களும் அவருக்கு உறுதுணையாக நின்றார்கள். ஏ.வி. செட்டியார் விருதுநகரைச் சார்ந்தவர். அரசியலை நன்கு அறிந்தவர். அங்கு வாழும் தமிழர்களின் உரிமைகளுக்காகப்

பாடுபட்டவர். 1947-ஆம் ஆண்டு இந்தியா சுதந்திரம் அடைந்த வுடன், இங்கும் அதே உணர்வு பரவியது. 1948-ஆம் ஆண்டிலிருந்து அரசியல் சட்டத்தில் பல மாறுதல்களைக் கொண்டுவர பிரிட்டன் ஒப்புக்கொண்டது. ராம்கூலம் தொடர்ந்து வாதாடினார்.

1957-ஆம் ஆண்டில் முதல் மந்திரிசபை உருவாயிற்று. வயது வந்தவர்களுக்கு வோட்டுரிமை கிடைத்தது. பிரிட்டிஷ் கவர்னரின்கீழ், முதலமைச்சர் அந்தஸ்து வழங்கப்பட்டது. படிப்படியாக வளர்ந்து ஒரு கவர்னர் ஜெனரல், ஒரு பிரதமர், ஒரு நாடாளுமன்றம் என்ற நிலைக்கு உயர்ந்தது. கத்தியின்றி, ரத்தமின்றி, யுத்தமின்றி நாடு தனது முதல் பிரதமராக ராம்கூலத்தை ஏற்றது. சுயாட்சி பெற்ற நாடாகி 1967-ஆம் ஆண்டு மார்ச்சு திங்கள் 12-ஆம் நாள் முழுச் சுதந்திரத்தை அடைந்த நாடாக மாறியது மொரீஷியஸ்.

ஆனாலும், காமன்வெல்த் நாடாகவும், பிரிட்டனால் நிய மிக்கப்பட்ட கவர்னர் ஜெனரலின் மூலம் ஆளப்படும் நாடாகவும் சமீப காலம் வரை இருந்தது. அந்த நாட்டின் நாணயத்துக்கு 'ரூபாய்' என்றுதான் பெயர். ரூபாய் நோட்டில் பிரிட்டிஷ் ராணியின் படமும் தமிழில் ரூபாய் என்ற எழுத்துகளும் பளிச்சிடுகின்றன. தற்போது அந்த நாடு நம் நாட்டைப்போல் குடியரசு நாடாக மாறி, தமிழ்நாட்டைச் சேர்ந்த வீராசாமி ரங்காடு முதல் குடியரசுத்தலைவரானார். அதன் இரண்டாவது பிரதமராக அனூரின் ஜகந்நாத் இருக்கிறார்.

நானும் உத்தரப் பிரதேச சபாநாயகர் ஸ்ரீபத் மிஸ்ராவும் சென்றபோது ஏ.வி. செட்டியார், சில தமிழ் இளைஞர்களை என்னுடன் அனுப்பி ஊரைச் சுற்றிக் காட்ட ஏற்பாடு செய்திருந்தார்.

அன்று வெள்ளிக்கிழமை மாலை... மேல்நாடுகளில் வாழும் ஐரோப்பியர்களைப் போல் இங்கு வாழும் தமிழர்களும் கடற்கரைப் பகுதிகளுக்குச் செல்கிறார்கள்.

பலரும் கார் வைத்திருக்கிறார்கள். தங்கள் குடும்பங்களுடன் விடுமுறையைக் கழிக்கிறார்கள். பெரியவர்கள் உணவு சமைக்கிறார்கள். இளைஞர்கள் கடலில் நீந்தி இன்பமாகப் பொழுதைக் கழிக்கிறார்கள். ஏராளமான தமிழ்க் குடும்பங் களைக் கடற்கரை ஓரத்தில் நான் கண்டேன். அநேகமாக அவர்கள் பெயர்களெல்லாம் நல்ல தமிழ்ப்பெயர்கள். வயது முதிர்ந்தவர்கள் மட்டும்தான் தமிழ் பேசுகிறார்கள். அவர் களுக்குத் தமிழைக் கற்றுக்கொள்ளும் ஆர்வம் இருப்பதைக் கண்டேன். மீண்டும் தமிழைப் பரப்புவதில் ஏதாவது செய்யவேண்டுமே என்ற எண்ணம் எனக்கு ஏற்பட்டது.

மொரீஷியஸ் தீவின் தலைநகரான போர்ட்லூயியில் வயது முதிர்ந்த தபால்காரர் ஒருவரைச் சந்தித்தேன். அவர் தமிழிலேயே என்னிடம் பேசினார்.

"முப்பதாண்டுகளுக்கு முன்பு, போர்ட்லூயியின் கடைத்தெரு முழுவதும் தமிழர்களே கடைகளை நடத்தி வந்தனர். வெளிநாட்டிலிருந்து வரும் தபால்கள் பெரும் பாலும் தமிழிலேயே எழுதப்பட்டு வந்தன. நல்ல வியாபாரம். நல்ல லாபம் எனத் தமிழ் வியாபாரிகள் வளர்ந்தனர். அடுத்த தலைமுறை வந்தது. எங்கிருந்தோ குடிப்பழக்கமும் பல பெண் களின் சகவாசமும் ஏற்பட்டது. பலரது சொத்துக்கள் அழிந்தன. வியாபாரம் வீழ்ந்தது. தமிழ்க் குடும்பங்களுக்குள் ஒற்றுமை யின்மையால் அனைத்தும் அழிந்தன...." என்றார் அவர்.

இருநூற்றைம்பது ஆண்டுகளுக்கு முன்பு தமிழர்கள் மட்டுமே வாழ்ந்த பூமி இது. கரும்பைப் பயிரிட்டு, இந்த மண்ணுக்கு வளமூட்டியவர்கள் தமிழர்கள். தங்கள் உற்றார் உறவினரை வரச்சொல்லி, அனைவரையும் அந்த மண்ணுக்குச் சொந்தக்காரர்களாக ஆக்கியிருக்க முடியும். மற்ற மாநிலத்துக் காரர்களைப் போன்ற மனப்பான்மை இல்லாததால், ஐம்பது

ஆண்டுகளுக்குப் பின்னர் அங்கு வந்த பீஹார்காரர்கள் பிரதமராகவும், தமிழர்கள் அமைச்சர்களாகவும் வாழுகிற காட்சியை உலகம் காண்கிறது.

போர்ட்லூயிக்கு அருகில் சொக்கலிங்க மீனாட்சி கோயில் ஒன்றைப் பெரிய அளவில் தமிழர்கள் கட்டியுள் ளார்கள். அதன் அருகில் ஒரு சமுதாயக்கூடம் இருக்கிறது. திருமணங்கள் போன்றவற்றுக்கு இந்த கூடத்தைப் பயன்படுத்துகிறார்கள். ஏ.வி. செட்டியாரும், அப்போது நிதியமைச்சராக இருந்த வீராசாமி ரங்காடும் என்னை அந்தத் திருக்கோயில் வழிபாட்டுக்கு அழைத்துச் சென்றார்கள்.

கோயிலின் மூலஸ்தானத்தின் முன்னும் வெளியிலும் ஏராளமாகக் குடும்பத்துடன் வந்து நிற்கிறார்கள். கோயிலின் குருக்கள் யாழ்ப்பாணத்தைச் சேர்ந்தவர். உள்ளே ஒலி பெருக்கி வைக்கப்பட்டுள்ளது. முருகனைப் பற்றி 108 போற்றி அகவலைக் குருக்கள் உரக்கச் சொல்கிறார். சுற்றியுள்ள ஆண்களும் பெண்களும் அதையே திருப்பிப் பாடல் போல் சொல்கிறார்கள். அவர்கள் ஒலியெழுப்புவது நம்மைப் பரவசத்தில் ஆழ்த்துகிறது. ஆம்! அனைவரும் சேர்ந்தே தெய் வத்தை வணங்குகிறார்கள். பல அமைச்சர்களும் வெள்ளிக் கிழமை மாலை கோயிலில் குடும்பத்துடன் குழுமிவிடு கிறார்கள். ஏறக்குறைய கூட்டுப் பிரார்த்தனைதான் இங்கு நடைபெறுகிறது. பிரார்த்தனை முடிந்ததும் பலரிடம் பேசினேன். குருக்கள் சொன்ன தமிழை அப்படியே திருப்பிச் சொன்னவர்கள், என்னுடன் தங்கள் தாய்மொழியில் பேச முடியாமல் திணறினார்கள்.

தமிழர்கள் இங்கு குடியேறிய ஐம்பது ஆண்டுகளுக்குப் பிறகு குடியேறிய பீஹார்காரர்கள் மட்டும் தங்கள் தாய் மொழியை மறக்காமல் இருக்கிறார்கள்! "நம்மவர்கள் மட்டும்

ஏன் தமிழை மறந்துவிட்டார்கள்?'' என்று கேட்டேன். “பிரெஞ்சுக்காரர்கள் ஆண்டபோது பிரெஞ்சைக் கற்றார்கள். பிரிட்டிஷார் ஆண்டபோது ஆங்கிலத்தைக் கற்றார்கள். உள்ளூரில் அனைவரிடமும் பேசுவதற்குக் கலப்பு மொழி யான சிரியோலைக் கற்றார்கள். தங்கள் தாய்மொழித் தமிழை அறவே மறந்துவிட்டார்கள். ஆனால் பீஹார்காரர்கள், தங்கள் வெளிவேலைகளை முடித்துவிட்டு வீடு திரும்பியதும் தங்கள் தாய்மொழியான இந்தியிலேயே பேசினார்கள். தங்கள் தாய்மொழியை இதுகாறும் காப்பாற்றி வந்துவிட்டார்கள்...” என்று பதில் கிடைத்தது.

பிரதமர் ராம்கூலத்திடம் இதுபற்றி விவாதித்தேன். கல்வி யமைச்சரிடம் என்னை அனுப்பினார். “அங்குள்ள பள்ளிக் கூடங்களில் பதினோராயிரம் தமிழ்ப் பிள்ளைகள் படிக் கிறார்கள். ஆனால், அவர்களுக்குத் தமிழ் சொல்லித்தர, தமிழில் அரிச்சுவடி நூல்கள் இல்லையே?'' என்றார் கல்வியமைச்சர்.

அதைத் தொடர்ந்து இந்தியாவிலிருந்து பதினோராயிரம் பிரதிகள் தமிழ் அரிச்சுவடி அனுப்பி வைத்ததை முன்னொரு அத்தியாயத்தில் குறிப்பிட்டிருந்தேன்.

எதிர்பாராத வகையில் ராம்கூலத்தின் அரசு தோற்றது. எதிர்க்கட்சித் தலைவராக இருந்த அனூரின் ஜெகநாத் பிரதம ரானார். பரசுராமன் ஆறுமுகம் கல்வியமைச்சரானார். இப் போது பள்ளிகளில் தமிழ் கற்பிக்கப்படுகிறது. மொரீஷியஸ் நாட்டுக்குச் சுதந்திரம் வாங்கித் தந்த ராம்கூலத்தின் கட்சி தேர்தலில் தோற்றாலும், பின்னர் பிரதமராக வந்த அனூரின் ஜெகநாத், கவர்னர் ஜெனரலாகப் பொறுப்பேற்க ராம் கூலத்தைச் சம்மதிக்க வைத்தார். சமீபத்தில் ராம்கூலம் மறைந் தார். பின்னர், சுதந்திரப் போராட்டத்தில் ஈடுபட்டிருந்த வீராசாமி ரங்காடு கவர்னர் ஜெனரலாகப் பொறுப்பேற்றார்.

வீராசாமியின் மூதாதையர்கள் கடலூர் அருகில் உள்ள கிராமத் தைச் சேர்ந்தவர்கள். ராம்கூலம் தோற்றதற்குக் காரணம், தங்களுக்குச் சொந்தமான டிகோர்கார்சியா தீவில் அமெரிக்க ஏவுகணை நிறுவ அனுமதி அளித்ததுதான். அதை அந்த நாட்டு மக்கள் விரும்பவில்லை என்ற காரணத்தைப் பின்னால் தெரிவித்தார்கள். தமிழிலேயே பேசத் தெரியாத அந்த மக்களுக்குத் தமிழின்மீது ஆர்வம் ஏற்பட்டுள்ளது. இது வரை இரண்டு உலகத் தமிழ் மாநாடுகளை நடத்தி யுள்ளார்கள். கல்வியமைச்சர் பரசுராமன் ஆறுமுகம், தனது மூதாதையர்கள் தமிழ்நாட்டின் எந்தப் பகுதியில் இருந்து வந்தார்கள் என்பதை அரும்பாடுபட்டுக் கண்டுபிடித்தார்.

தனது மூதாதையர்கள் தமிழ்நாட்டில் வாணியம்பாடி என்கிற கிராமத்தில் இருந்து வந்துள்ளதாகக் கூறினார். "வட ஆற்காட்டிலுள்ள வாணியம்பாடியா?" என்றேன். "இல்லை... அது சேலம் மாவட்டத்திலுள்ள சிற்றூர்..." என்றார். அவர் வன்னியர் சமுதாயத்தைச் சேர்ந்தவர். என்ன ஆச்சரியம்! எனது பனைமரத்துப்பட்டித் தொகுதியில் உள்ள சிற்றூர் தான் வாணியம்பாடி. அந்த ஊரில் நிறையப் பேர் பரசுராமன் என்ற பெயர் கொண்டவர்கள். ஆறுமுகத்தை நண்பர் பித்துக் குளி முருகதாஸுடன் அழைத்துச் சென்றேன். மல்லூரிலி ருந்து வாணியம்பாடி ஆறு மைல்...

"தங்கள் ஊரைச் சேர்ந்தவர்... வெளிநாட்டில் அமைச்சர்..." என்று நான் அறிவித்ததுதான் தாமதம், ஆறு மைல் தூரமும் கிராமத்தில் உள்ளவர்கள் அனைவரும் கூடி, ஆரத்தி எடுத்தார்கள். ஆறுமுகம் சிறந்த பக்தர். தனது மூதாதையர்கள் வாழ்ந்த கிராமத்துக்கு வந்ததும் உணர்ச்சிமயமானார். முழங்காலிட்டுக் குனிந்து மண்ணை முத்தமிட்டார். ஊரே கையொலி எழுப்பி வாழ்த்துக் கூறியது.

48

பிரமிக்க வைத்த வால்ட் டிஸ்னி!

தமிழக அரசியல், இந்திய நண்பர்கள் என்று எழுதிக் கொண்டுவந்த நான், இருண்ட கண்டமான ஆப்பிரிக்க நாட்டுத் தலைவர்களைப் பற்றி திடீரென எழுதத் தொடங்கிவிட்டேனே என்று சிலர் ஆச்சரியப்படக்கூடும். நான் சபாநாயகராகப் பணியாற்றியபோது, இரண்டு காமல்வெல்த் நாடாளுமன்ற மாநாடுகளில் கலந்துகொள்ளும் நல்வாய்ப்புப் பெற்றேன். வெறும் அரசியலைப் பற்றி மட்டும் எழுதிக்கொண்டே போனால், படிப்பவர்களுக்குச் சோர்வு தட்டும். நான் பார்த்த இலாக்காக்களிலேயே அதிகச் சிரமத்தைத் தந்த இலாகா தொழிலாளர் நல இலக்கா. அதில் அக்கறை காட்டாமல் 'யாருடைய ஆலையோ மூடிக் கிடக்கிறது... நமக்கென்ன?' என்று இருந்துவிட்டால் அது இன்பகரமான இலாகா. என்னைப் பழக்கிய தலைவர்கள் 'எந்தக் காரியத்தை எடுத்துக் கொண்டாலும் சிரத்தையுடனும் முழு மனதுடனும் ஈடுபட வேண்டும்' என்ற பயிற்சியையே தந்துவிட்டுச் சென்றார்கள். பகலெல்லாம் தொழிலாளர்கள் பிரச்சினைகளில் மூழ்கினால், மாலை 6.30 மணிக்கு எந்த இசை நிகழ்ச்சி அல்லது எந்த சினிமாப் பார்க்க வாய்ப்பு இருக்கிறது என்று தேடி ஓடி, ஒரு இரண்டு மணிநேரம் என் மூளையில் ஏற்பட்ட சிக்கலைப் போக்கிக் கொள்வேன். அப்படி ஒரு மாறுதலை அடிக்கடி பெற்றதனால்தான் இன்னமும் சுறுசுறுப்பாக என்னால் இயங்க முடிகிறது. அத்துடன் உலகில் உள்ள புதுமைகள் இயற்கைச் செல்வங்கள் முதலியவற்றைக் காண்பதில் எனக்கு நல்ல ஆர்வம். இளமைப் பருவத்திலேயே என் தந்தையார் அப்படி வளர்த்தார். எனது பத்தாவது வயதிலேயே தர்மபுரியைச் சுற்றியுள்ள குளங்களுக்கு மற்ற மாணவர்களுடன் சென்று நீந்திவர அனுப்பிவிடுவார். தர்மபுரிக்கு மூன்றாவது மைலில்

உள்ள மலையில் ஏறி இறங்கச் சொல்வார். திருச்செங் கோட்டில் என் தந்தையார் அரசு அலுவல் பார்த்தார். வருகிறவர்களையெல்லாம் கூட்டிக்கொண்டு 999 படிகள் ஏறி மலையிலுள்ள அர்த்த நாரீஸ்வரர் கோயிலுக்கும், அதற்கு மேலுள்ள உச்சிப் பிள்ளையார் கோயிலுக்கும் கோடைக்கால விடுமுறைகளில் சென்று வருவது வாடிக்கை... இந்தப் பழக்கம் என்னை இன்றும் விடவில்லை! முதல் மாநாடு முடிந்து, மொரீயஷியஸ், சீசெல்ஸ், இலங்கை முதலிய நாடுகளுக்குச் சென்று வந்தேன்.

சீசெல்ஸ் தீவு, மொரீயஷியஸ் தீவைவிடச் சிறியது. உலகில் மிகவும் அழகான கடற்கரையைக் கொண்டது. இயற்கை தன் அழகையெல்லாம் இந்தத் தீவிலேயே கொட்டிவிட்டது போன்ற ஒரு நிலை! காரை எடுத்து, ஒரு அரை நாளில் தீவு முழுவதும் சுற்றிவிடலாம். வெளிநாட்டுப் பயணிகள் அதன் மத்தியில் உள்ள சிறிய குன்றின் மீது ஏறி நடக்கிறார்கள். நடப்பதற்கு நல்ல பாதை. வழியில் நல்ல உணவகங்கள். கடலில் வாழ்வன அனைத்தும் கிடைக்கும். நடப்பவர்கள் தங்களுக்கு என்ன உணவு தேவை என்று சொல்லிவிட்டால், அவர்கள் வருவதற்குள் உணவு, பில் இரண்டும் ரெடி! நல்ல வெளிநாட்டு வருமானம்! அங்கு மாயவரம், பேரளத்துக்காரர்களின் கடைகள் நல்லபடி இயங்குகின்றன. கடைத்தெருவில் தமிழில் பேசலாம்; ஆழமற்ற கடல். ரெனே என்பவர் சமீபகாலம் வரை சர்வாதி காரி. தற்போது தேர்தலை நடத்தி, நாட்டுக்கு ஜனநாயகத்தைத் தந்துள்ளார். பெரும்பான்மை அவருக்கே கிடைத்துள்ளது.

சீசெல்ஸின் முதல் பயணம் முடிந்தபின் இலங்கைக்குச் சென்றேன். தமிழர் தலைவர்கள், மறைந்த அமிர்தலிங்கம், தொண்டைமான், சிவசிதம்பரம் முதலியவர்களைச்

சந்தித்தேன். நாடாளுமன்ற உறுப்பினர்களான தமிழர்கள் அனைவருடனும் கலந்து உரையாடினேன். அவர்களது பிரச் சினைகளை அப்போது குடியரசுத் தலைவராக இருந்த ஜெய வர்த்தனாவிடமும் பேசினேன். யாழ்பாணத்துக்கும் சென்றேன். அங்கே நகர மண்டபத்தில் எனக்கு நடைபெற்ற வரவேற்பில் தமிழர் தலைவர்கள் பலரைச் சந்தித்தேன். அப்போதே யாழ்ப்பாணம் பல பாதிப்புகளுக்கு உள்ளாகி யிருந்தது. ஈழத் தந்தை, மறைந்த செல்வநாயகத்தின் சமாதி யில் மலர் வளையம் வைத்தேன். என்னைச் சந்தித்த பலர் இன்று உயிருடன் இல்லை. ஈழப் பிரச்சினை என்று தீருமோ என்ற ஏக்கம்தான் இன்று என்னுள் மண்டிக் கிடக்கிறது.

இரண்டாவது காமன்வெல்த் மாநாடு அமெரிக்க நாட்டுக்கு அருகில் உள்ள பஹாமாஸ் எனும் தீவில் நடை பெற்றது. அதற்குச் சட்டமன்றச் செயலாளர் அழகர் சாமியுடன் புறப்பட்டேன். அப்போதுதான் தமிழகத்துக்குப் புதிய சட்டமன்றமும் கட்ட வேண்டும் என்ற எண்ணம் ஏற்பட்டது. இதை முன்பே விவரித்திருக்கிறேன்.

உலகில் உள்ள ஜனநாயக நாடுகளின் நாடாளுமன்றங் களைக் காணும் வகையில் எங்கள் பயணத்தை வகுத்தோம். முதலில் ரோம், பாரிஸ், லண்டன், வாஷிங்டன், டோக்கியோ முதலிய நகர்களிலுள்ள நாடாளுமன்ற வசதிகளைப் பார்த்தோம். நமது நாட்டு டெல்லி, பம்பாய், பெங்களூர், ஐதராபாத், கல்கத்தா, திருவனந்தபுரம், சண்டிகர் முதலி யவற்றிலுள்ள மன்றங்கள் ஏற்கெனவே எனக்குத் தெரிந்தவை. உறுப்பினர்கள், அமைச்சர்கள், சபாநாயகர், சட்டமன்றச் செயலாளர், பார்வையாளர்கள் ஆகியோருக்கான இடங்கள் பற்றியெல்லாம் குறிப்பெடுத்து, இவையெல்லாம் தேவை என்று கட்டடக் கலை நிபுணர்களிடம் தெரிவித்தோம்.

அப்படிப்பட்ட வேலையை எங்கள் பயணத்தில் இணைத்துக் கொண்ட போது பல நாட்டு நண்பர்களின் அழைப்புக் கிடைத் தது. தங்குவதற்கும், நமது நாட்டு உணவு உண்பதற்கும் பிரச்சினை ஏதும் இல்லாமல் போயிற்று. அழகர்சாமி உலக நாடுகள் பற்றி நன்கு படித்து அறிந்து வைத்திருந்தார். நல்ல துணை. வால்ட் டிஸ்னி என்ற மேதையைப் பற்றி தெரிந்து கொள்ளும் ஆவல் எனக்கு எப்போதும் உண்டு. கேலிச் சித்திரங்கள் மூலம் படங்களை உருவாக்கிய அந்த மேதையின் மூளையில் 'உலகக் குழந்தைகள் சிரித்து மகிழ ஓர் உலகத்தையே உருவாக்கினால் என்ன?' என்ற எண்ணம் ஏற்பட்டது. அமெரிக்காவில் மூன்று இடங்களிலும் ஜப்பானில் டோக்கியாவுக்கு அருகிலும் 'வால்ட் டிஸ்னியின் உலகம்' என்று நகர்களை உருவாக்கினார். உலகில் உள்ள வளர்ந்துள்ள நாடுகள் அனைத்தும் தங்கள் நாட்டுக்கு ஒரு 'வால்ட் டிஸ்னி உலகம்' வேண்டும் என விரும்புகின்றன.

அவர் படைத்த ஒவ்வொரு உலகமும் சுமார் 400 முதல் 500 ஏக்கர் நிலப்பரப்பில் அமைந்துள்ளது. முதல் நகரம் உருவாக்கப்பட்டபோது, நானூறு கோடி ரூபாய் செலவாயிற்று என்றார்கள். வால்ட் டிஸ்னியின் நான்கு உலகங்களையும் பார்த்திருக்கிறேன். வார்த்தைகளால் வர்ணிக்க முடியாத உலகங்கள் அவை.

பஹாமாஸ் மாநாடு முடிந்ததும் நியூயார்க்கில் உள்ள நண்பர் ஜாக் வி. பூலாவுடன் தங்கினேன். அவர், "ஃப்ளோ ரிடா மாநிலத்தில் புதிதாக 'எப்காட்' எனும் வால்ட் டிஸ்னி யின் புதிய உலகம் திறக்கப்பட இருக்கிறது; அதைப் பார்க்க லாமே" என்றார். திறப்பு விழாவுக்குமுன் நடைபெற்ற வெள் ளோட்டத்திலேயே நாங்கள் உள்ளே செல்லும் வாய்ப்புப் பெற்றோம். எப்காட் உலகை முதலில் கண்ட மூன்று

இந்தியர்கள் நாங்கள்தான்.

அமெரிக்கத் தொழில் நுட்பத்தையும் வால்ட் டிஸ்னி நிறுவனத்தின் கற்பனை வளத்தையும் ஒன்றுசேர்க்க முடியுமானால், அமெரிக்க சுதந்திர முயற்சியின் வளர்ச்சித் திட்டத்தை உலகின்முன் 'டிஸ்னி உலகின்' மூலம் ஓர் உலகப் பலகணியை (World Showcase) உருவாக்கிக் காட்ட முடியும் என்ற நல்ல நம்பிக்கை எனக்கு இருக்கிறது" என்றார். அவரது நம்பிக்கை வீண்போகவில்லை. கம்ப்யூட்டர் கண்டுபிடிக்கப் பட்டது. மின்சாரம், கம்ப்யூட்டர், அமெரிக்கத் தொழில் நுட்பம், வால்ட் டிஸ்னியின் கற்பனை அனைத்தும் ஒன்று சேர்ந்தன… பிரமிக்கத்தக்க 'எப்காட் டிஸ்னி நகர்' உருவாயிற்று!

காரை நிறுத்தியதும் வழிகாட்டிகள் ரயில் நிலையத் துக்குச் செல்லும் பாதையைக் காட்டினார்கள். ரயில் ஒற்றைத் தண்டவாளத்தின்மீது ஓடுகிறது. 'மோனோ ரயில்' என்று ஜப்பானில் முதன்முதலில் ஓடிய ரயிலின் வடிவம் அது. தானாகவே மூடிக்கொள்ளும் கதவுகளைக் கொண்டது. சுமார் இருபத்தைந்து அடி உயரத்தில் ரயில் நம்மைச் சுமந்து செல்கிறது. ஒரு பெரிய கட்டடத்தினுள் நுழைகிறது. கீழே பார்த்தால், நூற்றுக்கணக்கான பேர் உட்கார்ந்து சாப்பிட்டுக் கொண்டிருக்கிறார்கள். சாப்பிடுபவர்கள் நம்மை நோக்கி கைகளை அசைக்க, நாம் அவர்களை நோக்கிக் கைகளை அசைக்க, உலக மக்கள் ஒருவருக்கொருவர் செய்துகொள் ளும் மகிழ்ச்சி ஆரவாரத்துடனேயே வால்ட் டிஸ்னி உலகில் நுழைந்தோம். கற்பனை வளத்தின் மகிமையை உள்ளே நுழையும்போது நமக்குள் உணர்த்தி விடுகிறார்கள். காமிரா இல்லாத பயணியே அதனுள் காணமுடியவில்லை. ஒரு நாளில் இதைக் காண முடியாது. குறைந்தது மூன்று நாட்கள் தேவை. ஆம்… மூன்று நாட்களும் அங்கேயே முகாமிட்டோம்.

'எப்காட் சென்டர்' இரண்டு உலகங்களுக்கு நம்மை அழைத்துச் செல்கிறது. ஒன்று- எதிர்கால உலகம், இரண்டு உலகில் தற்போதுள்ள நடைமுறையும், வடிவங்களும் அடங்கிய உலகப் பலகணி (World show case). ரயிலைவிட்டு இறங்கியதும் சூரிய ஒளியில் தகத்தகாயமாய் ஒளிரும் பூமி உருண்டை ஒன்று நம் கண்ணெதிரே நிற்கிறது. அதனுள் நுழைகிறோம். உள்ளே உள்ள இரண்டு பேர் அமரும் ஆசனத்தில் அமர்ந்து கொள்கிறோம். அது நகர்ந்து நம்மை பூமிப்பந்தினுள் இட்டுச் செல்கிறது. கற்காலத்தில் நாம் சஞ்சரிக்கிறோம். குகை மனிதர்கள், படங்களால் தங்கள் எண்ணத்தை வடிப்பவர்கள்... ஒலி எழுகிறது, எழுத்துக்கள் தோன்றுகின்றன... எகிப்து நாட்டில் ஏற்பட்ட எழுத்து வளர்ச்சி... தற்போது உள்ள எழுத்துக்கள் தோன்றிய வகை....

கிரேக்க நாடகமேடை, கவிதை நடை உரையாடல்கள், தத்துவங்கள் 15-ஆம் நூற்றாண்டில் முதன்முதலில் உருவாக்கிய 'கிளிபிரஸ்' எனும் அச்சு இயந்திரம்.... மேலும் மேலும் உலகம் வளர்கிறது.

ஆம். தந்தி, தபால், தொலைபேசி, வானொலி, சினிமா, தொலைக்காட்சி என்று காட்சிகள் நம் கண்முன் ஒன்றன்பின் ஒன்றாக அவை அனைத்தையும் கண்டுபிடிக்க விஞ்ஞானிகளுடன், அவர்கள் வேலை செய்யும் விஞ்ஞானக்கூடங்களுடன் வந்துகொண்டே இருக்கின்றன....

கற்காலத்தில் இருந்த மிருகங்கள், அனல் கக்கும் பயங்கர மிருகங்கள், மறைந்துவிட்ட மிருகங்கள், தற்போது பூமிக்கடியில் உள்ள- இயந்திரங்களை இயக்கவல்ல நிலக்கரி, எண்ணெய் முதலியற்றைப் பார்த்துக்கொண்டே போகும்போது நமக்கருகில் எரிமலை ஒன்று வெடித்தது. எரிகற்கள் நாலாபக்கமும் சிதறுகின்றன. எரிமலையின் வாயிலிருந்து

பூமி உருகி ஒரே உஷ்ணமான ஆறாக நம்மை நோக்கி ஓடிவருகிறது. அனைவரும் பயந்தே போனோம். எப்போது தப்பிப்போம்? முடியுமா என்ற மனநிலை! வெளியில் சூரிய ஒளி நம்மீது படும்போதுதான் நாம் எரிமலை வெடித்ததிலி ருந்து தப்பித்துவிட்டோம் என்பதை உணர்கிறோம்....

வெளியில் வந்ததும் ஒரு சினிமா அரங்கு... 220 டிகிரி வட்டவடிவில் காட்சிகள். எதிர்காலத்தில் எந்தெந்தப் பொருட்கள் மனித சமுதாயத்துக்குப் பயன்படப்போகின்றன என்பது பற்றிய கற்பனை... சூரிய ஒளியை கிரகிக்க, முதலில் பெரிய தகடுகள் பயன்படுத்தல், படிப்படியாக அவை சிறு சிறு செல்களாக மாறல், எண்ணெயை பைப் வழியாகத் தூரத் தேசங்களுக்கு அனுப்புதல், எரிவாயுவை பைப் வழியாகக் கடலுடிக்கடியில் அனுப்புதல் என்ற பல எதிர்காலப் பணிகளைக் காட்டுகிறார்கள். நான் அங்கு கற்பனைக் காட்சிகளைக் கண்ட பலவற்றை பல நாடுகள் செயல்படுத்தி வருவதை இன்று நடைமுறையில் காண்கிறேன். உதாரணம் கூறவேண் டுமானால், நமது பிரதமர் நரசிம்மராவ் சமீபத்தில் ஏமன் நாட்டுக்குச் சென்றபோது, அங்கிருந்து எரிவாயுவைக் கடலுக்கடியில் பைப் போட்டுக் கொண்டுவர ஒப்பந்தம் செய் துள்ளார். இது ஒரு காலத்தில் வால்ட் டிஸ்னியின் கற்பனை!

நான் வால்ட் டிஸ்னி உருவாக்கியுள்ள உலகங்கள் அனைத்தையும் பார்த்தேன். நமது இளைஞர்கள் இதுபோன்ற கற்பனையும் விஞ்ஞான அற்புதமும் கலந்த காட்சிகளைக் காணவேண்டுமே என எண்ணினேன். நானோ சாமானியன். எனக்கே என்னென்னவோ கற்பனைகள் தோன்றுகின்றன. நமது நாட்டில் விஞ்ஞானம் கற்ற மாணவர்கள் இந்தக் காட்சிகளைக் கண்டால் என்னென்ன புதுமைகளைப் படைப்பார்களோ!

49

நான் பார்த்த நாசா!

வால்ட் டிஸ்னியின் உலகைக் கண்டுகளித்த எங்களை நண்பர் ஜாக் வி. பூலா 'நாசா' என்று அழைக்கப்படும் ராக் கெட் தளத்தைக் காண அழைத்துச் சென்றார். விண்வெளி யில் ஏவுகணைகளைச் செலுத்தி, யுத்தத்தை நடத்தலாம் என்ற எண்ணம் ஏற்பட்டது. அதைச் சோதனைகள் செய்ய இடம் வேண்டுமல்லவா? அதற்காக அட்லாண்டிக் மகா சமுத்திரத் தில் உள்ள 'கனவரல்முனை'யைத் தேர்ந்தெடுத்தது அமெரிக்க அரசு. இதற்கென ஒதுக்கப்பட்ட பரப்பு - பத்தாயிரம் சதுர மைல் என்றால், இதன் பூதாகாரத்தைப் பார்த்துக் கொள்ளுங்களேன். சமாதானம் மலர்ந்தபின் அந்த இடத்தை விண்வெளி ஆராய்ச்சிக்காக 1958-ஆம் ஆண்டில் ஒதுக்கினார் கள். இதுவே, 1964-ஆம் ஆண்டில் ஜான். எஃப். கென்னடி விண்வெளி மையமாக மலர்ந்தது. 'உலக சமாதானத்துக்கு விண்வெளியை எவ்வாறு பயன்படுத்தலாம்?' என்ற ஆராய்ச்சி மையம் தொடங்கிற்று.

1976- ஆம் ஆண்டுக்குமேல் பலவித முன்னேற்றங்களை இங்குள்ள விஞ்ஞானிகள் உருவாக்கினார்கள். முதலில் கனவரல்முனையில் இருந்து மெர்க்குரி, ஜெமினி என்ற இரண்டு விண்வெளிக்கலங்கள் உருவாயின. அவையும் இங்குள்ள மேடையில் இருந்தே அனுப்பப்பட்டன. பின்னர்,

சூரிய ஒளியைப் பயன்படுத்திச் செல்லும் விண்வெளிக்கலம் ஒன்றும் இதே தளத்திலிருந்து மேல்நோக்கிச் செலுத்தப் பட்டது. இவை பெருவெற்றி பெற்றன.

முதலில் விண்வெளிக்கலங்களில் மனிதர்களை அனுப்பவில்லை. முதல் கட்டத்தில் வெற்றிபெற்றவுடன் ரஷ்யாவின் விஞ்ஞான அறிவைப் பெற அமெரிக்கா தயக்கம் காட்டவில்லை. விண்வெளிக்கலத்தின் ஒரு பகுதி, தான் ஏற்றிச் சென்ற விண்வெளி வீரர்களை பூமிக்குக் கொண்டு வருகிறது. அப்படித் திரும்பும் கலம், பூமியில் விழுந்தால் சுக்குநூறாக உடையும். அது கடலில் வந்து சேரும்படி செய்துள்ளார்கள். அதுவும் கடலில் எந்த இடத்தில் சேரவேண்டும் என்பதையும் விஞ்ஞானிகள் துல்லியமாகக் கணக்கிட்டுக் கம்ப்யூட்டர் மூலம் இயக்கி பத்திரமாக கடலுக்குக் கொண்டுவந்து சேர்த்திருக்கிறார்கள்.

'பல கோடி செலவாகும் இதைச் சற்று சிக்கனப்படுத்த முடியுமா?' என்று யோசித்தார்கள். 'கடலில் விழும் கலத்தையே மீண்டும் ஒழுங்குபடுத்தி பயன்படுத்தலாமே?' என்ற எண்ணம் ஏற்பட்டது. அதிலும் தற்போது வெற்றி கண்டு, பழைய கலத்தின் அடிப்பாகத்தையே மீண்டும் மீண்டும் பயன்படுத்துகிறார்கள். எப்படிக் கப்பல்கள் கடலி ல் தொடர்ந்து பயணம் செய்கிறதோ, எப்படி விமானங்கள் விண்வெளியில் பறக்கிறதோ, அதேபோல் விண்வெளிக்கலத் தின் அடிப்பாகத்தையும் மீண்டும் மீண்டும் பயன்படுத்தும் வகையைக் கண்டுபிடித்துவிட்டார்கள். தற்போது விஞ்ஞானி களால் ஆயிரக்கணக்கான கோடி டாலரை மிச்சப்படுத்து கிறது அமெரிக்கா. இப்படியல்லவா சாதனைகள் இருக்க வேண்டும்!

வால்ட் டிஸ்னியின் எப்காட் பகுதியிலிருந்து

கனவரல்முனைக்கு- நாசா என்ற இந்த இடத்துக்கு- நேராக வரும்படி நல்ல சாலைகளை அமைத்துள்ளார்கள். இங்கு நுழைவுக் கட்டணம் எதுவுமில்லை. பெரிய கண்காட்சி அரங்கு... 'எங்கு வேண்டுமானாலும் புகைப்படம் எடுக்கலாம். காமிராவுடன் வாருங்கள்' என்றே அழைப்பு... ரகசியங்கள் எதுவுமில்லை.

பார்வையாளர்கள் பகுதியில் நுழையும்போதே வரவேற் பறையில் மலர்ந்த புன்சிரிப்புடன் பெண்கள் வரவேற்கிறார்கள். "உங்களை நாசா சுற்றுப்பயணம் என்றென்றும் உங்கள் நினைவில் நிற்கத் தகுந்தவகையில் ஏற்பாடுகள் செய்கிறோம்" என்கிறார்கள். "கண்காட்சியை முதலில் பாருங்கள்... உங்களுக் கான விளக்கம் சொல்லும் வழிகாட்டிகளுடன் பஸ்கள் உங்களை ஏற்றிச் செல்லும். உங்களது உடைமைகளை எப் போதும் உங்களுடன் வைத்திருங்கள் ஏனெனில், நீங்கள் ஒரு இடத்தைச் சுற்றி முடித்தபின் அதே பஸ்ஸில் பயணம் செல்ல வேண்டியிருக்காது!" என்று அழகாகச் சொல்லிவிடுகிறார்கள். பஸ்ஸுக்குச் சிறிது கட்டணம் வசூலிக்கிறார்கள்.

பஸ் பயணங்கள் மொத்தம் எட்டு. பார்வையாளர்கள் மையத்தில் நுழைந்தவுடன் சந்திரமண்டலத்தில் காலடி எடுத்து வைத்த மனிதனின் உடையில் ஒருவர் வரவேற்கிறார். சந்திரமண்டலத்தில் முதலில் இறங்கிய 'லூனார்' இயந் திரத்தைக் காட்டுகிறார். குழந்தைகள் அவருடன் புகைப்படம் எடுக்க ஓடுகிறார்கள். இரு கரங்களால் தழுவிக்கொண்டு போட்டோவுக்கு போஸ் கொடுக்கிறார். ஆரம்பமே களைகட்டிவிடுகிறது!

அதற்கருகிலேயே ராக்கெட்டில் என்னென்ன இன்ஜின் களைப் பொருத்தியிருக்கிறார்கள் என்பதை ஒரு மைதானத்தில் கண்காட்சிக்காக வைத்துள்ளார்கள்.

மூன்றுமுறை மனிதர்களுடன் விண்வெளிப் பயணம் செய்த சாட்டர்ன் 1 B என்ற ராக்கெட்டின் வடிவத்தை அப்படியே வைத்துள்ளார்கள். அருகிலேயே விண்வெளிப் பயணத்தில் சாதனை படைத்த எல்லா ராக்கெட்டுகளையும் மைதானத்தில் நிறுத்தியுள்ளார்கள்.

உள்ளே நுழைந்ததும், சந்திரமண்டல யாத்திரைக்கே தங்களை அர்ப்பணித்துக்கொண்டு உயிர் நீத்தவர்களுக்காக ஒரு நினைவுச் சின்னத்தை நிறுவியுள்ளார்கள்.

அமெரிக்க நாடு விண்வெளிப்பயணத்துக்குப் பயன் படுத்திய விமானங்கள், ஏவுகணைகள், விண்வெளியில் பறந்து கொண்டே பூமிக்குச் சேதி அனுப்பும் சாட்டிலைட்டுகள் முதலியவற்றின் வண்ண ஓவியங்களை அந்த நாட்டு ஓவியர்களைக் கொண்டு அழகாகத் தீட்டியுள்ளார்கள். விண்வெளிப்பயண உடையை வைத்து, தலைப்பாகத்தில் ஓர் ஓட்டையை விட்டுள்ளார்கள். விரும்புகிறவர்கள் தலையை அதனுள் விட்டுப் புகைப்படம் எடுத்துக்கொள்ளலாம்.

'லூனார்' கலத்தின் ஓட்டுநர் பகுதியை, அதன் அளவி லேயே செய்து வைத்துள்ளார்கள். நாம் அதனுள் சென்று என்னென்ன கருவிகள் பொருத்தப்பட்டுள்ளன என்று பார்த்துக் கொள்ளலாம். சந்திர மண்டலத்தில் ஆராய்ச்சி செய்த 'லூனார்' வண்டியை, நாமே பயன்படுத்தும் வகையில் அதன் மற்றொரு பகுதியை வைத்துள்ளார்கள். ஒரு திரை யரங்கம் அதில் ஒரு விஞ்ஞானி, 'எப்படியெல்லாம் விண் வெளிப்பயணம் ஏற்பட்டது... எப்படி வெற்றி பெற்றது... என்ன என்ன பொருட்கள் பயன்படுத்தப்பட்டன...' என்பதை அதற்கான உபகரணங்களுடன் விளக்குகிறார். திரையில் கலர்ப் படம் போட்டு, விண்வெளிப்பயணங்களைக் காட்டுகிறார்கள்.

பின்னர், விண்வெளிப்பயணச் சரித்திரத்தை அதற்குப் பயன்படுத்திய உபகரணங்களுடன் காட்ட ஒரு மன்றத்தை உருவாக்கியுள்ளார்கள். இந்த மன்றத்தில் சந்திரமண்டலத்திலிருந்து கொண்டுவந்த கற்களைப் பார்வைக்கு வைத்துள்ளார்கள். விண்வெளிக்குச் சென்று திரும்பிய விண்வெளிக்கலங்களின் பகுதிகளை நிறுத்தியுள்ளார்கள். விண்வெளி வீரர்கள் பயன்படுத்திய உடைகள் உள்ளன. மனிதர்கள் இல்லாமலேயே விண்வெளிப் பயணத்துக்குப் பயன்படுத்திய மாதிரிக் கலங்களை இங்கு நிறுவியுள்ளார்கள்.

ஜெமினி விண்வெளிக்கலத்தில் வீரர் டேவிட் ஸ்காட், 1966- ஆம் ஆண்டு நடைபெற்ற பயணத்தின்போது பயன்படுத்திய உடையை அப்படியே விண்வெளியில் இருப்பது போன்று அமைத்துள்ளார்கள்.

1975- ஆம் ஆண்டு, ரஷ்ய நாட்டு விஞ்ஞானிகளின் உதவியுடன் விண்வெளிக்கு அனுப்பப்பட்ட அப்போலோ விண்வெளிக் கலத்தின் வீரர்கள் அமர்ந்திருந்த பகுதியை அப்படியே கண்காட்சியாக வைத்துள்ளார்கள். 'அப்போலோ'வின் பத்தில் ஒரு பாகத்தை இரண்டாக வெட்டி, அதற்குள் எப்படிப்பட்ட ஏற்பாடுகள் இருந்தன என்பதை ஒளிவுமறைவு இன்றிக் காட்டியுள்ளார்கள். பார்க்கிற நமக்கு ஏதேனும் சந்தேகம் ஏற்பட்டால், விளக்க ஒருவர் அங்கு தயாராக இருக்கிறார்.

'மனிதன் தனது சிறு அடியை முதலில் எடுத்து வைத்தான். ஆனால், மனித சமுதாயமோ ஒரே தாவாகத் தாவிற்று!' என்ற பொன்மொழியை அப்போலோ விண்வெளிக் கலத்தின் பக்கத்தில் எழுதியுள்ளார்கள். 1976-இல் இரண்டு விண்வெளிக்கலங்கள் மார்ஸ் கிரகத்தின் மேல் இறங்கின... 'வைக்கிங்' என்று மார்ஸ் கிரகத்தில் இறங்கிய அந்த இரண்டு

இயந்திரங்கள்தான் பூமியின் பகுதிகளிலும் வானவெளியிலும் உள்ள நிலைமைகளை நமக்குத் தகவலாகத் தந்து கொண்டிருக்கின்றன.

ஒரு விண்வெளிக்கலத்தை உருவாக்குவதற்கு 24,000 சிறு பொருட்கள் உற்பத்தி செய்ய வேண்டியுள்ளது. சந்திரமண்டலத்தில் இறக்கப்பட்ட லூனாரின் மாதிரியையும், அதற்கருகில் சந்திரமண்டலத்துக்குப் பயணம் செய்த இருவரின் உருவங்களையும் அதன் உடைகளுடன் அப்படியே செய்து வைத்துள்ளார்கள். இந்த 'லூனார்' இயந்திரம் 64 கிலோ மீட்டர் தூரம் செல்லும், மணிக்குச் சுமார் பதினாறு கிலோ மீட்டர் தூரம் செல்லக்கூடியது இது.

ராக்கெட்டின் பாகங்களை இணைக்கும் வானளாவிய கட்டடம் ஒன்றின்முன் நம்மைக் கொண்டுபோய் நிறுத்து கிறார்கள். சுமார் 525 அடி உயரம், எட்டு ஏக்கர் பரப்பளவு... 12, 90, 00, 000 சதுர அடி உள்ள இந்தக் கட்டடம்தான் உலகத்திலேயே மிகவும் பெரியது. இதனுள்ளேதான் 363 அடி நீளமுள்ள ராக்கெட்டைப் பாகம் பாகமாக உருவாக்கு கிறார்கள். முழுவதும் உருவாக்கப்பட்ட 'சாட்டர்ன் பி' என்ற ராக்கெட்டின் மொத்த எடை 2812 டன்.

இந்த விண்வெளிக்கலத்தை வானவெளியில் செலுத்து வதற்காக மேடைக்கு மூன்றரை மைல் நீளத்துக்கு சிமெண்டும் தாரும் கலந்த ஒரு சாலையை அமைத்துள்ளார்கள். ஏழு அடி ஆழம் பூமியைத் தோண்டி கற்களையும் சிமெண்டையும் கலந்து போடப்பட்டுள்ளது இந்தச் சாலை. ராக்கெட்டை ஏவும் தளத்துக்கு அதை எடுத்துச் செல்ல 26 ஓட்டுநர்களைக் கொண்ட ஒரு பெரிய மேடையைப் பொறியியல் வல்லுநர்கள் அமைத்துள்ளார்கள். ஏறக்குறைய 6000 டன் எடை வரை ஆடாமல் அசையாமல் எடுத்துச் செல்லும்

வாகனம் இது.

இதன் வேகம் மணிக்கு ஒரே ஒரு மைல்தான். விண் வெளிக்கலத்தை மேலே செலுத்தும்போது தீ விபத்து ஏதும் நடந்துவிடாதபடி தடுக்கவும், கலம் மேலே எழும்போது கக்கும் அனலைத் தணிக்கவும் மூன்று லட்சம் காலன் தண்ணீரைத் தயாராக வைத்துள்ளார்கள். விண்வெளிக்கலம் மேலே புறப்படும் நேரத்தில் இருபதே இருபது நொடிகளில், இதனால் ஏற்படும் சத்தத்தைக் கட்டுப்படுத்தவும் மேடையைக் குளிரச் செய்யவும் இவ்வளவு தண்ணீரும் பயன்பட்டு விடுகிறது என்பதை எங்களை அழைத்துச் சென்ற வழிகாட்டி விவரித்ததும், எங்களின் ஆச்சரியம் பல மடங்கு உயர்ந்தது!

ஒரு தடவை மனிதன் ராக்கெட்டில் ஏறிக்கொண்டு சுற்றிவரச் செலவு ஏறக்குறைய 1800 கோடி ரூபாயாகும் என்று ஒரு சேதி சொன்னார்கள். செலவுகளைக் குறைக்கும் வழிவகைகளை விஞ்ஞானிகள் மேலும் மேலும் ஆராய்ந்து கொண்டு வருகிறார்கள்.

உலகெங்கும் பல விண்வெளிக் கலங்கள் பூமியைச் சுற்றிச் சுழலும் வகையில் பறக்கவிடப்படுகின்றன. இதன் மூலம் உலகின் தட்பவெப்பநிலை, இயற்கை வளங்கள் முதலி யவை கண்டறியப்படுகின்றன. இந்தத் தகவலை அமெரிக்கா, ரஷ்யா, கனடா, சீனா, இந்தியா, ஆஸ்திரேலியா, பிரேஸில் மற்றும் அர்ஜென்டினா போன்ற நாடுகளுக்கு அனுப்புகிறது. இதன் மூலம் கோதுமைப் பயிரிடும் விவசாயிகளுக்குச் சிறந்த பலன் கிடைக்கிறது. உணவு உற்பத்தியை எங்கெங்கு அதிகப்படுத்த முடியும் என்பதையும், மார்க்கெட்டில் விலைவாசிகள் திடீரென ஏறி மக்கள் படும் அவஸ்தையிலி ருந்து தடுப்பது பற்றியும், விநியோகத்தைச் சீராக்குதல்,

எதிர்பாராமல் தானிய இருப்புக் குறைதல் முதலியவற்றைத் துல்லியமாகக் கணக்கிட்டுச் செயலாற்றவும் இந்தத் தகவல்கள் உலகம் பூராவுக்கும் பயன்படுகின்றன.

தற்போது வளர்ந்துள்ள விஞ்ஞானத்தில் டஜனுக்கு மேற்பட்ட ஆராய்ச்சிக்கலங்கள் விண்வெளியில் செலுத்தப் பட்டன. இப்படிச் சேதி அனுப்பும் கலங்களையும், தொலை பேசிகளை இணைக்கும் கலங்களையும் தற்போது நல்லபடி பயன்படுத்துகிறார்கள்.

சுற்றுச்சூழலைப் பாதுகாக்கவும், மனித சமுதாயத்துக்குப் பயன்படும் தாவரங்களைப் பசுமையாகப் பாதுகாக்கவும், சூரிய ஒளியில் மின்சாரத்தை உற்பத்தி செய்வதை ஆராயவும், உலகில் எவ்வளவு தண்ணீர் இருக்கிறது என்பதை அறியவும், வறண்ட நிலப்பகுதியில் 'ஏதேனும் கனிம வளங்கள் உள்ளதா, பெட்ரோலியப் பொருட்கள் உள்ளதா' என்பதைக் கண்டறியவும் இந்த விண்வெளி ஆராய்ச்சி நமக்கு வழிவகை செய்துள்ளது. நமது முன்னோர்கள் யாருக்கும் இதுவரை கிடைக்காத தகவல்கள் நமக்கு கிடைக்கின்றன. நாசாப் பகுதியைச் சுற்றிக் கொண்டு வரும்போது, உலகம் எவ்வளவு முன்னேறியிருக்கிறது என்பதை என்னால் உணர முடிந்தது.

எங்களுக்கு வழிகாட்டிக் கொண்டு வந்தவரிடம் கேட்டேன்: "எல்லா இடங்களையும் சர்வசாதாரணமாகச் சுற்றிக் காட்டுகிறீர்களே... இங்கு ரகசியங்கள் ஏதுமில்லையா?" என்று.

"சந்திரமண்டல யாத்திரை போன்றவற்றைச் செய்வதற்கு எந்த நாட்டிலும் பொருளாதாரம் கிடையாது. எனவே, இதை நாங்கள் ரகசியமாக வைக்க வேண்டிய அவசியமே இல்லை!" என்றார்.

50

காவிரித் தண்ணீரும் வைக்கோலும்!

அரசியல் சம்பந்தப்பட்ட நினைவுகளையே எழுதிக் கொண்டு வந்த நான், எனது சுற்றுப்பயணத்தில் சில நாடுகளில் நடைபெற்ற சம்பவங்களையும், நான் சந்தித்த சில தலைவர்களையும், கண்ட அதிசயங்களையும் பயணக் கட்டுரை போன்று எழுத நேர்ந்தது. நான் பயணக் கட்டுரைகளில் இறங்கினால், அதுவே பெரிய நூலாகிவிடும். எனவே மீண்டும் தமிழகச் சம்பவங்களில் நுழைகிறேன்.

காவிரி நதி நீர்ப் பிரச்சினை, பெரும்பாலும் தஞ்சைத் தரணியில் குறுவை பயிரிடும்போதுதான் வரும். குறுவை, பெயருக்கேற்ற குறுகிய காலப் பயிர்.

புரட்சித்தலைவர் ஒவ்வொரு முறையும் கர்நாடகத்தின் நட்பைக் கொண்டே, குறுவைக்குத் தண்ணீர் பெற்றார். நான் டெல்லியில் விசேஷப் பிரதிநிதியாக இருந்தபோது, தேவராஜ் அர்ஸ் கர்நாடக முதல்வர். புரட்சித்தலைவருக்கு நல்ல நண்பர். பிற்பட்ட இனத்தைக் கைதூக்கிவிட வேண்டும் என்பதில் மிகுந்த அக்கறை கொண்டவர். எதிலும் மனந்திறந்து பேசுபவர். பேச்சாற்றல் மிக்கவர்.

காவிரிப் பேச்சுவார்த்தையில் கலந்துகொள்ள புரட்சித் தலைவர் பண்ருட்டியாருடன் வந்திருந்தார். என்னையும்

உடன் வரச் சொன்னார் புரட்சித் தலைவர் எம்.ஜி.ஆர்.! பேச்சுவார்த்தையில் "நமக்கு இவ்வளவு கோடி காலன் தண் ணீர் வேண்டும்" என்றவுடன் கர்நாடக முதல்வர் தேவராஜ் அர்ஸ் "தினமும் தமிழ்நாட்டில் இருந்துவரும் சுமார் முப்பதா யிரம் தமிழர்களுக்கு உணவு, வேலை, தண்ணீர் எல்லாம் தருகிறேன். தற்போது இருக்கிற தண்ணீரே இவ்வளவுதான். எப்படி என்னால் தண்ணீர் தரமுடியும்" என்றார்.

அப்போது தமிழ்நாட்டில், மதுவிலக்கு மிகவும் கடுமையாக இருந்த காலம். "தமிழ்நாட்டிலிருந்து தினமும் இருபதாயிரம் பேருக்கு மேல் குடிக்கவே பெங்களூருக்கும் கர்நாடக எல்லைப் பகுதிகளுக்கும் வந்து காசாகக் கொட்டு கிறார்களே! அது உங்களுக்குப் பெருத்த வருமான மில்லையா?" என்றேன் நான்!

"உங்கள் முதல்வரைக் கடையைத் திறக்கச் சொல்லேன்" என்றார்.

இதெல்லாம் முடிந்து, மீண்டும் தேதி குறிக்க, சபை கலைந்தது.

சென்னைக்கு வந்தோம். மறுநாள் புரட்சித்தலைவர், "இன்று பெங்களூர் போகலாம். உடன் வா" என்றார். இரவு ரயிலில் அவருடன் புறப்பட்டேன். காலையில் பெங்களூர் ராஜ் பவனில் தங்கினோம். காலைச் சிற்றுண்டி, முதல்வர் தேவராஜ் அர்ஸ் வீட்டில் சாப்பிடும்போதே, நாங்கள் என்ன வேலையாக வந்திருப்போம் என்பதைத் தெரிந்து கொண்டு விட்டார் அர்ஸ்.

"குறுவையைக் காப்பாற்ற தண்ணீர் வேண்டும். மொத்தம் பத்து டி.எம்.சி. அளவு வேண்டும்" என்றார் புரட்சித்தலைவர். உடனே பொதுப்பணித்துறைப் பொறியாளர்களை அழைத்து, இரண்டு மாநிலங்களும் பாதிக்காதபடி தண்ணீரைத் திறந்து

விடச் சொல்லி ஏற்பாடு செய்துவிட்டார். வந்த அதிகாரிகளிடம் எல்லாம், "என் நண்பர் நேரில் வந்து விட்டார். அதனால், விளம்பரம் இல்லாமல் காரியம் செய்க" என்றார்.

தஞ்சைக்குத் தண்ணீர் வந்தது. குறுவையும் பிழைத்தது.

தற்போது, நாடாளுமன்றத்தில் நரசிம்மராவ் மீது நம்பிக்கையில்லாத் தீர்மானம் வந்தபோது, முன்னாள் கர்நாடகக் கல்வி அமைச்சாரான என் நண்பர் ரகுபதியும், முன்னாள் முதல்வர் ராமகிருஷ்ண ஹெக்டேவும் வந்திருந்தனர். வோட்டெடுப்பு மாலையில். நாடாளுமன்ற மைய மண்டபத்தில்... நண்பர் ரகுபதியுடன் பேசிக்கொண்டிருந்த போது, "புரட்சித்தலைவர் ஆட்சிக் காலத்தில், இரண்டாவது முறை தமிழ்நாட்டில் வறட்சி வந்தது. அப்போது புரட்சித்

தலைவர் உங்களைத் தேடி வந்தாரே! அந்த வரலாற்றைச் சொல்லுங்களேன்" என்றேன். சுவையான சேதி கிடைத்தது.

"ஒருநாள் காலையில், 'சென்னையிலிருந்து பெங்களூருக்கு நான் வருகிறேன். விமானநிலையத்துக்கு வாருங்கள்' என்று எம்.ஜி.ஆரிடம் இருந்து தொலைபேசி வந்தது. அவசர அவசரமாக விமானநிலையம் ஓடினேன். அவருடன் இரண்டு பேர்தான் வந்திருந்தார்கள். அவர்களை அரசாங்க வண்டியில் பின்னால் வரும்படி கூறிவிட்டு, புரட்சித்தலைவர் என் வண்டியில் ஏறி அமர்ந்தார். வண்டியை நேரே என் வீட்டுக்கு ஓட்டச் சொன்னார். அது காலை நேரம்... அப்போது என் தாயாருக்கு 85 வயது. இவரிடம் கொள்ளை அன்பு! காலைச் சிற்றுண்டியை வைத்துப் பரிமாறி, பேசிக்கொண்டே உபசரித்தார்கள். எம்.ஜி.ஆர். சிற்றுண்டியை சாப்பிட்டு முடித்தார். ஆனால், டம்ளரில் இருந்த தண்ணீரைக் குடிக்கவேயில்லை. எனது தாயார், 'என்னப்பா, தண்ணீரைக் குடிக்கவே இல்லையே?' என்றார்.

'உன் மகன், எனக்குத் தண்ணீர் தரமாட்டேங்கிறான். பின்னே நான் எப்படித் தண்ணீரைக் குடிப்பது?' என்றார் எம்.ஜி.ஆர்.

அந்த மூதாட்டிக்குக் காவிரித் தண்ணீர் பிரச்சினை என்ன தெரியும்?

'ஏண்டாப்பா, எம்.ஜி.ஆருக்கா தண்ணீர் தரவில்லை? உடனே, அவரிடம் உன் கையாலேயே தண்ணீரைக் கொடு' என்றார் என் தாயார்.

அப்போதுதான் எனக்குத் திடீரெனத் தமிழக முதல்வர் பெங்களூருக்குத் தனியாகவே வந்ததன் அர்த்தம் புரிந்தது!

எவ்வளவு பெரிய தலைவர், ஒரு சிறு ஓரங்க நாடகத்தையே நடத்திவிட்டாரே எனும்போது எனக்கு என்ன செய்வ

தென்றே தெரியவில்லை. பொதுப்பணித்துறை அமைச்சர் தேவகவுடாவை அழைத்தேன். முதல்வர் ராமகிருஷ்ண ஹெக்டேவோ மருத்துவமனையில்! மூவரும் மருத்துவமனைக்கு சென்றோம். முதல்வரின் கட்டிலைச் சுற்றி உட்கார்ந்து கொண்டு காவிரியின் நீர் நிலை, இரண்டு மாநிலங்களிலும் சமாளிக்க வழி- இவற்றை ஆராய்ந்தோம்! தஞ்சையில் குறுவையையும் காப்பாற்ற வேண்டும். கர்நாடக நெற்பயிருக்கும் நீர் கிடைக்க வேண்டும். தண்ணீர் தருவதற்குச் சம்மதிக்கப் பட்டது. மதியம் இரண்டு மணிக்கெல்லாம் புறப்பட்டு விட்டார் புரட்சித்தலைவர் புன்னகையுடன்!

அவ்வளவு சுலபமாகத்தான் நாங்கள் ஒருவருக்கொருவர் நட்புடன் நடந்து கொண்டோம்" என்றார் ரகுபதி.

நான் சபாநாயகராக இருந்தபோது தமிழ்நாட்டில் மீண்டும் வறட்சி. சட்டமன்றத்தில் நிறைய பிரச்சினைகள். ஒரு நாள், புரட்சித்தலைவர், "கர்நாடகத்தில் உனது நண்பரிடம் பேசி தண்ணீர் வாங்கு" என்றார். கர்நாடக முதல்வர் ராம கிருஷ்ண ஹெக்டேவிடம் பேசினேன். "குறுவையைக் காப்பாற்ற குறைந்தது பத்து டி.எம்.சி. தண்ணீர் வேண்டும்" என்றேன்.

"ராசாராம்... இங்கேயும் கடும் வறட்சி... ஆனால், தஞ்சை விவசாயிகள் பாதிக்காத வகையில் குறுவைக்குத் தண்ணீர் தர முயல்கிறேன். மீண்டும் ஒரு மணி நேரத்துக்குப் பின் பேசுங்கள்" என்றார். மீண்டும் பேசினேன்.

"முதலில் ஐந்து டி.எம்.சி. தருகிறேன். தஞ்சையில் குறுவையைக் காப்பாற்றிக் கொள்ளலாம்.

ஆனால், இங்குள்ள நிலைமை என்ன தெரியுமா? மாடுகளுக்கு வைக்கோல்கூட இல்லை. தஞ்சையிலிருந்தாவது மற்ற பகுதிகளில் இருந்தாவது வைக்கோல் வேண்டுமே!

இங்குள்ள மாடுகள் தீவனம் இல்லாமல் தத்தளிக்கின்றன" என்றார் ராமகிருஷ்ண ஹெக்டே.

புரட்சித்தலைவரிடம் கூறினேன். வட ஆற்காடு, தர்மபுரி மாவட்ட ஆட்சியாளர்களுக்கு கர்நாடகத்துக்கு வைக்கோல் அனுப்பும்படி தாக்கீதுகள் பறந்தன. காவிரியில் தண்ணீரும் வந்தது. குறுவையும் காப்பாற்றப்பட்டது. கர்நாடக மாடு களும் சாகாமல் தப்பின. காவிரித் தண்ணீருக்கு - வைக்கோல். எப்படிப் பண்டமாற்று!

இவ்வளவும் விளம்பரம் இல்லாமல் நடந்தன. இந்த அணுகுமுறையில்தான் கலைஞரும் வெற்றி பெற்றார் என்பதை நானறிவேன்.

அண்டை மாநிலம்... அங்குள்ளவர்களும் இங்குள்ளவர் களும் பகையாளிகளாக மாறிவிடக்கூடாது என்பதில் தமிழகத்தை ஆண்ட எல்லா முதல்வர்களுக்கும் கருத்து ஒற்றுமை இருந்தது.

மத்திய சர்க்காரை யாரும் 'சாகும்வரை உண்ணாவிரதம்!' என்று மிரட்டியது இல்லை.

நடுவர்மன்றத் தீர்ப்பு, நமக்கு 205 டி.எம்.சி. நீரைத் தரச்சொன்னது. அப்போது காவிரியில் உள்ள தண்ணீர் எவ்வளவு என்பதை வைத்துதான் அணுகுமுறையைக் கையாள வேண்டும்!

எனவேதான், பிரதமர் நரசிம்மராவ் தன்னைச் சந்தித்த காங்கிரஸ் நாடாளுமன்ற உறுப்பினர்களிடம் "எப்படியும் குறுவையைக் காப்பாற்ற ஏற்பாடு செய்கிறேன்" என்றார். பிரதமர் முதியவர், அனுபவம் மிக்கவர். அவரது வாய் முகூர்த்தம்- சொன்னபடி ஆடிப்பெருக்கிலிருந்து தண்ணீர் மேட்டூருக்கு வந்து சேர்ந்தவண்ணம் இருக்கிறது.

சபாநாயகராக நான் இருந்தபோது சட்டமன்ற நாட் களில் என் அறைக்குப் புரட்சித்தலைவர் எம்.ஜி.ஆர். வந்து

சிறிது நேரம் தங்கிப் பேசிவிட்டுச் செல்வது வாடிக்கை!

ஒருநாள் என்றைக்கும் இல்லாத தன்மையில் புரட்சித் தலைவர், "மேலே என் அறைக்கு வர முடியுமா?" என்றார். மேலே சென்றேன். முதல்வர் அறையில் இரண்டு அதிகாரி களைத் தவிர, யாருமே இல்லை.

"ஜெயாவை ராஜ்யசபைக்கு அனுப்ப எண்ணுகிறேன். என்ன நினைக்கிறாய்?" என்றார்.

'உலகம் சுற்றும் வாலிபன்' படத்தின்போது ஒரு காரணத்தால் புரட்சி நடிகர் எம்ஜிஆரைப் பிரிந்து சென்ற செல்வி ஜெயாவின் நட்பு மீண்டும் தொடங்கிய காலம்...

ஒரு நாள் கழகத்தில் சேர்வதாக அறிவிப்பு. தொடர்ந்து கொள்கைப் பரப்புச் செயலாளர் பதவி அறிவிப்பு வந்தது. 'புயல் நுழைகிறது' என்று எச்சரித்தார் எஸ்.டி. சோமசுந்தரம். நான் அவர் வார்த்தைகளில் உள்ள உண்மையை உணர்ந்தேன்!

"ஏன் இங்கேயே சட்டமன்ற மேலவையிலேயே வைத்துக் கொண்டால் என்ன?" என்றேன்.

"இல்லை இல்லை, டெல்லி போகட்டும். பேச வேண்டிய நாளன்று காலையில் போய்விட்டு மாலையில் வந்துவிடச் சொல்லலாம்" என்றார்.

"அப்படியானால் சரி... அனுப்புங்கள்" என்றேன்.

சிரித்துக் கொண்டே, ராஜ்யசபா தேர்தலுக்கான விண்ணப்பப் பாரத்தை எடுத்து என் முன் வைத்து, "நீதான் முன்மொழிய வேண்டும்" என்றார்.

"என் மீது தங்களுக்குள்ள நல்ல நம்பிக்கைக்கு என் நன்றி" என்றேன்.

சிறிது நேரத்தில் எனது அறையில் செல்வி ஜெயலலிதா நுழைந்து, நான் அவரை முன்மொழிந்ததற்காக நன்றி

கூறினார்.

"அறிஞர் அண்ணா அமர்ந்திருந்த ராஜ்யசபைக்குப் போகிறீர்கள்... நல்லபடி பெயர் எடுக்க வேண்டும்" எனக் கூறி வாழ்த்தினேன்.

எனக்கு நீண்ட காலத்துக்குப் பிறகுதான் தெரிந்தது- 'செஞ்சிக்கோட்டையின் மேல் ஏறினவனெல்லாம் தேசிங்கு ராஜா அல்ல' என்று. என்னை ஆளாக்கிய அறிஞர் அண்ணா அடிக்கடி சொல்வாரே, அதற்கான பொருள் புரிந்தது!

நான் சபாநாயகராக இருந்தபோதுதான் புரட்சித் தலைவர் திடீரென நோய்வாய்ப்பட்டு 'அப்போலோ' மருத்துவ மனையில் சேர்க்கப்பட்டார். அங்கிருந்து அவர் புரூக்லின் மருத்துவமனைக்கு விமானம் மூலம் அமெரிக்கா பயணப்பட்டார்.

இடையில் தமிழ்நாட்டில் நடந்த அரசியல் சம்பவங்களை ஏற்கெனவே எழுதியுள்ளேன்.

புரட்சித் தலைவருக்கு சிறுநீரக அறுவை சிகிச்சை வெற்றிகரமாக முடிந்தது.

நாங்களெல்லாம் எதிர்பாராத வகையில் இந்திராகாந்தி சுட்டுக் கொல்லப்பட்ட சேதி நாட்டையே குலுக்கியது. உடனடியாக டெல்லிக்குப் புறப்பட்டேன். சடலத்துக்கு அருகில் ராஜீவ் காந்தி சோகமே உருவாக நின்றிருந்தார். பெரியவர் ஜி. பார்த்தசாரதியும் அங்கேயே இருந்தார். இரவுதான் பிரதமர் பொறுப்பையும் ராஜீவ் காந்தி ஏற்றிருந்தார்.

காலை பத்து மணிக்கெல்லாம் நண்பர் ப.உ. சண்முகத்தைக் கூட்டிக்கொண்டு, குடியரசுத் துணைத் தலைவராக இருந்த ஆர். வெங்கட்ராமன் வீட்டுக்குச் சென்றேன்.

ஆர். வெங்கட்ராமனை நான் பல்லாண்டு காலமாக நன்கறிவேன். அறிஞர் அண்ணா முதலமைச்சர் பொறுப்பை

ஏற்று முதன்முதலாக டெல்லிக்கு வந்தவுடன், திட்டக்குழு உறுப்பினராக இருந்த ஆர்.வி. வீட்டுக்குத்தான் காலையிலேயே போனார். தமிழ்நாட்டுக்கு என்னென்ன தொழில்களைக் கொண்டுவரப் பாடுபடலாம் என்பதைப் பற்றிப் பேசினார்.

பிரதமர் இந்திரா காந்தி சுடப்பட்டபோது, குடியரசுத் தலைவராக இருந்த ஜைல்சிங் டெல்லியில் இல்லை... எல்லாப் பொறுப்புகளும் குடியரசுத் துணைத்தலைவராக இருந்த ஆர். வெங்கட்ராமன் மீதே விழுந்தது.

நாடாளுமன்ற உறுப்பினராக இருந்த ராஜீவ் காந்தியோ, கல்கத்தாவில் இருந்தார். குடியரசுத் தலைவரும் ராஜீவ் காந்தியும் டெல்லிக்கு வரும்வரை இந்திரா காந்தியின் உயிர் போய்விட்டதை அறிவித்தால் நாட்டில் என்ன நடக்குமோ என்ற கவலை. அதிலும் பிரதமரின் காவலாளியான சீக்கியர் ஒருவரே சுட்டுவிட்டதனால், எங்கே நாடு பூராவும் மதக்கலவரம் மூண்டுவிடுமோ என்ற சூழல்.

பம்பரம்போல் பணியாற்றினார் ஆர். வெங்கட்ராமன். இந்திரா காந்தியின் உடல், உடனடியாக டெல்லியில் உள்ள அகில இந்திய மருத்துவ ஆராய்ச்சிக் கழகத்துக்கு அனுப்பப்பட்டு டாக்டர்கள் தீவிர சிகிச்சை செய்வதாக அதிகாரப்பூர்வ அறிவிப்பு வெளியிடப்பட்டது.

கல்கத்தாவிலிருந்து ராஜீவ் காந்தி உடனடியாக வர ஏற்பாடு செய்யப்பட்டது. காங்கிரஸின் மூத்த தலைவர்களையெல்லாம் அழைத்து கருத்தும் கேட்கப்பட்டது. பிரதமர் இந்திரா காந்தி மறைந்தார் என்ற சேதியும், ராஜீவ் காந்தி புதிதாகப் பிரதமர் பொறுப்பை ஏற்றார் என்ற சேதியும் ஒரே நேரத்தில் நடைபெற எல்லா ஏற்பாடுகளையும் மிகவும் வெற்றிகரமாகச் செய்து முடித்தார் ஆர்.

வெங்கட்ராமன்.

குடியரசுத் தலைவர் ஜைல்சிங் டெல்லி வரவும், புதிய பிரதமர் பதவி ஏற்க எல்லா ஏற்பாடுகளும் தயாரான நிலையில் இருக்கவும், எந்தப் பிரச்சினையும் இல்லாமல் புதிய பிரதமராக ராஜீவ் காந்தி பொறுப்பேற்றார். இந்தியத் திருநாட்டை பெரிய அரசியல் சிக்கலில் இருந்து மீட்ட பெருமை முழுவதும் குடியரசுத் துணைத்தலைவருக்கே சேரும்!

நடந்தவற்றை அவரே விவரித்துச் சொன்னபோது எங்கள் இருவருக்கும் மெய்சிலிர்த்தது!

எல்லாவற்றையும் சொன்ன அவர், ''இவற்றைத்தான் பெருந்தலைவர் காமராசரிடம் கற்றுக் கொண்டேன்'' என்றபோது, எங்கள் உள்ளத்தில் அவரது பெருமை மேலும் பல மடங்கு உயர்ந்தது!

இந்தியத் திருநாட்டுக்குச் சோதனை வந்தபோதெல்லாம் தமிழ்நாட்டுத் தலைவர்கள்தான் தங்கள் சமயோசித அறிவாலும், தேசபக்தியாலும் நாட்டை வழிநடத்திச் சென்றுள்ளார்கள்.

பேச்சின் இடையில் தேர்தல் பற்றிக் கேட்டேன். ''விரைவில் தேர்தலை வைத்துவிட வேண்டியதுதான்'' என்றார் ஆர்.வி. எதைத் தேடிப் போனேனோ, அந்தப் பதில் எனக்குக் கிடைத்துவிட்டது!

இந்திய சரித்திரம், பெருந்தலைவரையும், ஆர். வெங்கட்ராமனுடைய செயற்கரிய செயலையும் எதிர்காலத்தில் நன்றியுடன் பாராட்டும்!

51

புரட்சித் தலைவரின் தடாலடி!

எனது இந்த நினைவுகளின் தொகுப்பின் மூன்றாவது கட்டுரையிலேயே புரட்சித் தலைவர் எம்.ஜி.ஆர். அமெரிக்க மருத்துவமனையில் இருந்தபோதே வந்த பொதுத் தேர்தலி ன்போது நடைபெற்ற சிலவற்றை எழுதியிருந்தேன்.

குடியரசுத் துணைத்தலைவராக இருந்த ஆர். வெங்கட் ராமன் மூலம் இந்திய அரசின் எண்ணம் எந்தத் திக்கில் போகிறது என்பதை உணர்ந்ததாலும் நம்மால் ஒரு பொதுத் தேர்தலை நன்கு சந்திக்க முடிந்தது. வெற்றியும் கிடைத்தது. அது என்ன சுலபத்தில் கிடைத்ததா? 'புரட்சித் தலைவர் மறைந்துவிட்டார். அவரது உடல் ஐஸ் பெட்டியில் வைக்கப் பட்டுள்ளது. அவர் நாட்டுக்கு உயிருடன் திரும்ப மாட்டார்' என்பது போன்ற வதந்திகள் தேர்தல் நேரத்தில் நிரம்பப் பரவிவிட்டன.

எனது தேர்தல் பணிகளை நண்பர்களிடம் கொடுத்து விட்டு, ஆண்டிப்பட்டித் தொகுதிக்கு இரவோடு இரவாகப் போய்ச் சேர்ந்தேன். நண்பர் ராகவானந்தம்தான் அங்கு தேர்தல் பொறுப்பாளர். காலை தொடங்கி இரவு வரை தொகுதியின் பல இடங்களில் ''தலைவர் உயிருடன் இருக்கிறார்'' என்று பறை சாற்றினேன்.

செல்வி ஜெயலலிதாவைப் பொதுக்கூட்டங்களில் பேச

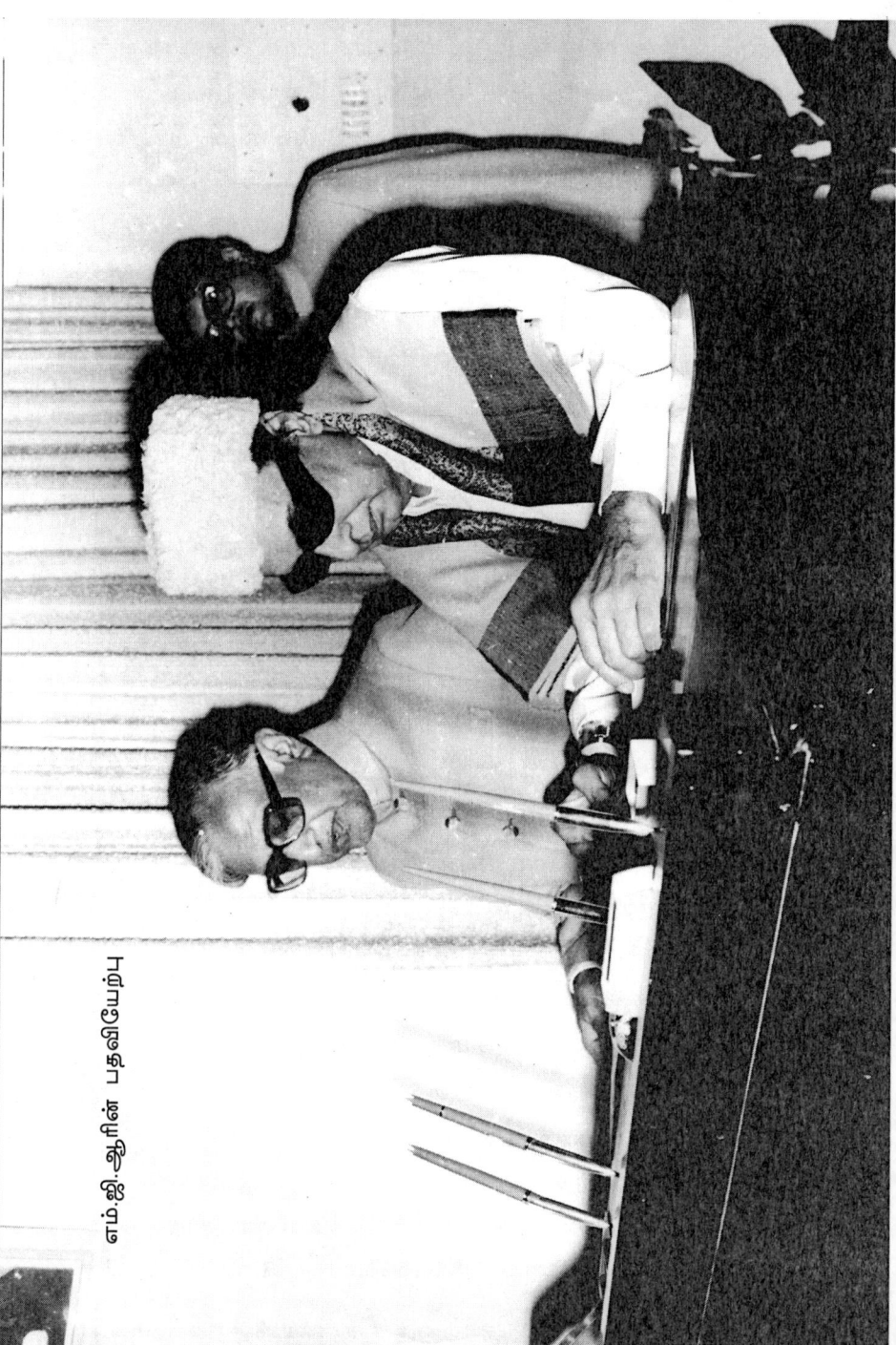

எம்.ஜி.ஆரின் பதவியேற்பு

தேதி கேட்பவர்களுக்குத் தேதிகளைத் தரச் சொன்னேன். பிரதமர் ராஜீவ் காந்தி அ.தி.மு.க.வோடு தொகுதி உடன்பாடு செய்து கொள்ள முன்வந்தது மட்டுமின்றி, எல்லா உதவிகளையும் செய்தார்.

நடந்தவற்றை ஒவ்வொருவராக வந்து தலைவரிடம் சொன்னார்கள். தான் மட்டும் முதல்வர் பொறுப்பை ஏற்றார். "மற்றவர்களுக்கு எப்போது பதவிப் பிரமாணம்?" என்றேன். "பொறுத்திரு" என்றார்.

முதல்வர் பதவியை ராஜ்பவனில் ஏற்றவுடன் என்னையும் ஜானகி அம்மையாரையும் உடன் அழைத்துக்கொண்டு, அறிஞர் அண்ணாவின் நினைவிடத்தில் மலர்வளையம் வைத்தார். கோட்டைக்குச் சென்று முதல்வர் நாற்காலியில் அமர்ந்து, முதல் கோப்பில் கையொப்பமிட்டார். எதிரில் அமர்ந்திருந்த நானும் ஜானகி அம்மையாரும் மகிழ்ச்சியில் திளைத்தோம்.

தேர்தலில் புரட்சித் தலைவர் நிற்காமல் இருந்தால் அந்தத் தேர்தலோடு அ.தி.மு.க. கழகம், ஜானகி அணிக்கு ஏற்பட்ட கதிக்கு ஆளாகியிருக்குமே!

புரட்சித் தலைவர் என்னைத் தன் அருகில் அமர வைத்துக்கொண்டு மற்றவர்களுக்கு ராஜ்பவனில் கவர்னர் குரானா மூலம் பதவியேற்பு விழாவை நடத்தினார்.

பின்னர், தன்னிடம் இருந்த தொழில் அமைச்சர் பொறுப்பை என்னிடம் தந்து தனது அமைச்சரவையில் சேர்த்துக் கொண்டார். தொழில்துறையில் என்னென்ன செய்யலாம் என்பதை அவருடன் கலந்து நன்கு செயல்படத் துவங்கினேன்.

தொழில்துறையில் பல கிளைகள் இருக்கின்றன. அவற்றின் மூலம் தொழில் தொடங்குவோருக்குப் பல உதவிகளைச் செய்யலாம். பின்தங்கிய பகுதிகளில் தொழில்

எம்.ஜி.ஆர். தொடங்கி வைத்த புகளூர் காகித ஆலை

வளர ஏராளமான உதவிகளைச் செய்யலாம். பின்தங்கிய இடங்களில் தொழிற்பேட்டைகளை உருவாக்கும்போது, அறியாமை மிகுந்த மக்களை யாராவது தூண்டிவிட்டு விடுவார்கள்.

உதாரணத்துக்கு, மானாமதுரையில் ஒரு சிறு சிமெண்ட் ஆலை தொடங்க முஸ்லிம் நண்பர் ஒருவர் முன்வந்தார். அவருக்கு அரசு எல்லா உதவிகளையும் செய்தது. காரணம், அந்தப் பகுதியில் நிறையப் பேருக்கு வேலை கிடைக்கும்

என்பதால்.

அந்தப் பகுதி வளர்வதையும் மக்களுக்கு வேலை வாய்ப்புக் கிடைப்பதையும் பொறுக்காத விஷமி ஒருவர், 'சிமெண்ட் தூள் பயிர்களின்மேல் விழுந்து பயிர்கள் நாச மாகிவிடும்' என்ற வதந்தியைப் பெரிதாகப் பரப்பிவிட்டார். அவ்வளவுதான்... 'அந்த சிமெண்ட் ஆலையையே கட்டக் கூடாது' என்று, அந்த முஸ்லிம் இளைஞரையே குத்திக் கொன்றுவிட்டார்கள். இப்படி எதிர்பாராத பிரச்சினைகள்.

அதேபோல், ஒசூருக்கு அருகில் சூளகிரி என்ற சிற்றூர்... எப்போதும் எனக்கே வோட்டுப் போடும் எண்ணமும், என்பால் அன்பும் கொண்டவர்கள் அந்தப் பகுதி மக்கள். விஞ்ஞானி ஜி.டி. நாயுடுவின் குமாரர் ஜி.டி. கோபால் மின்னணுத் தொழிற்சாலை ஒன்றை உருவாக்கினார். சுற்றி யிருந்தவர்கள், அங்கு உழைத்த தொழிலாளர்கள் மத்தியில் ஏதேதோ வதந்திகளைக் கிளப்பினார்கள். கடைசியில் தொழிற்சாலையை ஒரேயடியாக மூடிவிட்டார்கள்.

இதையெல்லாம் தவிர்க்க வேண்டும் என்றால், பாமர மக்கள் மத்தியில் கல்வி பரவ வேண்டும். அந்தக் காரியத்தைப் புரட்சித் தலைவர் தனது சிறந்த சத்துணவுத் திட்டத்தால் நிறைவேற்ற ஏற்பாடு செய்துள்ளார்.

தமிழ்நாட்டுத் தொழில் முதலீட்டுக் கழகம் என்று ஒரு நிதி நிறுவனம் இருக்கிறது. அது சுமார் அறுபது லட்சம் வரை கடன் தரலாம். நண்பர் எஸ்.ஆர்.இராதா அதன் தலைவராக பணியாற்றினார். 'சிறுதொழில் செய்ய முன்வரும் முனைவர்களுக்கு, யாராயிருந்தாலும் அவர்களது திட்டம் லாபகரமானதாகவும் வேலைத் தேடித் தருவதாகவும் இருக்கும் என்று தெரிந்தால், சிபாரிசுகளின்றியே நிதியை எவ்வளவு விரைவில் தரமுடியுமோ அவ்வளவு விரைவில்

தந்துவிடவேண்டும்' என்று எடுத்த எடுப்பிலேயே கூறிவிட்டேன். அது முடிந்த அளவு வேகமாக இயங்கியது. ஏராளமான சிறுதொழில்கள் வரத்தொடங்கின.

'சிப்காட்' என்ற நிதி நிறுவனம்... அது மூன்று கோடி வரை கடன் தரலாம். அதன் மூலம் ஏறக்குறைய நூற்றைம்பது தொழிற்சாலைகள் எனது இரண்டரை ஆண்டு காலப் பணியில் உருவாயின. செல்வி ஜெயலலிதா ஆட்சியில் அதில் ஏறக்குறைய ஐம்பது தொழிற்சாலைகளை இழுத்து மூடிவிட்டதாக அறிந்தேன். 'தொழிலே வாழி நீ' என்ற பாவேந்தரின் வரிகள்தான் என் கண்முன் வந்தன.

தமிழ்நாட்டுக் கறுப்புக்கல்லுக்கு ஜப்பான், அமெரிக்கா போன்ற நாடுகளில் நல்ல கிராக்கி... நல்ல விலை. கறுப்புக் கல்லை எடுத்து பாலிஷ் செய்து தேவையான அளவுகளில் ஏற்றுமதி செய்தால், மேலும் நல்ல விலை கிடைக்கும் என அறிந்தேன். ஜெர்மனியிலிருந்து தக்க இயந்திரங்களைக் கொண்டுவந்து மணலியில் ஒரு தொழிற்சாலையை ஆறு கோடி ரூபாயில் அமைக்க ஏற்பாடு செய்தேன்.

ராமநாதபுரத்தில் உப்பு ஏராளமாக உற்பத்தியாகிறது. உப்பை மூலப்பொருளாக வைத்து ஒரு ரசாயனப் பொருளைச் செய்ய தொழிற்சாலையை அமைக்க ஏற்பாடு செய்தேன். காட்பாடிக்கு அருகில் மலைகளுக்கு மத்தியில் வெடிமருந்துத் தொழிற்சாலை ஒன்று ஏற்கெனவே கட்ட ஏற்பாடாகியிருந்தது. அந்த வேலைகளைத் துரிதப்படுத்தினேன். திறப்புவிழாவும் புரட்சித் தலைவரே செய்தார்.

புகளூரில் கரும்புச்சக்கையிலிருந்து காகித தொழிற்சாலை ஒன்றைப் பெரியவர் சேஷசாயி விசுவநாதன் உருவாக்க ஏற்பாடு செய்தார். புரட்சித் தலைவருக்கு அந்தத் திட்டம் பிடித்துப் போயிற்று. அந்தத் திட்டம் நிறைவேற,

புரட்சித்தலைவரே பிரேஸில் நாட்டுக்குச் சென்று ஆலையைப் பார்த்து, கட்ட ஏற்பாடுகளைச் செய்திருந்தார். இந்த ஆலையை உருவாக்க ஐந்து நாடுகளின் தொழில்நுட்ப அறிவு தேவைப்பட்டது. அந்த ஆலையின் வேலைகள் முடிந்து, திறப்புவிழாவுக்குத் தயாராக இருந்தது. புரட்சித் தலைவரையே இந்த ஆலையைத் திறக்க வைத்தேன். ஒரு தொழிற்சாலைத் திறப்புவிழாவில் லட்சம் பேரைக் கூட்டித் திறந்த முதல் தொழிற்சாலையே இதுதான். வந்த லட்சம் பேருக்கும் சாப்பாட்டுப் பொட்டலமும் கொடுத்து, பிளாஸ்டிக் பையில் தண்ணீரும் கொடுத்து விழாவை நடத்தினேன். கூட்டத்தைக் கூட்டும் கலையை நான் சிறுவயதிலிருந்து கற்று வந்ததனால், இதைச் சிறப்பாகச் செய்தேன்.

இதைச் சுலபமாகச் சில வரிகளில் எழுதிவிட்டேனே தவிர, இந்த ஆலை ஏற்பட எவ்வளவு எதிர்ப்புகள் தெரியுமா?

ஒரு சர்க்கரை ஆலை அதிபரே என்னிடம் கேட்டார்: "இந்த விசுவநாதன் பேச்சைக் கேட்டுக்கொண்டு கரும்புச் சக்கையில் காகிதம் தயாரிக்கிறேன் என்று பொதுமக்கள் பணத்தை வீணடிக்கிறாரே எம்.ஜி.ஆர்., நீ ஏதாவது அவரிடம் கூறக்கூடாதா?" என்றார். எனக்குச் சந்தேகம் வந்துவிட்டது. நேராக விசுவநாதனிடம் ஓடினேன். "இதில் தவறு நடந்து விட்டால் அரசே கவிழ்ந்துவிடுமே?" என்ற என் கவலையைத் தெரிவித்தேன்.

"இல்லை... அரசுக்கும் எம்.ஜி.ஆருக்கும் இந்த ஆலையால் நல்ல பெயர் வரும்" என்றார்.

வேலை நடக்கும் ஆலைக்கே ஓடினேன். காகிதம் அற்புதமாகத் தயாரானதையும் பார்த்த பின்பே எனக்குத் தைரியம் வந்தது. அதில் வேடிக்கை என்ன தெரியுமா? யார் இந்த ஆலையால் அரசுக்கு கெட்ட பெயர் வரும் என்றாரோ

அவரே தனது ஆலையிலிருந்து கரும்புச்சக்கையை இங்கு அனுப்புகிறார்- விலைக்கு!

சுமார் 250 கோடி ரூபாயில் இந்த ஆலை இந்தியா விலேயே முதன்முதல் உருவாயிற்று. இன்றைக்கு நல்ல லாபத்தில் நடக்கிறது. தற்போது இப்படி ஒரு ஆலை நிறுவ வேண்டுமானால் சுமார் 700 கோடி ரூபாய் தேவை. தமிழகத்துக்கு இந்தப் பெருமையைத் தேடித் தந்தவர் விசுவநாதன்தான்!

அதுவரை கல்வித் துறையில் இருந்த விஞ்ஞானத் துறையை என்னிடம் தந்தார் புரட்சித் தலைவர். அதில் ‘பிர்லா விண்வெளி அரங்கமும்’, ‘பெரியார் விஞ்ஞானக் கூடமும்’ உருவாக்கும் பொறுப்பை நிறைவேற்ற வேண்டி வந்தது. பிர்லா குடும்பத்தாரது நன்கொடையால் அந்த விண்வெளி அரங்கம் உருவானது. எனவே, அதற்கான இயந்திரங்களை வாங்க ஜப்பானுக்குப் போக வேண்டி வந்தது. அத்துடன் சிறுவர்கள் விஞ்ஞான அறிவு பெற, ஜப்பானில் எப்படியெல்லாம் விஞ்ஞானக் கூடங்களை அமைத்துள்ளார்கள் என்பதையும் சுற்றிப் பார்க்கும்வண்ணம் சுற்றுப்பயணத்தை அமைத்துக்கொண்டேன்.

பெரியார் விஞ்ஞானக்கூடத்தைக் கிண்டியில் உருவாக்க இந்தப் பயணம் மிகவும் பயனுள்ளதாக அமைந்தது. ஜப்பான் நாட்டில் புகழ்பெற்ற ஐந்து விஞ்ஞானக்கூடங்களைச் சுற்றிப் பார்த்தேன். அந்த விஞ்ஞானக்கூடத்தில் உள்ள பொருட் களை உற்பத்தி செய்யும் நிறுவனங்களின் தலைவர்களை அழைத்துப் பேசினேன். சென்னை விஞ்ஞானக்கூடத்தின் தலைவர் பெரியசாமியும் இந்தப் பயணத்தில் உடன் வந்திருந் தார். கவர்னர் அலெச்சாந்தர் காலத்தில், இவை திறந்து வைக்கப்பட்டன- பாடுபட்ட எனக்கு ஓர் அழைப்பிதழ்கூட

இல்லாமல்!

தொழில்துறையில், கூட்டுறவுத்துறையிலிருந்த சர்க்கரை ஆலைகள் அனைத்தும் இருந்தன. முதலில் அதிகாரிகள் கூட்டத்தைக் கூட்டினேன். அப்போது சர்க்கரை இறக்கு மதிக்கு மத்திய சர்க்கார் ஏற்பாடு செய்துகொண்டிருந்தது. "சர்க்கரை ஆலைகளின் கொள்கை என்ன?" என்றேன். "லாபமும் இல்லை, நட்டமும் இல்லை என்பதுதான் கொள்கை" என்றார்கள். பல ஆலைகள் நஷ்டத்தில்! நாட்டிலே அந்நியச் செலாவணி இல்லாத நேரம். சுமார் 250 கோடிக்குச் சர்க்கரை இறக்குமதி. என்ன கொடுமை!

"எல்லா ஆலைகளும் சர்க்கரை உற்பத்தியைப் பெருக்க வேண்டும். மத்திய சர்க்காருக்கே சர்க்கரை தரவேண்டும். இதுதான் இன்றுள்ள நிலையில் நாட்டுக்குத் தேவையான கொள்கை. ஆறு மாதத்தில் எல்லா ஆலைகளிலும் உற்பத்தி பெருகவில்லையானால், அந்த ஆலை அதிகாரியை உடனடி யாக மாற்றுவதைத் தவிர வேறு வழியில்லை" என்றேன்.

கூட்டம் கலைந்தது. ஒவ்வொரு ஆலைத் தொழிலாளி யையும் ஆலைக்கே சென்று சந்தித்தேன். "எனக்கு உடம்பில் சர்க்கரை. எனவே, ஒரு பொட்டுச் சர்க்கரையும் எனக்குத் தேவையில்லை. நாட்டுக்குச் சர்க்கரை தேவை. உற்பத்தியைப் பெருக்கினால் போனஸ், சைக்கிள், டி.வி., குடியிருக்க வீடு என்று படிப்படியாக உங்களுக்கு எல்லாம் தர ஏற்பாடு செய்வேன். நான் ஏற்கெனவே தொழிலாளர் நல அமைச்ச ராகப் பணியாற்றி வெற்றி கண்டவன். உங்களது நேசக்கரத்தை என்பால் நீட்டுங்கள்" என்றேன்.

மக்களது கஷ்டத்தை உணர்ந்தவர்கள் அல்லவா தொழிலாளர்கள். அற்புதமாக நேசக்கரத்தை நீட்டினார்கள். தமிழனுக்கும் கரும்புக்கும் ஒரு பாரம்பரியத் தொடர்பு

உண்டு. கடல் கடந்துபோன தமிழர்கள் தங்களுடன் இரண்டு பொருட்களைத்தான் கொண்டுபோனார்கள். ஒன்று- முருகனின் சிலை, மற்றொன்று- கரும்பு.

கரும்புத்துறை அதிகாரிகளை அழைத்தேன். "தமிழ் நாட்டில் மேலும் எத்தனை சர்க்கரை ஆலைகளைக் கிராமங்களில் நிறுவலாம்...? எனக்கு ஒரு திட்டம் தேவை" என்றேன். அப்போது ஒரு ஆலை 1,500 டன் அரவைச் சக்தி கொண்டது. முப்பது ஆலைகளைப் போட வரைபடம் தயார் செய்தேன். டெல்லியில் பிரதமர் ராஜீவ் காந்தியைப் பார்க்க வரைபடத்துடன் சென்றேன். என்னுடன் தம்பிதுரையும் வந்தார். அப்போது அவர் துணை சபாநாயகர். பிரதமர் ராஜீவ் காந்தியிடம் நமது நாடு 250 கோடி ரூபாய்க்குச் சர்க்கரை இறக்குமதி செய்வதை எடுத்துக் கூறி, "தமிழ்நாட்டுக்கு முப்பது ஆலைகளைத் தாருங்கள்... தேவையான சர்க்கரையை உற்பத்தி செய்து உங்களுக்குத் தருகிறேன்" என்றேன்.

நான் பேசுவதைக் கேட்டுத் திடுக்கிட்டார் பிரதமர். சம்பந்தப்பட்ட அமைச்சரை அழைத்தார். அவர் கிடைக்கவில்லை. நான் அவரிடம் விடைபெற்றுத் திரும்பினேன். வீட்டுக்கு வந்ததும் "டெல்லியிலிருந்து பல முறை தொலை பேசியில் மணியடித்தது" என்றார்கள். சம்பந்தப்பட்ட அமைச்சர் என்னிடம் பேசினார். "ஏன் என்னிடம் பேசாமல் நேரே பிரதமரிடம் போய்விட்டீர்கள்?" என்றார்.

"பிரதமரின் தாத்தா, மதிப்புக்குரிய பண்டித நேருவில் இருந்து எனக்கு அனைவரையும் தெரியுமே... நான் என்ன செய்ய?" என்றேன்.

இரண்டு தினங்களில் அவருக்கு வேலையே போயிற்று. பின்னர் என் நண்பர் எச்.கே.எல். பகத்தை இந்த இலாகாவுக்கு அமைச்சராகப் போட்டார்கள். அவர் என்னுடன் உடனடித்

தொடர்பு கொண்டார். “தமிழ்நாட்டுக்கு முப்பது ஆலைகள் கேட்கிறாயே... இது சரியா?” என்றார். “தற்போது ஆலையின் அரவைச் சக்தியை 1, 500 டன்னிலிருந்து 2, 500 டன்னாக உயர்த்திப் புதிய கொள்கை வகுத்துள்ளோம்” என்றார்.

‘‘அப்படியானால் எனக்குக் குறைந்தது பதினைந்து ஆலைகள் வேண்டும். உங்களுக்கு அந்நியச் செலாவணியை மிச்சப்படுத்தித் தருகிறேன்'' என்றேன்.

“நாம் நண்பர்கள். நமக்குள் பேரம் வேண்டாம்” என்றார்.

“சரி. நீங்களே சொல்லுங்கள்” என்றேன். “பதினோரு ஆலைகள் தருகிறேன்'' என்றார். புரட்சித் தலைவரிடம் நடந்ததைச் சொன்னேன். “பதினோரு ஆலைகளில் ஆறு ஆலைகள் கூட்டுறவிலும், தனியார் துறையில் ஐந்து ஆலைகளும் உருவாக்க ஏற்பாடு செய்துவிடு” என்றார். நான் ஏற்பாடு செய்த ஆலைகள் எல்லாம் தற்போது உற்பத்தி நிலையில் உள்ளன. இந்த ஆலைகளை உருவாக்கியதற்குக் காரணம்- சர்க்கரை ஆலை, விவசாயத்துடன் ஒட்டிய தொழில். ஏராளமான நிலங்களில் கரும்பு பயிராகும். ஒரு ஆலைக்குக் குறைந்தது பத்தாயிரம் ஏக்கரிலாவது கரும்பு பயிரிட வேண்டும். விவசாயிகளை ஊக்குவிக்கும் வேலையை ஆலையே பார்த்துக்கொள்ளும். ஒரு ஆலைக்கு சுமார் 130 டிராக்டர்கள் டிரெய்லர்களுடன் ஓடும். சர்க்கரை ஆலையைச் சுற்றி சுமார் ஒரு லட்சம் பேர் வரை விவசாய நிலங்களில் வேலை பெறுவார்கள். நல்ல கூலி கிடைக்கும். நகரத்துக்கு வந்து சிரமப்பட்டு வாழ்வதைவிட, கிராமத்திலே பெருமையுடன் வாழ முடியும். கிராமங்களில் நல்ல வீடுகள் வரும். அங்கு தேவையான பொருட்கள் கிடைக்க கடைகள் உருவாகும். இப்படிப் பல நன்மைகள் ஏற்படும். “இதெல்லாம் என்ன... புத்தகத்தில் படித்துவிட்டு எழுதுகிறாயா?” என்று

சிலர் கேட்பது என் காதில் விழுகிறது.

இல்லையப்பா இல்லை! ஒவ்வொரு துறையில் எப்படி வளர்ச்சியை உருவாக்குவது என்பதை, அடிக்கல் நாட்டு விழாவிலிருந்து திறப்பு விழா வரையில் வளர்ச்சிப் பரிமாணங்களில், மயிலாடுதுறை கூட்டுறவு ஆலையின் பணிகளில் பங்குகொண்டு நல்ல அனுபவம் பெற்றதையே எழுதியுள்ளேன்.

முதன்முதலாக தனது நாடகம் மூலம் நிதி திரட்டி சென்னை ராயபுரம் பகுதியில் அறிவகம் கட்டடத்தை வாங்க எல்லா உதவிகளையும் அறிஞர் அண்ணாவுக்குச் செய்தாரே, நடிப்பிசைப் புலவர் கே.ஆர். ராமசாமி... அவர் பெயரை அந்த ஆலைக்குச் சூட்ட வேண்டும் என்ற என் வேண்டுகோளைப் புரட்சித் தலைவரிடம் சொன்னேன். அவரும் மனமுவந்து, அந்தப் பெயரையே சூட்டி அனைவரையும் மகிழ்ச்சிக் கடலில் ஆழ்த்தினார்.

ஓயாத உழைப்பில் மூழ்கினேன். சர்க்கரை அதிகமாகி, ஒரு கண் பாதித்துவிட்டது. நேராக டாக்டர் விசுவநாதனின் மருத்துவமனையில், யாருக்கும் சொல்லாமல் சேர்ந்துவிட்டேன். மாலையில் செய்தித்தாளைப் பார்த்தால் பல அமைச்சர்களை நீக்கியிருந்தார் எம்.ஜி.ஆர். ஆனால் எனக்கோ, விவசாய இலாகா, குடிநீர் வடிகால் வாரியம், சென்னை குடிநீர் என்று பல இலகாக்களை அளித்திருந்தார். நானோ மருத்துவமனையில்! புதிதாக இலாகாக்களைப் பெற்றவர்கள், முதல்வரிடம் நன்றி சொன்னார்கள். என்னைத் தலைவர் தேடியுள்ளார். நானோ நன்றி கூறப் போகவில்லை.

சிறிது நேரத்தில் காவல்துறை அதிகாரி ஒருவர், “உங்களைக் காண புரட்சித் தலைவர் வந்து கொண்டிருக்கிறார்” என்றார். நான் இருந்தது மூன்றாவது மாடி. உடனே

கீழே ஓடி, டாக்டரின் அறையில் அமர்ந்தேன். "என்னிடம் கூடச் சொல்லாமல் எப்படி இங்கு வந்தாய்?" என்றார். "எனக்கு எதற்குப் புதிய இலாகாக்கள்?" என்றேன்.

"நீ எதையும் சமாளிப்பாய். அதனால்தான்" என்றார். உடன் ஆர்.எம்.வீரப்பனும் வந்திருந்தார். அவரையும் அமைச்சரவையிலிருந்து நீக்கியிருந்தார். "உங்கள் இருவரையும் ஒருசேரக் கண்டதில் மகிழ்ச்சி" என்றேன்.

சில தினங்கள் சென்ற பிறகு விவசாய இலாகா, குடிநீர் பிரச்சினையில் இறங்கினேன்.

52

எழுச்சி பெறுமா விவசாயம்!

தொழில் துறையையும் விவசாயத்துறையையும் சேர்த்துப் பார்க்கிற நிலை வந்ததும், விவசாயத்தை ஒட்டிய தொழில்களில் என் கவனம் போயிற்று.

எனக்கு சிவகாசி பிடித்த ஊர். 'வேலைக்கு ஆள் தேவை' என்று எங்கும் போர்டு போட்ட முதல் ஊர் அது. சிவகாசிக் காரர்கள் தீப்பெட்டி, பட்டாசு, அச்சகம் ஆகிய மூன்று தொழில்களில் இந்தியாவையே என்ன சேதி எனக் கேட்கும் ஆற்றல் மிக்கவர்கள்! வியாபார நுணுக்கம் தெரிந்தவர்கள். ஏராளமான தொழிலாளர்களுக்கு வேலை தருபவர்கள். என்னுடைய எண்ணத்தில், 'வேலை மிகுதி. ஆனால் லாபம் குறைவு' என்பதுதான். ஆனால், அந்த ஊரில் ஒரு பழக்கம், யாரையும் 'முதலாளி' என்பார்கள். அப்படி அழைக்கப்பட்ட வருக்கு அந்த நடை, உடை, பாவனை அப்படியே வந்துவிடும்! தமிழ்நாட்டில் நிறைய முதலாளிகள் உள்ள ஊர் சிவகாசி. அங்கு வியாபார சபை எனக்கு வரவேற்பளித்தது.

"நாடார்கள் ஒன்று சேர்ந்து ஒரு சர்க்கரை ஆலை போட்டுக் கொள்ளுங்கள். திருநெல்வேலி மாவட்டத்திலும், கன்னியாகுமரி மாவட்டத்திலும் சர்க்கரை ஆலை இல்லை. நீங்கள் எல்லாம் ஒன்றுகூடி, சர்க்கரை ஆலைக்கான லிமிடெட் கம்பெனியை ஆரம்பியுங்கள். நான் உங்களுக்கு எல்லா உதவிகளையும் தருகிறேன்" என்றேன். நான் என்னுடைய பேச்சில் தவறுதலாக 'எல்லாரும் ஒன்று சேர்ந்து' என்ற

வார்த்தையைச் சொல்லிவிட்டேன். முடிகிற காரியமா அது? அதுபற்றி யாரும் என்னிடம் வாயே திறக்க மறுத்துவிட்டார்கள்!

சரி... அவர்கள் செய்யும் தொழிலான 'பட்டாசு', சீனாவைப் போல் வெளிநாடுகளுக்கு ஏற்றுமதி செய்ய இயலுமா என்று முயன்றேன். இதில் லார்டு அருணாச்சலம் போன்றவர்கள் நல்ல ஒத்துழைப்புத் தந்தார்கள். கப்பல் கம்பெனிகளும், ஏர்-இந்தியா நிறுவனமும் பட்டாசை ஏற்றிக் கொண்டு போக மறுத்தன.

எனக்குத் தஞ்சை மாவட்டத்துடன் நல்ல தொடர்பு. அங்குள்ள கள்ளர் சமுதாயம் விவசாயத்தில் ஈடுபட்டுள்ள சமுதாயம். கடின உழைப்பாளிகள். பல நேரங்களில் வேலையற்று இருப்பார்கள். தஞ்சை மாவட்ட காங்கிரஸின் தலைவர், பெரியவர் கிருஷ்ணசாமி வாண்டையாரும் அவரது அண்ணாரும் எனது தந்தையாருக்கு நல்ல நண்பர்கள். பூண்டியில் கல்லூரி கட்டி, அனைவரையும் கல்லூரிப் படிப்புப் படிக்கச் செய்யும் குடும்பம். ஓர் உபதேர்தலில் காங்கிரஸ் சட்டமன்ற உறுப்பினராக அய்யாறு வாண்டையார் தேர்ந்தெடுக்கப்பட்டார். அவர்கள் குடும்பத்துக்கு ஏராளமான நிலபுலன்கள். கள்ளர் சமுதாயத்துக்குத் தலைவர்கள். எனவே, அவரை அழைத்து, பத்து மாதம் ஏறக்குறைய பதினையாயிரம் ஏக்கரில் வேலைவாய்ப்பைக் கொடுக்கும் சர்க்கரை ஆலை ஒன்றை லிமிடெட் கம்பெனிகளாக உருவாக்கச் சொன்னேன். ஜி.கே. மூப்பனாரும் இவருக்கு நல்ல உதவியைச் செய்தார். புரட்சித் தலைவருக்கும் எனக்கும் பொன்னாடை போர்த்திவிட்டு உரிமத்தைப் பெற்றுச் சென்றார். எங்களுக்குப் பொன்னாடை தான் மிச்சம்... இன்றுவரை அந்த ஆலை வரவேயில்லை.

தற்போது தஞ்சைத் தரணியில் வளர்ந்துள்ள தம்பதி, அந்த உரிமத்தைப் பெற்று ஆலையை உருவாக்கப் போவதாகக் கேள்வி! உரிம வியாபாரம் எந்த அளவு நடந்து கொண்டிருக்கிறது என்பதை விசாரித்துக் கொண்டுள்ளேன். நான் பிள்ளையார் பிடிக்கப் போக, அது குரங்காய் முடிந்துள்ளது. நான் பிற்படுத்தப் பட்டோர் நல அமைச்சராக இருந்துள்ளேன். ஒவ்வொரு முறையும் பிற்படுத்தப்பட்டோரை முன்னேற்றுவது எவ்வளவு கடினம் என்பதை உணர்ந்தே வருகிறேன்.

நான் சபாநாயகராக இருந்தபோது, திருப்பனந்தாளில் உள்ள திருக்கோயிலில் பாலமுரளிகிருஷ்ணாவின் இன்னிசை நிகழ்ச்சி என் தலைமையில்... அன்று திருப்பனந்தாள் மடாதிபதியைச் சந்தித்தேன். மடத்தில் உள்ள அச்சகத்தையும் பார்த்தேன். மடத்துக்கு நிறைய நிலம்... நெல் விளைகிறது. குத்தகைதாரர்களிடமிருந்து மடத்துக்கு ஓரளவு பணம் கிடைக்கிறது. பலரை வற்புறுத்த வேண்டியுள்ளது. எனவே, மடத்துக்கு நல்ல வரும்படி இல்லை என்பதை என்னால் தெரிந்துகொள்ள முடிந்தது. அதேபோல், தருமபுரம் ஆதீனகர்த்தர் சென்னையில் இருந்தபோது பழகியுள்ளேன். அவரை மாயவரத்தில் உள்ள மடத்தில் சந்தித்தேன். தருமபுரம் ஆதீனத்தினரும் பல நூல்களை வெளியிடுகிறார் கள். வைத்தீஸ்வரன் கோயில், திருநள்ளாறு சனீஸ்வரன் கோயில் முதலிய பெரிய கோயில்களை நிர்வகிக்கிறார்கள்.

தமிழ் என்றாலே பெரும்பாலும் பாடல்கள், நீதி நூல்கள், நாயன்மார்களின் சரிதங்கள் போன்றவை அடங் கியதுதான். பழம்பெரும் நூல்கள் பல தற்போது அச்சில் இல்லை. மடங்களில் சமீப காலத்தில் நூல்களும் இல்லை. அத்துடன் புதிய லித்தோ அச்சு இயந்திரங்களும் இல்லை.

'மடங்களில் நிறைய நிலம் இருந்தும், போதிய வருமானத்தை உருவாக்கத் தெரியாமல் திண்டாடுகிறார்களே! ஏன், இவர்களிடம் உள்ள நெல் வயல்களையெல்லாம் கரும்புத் தோட்டங்களாக மாற்றி ஒரு சர்க்கரை ஆலையைத் தந்து, ஆண்டுதோறும் நிறைய திருப்பணிகளைச் செய்ய வைத்தால் என்ன?' என்ற எண்ணம் என் உள்ளத்தில் தோன்றியது.

மாயவரத்தில் உருவாகி வந்த கூட்டுறவு சர்க்கரை ஆலையைக் காணப்போகும்போதெல்லாம், மடத்துக்கும் போனேன். தருமபுரம் மடாதிபதி நல்ல உழைப்பாளி. சிறந்த சிந்தனையாளர். சர்க்கரை ஆலை ஒன்று அமைக்க வேண்டு மென்றால், அன்றைக்குச் சுமார் இருபத்துநான்கு கோடி ரூபாயாகும். இன்று- சுமார் நாற்பத்தைந்து கோடி ரூபா யாகும். சர்க்கரை ஆலையைக் கட்டி அரைவையே செய்யா மல் வைத்திருந்தால்கூட, சுமார் இருபது கோடி ரூபாய் குட்டி போட்டிருக்கும். இதற்குப் புத்திசாலித்தனம் எதுவும் தேவையில்லை. நானாக வலியப்போய், 'ஒரு சர்க்கரை ஆலை உரிமத்தைத் தருகிறேன்' என்று சொன்னது தப்பாகப் போயிற்று.

தொழில்துறை என்றாலே, அமைச்சரைப் பார்க்க... பலருக்குக் காணிக்கை செலுத்தி ரயிலிலோ, காரிலோ ஆட்களைச் சிபாரிசுக்கு அழைத்துக் கொண்டு வந்து, சென்னையில் நல்ல ஓட்டலில் தங்க வைத்து, அவர்களுக்கு சோடசோபசாரம் செய்து பலமுறை அமைச்சரிடம் நடையாய் நடந்து விண்ணப்பங்களைத் தந்து, பின்னர் ஓர் உரிமம் கிடைப்பதுதான் வாடிக்கை!

'முதலில் இவ்வளவு பணமா? நம்மால் முடியுமா?' என்று எண்ணத் தொடங்கிவிட்டார் மடாதிபதி.

புரட்சித் தலைவர் மறைந்த பிறகு, மாயவரம் வழியாகக்

காரில் பயணம் செய்தேன். அன்று பகல் மீண்டும் தருமபுரம் மடாதிபதியைச் சந்தித்தேன். அப்போது கூட்டுறவு, சர்க்கரை ஆலையில் இருந்த ஒரு நிர்வாக அதிகாரி, ஓய்வுக்குப்பின் ஆதீனத்தில் அலுவல் பார்க்கச் சேர்ந்துள்ளார். அவரிடம் தருமபுரம் ஆதீனகர்த்தர் என் எண்ணத்தை வெளிப்படுத்தி யுள்ளார்.

"அடடே, சிறந்த யோசனையாயிற்றே... எப்படியும் அனுமதியைப் பெறுங்கள்..." என்று, ஒவ்வோர் ஆலையிலும் எவ்வளவு வரவு- செலவு என்பதைச் சொல்லியுள்ளார்.

நான் போனதும் ஆதீனகர்த்தர், "தற்போது உங்கள் எண்ணத்தை ஏற்கத் தயாராக உள்ளேன்..." என்றார்.

"மீண்டும் அமைச்சராவேன்... அப்போது யோசிப் போம்..." என்றேன். சிரித்தார்.

"நான் ஒரு தவறு செய்தேன் ஐயா..." என்றேன்.

"என்ன?" என்றார்.

"நீங்கள் விண்ணப்பத்தை எடுத்துக்கொண்டு வந்து அலையாய் அலைந்து, பின்னர் நான் உங்களுக்கு தேவையான உரிமத்தைத் தர ஏற்பாடு செய்திருந்தால் அதற்கு நல்ல மதிப்பிருக்கும். நானாக வலிய வந்து 'உரிமத்தைத் தருகிறேன்' என்று கூறியது தவறாகப் போயிற்று..." என்றேன்.

எனக்குத் தமிழின் மீது, சமயத்தின் மீது பற்று சற்றுக் கூடுதலாக இருந்தது தவறுதானே!

ஆனால், இன்றென்ன நிலை தெரியுமா?

என்னைச் சாதாரணமாகச் சந்தித்தவர்கள், உரிமங் களைப் பெற்றவர்கள் எல்லாம்- சர்க்கரை ஆலை அமைக்க ஆந்திராவுக்கும் ஒரிஸ்ஸாவுக்கும் ஓடிக்கொண்டிருக்கிறார் கள். தமிழக முதலாளிகள் நாடு கடத்தப்பட்டுக் கொண்டி ருக்கிறார்கள்.

எப்படி நாட்டின் நிலை!

நான் இளமைப் பருவத்தைத் தர்மபுரியில் கழித்தவன். பட்டிதொட்டிகள் எல்லாம் அத்துப்படி. இரண்டு, மூன்று ஏக்கர்களுக்குச் சொந்தக்காரர்கள் அங்கு ஏராளம். பெருமைகளுக்கு மட்டும் அங்கு எந்தப் பஞ்சமும் இல்லை. ஊருக்கு ஊர் மந்திரி கவுண்டர்கள் உள்ள மாவட்டம் அது! முன்னேற்றத்தைக் கொண்டுவருவதற்குப் பெரும்பாடு பட வேண்டியிருந்தது. சேலம் மாவட்டம் இரண்டாகப் பிரிக்கப்பட்டுத் 'தர்மபுரி தலைநகராக வேண்டும்' என்று விரும்பினார்களே தவிர, தர்மபுரியில் யாரும் எந்தத் தொழிற்சாலையும் கொண்டுவர விரும்பவில்லை!

நான் நாடாளுமன்ற உறுப்பினரான பிறகுதான், 'பாலக்கோடுக்கு ஒரு சர்க்கரை ஆலை வேண்டும்' என்று ஒரு வெட்டு பிரேரணையைத் தந்தேன். அந்த வெட்டுப் பிரேரணை தோற்கடிக்கப்பட்டாலும் எனது வாதத்தின் நியாயத்தை உணர்ந்து, கூட்டுறவு ஆலை ஒன்றை அமைக்க காங்கிரஸ் அரசு அனுமதியளித்தது. தர்மபுரி மாவட்டத்தைப் போலவே, பிற்படுத்தப்பட்டோர் வாழும் இடமெல்லாம் சிறு விவசாயிகள்தான் பெரும்பாலும்.

இந்தியாவெங்கிலும் உள்ள இப்படிப்பட்ட விவசாயிகள் கடனில் மூழ்கித் தங்கள் நிலங்களை இழந்துவிடாமல் இருக்க, மத்திய அரசு பல நல்ல திட்டங்களைத் தீட்டியிருக்கிறது. இவர்களுக்குத் தேவையான எள்ளு, கொள்ளு, சோளம், ராகி, நெல் போன்ற விதைகளை இனாமாகத் தருவதற்கு, ஊராட்சி ஒன்றியங்களில் உள்ள விவசாய இலாகாவின் மூலம் ஏற்பாடு செய்யும்படி மாநில அரசைக் கேட்டுக்கொள்கிறது. நமது மாநிலத்துக்கு இரண்டு கோடி ரூபாயை அப்போது ஒதுக்கியிருந்தது.

உடனடியாக எனது தொகுதியான பனைமரத்துப்பட்டி நண்பர்களிடம், “சிறு விவசாயிகளுக்கு இலவசமாக விதைகள் விநியோகிக்கப்பட்டுள்ளதா?” என்று கேட்டேன்.

‘‘அப்படி ஒரு சம்பவத்தை நாங்கள் கண்ணாரக் கண்டதுமில்லை... காதாரக் கேட்டதுமில்லையே...” என்றனர். எனக்குத் தூக்கிவாரிப் போட்டது. மந்திரியாக இருக்கும் என் தொகுதிக்கே இந்தக் கதி என்றால், மற்ற தொகுதிகளைப் பற்றிக் கேட்பானேன்!- இருந்தாலும் தீர விசாரிக்க வேண்டுமல்லவா? பல இடங்களிலும் விசாரித்தேன். எங்கும் ஒரே பதில்தான்! பிறகு இந்த விதைகள் எங்கு போயிற்று என்று விசாரித்தேன்.

என்ன ஆச்சரியம்... வாங்கின இடத்திலேயே ரசீது பெற்று, மீண்டும் பக்கத்து மார்க்கெட்டிலேயே விற்று, வேகமாகத் துணிக்கடைக்குப் போய், தேவையான துணிமணிகளை வாங்கிக்கொண்டு, கிராமங்களுக்குப் போய்விட்டார்கள். இதில் நான் யாரைத் தண்டிப்பது? ஒவ் வொருவருக்கும் யாராவது உறவுக்காரர்கள் பிரமுகர்களாக இருப்பார்கள். எத்தனை பேரின் பகைக்கு ஆளாவது! யோசித்தேன். எப்படி இந்த பிரச்சினைக்கு முடிவு காண்பது? எனது இலாகா அதிகாரிகளைக் கூப்பிட்டேன்.

‘‘எந்தெந்தப் பருவத்தில், எந்தெந்த மாவட்டத்துக்கு என்னென்ன விதைகள் அனுப்பப்படுகின்றன? அவை எப்போது விநியோகிக்கப்படும் என்ற தகவலை அன்றாடம் காலையில் ‘உழவர்களுக்கு ஒரு சேதி’யில் விளக்கமாக, பாமரருக்குப் புரியும் வகையில் எடுத்துச் சொல்ல வேண்டும். அதற்கான ஏற்பாட்டை உடனடியாகச் செய்ய வேண்டும்...” என்றேன். பத்திரிகையாளர்களை அழைத்துச் சேதியைப் போடும்படி கேட்டுக் கொண்டேன்.

"சிறு விவசாயிகள் போய்க் கேட்டும் விதை தராமல் போனால் என்ன நடவடிக்கை?" என்று ஒரு பத்திரிகையாளர் கேட்டார்.

"சிறு விவசாயி இலவச விதை கேட்டுத் தராமல் போனால், கோபத்தில் அந்த விவசாயி அந்த அலுவலரை உதைப்பார். நாம் வேண்டுமானால், அந்த அலுவலரை மருத்துவமனையில் சேர்க்க ஏற்பாடு செய்யலாம்... வேறென்ன செய்ய முடியும்?" என்றேன்.

நான் இருந்தவரை இலவச விதை ஒழுங்காகப் போய்ச் சேர்ந்தது.

எனக்குத் தெரிந்தவரையில் தமிழ்நாட்டு விவசாயிகளைப் போல உழைப்பவர்கள் எவருமில்லை. ஆனால், தக்க உதவிகள் அவர்களுக்குக் கிடைப்பதில்லை.

இந்த இலாகாவில், விவசாயப் பொறியியல்துறை ஒன்று இருக்கிறது. இதில் கரம்பையை வயலாக்கக்கூடிய இயந்திரங்கள் நிறைய உள்ளன. "அடடா, இந்த இயந்திரங் களை வைத்து நிறைய வேலை செய்யலாமே.." என- இதன் பணிமனைக்கு ஓடினேன். பாதி இயந்திரங்கள் பழுதுபட்டுக் கிடந்தன. எப்படி இருக்கும் மனநிலை!

குறைந்த வாடகைக்கு விவசாயிகளுக்கு உதவ வேண்டிய இயந்திரங்களின் கதியைப் பார்த்தபின், 'நமது நாட்டு விவசாயியைக் காப்பாற்றுவதற்கு வேறுவழிதான் கண்டாக வேண்டும்' என்று தீர்மானித்தேன். தமிழகத்தில் முந்நூற்று எண்பத்து மூன்று ஊராட்சி ஒன்றியங்கள் உள்ளன. அதேபோல், புரட்சித் தலைவர் எம்.ஜி.ஆர். காலத்தில் அனு மதிக்கப்பட்ட ஏராளமான தொழிற்பள்ளிகள்... அவற்றில் படித்த மாணவர்கள்... இவ்வளவும் என் கண்முன்னே தோன்றின! இவற்றையெல்லாம் ஒருங்கிணைத்தால், விவசாயத்துறையில் பெரும் புரட்சியே செய்யலாமே!

ஒவ்வொரு ஊராட்சி ஒன்றியக் கட்டடத்தைச் சுற்றிலும் நிறைய இடம் இருக்கிறது. அங்கே இரண்டு கிரவுண்ட் நிலத்தை ஒதுக்கி, ஒரு டிராக்டர், டில்லர், வொர்க் ஷாப், சிமெண்ட் ஓடு போட்ட ஒரு ஷெட், ஒரு டிராக்டர் பணி மனையில் தொழிற்பள்ளிகள் படித்த சுமார் பத்து மாணவர்களுக்கு வேலை... ஒவ்வோர் ஊராட்சி ஒன்றியத் திலும் இரண்டு டிராக்டர்கள், ஐந்து டில்லர்கள்... அதற்கான டிரைலர்கள் இவ்வளவும்...! இரண்டு பேர் வொர்க் ஷாப்பில் மெக்கானிக்குகளாகப் பணிபுரிய வேண்டும். மற்றவர்கள், டிரைவர்களாகப் பணிபுரிய வேண்டும்.

விவசாய வேலையில்லாத நாட்களில், கிராமங்களில் டிராக்டர் மூலம் மக்களுக்குக் குடிநீர் தருவது... பகல் நேரங்களில் மற்றொரு டிராக்டரில், ஊரில் உள்ள குப்பை களைச் சேகரித்து, இயற்கை உரம் உருவாக்கும் குழிகளில் சேர்ப்பது... மழை பெய்ததும் சிறுவிவசாயிகளுக்கு நிலத்தை உழுது கொடுத்துவிட்டு, அறுவடையின்போது வாடகையை வசூலிப்பது... இதன்மூலம் இரண்டாயிரம் வருடத்துக் கலப்பையை நாட்டை விட்டே துரத்துவது... முடிந்த அளவு ஏழை விவசாயியின் வறுமையை விரட்டுவது... வறுமை தாளாமல் சிறு விவசாயி, தனது நிலத்தை விற்றுவிட்டுப் பிழைப்பைத் தேடிப் பட்டணங்களுக்குப் படையெடுப்பதைத் தடுப்பது என்று திட்டம் தீட்டினேன்.

'இதை யாரிடம் கேட்பது?' என்ற எண்ணம் வந்தபோது, என் எண்ணத்தில் முன்னின்றவர் சிம்ஸன் சிவசைலம்தான்... அவர் பல நிறுவனங்களின் தலைவராக இருந்தாலும், அவருக்கு விவசாயத்தில் ஈடுபாடு அதிகம். மாசே பர்கூசன் டிராக்டரை உற்பத்தி செய்து, ஜே. பண்ணை ஒன்றை அற்புத மாக உருவாக்கி நடத்தி வருபவர். நாகராசன் என்ற நல்ல

மல்லிகா சீனிவாசன்

விவசாய விஞ்ஞானியைத் தனது நிறுவனத்தில் வைத்திருப்பவர். தற்போது அவரது மகள் மல்லிகாதான், டாஃபே நிறுவனத்தைப் பார்த்துக்கொள்கிறார். அமெரிக்காவில் படித்த பெண்; அவர்- டி.வி.எஸ். 50-யை உருவாக்கிய வேணு சீனிவாசனின் துணைவி.

மல்லிகாவிடம் 'ஊராட்சி ஒன்றியத்தில் டிராக்டர், டில்லர், வொர்க்ஷாப் ஏற்படுத்த எவ்வளவு செலவாகும்? என்னென்ன உபகரணங்கள் தேவை?' என்பதற்கான திட்டத்தைத் தீட்டித்தரச் சொன்னேன். சுமார் ஒன்றரை லட்ச ரூபாயில் அற்புதமானதொரு திட்டத்தைத் தீட்டித் தந்தார் மல்லிகா. தொழிற்துறையும் என்னிடமே இருந்ததனால், 'தமிழ்நாடு தொழில் முதலீட்டுக் கழகத்தில் தொழிற்பள்ளி

மாணவர்களுக்கு இந்த பணிமனையை உருவாக்க நூறு சதவீதக் கடன் தரவேண்டும்' என்று திட்டம் தீட்டினேன். புரட்சித் தலைவரிடம் இதைப் பற்றி விரிவாக விளக்கினேன்.

அப்போது டெல்லியில் விவசாயத்துறை அமைச்சராக இருந்தவர், முன்னாள் சபாநாயகராகப் பணியாற்றிய தில்லான். அவரிடம் "தமிழக விவசாயத்தை வளப்படுத்த, உலக வங்கியிடம் சுமார் ஐம்பத்தைந்து கோடி ரூபாய் கடன் பெற்றுத் தாருங்கள்..." என்றேன்.

அவர் நல்ல சீக்கியர். விவசாயத்திலும் விவசாயிகளிடமும் பற்றுக்கொண்டவர். எப்படியும் உதவுவதாக வாக்களித்தார். தற்போது தில்லான் உயிருடன் இல்லை.

இப்போது இங்கே உயிருடன் இருப்பவர்களுக்கு இப்படி ஒரு திட்டம், மத்திய சர்க்காரிடம் சமர்ப்பிக்கப் பட்டுள்ளது என்பதுகூடத் தெரியாது.

"தமிழக விவசாயிகளைக் காப்பாற்றுகிற காலம் வருமா?" என்று யோசித்துக்கொண்டே நடைபோடுகிறேன்.

53

ஜெயலலிதாவின் சதி!
எம்.ஜி.ஆர். மரணம்!

தமிழ்நாட்டை ஏற்றுமதித்துறையில் முன்னுக்குக் கொண்டுவர வேண்டும் என்பதிலும் முழுக் கவனம் செலுத்தினேன். தாம்பரத்துக்கு அருகில் வரியற்ற ஏற்றுமதி வளாகம் ஒன்றை நிறுவ மத்திய அரசு அனுமதியளித்திருந்தது. அதைப் பற்றிய பிரசாரத்தை வேகப்படுத்தினேன். மற்ற வளாகங்களில் இல்லாத தன்மையில் அந்த வளாகத்தில் வேலை செய்பவர்களுக்கு வீடுகள் கட்டும் திட்டத்தை வீட்டுவசதி வாரியத்திடம் சொல்லி, நிறைய வீடுகளைக் கட்டச் சொன்னேன். வெளிநாட்டில் இருந்து வந்தவர்களை அந்த வளாகத்துக்குச் செல்லும்படி ஏற்பாடு செய்தேன். 24 மணிநேரமும் தங்குதடையின்றி மின்சாரம் கிடைக்க ஒவ்வொரு தொழிற்பேட்டைக்கும் தனியாகப் பதினைந்து மெகாவாட் மின்சாரம் உற்பத்தி செய்யும் நிலையங்களை உருவாக்கத் திட்டமிட்டேன். ஆனால், இதுவரை நடைபெற்றதாகத் தெரியவில்லை.

டெல்லியில் மக்வானா விவசாயத்துறை இணை அமைச்சர். அவரிடம் பேசினேன். ஐரோப்பாவுக்கு ஏற்றுமதி செய்ய, குச்சிவள்ளிக்கிழங்கு சிப்ஸையும், மேஜையில் அலங்காரத்துக்கு வைக்கும் பூக்களையும் உற்பத்தி செய்ய தர்மபுரி மாவட்டத்தில் ஒரு மாநாட்டைக் கூட்டினேன்.

எம்.ஜி.ஆருடன் நானும் ஜெயலலிதாவும்

தர்மபுரி மாவட்டத்தில் சுமார் ஏழு லட்சம் ஏக்கரில் குச்சி வள்ளிக்கிழங்கைப் பயிரிட ஊக்கம் அளிக்கவும், ஓசூருக்கு அருகில் சுமார் இரண்டாயிரம் ஏக்கரில் பூக்களை உற்பத்தி செய்து தினமும் பெங்களூர் விமான நிலையம் மூலம் ஹாலந்து நாட்டுக்கு ஏற்றுமதி செய்யவும் உற்சாகப்படுத்தினேன். இவை இன்றுவரை கேட்பாரற்றுக் கிடக்கின்றன. விவசாயத்தின் மூலமே அந்நியச் செலாவணியை நிறையப் பெறுவதற்குச் சாத்தியக்கூறுகள் உள்ளன.

பனியன் தொழிலில் திருப்பூர் வேகமாக முன்னேறி வருகிறது. ஆனால், அங்குக் குடிதண்ணீர்ப் பஞ்சம்... தமிழ்நாடு குடிநீர் வடிகால் வாரியத்தின் மூலம் பவானி ஆற்றிலிருந்து தண்ணீர் கொண்டுவர ஒரு திட்டம் போட்டுப் பணத்தையும் ஒதுக்கினேன். சேலம் தண்ணீர் இன்றிப் பலமுறை கஷ்டப்படும் நகரம். மேட்டூரிலிருந்து தலைவாசல் வரையும், பூலாம்பாடியிலிருந்து ராசிபுரம் வரையும்,

ஒகேனக்கல்லில் இருந்து பாலக்கோடு வரையிலும் குடிதண்ணீருக்கான திட்டங்கள் தீட்டப்பட்டு, கிருஷ்ணகிரி யிலும் வாழப்பாடியிலும் புரட்சித் தலைவரே- அதற்கான அடிக்கல்லை நாட்டினார். தற்போது மேட்டூர் தலைவாசல் இடையே குழாய் பதிப்பு வேலை முடிவடையும் தறுவாயில் உள்ளது. சேலம் நகரத்தில் பல நீர்த்தேக்க தொட்டிகள் கட்டி முடிக்கப்பட்டுள்ளன. தற்போதுள்ள ஜெயலலிதா அரசு சற்று சிரத்தை காட்டியிருக்குமேயானால், இந்நேரம் சேலத்துத்

ராஜீவ் காந்தி

தாய்மார்கள் இரவெல்லாம் தண்ணீருக்காக விழித்திருக்கும் கொடுமையும், குழாயில் தண்ணீர் எடுக்கக் கை ஒடிய அடிக்கும் நிலையும் மாறியிருக்கும். இருபத்தொன்பது கோடிக்குப் போட்ட திட்டம், தற்போது நாற்பத்திரண்டு கோடியாகியும் மக்களுக்குத் தண்ணீர் கிடைத்தபாடில்லை.

திருச்சி மற்றும் புதுக்கோட்டை மாவட்டங்களில் செயற்கை வைரம் உற்பத்தி செய்யப்படுகிறது. இரண்டு மாவட்டங்களிலும் சுமார் ஐம்பதாயிரம் குடும்பங்கள் கடின உழைப்பை நல்கி, மாதம் 300 ரூபாயிலிருந்து 500-வரை சம்பாதிக்கின்றன. இதற்கு அவர்கள் காலே ஒடிந்து போகும். ஆனால், சூரத் நகரில் இயற்கை வைரத்தைப் பட்டை தீட்டும் தொழில் நடக்கிறது. திருச்சியில் எப்படிச் செயற்கை வைரம் குடிசைத்தொழிலோ, அதேபோல் சூரத்தில் எல்லா வீடுகளிலும் வைரம் பட்டை தீட்டப்படுகிறது. அதற்கு மின்சாரத்தைப் பயன்படுத்துகிறார்கள். தொழிலாளர்களுக்கு உழைப்புக் குறைவு, ஊதியம் அதிகம். ஆம்! ஒவ்வொரு தொழிலாளியும் மாதம் ஒன்றுக்கு குறைந்தது 1,500 ரூபாயிலிருந்து 2,000 வரை சம்பாதிக்கிறார்கள்.

சூரத்துக்குப் போய் இந்தத் தொழில் நடைபெறும் விதத்தைப் பார்வையிட்டேன். அங்கு வைரம் தீட்டக் கற்றுக் கொடுக்கும் தொழிற்பள்ளியையும் பார்த்தேன். டாமின் மூலமாகத் தர்மபுரியிலும் புதுக்கோட்டையிலும் இரண்டு வைரத் தொழிற்பள்ளிகளை உருவாக்கத் திட்டமிட்டேன். நிறைய மாணவர்களுக்குப் பயிற்சியளிக்க ஏற்பாடு செய்தேன். திருச்சியில் செயற்கை வைரத்தில் உழலும் வியாபாரிகளை அழைத்து இயற்கை வைரத்தொழிலில் ஈடுபடும்படி வேண்டினேன். தொடர்ந்து புரட்சித் தலைவரின் அரசு இருந்திருந்தால் பனியனில் திருப்பூரைப் போல், வைரக்

கற்கள் ஏற்றுமதியில் திருச்சி நகரை மாற்றியிருக்க முடியும். பம்பாயிலுள்ள சில வியாபாரிகள், வைரத்தொழிலை உருவாக்கும் மத்திய சர்க்கார் நிறுவனத்தில் உள்ள சில அதிகாரிகளைக் கையில் போட்டுக் கொண்டு தமிழகத்துக்கு இதுவரை வைரத்தொழிற்சாலைகள் வராமல் பார்த்துக் கொள்கிறார்கள்.

இந்தியாவிலிருந்து ஏற்றுமதியாகும் வைரக்கற்களுக்கும், ஹாலந்திலிருந்து ஏற்றுமதியாகும் வைரக்கற்களுக்கும் இஸ்ரேலிலிருந்து ஏற்றுமதியாகும் வைரக்கற்களுக்கும் உலகத்தில் நல்ல மதிப்புண்டு.

இந்தத் தொழிலில் ஈடுபட்டுள்ள நம் தொழிலாளி, மாதத்துக்கு 2,000 ரூபாய்வரை கூலி பெறுகிறார்... ஹாலந்துத் தொழிலாளி வாரத்துக்கு 3,500 ரூபாய்வரை கூலி பெறு கிறார். அதே தொழிலாளி இஸ்ரேலில் வாரத்துக்கு 5,000 ரூபாய்வரை கூலி பெறுகிறார். தமிழ்நாட்டில் கைதேர்ந்த நல்ல தொழிலாளிகள் உள்ளனர். குறைந்தது ஐம்பதாயிரம் குடும்பங்களை நன்கு வாழவைக்கலாம். வீடுகளிலேயே சிறு இயந்திரங்களைப் பொருத்தி, மின்சாரம் மூலம் வைரக் கற்களைப் பட்டை தீட்டலாம். மத்திய சர்க்காரிடம் அணுக வேண்டும். மாநில அரசுக்கு இதுபற்றி அறிவு கொஞ்சமாவது வேண்டும். 'வைரத்தைக் கையில், காதில், கழுத்தில் போட்டுக் கொள்ளலாமா?' என்ற எண்ணம்தான் இந்த அரசில் உள்ளவர்களுக்கு இருக்கிறதே தவிர, நாடு முழுவதும் லட்சக்கணக்கான இளைஞர்களை வாழவைப்போம் என்ற எண்ணமே இல்லையே... என்ன செய்ய? இதுவும் இன்னமும் கிடப்பிலேயே இருக்கிறது.

புரட்சித் தலைவர் என்னிடம் விவசாயத் துறையைக் கொடுத்த நேரம், நாட்டில் மழை இல்லை. காஞ்சிக்குச்

செல்லும் வழியில் விவசாய இலாகா கட்டடம் ஒன்றைத் திறக்க வேண்டியிருந்தது. நிகழ்ச்சி முடிந்ததும் காஞ்சிக்கு வருவதாகப் பெரியவருக்குச் சேதி அனுப்பினேன். எனக்கு எல்லா அலுவல்களும் முடிய பகல் 1.30 மணிக்கு மேலாயிற்று. சுமார் 2.15 மணிக்கு மடத்தினுள் நுழைந்தேன். நிர்வாகி நீலகண்ட ஐயர், "பெரியவர் காத்திருந்துவிட்டு மேடை யிலேயே படுத்து உறங்கிவிட்டார்..." என்று என்னை மேடை அருகே அழைத்துச் சென்றார்.

நான் அங்கு மெதுவாகக் காலடி ஓசைகூட எழாமல் சென்றேன். ஒருசில நிமிடங்கள்தான் இருக்கும்... அப்படியே புரண்டு எழுந்தார். என்னைப் பார்த்ததும், "வந்து நீண்ட நேரம் ஆயிற்றா?" என்றார். நான் "இப்போதுதான் வந்தேன்" என்றேன். "என்ன விஷயமாய் என்னைப் பார்க்க வந்தாய்?" என்றார்.

"தமிழக முதல்வர் எம்.ஜி.ஆர். எதிர்பாராத வகையில் என்னிடம் விவசாய இலாகாவையும் தந்துவிட்டார். நாட்டில் மழையே இல்லை. சென்னை நகரம் குடிதண்ணீருக்குச் சங்கடப்படுகிறது. விவசாயிகளுக்கு உழவு வேலை தந்து, அவர்களை வாழ வைக்கும் பொறுப்பு என்னிடம். தாங்கள் மழைக்காகப் பிரார்த்தனை செய்ய வேண்டும்" என்றேன்.

"இதற்காகவா என்னைக் காண வந்தாய்?" என்றார் காஞ்சி மாமுனிவர்.

"வேறு எதற்கும் இல்லை. இந்த வேண்டுகோளைத் தங்கள் முன் வைக்கவே வந்தேன்" என்றேன். சற்று யோசித்துவிட்டு, "காமாட்சி அம்மன் கோயிலில் மழைக்காக யாகம் ஒன்று செய்ய ஏற்பாடு செய்கிறேன்" என்றார்.

நான் பகலுணவுக்குப் பின் அடுத்த நிகழ்ச்சிக்காக, காரில் உடனடியாகப் புறப்பட்டேன். காரில் பின் ஸீட்டில் படுத்துத்

தூங்க ஆரம்பித்தேன். எங்கு படுத்தாலும் உடனே தூங்கி விடுவேன். கார் ஓட்டுநராக இருந்தால்தான் விழித்திருப்பேன். கார் ஓட்டும்போது விழிக்காமல் இருந்தால் இந்தத் தொகுப்பை எழுதவே முடிந்திருக்காது!

சற்று நேரத்தில் கார் நெளிந்தது. என்னவென்று சற்றுக் கண் விழித்தேன். கார் ஸ்ரீபெரும்புதூரை நெருங்கிக் கொண் டிருந்தது. வானமே கிழித்துக்கொண்டதைப் போல் ஒரே மழை! கண்களை அகல விரித்துப் பார்த்தேன். நம்ப முடிய வில்லை! மழை கொட்டோ கொட்டென்று கொட்டியது. காரில் இருந்தவாறே காஞ்சிப் பெரியவரை மனதார வணங்கினேன்.

விவசாயத்துறையில் எனக்கு ஓரளவு நல்ல பெயரே கிடைத்தது. தொழில்துறையையும் விவசாயத்துறையையும் ஒன்றாக மேற்கொண்டதில் விவசாயப் பொருட்களுக்கு நல்ல விலை கிடைக்க என்னால் இயன்ற அளவு ஏற்பாடு செய்ய முடிந்தது. குறிப்பாக, கரும்புக்கும் பருத்திக்கும் நல்ல விலை கிடைத்தது. 'ஊடுபயிராக சோயா பீன்ஸை நடவு செய்யுங்கள். அதன் மூலம் ஏக்கருக்கு 2,800 ரூபாய்வரை அதிக வருமானம் பெறுங்கள்' என்ற பிரச்சாரத்தையும் துவக்கினேன்.

உடல் பரிசோதனைக்காக முதல்வர் எம்.ஜி.ஆர். மீண்டும் அமெரிக்காவுக்குச் சென்றார். அப்போது தமிழ்நாட்டில் 'தீபாவளி' நெருங்கிக் கொண்டிருந்தது. நாடெங்கும் வறட்சி நிலவியது. திராவிடர் கழகப் பொதுச்செயலாளர் கி. வீரமணி என்னைச் சம்பந்தம் வீட்டில் சந்தித்தார். "தஞ்சை மாவட்டத்திலுள்ள விவசாயக் கூலியிடம்கூடப் பண்டிகை கொண்டாட அரிசி இல்லை என்றால் மற்ற மாவட்டங்களின் நிலை எப்படி இருக்கும் என்பதைப் புரிந்துகொள்ளுங்கள்...

அவர்களுக்கு ஏதேனும் செய்தால்தான் மனம் மகிழ்வார்கள்" என்றார்.

உடனடியாக ஏதாவது செய்ய வேண்டும் என்றால் அமெரிக்காவில் இருந்து புரட்சித் தலைவரைத் தொடர்பு கொள்ள வேண்டும். அவரிடம் பேசுவதற்குமுன் கிடங்கு களில் அரிசிக் கையிருப்பு எவ்வளவு? வறுமைக்கோட்டுக்குக் கீழே வாழும் மக்கள்தொகை என்ன? ரேஷன் கார்டு உள்ளவர்களின் எண்ணிக்கை என்ன? என்பதையெல்லாம் தெரிந்து வைத்துக் கொண்டுதானே பேச முடியும்! எனவே, உணவுத்துறைச் செயலாளரை அழைத்து நிலைமையைக் கேட்டேன்.

அரிசி ஸ்டாக் இருந்தது. ரேஷன் கார்டு உள்ள கிராம மக்களுக்கு கார்டுக்கு இரண்டு கிலோ அரிசி இனாமாகத் தந்தால் இத்தனை லட்ச ரூபாய் செலவாகும் என்று கணக்குப் போட்டேன்.

அமெரிக்காவில் இருந்த தலைவருடன் பேசினேன். தலைவர் சார்பாக பரமசிவம் எல்லாக் கேள்விகளையும் கேட்டார். எல்லாவற்றுக்கும் பதில் சொன்னேன். "தீபாவளி இன்னும் நான்கு நாட்களில் வருவதால் உடனடியாக உத்தரவு வேண்டும்" என்றேன். "சரி, செய்து விடு" என்றார் புரட்சித் தலைவர். நானே தஞ்சை மாவட்டம் முழுவதும் மாவட்ட ஆட்சித் தலைவர் ராமுவை உடன் அழைத்துக் கொண்டு கிராமம் கிராமமாகச் சென்றேன். இரண்டு கிலோ அரிசியை உழைக்கும் வர்க்கத்துக்கு விநியோகித்தேன்.

தக்க சமயத்தில் செய்த உதவியை எல்லாரும் மனதாரப் பாராட்டினார்கள்.

புரட்சித் தலைவர் அமெரிக்காவில் இருந்தபோது நிறையக் குழந்தைகளைப் பார்த்து அவர்களின் உடல்

நல்லபடி இருப்பதையும் கண்டு மகிழ்ந்துள்ளார். நிஜமாகவே அவருக்குக் குழந்தை இல்லை. எனவே குழந்தைகளின்மீது மிகவும் பிரியம். அந்தக் குழந்தைகளைக் கண்டதும் அவருக்கு ஒரு சந்தேகம்... 'நம் நாட்டுக் குழந்தைகள் சிறு வயதில் கக்குவான் இருமல் போல் பல நோய்களால் பாதிக்கப்படு கின்றனவே... அமெரிக்கக் குழந்தைகளுக்கு அப்படிப்பட்ட பாதிப்பு இல்லையே, ஏன்?' என எண்ணி, தன்னைப் பரிசோதிக்க வந்த டாக்டர்களிடம் கேட்டுள்ளார்.

அதற்கு டாக்டர்கள் "இந்த நாடு ஒரு மருந்தைக் கண்டுபிடித்துள்ளது. அந்த மருந்தைக் குழந்தைகளுக்கு மாத மொரு முறை மூன்று சொட்டு விட்டால், குழந்தைகளைப் பாதிக்கும் ஆறு வகை நோய்கள் வராது" என்றார்கள்.

"அந்த மருந்து என்ன விலை? தமிழ்நாட்டுக் குழந்தை களை நோய்களில் இருந்து காப்பாற்ற விரும்புகிறேன்" என்றார் எம்.ஜி.ஆர். எப்பேர்பட்ட தாயுள்ளம் பாருங்கள்!

டாக்டர்கள், "அந்த மருந்தை இனாமாகவே தருகிறோம். உங்கள் மருத்துவர்கள் மூலம் பயன்படுத்துங்கள்" என்றார்கள்.

அமெரிக்காவிலிருந்தே, "கிராமம் கிராமமாகப் புதிதாகப் பிறக்கும் குழந்தைகளுக்கு மருந்து கொடுக்க இரண்டு கோடி ரூபாய் ஒதுக்கி ஏற்பாடு செய்யுங்கள்" என்றார்.

அறிஞர் அண்ணாவின் பிறந்த நாளான, செப்டம்பர் 15-ஆம் தேதி, மாநிலச் சுழற்சங்கத்தாருடன் சேர்ந்து பழைய நேரு ஸ்டேடியத்தில் குழந்தைகளைக் கூட்டி வரச்சொல்லி மூன்று சொட்டு மருந்தை நாடெங்கும் தரும் விழாவை ஏற்பாடு செய்யச் சொல்லி, என்னையே தொடங்கி வைக்கச் சொன்னார்.

அமெரிக்காவிலிருந்து உடல் நிலையை செக் செய்து

கொண்டு எம்.ஜி.ஆர். திரும்பினார். அப்போது ஒருமுறை ராஜீவ் காந்தி நள்ளிரவில் சென்னைக்கு வந்தார். அந்த நேரத்தில் அவரை வரவேற்க விமானநிலையத்துக்கு வந்துவிட்டார் எம்.ஜி.ஆர்.! பிரதமர் ராஜீவ் காந்தி பதறிப் போனார். புரட்சித் தலைவரை ''உடல்நலத்தைப் பார்த்துக்கொள்ளாமல் இங்கு ஏன் வந்தீர்கள்? இதோ, கவர்னர் குரானாதான் இருக்கிறாரே?'' என்று வாய்விட்டுப் பலமுறை கேட்டுவிட்டார். எம்.ஜி.ஆர். "பிரதமர் வரும்போது நான் வருவதுதான் முறை!" என்றார்.

பின்னர், என்னைக் காரில் அழைத்துக் கொண்டு ராஜ்பவனில் பிரதமரைச் சந்தித்தார். அரசு அலுவல்கள் எப்படி உள்ளன என்பதைப் பற்றிப் பேசினோம். அந்தப் பேச்சு வார்த்தைகள் முடிந்தபின் நாங்கள் ராமாவரத் தோட்டத்துக்குத் திரும்புகிற வழியில் எம்.ஜி.ஆர். என்னிடம் ஒரு திடுக்கிடும் செய்தியைத் தெரிவித்தார். தனக்குத் தெரியாமலேயே ராஜ்பவனில் ராஜீவ் காந்தியைச் சந்திப்பதற்கு ஜெயலலிதா வந்து காத்திருப்பதாகவும் அது தெரிந்தேதான் ராஜ்பவன் சென்றதாகவும் சொன்னார்!

அப்படியென்றால் ராஜ்பவனில் ஜெயலலிதாவை நாங்கள் சந்திக்காமல் போனது எப்படி? கவர்னர் குரானா ஜெயலலிதாவும் நாங்களும் சந்தித்துவிடாதபடி ஏற்பாடு செய்துவிட்டார். பிரதமரை ஜெயலலிதா சந்தித்தது பற்றி மறுநாள் பத்திரிகைகளில் செய்திகள் வந்தன. 'எம்.ஜி.ஆருக்கு உடல்நிலை சரியில்லை... எனக்கு துணை முதல்வர் பதவி பெற்றுத்தாருங்கள்' என்று ஜெயலலிதா பிரதமரிடம் கேட்டதாக எனக்கும் செய்திகள் பின்னர் வந்தன.

விமானநிலையத்திலும் ராஜ்பவனிலும் பிரதமரை அன்று எம்.ஜி.ஆர். சந்தித்துவிட்டதால், நடக்க இருந்த

அரசியல் குழப்பம் தடுக்கப்பட்டுவிட்டது என்பதே உண்மை!

பின்னர், கத்திப்பாரா ஜங்ஷனில் உள்ள பண்டித நேருவின் சிலையைத் திறக்க ராஜீவ் காந்தி வந்தார். அப்போது புதுவை மாநில முதல்வர் நண்பர் ஃபாரூக்கும் வந்திருந்தார். ஃபாரூக் மரைக்காயரையும் வைத்துக்கொண்டு, ‘‘எம்.ஜி.ஆரின் உடல்நிலை நன்றாக இல்லை. இன்னும் நல்லபடி அவர் உடம்பைப் பார்த்துக்கொள்ள வேண்டும்’’ என்றார் ராஜீவ் காந்தி. நான் திடுக்கிட்டேன்.

மறுநாள் இரவே அவரைச் சந்தித்து, நல்ல ஓய்வெடுப்பது பற்றிச் சொன்னேன். அவர் அங்கிருந்த அதிகாரிகளை அனுப்பிவிட்டு என்னோடு ஒரு மணி நேரம் பேசத் தொடங்கிவிட்டார். அரசு அலுவல்கள் பற்றி யெல்லாம் நானே பலவற்றைச் சொல்லி சமாதானப்படுத்தி ‘‘நன்கு ஓவ்வெடுங்கள்’’ என்றேன்.

இரண்டாவது நாள், அதிகாலை சுமார் நாலரை மணிக்குத் தொலைபேசியில் மணியடித்தது. ‘‘புரட்சித் தலைவர் மறைந்தார்’’ என்ற சேதி சொன்னார்கள். நான் திகைத்துப் போனேன். கண்கள் குளமாக, ராமாவரம் நோக்கி விரைந்தேன். சலனமற்று உறங்கிய நிலையில் படுத்திருப் பதைக் கண்டேன். எப்பேர்ப்பட்ட இழப்பு! எத்தனை எண்ணங்கள்! ஏழைகளைப் பற்றியே எண்ணி வாழ்ந்த ஒரு மாமனிதர்... தொண்டர்களிடம் பேரன்பு காட்டிய ஒப்பற்ற தலைவர்! யாரையும் அரவணைத்துச் செல்லும் மனிதநேயம்! இவற்றை இனி யாரிடம் காணப்போகிறேன்!

54

நன்றி மறந்த ஜெயலலிதா!

புரட்சித் தலைவர் மறைந்ததும் ராஜாஜி ஹாலுக்கு அவரது சடலம் எடுத்துச் செல்லப்படுவதற்குமுன் எங்களையெல்லாம் ராஜ்பவனுக்கு அழைத்து, பதவிப் பிரமாணத்தை நடத்தினார் கவர்னர் குரானா.

ஜானகி எம்.ஜி.ஆர். பதவியேற்பின் போது...

மீண்டும் ராமாவரம் தோட்டத்தை அடையும்போது, லிஃப்ட் மூலம் அவரது பூத உடலை இயக்குநர் பாரதிராஜா மற்றும் பலர் கொண்டு வந்து ஒரு வேனில் ராஜாஜி ஹாலுக்கு எடுத்துச் சென்றனர். புரட்சித் தலைவர் அமெரிக்காவுக்குப் புறப்பட்டபோது லிஃப்ட் ஒன்றை அமைக்க ஏற்பாடு செய்திருந்தேன். அதுவே ஒரு தவறுக்கு ஆரம்பமாக வழி அமைத்துவிட்டது.

செல்வி ஜெயலலிதாவுக்குப் புரட்சித் தலைவர் மறைந்த சேதி காலதாமதமாகக் கிடைத்தது போலும். இவர் ராமாவரம் வீட்டுக்குள் நுழைந்து படியில் ஏறி, தலைவரின் படுக்கை அறைக்குப் போய் சேரும்போது, அவரது உடல் லிஃப்ட் வழியாகக் கீழே போய்விட்டது! உடனே ஆத்திரத்துடன் கீழே இறங்கியுள்ளார் ஜெயலலிதா. இவர் வெளியே வந்த வேகத்தைப் பார்த்தவுடன், ஏதோ பிரச்சினை ஆரம்பமாகிவிட்டது என்பதை நான் உணர்ந்தேன்.

பின்னர் நல்ல வெள்ளை ஆடை உடுத்தி, ராஜாஜி ஹாலில் வைக்கப்பட்டிருந்த புரட்சித்தலைவரது உடலின் தலைமாட்டில் வந்து நின்றுவிட்டார் ஜெயலலிதா. பல மூலைகளிலிருந்தும் சென்னைக்கு வந்த பெரும் தலைவர்கள் எல்லாம் நாவலரிடம் துக்கம் விசாரித்துவிட்டு, உடல் நலமில்லாமல் இருந்த ஜானகி அம்மையாரை ராமாவரம் தோட்டத்தில் சந்தித்துத் துக்கம் விசாரித்துவிட்டு விடை பெற்றார்கள்.

மறுநாள், மெரீனா கடற்கரைக்கு இறுதி ஊர்வலத்தை ஏற்பாடு செய்து கொண்டிருந்தோம். அந்த நேரத்தில், நண்பர் ராமலிங்கத்தைச் சிலர் தூண்டிவிட... அவர் ஜெயலலிதாவின் கையைப் பிடித்து பீரங்கி வண்டியிலிருந்து இழுத்துக் கீழே இறக்கிவிட்டார். மத்திய அரசு தனது தொலைக்காட்சியின் மூலம் இந்தக் காட்சியை வேக வேகமாகப் பலமுறை ஒளிபரப்பிற்று!

உடல் அடக்கத்துக்கு மறுநாள் நானும் முன்னாள் எம்.எல்.சி.யான நண்பர் ஜனார்த்தனமும் நாவலர் வீட்டுக்குச் சென்றோம். 'ஜானகி அம்மையார், ஆர்.எம்.வீரப்பன், ப.உ. சண்முகம் போன்றவர்களையும் சக அமைச்சர்கள் பலரையும் நாவலர் நேரில் சந்தித்து, மீதி இருக்கிற இரண்டரை ஆண்டுக்கால ஆட்சியையும் தானே முன்னின்று நடத்த அவர்களின் உதவிகளைக் கேட்கலாம்' என்றேன்.

நாவலர் முழுமையாக மாறிப்போயிருந்தார். "நான்தான் ஏற்கெனவே முதல்வராகப் பிரமாணம் எடுத்துக்கொண்டேனே... பின் எதற்காக மற்றவர்களைச் சந்திக்கச் சொல்கிறாய்?" என்றார். நான் திடுக்கிட்டேன். "தாங்கள் தற்காலிக முதல்வர்தானே?" என்றோம். "எந்த அரசியல் சட்டத்தில் தற்காலிக முதல்வர் என்று இருக்கிறது?" என்றார். 'சரி,

யாரோ இவருக்கு அரசியல் சட்டத்தை மாற்றிச் சொல்லி விட்டார்கள்' என்பது தெரிந்தது.

நானும் நண்பர் ஜனார்த்தனமும் நாவலர் மனைவி விசாலாட்சி அம்மையாரிடம் சென்று நிலைமையை விளக்கினோம். "அவர் முடிவில் நான் குறுக்கிட முடியாது" என்றார் அவர். அப்போதுதான் எனக்குப் புரிந்தது, அவர் ஏற்கெனவே முதலமைச்சரின் துணைவியாக மாறியாயிற்று என்று! நண்பர் செழியனிடம் சென்றோம். ஒரு மாறுதலும் அங்கு இல்லை. தொழிலதிபர் ஒருவரைத் தூது அனுப்பி நிலைமையை விளக்கக் கூறினேன். பாவம், அவருக்கும் நாவலரிடம் நல்ல டோஸ்!

சரி, மறுநாள் காலை ராமாவரத்துக்குச் சென்றேன். உள்ளேயிருந்து ப.உ. சண்முகம், மாதவன், முத்துசாமி ஆகிய மூவரும் வெளியே வந்தார்கள். "என்ன சேதி?" என்றேன். "ஜானகி அம்மையாரே முதல்வர் ஆக முடிவெடுத்துவிட்டார்" என்றனர். முதலில் நாவலரை முதலமைச்சராக்குவது போல் நடித்தார் ஜெயலலிதா. நாவலரும் நம்பினார்.

உட்லண்ட்ஸ் ஓட்டலில் கழகத்தின் பொதுக்குழு கூடியது. நாவலரை வீட்டிலிருந்து கூட்டிக்கொண்டு அங்கு போனேன். நாவலரைக் கண்டதும் கூட்டம் எழுந்து நின்றது. மேடையில் ஜெயலலிதா போன்றவர்கள் ஏற்கெனவே இருந்தனர். மேடையிலிருந்த ஒருவர் உடனே அவசரமாக தமிழ்த்தாய் வாழ்த்தைப் பாடச் சொன்னார். அதாவது, நாவலருக்காகக் கூட்டம் எழுந்ததாக அவர் கருதிவிடக் கூடாதாம். அம்மா தான் நாவலரைவிடப் பெரியவராம்! நானும் நாவலரும் இதை உணர்ந்தோம். காற்று திசைமாறி வீசத் தொடங்கியது.

ஜானகிக்கு முதல்வர் பதவிப் பிரமாணத்தைச் செய்து

வைத்து, தனது பெரும்பான்மையைச் சட்டமன்றத்தைக் கூட்டி நிரூபிக்க வேண்டும் என்றார் கவர்னர் குரானா.

சட்டமன்றத்தில் பலப்பரீட்சை நடக்கும் நாள் வந்தது. கலைஞர் மு. கருணாநிதி தலைமையில் உள்ள சட்டமன்ற உறுப்பினர்களின் ஆதரவு இருந்தால்தான் நிலைமையைச் சமாளிக்க முடியும். ஜானகி அம்மையார் என்னை கலைஞரைக் கண்டு ஆதரவு கேட்கச் சொன்னார். நான் கலைஞரின் இல்லத்துக்குச் சென்றேன். பேராசிரியர் க. அன்பழகனும் உடனிருந்தார். நான் கலைஞரிடம் ஜானகி அம்மையாரின் வேண்டுகோளை வைத்தேன். கலைஞர் சற்று மௌனமானார். ஆனால், தாங்கள் ஆதரிப்பது கடினம் என்று பேராசிரியர் வேகமாகச் சொன்னார். தி.மு.கழகத்தின் ஆதரவு இல்லை என்பதை ஜானகி அம்மையாரிடம் தெரிவித்தேன். கடைசி முயற்சியாக அம்மையாரே கலைஞரிடம் தொலைபேசியில் பேசினார்.

காலை சட்டமன்றத்தில் பலர் நீக்கப்பட்டனர். வோட்டெடுப்பு நடந்தது. ஜானகி முதலமைச்சர் ஆசனத்தில் அமர்ந்தார். காங்கிரஸார் வெளிநடப்பு செய்தனர். அவர்கள் நேராக கவர்னர் மாளிகைக்குச் சென்று ஆட்சியைக் கலைக்கும்படி விண்ணப்பம் கொடுத்தனர். கவர்னர் குரானாவோ "எந்தக் கலவரமும் நடக்கவில்லையே... நான் எப்படி ஆட்சியைக் கலைக்க முடியும்?" என்றார்.

என் சிறு வயதில் ஒரு கதை கேள்விப்பட்டிருக்கிறேன். ஓர் ஆற்றோரத்தில் சில இளைஞர்கள் ஆமை ஒன்றை முதுகின் மீது அடித்துக் கொண்டிருந்தார்களாம். அந்த வழியே போன ஒருவர் அதைப் பார்த்தார். "ஆமையை அப்படி அடித்தால் ஒன்றும் ஆகாது... திருப்பிப் போட்டு அடியுங்கள்" என்று சொன்னாராம்!

அந்த மாதிரி கவர்னர் கேட்ட கேள்வி இவர்களுக்கு

அடி எடுத்துக் கொடுத்தது மாதிரி ஆயிற்று. பகல் மீண்டும் சபை கூடியபோது, சபாநாயகர் ஆசனத்தில் சிவராமன் என்ற சட்டமன்ற உறுப்பினர் உட்கார்ந்திருந்தார். பி.எச். பாண்டிய னும் போய் அதிலேயே உட்கார்ந்தார். சபையிலிருந்த காங்கிர ஸாரை வெளியேற்றும்படி ஆணை பிறப்பித்தார் பி.எச். பாண்டியன். சபையில் கலவரம். எதை எதிர்பார்த்தார்களோ அது நடந்துவிட்டது.

பாவம், ஜானகி அம்மையார்! அன்றைய உள்துறை அமைச்சரான பூட்டாசிங்கிடம் தனக்குத் தெரிந்த இந்தியில் பேசிக் கொண்டிருந்தார் அவர். பூட்டாசிங் 1967-ஆம் ஆண்டு அகாலி தளத்தின் உறுப்பினராக நாடாளுமன்றத்துக்கு வந்தவர். எனக்கு நல்ல நண்பர். பின்னர் காங்கிரஸில் சேர்ந்து, உள்துறை அமைச்சராக உயர்ந்தவர். அவர் கடைசி வரை ஜானகியை ஆதரிப்பதாகச் சொல்லிக்கொண்டே இருந்தார்.

மாலை கவர்னர் குரானாவை ஜானகி அம்மையாருடன் சென்று சந்தித்தோம். பி.எச். பாண்டியனும் தனது அறிக்கை யைச் சமர்ப்பித்தார். இரவு ஆட்சி கலைக்கப்பட்டு, குடியரசுத் தலைவர் ஆட்சி பிரகடனப்படுத்தப்பட்டது. சில நாட்களில் புதிய கவர்னராக அலெக்சாந்தர் பதவியேற்றார்.

தமிழகத்தில் தேர்தல் வந்தது. நான்கு முனைப் போட்டியைத் தேர்தலில் சந்திக்க வேண்டி வந்தது. ஜானகி அணி ஒரே இடத்தில் வென்றது. நாங்கள் அனைவரும் தோற்றோம். நாவலருக்கும் ஜெயலலிதாவுக்கும் கருத்து வேறுபாடு ஏற்பட்டு, நால்வர் அணி உருவாகி, அவர்களும் தோற்றார்கள். ஜெயலலிதாவுக்கு இருபத்தாறு இடங்கள் கிடைத்தன. திராவிட முன்னேற்றக் கழகம் கலைஞர் தலைமையில் ஆட்சியில் அமர்ந்தது.

திராவிட முன்னேற்றக்கழகம் வெற்றி பெற்றதும் அ.தி.மு.கழகத்தின் அடிப்படைத் தொண்டர்கள் தங்களுக்குப் பாதுகாப்பு இல்லையே என்று வருந்தினார்கள். ஜானகி அணியையும், ஜெயலலிதா அணியையும் ஒன்று சேர்ப்பது பற்றி எல்லாரிடமும் சென்று பேசினேன். ராகவானந்தம், மாதவன், முத்துசாமி, ப.உ. சண்முகம், பொன்னையன், பால சுப்பிரமணியம் (துணை சபாநாயகர்) முதலியவர்கள் “அது தான் நல்லது” என்றார்கள். வீரப்பன், கே.ஏ. கிருஷ்ண சாமி போன்றவர்கள் இதை ஏற்கவில்லை. அப்போது நாவலரும் எங்களுடன் இல்லை. எனவே ஜெயலலிதாவிடம் மாதவன், பாலசுப்பிரமணியம், முத்துசாமி முதலியோர் தூது சென்றார்கள். நாங்கள் கொடுத்த நிபந்தனைகளை ஜெயலலிதா ஏற்றார். ராகவானந்தம், மாதவன் ஆகியோர் சத்யா ஸ்டுடியோவில் நடந்த பொதுக்குழுவில் இணைப்புத் தீர்மானத்தை என்னையே முன்மொழியச் சொன்னார்கள். நண்பர் வி.வி. சாமிநாதன் வழிமொழிந்தார். தீர்மானம் ஏகமனதாக நிறைவேறியது.

பின்னர் தி.மு.கழக ஆட்சியை எதிர்த்து வேகமாகப் பணி யாற்றினோம். சட்டமன்றத்தில் ஏதாவது ஒரு பிரச்சினையை வைத்து வெளியேறி, சட்டமன்றத்துக்கே போகாமல் இருக்க வழி தேடினார் ஜெயலலிதா. சட்டமன்றத்தில் கலவரம்... ஜெயலலிதா தலைவிரிகோலம்... நினைத்தது நடந்துவிட்டது. பின்னர் புதுவை மாநிலத் தேர்தல் நடைபெற்றது. ஹெலி காப்டர் இல்லாமல் புதுவைத் தேர்தலுக்கு வர இயலாது என்று ஜெயலலிதா கூறுவதாகச் சேதி வந்தது. நானும் இன்றைய ஆந்திர முதல்வர் விஜயபாஸ்கர ரெட்டியும் ஹெலி காப்டருக்கு முயன்றோம். பம்பாயில் ஹெலிகாப்டர் இருந்தது.

ஆனால், இங்கு வந்துசேர இரண்டு நாட்கள் ஆகும். மறு

நாள் தேர்தல். காரில் ஜெயலலிதா வந்து இரவே திரும்பினார். வழியில் காரின்மீது தி.மு.கழகக் கொடி போட்ட லாரி மோதியது. நமக்குப் பெரிய ஆயுதம் கிடைத்தது. எப்படியும் கலைஞர் ஆட்சியைக் கலைக்க வேண்டும் என்ற பிரச்சாரம் தொடங்கப்பட்டது. டெல்லியில் சந்திரசேகர் ஆட்சி ஆரம்ப மானது. நாவலர், ஆர்.எம்.வீ., கே.ஏ.கே. போன்றவர்கள் எங்களோடு வந்து சேர்ந்தார்கள். நாடாளுமன்ற உறுப்பினர் சுப்பிரமணியம் சுவாமி சென்னைக்கு வந்தார். அப்போது என்னைத் தவிர, மற்றவர்களுக்கு அவர் அவ்வளவு பழக்கம் இல்லை. அவரோடு படம் எடுத்துக் கொள்வதே பெரும் பாக்கியம் என்று ஜெயலலிதா கருதிய காலம் அது!

பிரதமராக சந்திரசேகர் பதவியேற்றதும் தி.மு.கழக ஆட்சி கலைப்பு வேலைகள் தொடங்கின. டெல்லிக்கு ஜெயலலிதா சென்று, ராஜீவ் காந்தி, தினேஷ்சிங், குடியரசுத் தலைவர் ஆர். வெங்கட்ராமன் மற்றும் பலரைச் சந்தித்தார். இவர் சொன்ன பிரச்சினைகளை ஏனோ அவர்கள் ஏற்கவில்லை!

சென்னைக்குத் திரும்பியதும் எங்களையெல்லாம் அழைத்து டெல்லியில் என்ன நடந்தது என்று விவரித்தார். யாராவது டெல்லியைத் தெரிந்த ஒருவர் உடனடியாக டெல்லிக்குச் சென்று நிலைமையை நன்கு விளக்க வேண்டும் என்றார். எஸ்.டி. சோமசுந்தரமும், டாக்டர் எச்.வி. ஹண்டேயும் தாங்கள் டெல்லிக்குச் சென்று வருவதாகக் கூறினார்கள். ஜெயலலிதாவோ, என் பக்கம் திரும்பி என்னை டெல்லிக்குச் சென்றுவரக் கேட்டுக் கொண்டார். நண்பர் மாதவனும் என்னை வற்புறுத்தினார். உடனடியாக டெல்லிக்குச் சென்று, பல தலைவர்களைச் சந்தித்து, தமிழகத்தின்

அரசியல் நிலையை விளக்கி, ஜெயலலிதாவுக்கு ஆதரவு நல்க வேண்டினேன். சிலருக்கு என் கருத்து அறவே பிடிக்கவில்லை. அவர்கள் மனதை நட்புரிமை காரணமாக மாற்றினேன்.

போயஸ் தோட்டத்துக்குப் போகும்போது, வாசலிலிருந்தே வரவேற்பு. என்னைச் சந்தித்ததும் நான் டெல்லியில் நடந்ததைக் கூறினேன். "இந்த உதவியை நான் என்றும் மறக்கமாட்டேன்" என்றார் ஜெயலலிதா. நான் அவர் வார்த்தைகளை நம்பினேன்.

இதற்கிடையில் சாதாரண பி.ஆர்.ஓ.வாக இருந்த நடராஜன் வீடு சோதனைக்குள்ளானது. அங்கு ஜெயலலிதாவின் ராஜினாமாக் கடிதம் ஒன்று கிடைத்தது. கிடைத்ததும் சபாநாயகர் தமிழ்க்குடிமகனைப் பயன்படுத்தி ராஜினாமா ஏற்கப்பட்டது. மறுநாள் நான் பத்திரிகையாளரை அழைத்து, நான் எழுதி வைத்த சட்டத்தைப் படித்துக் காட்டி, இந்த அம்மையாரை ராஜினாமாவிலிருந்து காப்பாற்றினேன்.

தி.மு.கழக ஆட்சியை எதிர்த்து, சாலை மறியல் போராட்டம் ஒன்றை ஏற்பாடு செய்தோம். தற்போதுள்ள அமைச்சரவையில் பலர் சாலைக்கே வரவில்லை. நான் மறியலில் கலந்துகொள்ள சேலத்துக்குச் சென்றேன். நான் ரயில்வே ஸ்டேஷனிலிருந்து வீட்டுக்கு நடந்து போவது வாடிக்கை. காவல்துறையினர் வழியிலேயே கைது செய்ய வந்தனர். வீட்டுக்கு வரச்சொல்லி கேட்டுக்கொண்டு கைதானேன். கலைஞர் ஆட்சியில் கைதானதைப் பற்றிப் பெருமைப்பட்டேன். ஏறக்குறைய மூவாயிரம் நண்பர்கள் சிறைக்கு வந்தார்கள். நண்பர் கே.டி.மணி என்னுடனேயே கைதாகி உடனிருந்தார். ஐந்தாவது நாள் சிறைச்சாலைக்கு சேதி வந்தது- தி.மு.கழக ஆட்சி கலைக்கப்பட்டது என்று.

சிறைச்சாலையில் இருந்து வெளிவந்தேன்.

நாடாளுமன்றத் தேர்தல் வந்தது. பொள்ளாச்சித் தொகுதியில் ராஜா ரவிவர்மா என்ற இளைஞருக்குச் சிபாரிசு செய்தேன். சிபாரிசை ஏற்ற ஜெயலலிதா என்னையே தேர்தல் பொறுப்பாளராக நியமித்தார். நெகமம் கந்தசாமி எனக்கு எல்லா உதவிகளையும் செய்தார். பொள்ளாச்சித் தொகுதியில் வெற்றியை ஈட்டி, தேர்தல் கணக்கையும் மீதியுடன் ஒப்படைத்தேன்.

மத்தியில் சந்திரசேகர் அரசு கவிழ்ந்து பொதுத்தேர்தல் அறிவிப்பு வந்தது. ஜெயலலிதா என்னை அழைத்துத் தேர்தல் நிதி சேர்த்துத் தரும்படி கேட்டுக்கொண்டார். நான் பம்பரம் போல் சுழன்றேன். வெளிநாடுகளுக்குக் கூட தொலைபேசி யைச் சுழற்றினேன். சுமார் நாலு கோடி ரூபாய் அளவுக்குப் பெற்றுத்தந்தேன். முன்னாள் பிரதமரையும் இந்த அம்மை யார் விடவில்லை. அவர் பங்கு மூன்று கோடி ரூபாய் என்று கேள்விப்பட்டேன். கழக நிதிக் கணக்கில் தேர்தல் நிதியில் செலவு போக மீதி வரவு வைக்கப்படும் என பைத்தியக் காரத்தனமாக நம்பினேன்.

பனைமரத்துப்பட்டியிலேயே நிறுத்தப்பட்டேன். தேர்தலுக்கு ராஜீவ்காந்தி சேலம் வரத் தவறியதில்லை. சேலம் சிறுமலர் உயர்நிலைப் பள்ளியில் கூட்ட ஏற்பாடுகளைப் பார்த்துவிட்டு, கிராமங்களுக்குச் சென்றேன். இரவு பதினோரு மணிக்கு ராஜீவ் காந்தி படுகொலை செய்யப்பட் டார் என்ற கொடுமையான செய்தி கிடைத்தது.

பதினைந்து தினங்கள் கழித்து மீண்டும் தேர்தல்... பனை மரத்துப்பட்டியில், முதன் முதல் அடி எடுத்து வைத்தபோது, ஐந்நூறு வோட்டுகளில் வெற்றிபெற்ற நான், நான்காவது முறையாக நின்றபோது சுமார் ஐம்பதாயிரம் வோட்டு வித்தியாசத்தில் வெற்றி பெற்றேன்.

ஜெயலலிதா அமைச்சரவையில் உணவு மற்றும் கூட்டுறவுத்துறை அமைச்சராக நியமிக்கப்பட்டேன். கிராமங்களில் உள்ள பல்லாயிரக்கணக்கான ஏழைகளுக்கு ரேஷன் கடைகளின் மூலம் சரிவர உணவுப் பண்டம் விநியோகிக்கவும், மக்களுக்குத் தேவையான பண்டங்களைக் குறைந்த விலையில் தருவதற்கும், தேர்தலே நடக்காமல் இருக்கும் கூட்டுறவுத்துறையில் தேர்தலை நடத்தி, பொதுமக்கள் பங்கேற்கச் செய்யவும்தான் என்னை இத் துறை அமைச்சராக நியமித்தார் என இந்த பாழும் மனம் எண்ணிற்று. நடைமுறை என்னைத் திகைப்படையச் செய்தது.

பல மாநிலங்களில் உணவுப்பொருள் விநியோகம் சரியில்லை. இதைச் சீர்செய்ய பிரதமர் நரசிம்மராவே உணவு இலாகாவையும் தன் வசம் வைத்திருந்தார். இரண்டே மாதங்களில் முதலமைச்சர், உணவு அமைச்சர்கள் மாநாடு டெல்லியில். அம்மையாரோ டெல்லிக்கு வரவில்லை. அவரது உரையை நானே படித்தேன். பிரதமர் நரசிம்மராவை ஆந்திர மாநில முதல்வராக இருந்தபோதே அறிவேன். அவரை முதன்முதல் அமைச்சராக்கியவர் பிரம்மானந்தரெட்டி. அவரே எனக்கு நண்பர். இவரும் என்னை நண்பராகவே பாவித்தார். அவரை இல்லத்தில் சந்தித்தேன். அது சேதியாக வந்து விட்டது. அமைச்சர் முத்துசாமி "ஏன் பிரதமரைச் சந்தித்தீர்கள்? அது அம்மாவுக்குப் பிடிக்கவில்லை போல் தெரிகிறதே?" என்றார். நான் "பிரதமராக இருந்த ஜவஹர்லால் நேரு காலத்தில் இருந்து சந்திரசேகர் பிரதமராக இருந்த காலம் வரை எல்லாப் பிரதமர்களுடனும் நண்பராகப் பழகியிருக் கிறேன். டெல்லியில் தமிழ்நாட்டுக்காக ஏதாவது உதவி கேட்டிருப்பேனே தவிர, எனக்கென எந்த உதவியையும் நான்

எந்தப் பிரதமரிடமும் கேட்டதில்லை. என் சந்திப்பு இந்த அம்மையாருக்கு நல்லது என்று சொல்லுங்கள்'' என்றேன்.

மீண்டும் இரண்டு மாதங்களில் அதேபோன்று மாநாடு. இந்த முறை ஜெயலலிதா தன் உரையைப் படிக்க அரங்க நாயகத்தை அனுப்பினார். நான் மறுநாள் மாநாட்டில் கலந்து கொண்டேன். தேநீர் அருந்தும் வேளையில் பிரதமர் தன்னோடு அமர்ந்து தேநீர் அருந்த அழைத்தார். நாட்டின் பொருளாதார நிலை மிகவும் மோசமாகியுள்ளதை எடுத்துரைத்தார். நான், "முதலமைச்சர்கள் கூடியுள்ள இந்தப் பெரிய சபையில் எல்லாவற்றையும் எடுத்து வைத்தால் ஒரு நல்ல முடிவு ஏற்படுமே'' என்றேன். "மற்றவர்கள் என்ன நினைக்கிறார்களோ?'' என்றார்.

ஒரிஸ்ஸா முதல்வர் பெரியவர் பிஜூபட்நாயக், ராஜஸ்தான் முதல்வர் ஷேக்காவத் முதலியவர்களுடன் கலந்து பேசினேன். சிலர் "மத்திய அரசை ஆதரித்தால், எங்களுடைய உரிய பங்கு சரியாகக் கிடைக்குமா?'' என்றார்கள். "முதலில் நாட்டைப் பொருளாதாரச் சீர்குலைவிலிருந்து காப்போம். பின்னர் நமது பங்குகளுக்கு போராடுவோம்" என்றேன். என் எண்ணத்தை அனைவரும் ஏற்றனர். பிரதமரிடம் சொன்னேன். நிதியமைச்சர் மன்மோகன்சிங்கை மாலை நான்கு மணிக்கு நாட்டின் பொருளாதார நிலையை எடுத்து விளக்கச் சொன்னார்.

மன்மோகன்சிங் "ஏறக்குறைய ஆறாயிரம் கோடிக்குமேல் பற்றாக்குறை. இதற்கு நாசிக்கில் நோட்டு அடித்தால், நாடு பணவீக்கத்தால் பழைய சீனா போல் ஆகிவிடும். எவ்வளவு முயன்றும் உலக வங்கியோ சர்வதேச நிதி நிறுவனமோ நமக்குக் கடன் தந்து நேசக்கரம் நீட்ட

முன்வரவில்லை... எனவே உங்கள் எண்ணங்களைச் சொல்லுங்கள்'' என்றார்.

முதல்வர்கள் எல்லாரும் தங்கள் மேலான கருத்துகளைச் சொன்னார்கள். கடைசியாகத் தமிழ்நாடு. நானும் எஸ்.டி.எஸ் -ஸுும் இருந்தோம். ஏனோ எஸ்.டி.எஸ். இதில் ஒரு அபிப் பிராயமும் சொல்ல வேண்டாம் என எச்சரித்தார். "நாமோ பத்தாண்டு காலம் நாடாளுமன்றத்தில் மற்றும் அமைச்சர் பொறுப்புக்களில் இருந்தவர்கள். நம்மைக் கேட்டால் நாம் இருவரும் காது கேட்காதவர்கள் என்பதா? ஒரு இந்தியன் என்கிற முறையில் ஏதாவது பதில் சொல்லத்தானே வேண்டும்'' என்றேன் எஸ்.டி.எஸ்-ஸிடம். புரட்சித் தலைவர் காலத்தில் பிரதிநிதியாகப் பல மாநாடுகளில் கலந்து சாதாரணமாகப் பேசியவன் நான்!

'தமிழ்நாடு' என்றழைத்து, "ராசாராம் என்ன சொல் கிறார்?'' என்றார் பிரதமர். வின்ஸ்டன் சர்ச்சில் யுத்தகாலப் பிரதமராக இருந்து மக்களின் நல்லாதரவைப் பெற்று, எப்படியெல்லாம் நிலைமையைச் சமாளித்தார் என்பதை விவரித்தேன். "தற்போது நமது நாடு பொருளாதாரச் சிக்கலில் உள்ளது. சீன யுத்தத்தின்போது நாங்கள் எதிர்க் கட்சியாக இருந்தாலும், எதிரியை வெல்வதற்குப் பண்டித நேருவின் தலைமையில் ஒரே மனிதனைப் போல் நின்றோம். உலகம் உதவிக்கு ஓடிவந்தது. தற்போது நம்மிடையே பண்டித நேரு இல்லை. இந்திரா காந்தி இல்லை. ராஜீவ் காந்தியும் இல்லை. நம்மிடையே இருப்பவர் நரசிம்மராவ்தான். அவரது தலைமையில் நாம் அனைவரும் ஒன்று சேர்ந்து நிற்கிறோம் என்றால் உலகம் நம்மைத் தேடி வரும். ஆனால், 'மன்னன் எவ்வழி, குடிகள் அவ்வழி' என்ற வடமொழி சுலோகம் ஒன்று இருக்கிறது. நாம் சிக்கன நடவடிக்கையை மேற்கொண்டுள்

ளதை உலகுக்குக் காட்ட வேண்டும்" என்றேன்.

"தற்போது யாரும் மன்னர்கள் இல்லையே" என்றார் பிரதமர். பின்னர் "ராசாராம் சொன்னவற்றை அப்படியே ஏற்கிறேன். அவர் சொன்னபடி சிக்கனத்தைக் கடைப்பிடிக்கும் முதல் காரியமாக எனது சம்பளத்திலும் எனது சக அமைச்சர்கள் சம்பளத்திலும் பத்து சதவிகிதம் குறைத்துக் கொள்கிறேன்" என்றார் பிரதமர் நரசிம்மராவ்!

எல்லா முதல்வர்களும் ஒரே குரலில் தாங்கள் அனைவரும் அப்படியே சம்பளத்தைக் குறைத்துக்கொள்கிறோம் என்றார்கள். நான் புறப்பட்டேன். நிதிச்செயலாளர் கீதாகிருஷ்ணன் ஓடிவந்து, "பிரதமரும் நிதி அமைச்சரும் தங்களுக்கு நன்றி சொல்லச் சொன்னார்கள்" என்றார்.

சென்னைக்குத் திரும்பினேன். நான் பிரதமரை ஆதரித்துப் பேசியது, கருத்துகளைச் சொன்னது எதுவுமே இங்கு விரும்பப்படவில்லை என்ற சேதி என் காதில் விழுந்தது.

டெல்லியில் எல்லாக் குழுக்களிலும் என்னைத் துணைத் தலைவராகப் போட்டிருந்தார்கள். எனது செயலாளரைக் குழுக்கூட்டங்களில் கலந்துக்கொள்ளச் சொன்னேன். சட்டசபையில் ஓர் உறுப்பினர் "ரேஷனில் புழுங்கல் அரிசி வேண்டும்'' என்றார். ''கொடுப்பது கடினம்'' என்றேன். திடீரென எழுந்து, "நான் ஏற்பாடு செய்கிறேன்" என்றார் முதல்வர். முடியாததைச் சொல்கிறாரே என்று வியந்தேன். தனியாகச் சந்தித்து நிலையை விளக்கினேன். சரியான பதிலில்லை. நாடாளுமன்றத்தின் முன் வைக்கவேண்டிய சில சட்டத்திருத்தங்கள். குழுவின் துணைத்தலைவர் என்கிற முறையில் குழுவில் கலந்துகொள்ள வேண்டிய கட்டாயம். இரண்டு நாட்களில் பணியை முடித்தேன். தமிழகத்துக்குப்

பத்தாயிரம் டன் அரிசியையும் பெற்றேன். நல்ல களைப்பு, விமானத்தில் நல்லபடி கண்ணயர்ந்தேன்.

விமானநிலையத்தில் என் மகனும், என் தம்பியும் நின்றிருந்தனர். "என் அண்ணார் ஜெயசீலனுக்கு ஏதேனும் உடல்நலக்குறைவா? இந்நேரத்தில் வந்திருக்கிறீர்கள்?" என்றேன். "உனக்கு ஒன்றுமே தெரியாதா?" என்றான் என் தம்பி! "தெரியாதே" என்றேன். "உன்னை அமைச்சரவையிலிருந்து நீக்கிவிட்டார்கள்" என்று ஆங்கிலத்தில் சொன்னான். "மந்திரி பதவி போனால் பரவாயில்லை. என்னைச் சுற்றி இருப்பவர்கள் யாரும் கலங்க வேண்டாம். ஜெயலலிதாவிடம் நன்றியையோ, மனிதத் தன்மையையோ யாரும் எதிர்பார்க்காதீர்கள். நான் களைப்பாய் இருக்கிறேன். நாளைக் காலை சந்திக்கலாம்'' என வந்தவர்களிடம் கூறிவிட்டு, செயலாளரை அழைத்தேன். பத்தாயிரம் டன் அரிசிக்கான உத்தரவை அவரிடம் அளித்து "அடுத்து வரும் அமைச்சரிடம் சேர்த்துவிடுங்கள்" என்றேன்.

வழக்கம்போல் காலையில் ஐந்து மணிக்கு நானே காரை ஓட்டிக்கொண்டு கடற்கரைக்குச் சென்று நடக்க ஆரம்பித்தேன். ஒவ்வொருவராக வந்து துக்கம் விசாரித்தார்கள். அன்று எஸ்.ஐ.இ.டி. பெண்கள் கல்லூரியில் நிறுவனர் நாள். காலை ஒன்பது மணிக்கே நிகழ்ச்சி. எட்டு மணிக்கு கல்லூரி நிர்வாகி என் வீட்டில் நுழைந்தார். "நான் தற்போது அமைச்சரில்லை... தெரியுமல்லவா?" என்றேன். "தெரியும்... தெரிந்தேதான் அழைக்க வந்தேன்" என்றார். மறைந்த நீதிபதி பஷீர் அகம்மது சாகிப் எனக்கு நல்ல நண்பர். சுமார் 1,500 பெண்கள் கூடியிருந்தார்கள். நிறுவனர் பற்றியும் பெண்கள் கல்வியின் முக்கியத்துவத்தைப் பற்றியும் சுமார் ஒரு மணி நேரம் பேசினேன். நல்ல ஆரவாரத்துடன் என் பேச்சைக்

கேட்டார்கள். திடீர் அரசியல்வாதியான ஜெயலலிதாவால் என் எதிர்காலத்தை அழித்துவிட முடியாது என்பதை அந்தப் பெண்களின் கூட்டம் எனக்கு உணர்த்தியது.

எட்டு மாதங்கள் அமைதியாக இருந்தேன். உத்தம சோழபுரம் கோயில் குடமுழுக்கு விழா வேலைகளை மட்டும் பார்த்தேன். சில மாதங்களில் என்னை கழகத்தில் உறுப்பினர் உட்பட எல்லாப் பொறுப்புகளிலிருந்தும் நீக்கினார்கள். எல்லாரையும் தன் உத்தரவாலேயே நீக்கும் அம்மையார், என்னை நீக்க நாவலரிலிருந்து மதுசூதனன் வரை பதின்மூன்று பேரிடம் கையெழுத்து வாங்கி நீக்கியதாகப் பத்திரிகையில் வெளியிட்டு இருந்தார். எனக்கு நல்ல விளம்பரம்!

டெல்லிக்கு நண்பர் வி.வி.சாமிநாதனுடன் சென்று திரும்பினேன். என் வீட்டின் முன் நின்ற கார்கள் உடைக்கப் பட்டன. வீட்டின் மீது சோடா பாட்டில்கள் வீசப் பட்டன.

அப்போதும் ஒரு பெண்ணிடம் சண்டைக்குப் போவதா என எனக்கு ஒரே குழப்பம்! கற்றறிந்த ஒரு மகானை எதிர் பாராமல் சந்தித்தேன். நான் செய்த தவறு என்ன என்று பல முறை யோசித்துப் பார்த்தேன். பிரதமர் நரசிம்மராவைச் சந் தித்துப் பேசியது தவிர, வேறெதுவும் எனக்குத் தெரிய வில்லை. நாட்டின் பொதுப் பிரச்சினையைப் பற்றி ஒரு பிரதமரிடம் பேசுவதுகூடத் தவறு என்பதை என் வாழ்நாளில் இப்போதுதான் உணர்ந்தேன். போதாதற்கு விமானநிலைய வரவேற்பில் எல்லாம் 'என்னுடைய நல்ல பழைய நண்பர்' இதை விட வேறு என்ன வினை வேண்டும் என்பார். ஒருவர் பிரதமரைச் சந்தித்தால் பதவி உயரும் என்பார்கள். ஆனால், எனக்கோ பதவியே பறிபோயிற்று! ஜெயலலிதாவின் உளப்பாங்கையும், நன்றியற்ற தன்மையையும் சொல்லிச்

சிரித்தேன். நடந்தவற்றையெல்லாம் அந்த மகான் கேட்டார். இந்த எட்டு மாதங்களில் ஊழல்கள் நடந்தவண்ணம் இருந்தன. கழகத்தைப் புரட்சித்தலைவர் உருவாக்கியதே ஒரு குடும்பம் வாழ்வதற்காக என்ற நிலை!

"கடவுள் ராமாவதாரத்திலும் கிருஷ்ணாவதாரத்திலும் இரண்டு பெண்களோடு சண்டை போட வேண்டி வந்தது... உலக சேமத்துக்காக! ராமன் தொடுத்த முதற்போர், தாடகையின் மீதுதான்! ஜெயலலிதா முதல்வராக வரப் பாடுபட்டவர்களில் நீங்களும் ஒருவர். உங்களைக் கழகத்தின் சாதாரண உறுப்பினர்களிலிருந்தும் நீக்கியிருக்கும் இந்த அம்மையார் தாடகையைப் போன்றவர்தான். அதோடு தமிழ் நாட்டையே குடும்பச் சொத்தாக மாற்றிக்கொண்டு வரும் இவரின் மீது தாராளமாகச் சண்டையைத் தொடங்குங்கள். நீங்களோ யாருடனும் சண்டைக்குப் போனதில்லை. ராசாராமனாகிய நீங்கள் உங்கள் முதற் சண்டையை நாட்டின் சேமத்துக்காகத் தொடங்குங்கள். வெற்றி உண்டாகுவதாக" என ஆசீர்வதித்தார்.

மீண்டும் நானும் வி.வி. சாமிநாதனும் டெல்லிக்குப் போனோம். நாங்கள் ஆதரவுக்கு ஒருவரைத் தேடினோம். சுப்பிரமணியம் சுவாமியிடம் உதவி கேட்டோம். நேசக்கரம் நீட்டினார். ஜெயலலிதாவின் ஊழல் ஆட்சியை எதிர்த்து, நல்லாட்சி இயக்கம் தோன்றியது! போராட்டம் தொடர்கிறது... வெற்றியை நோக்கி! வெற்றியோடு உங்களை விரைவில் சந்திப்பேன். வணக்கம்.

குறிப்புகளுக்காக